சிவமயம்

பாகம் - 2

முதற்பதிப்பு: 2023

First Edition: 2023

Sivamayam Part - 2

சிவமயம் பாகம் - 2

Indira Soundarajan

இந்திரா செளந்தர்ராஜன்

ISBN: 978-93-5695-654-4

Pustaka
EBooks | Audiobooks | Paperback

Pustaka Digital Media Pvt. Ltd.
#7-002, Mantri Residency,
Bannerghatta Main Road, Bengaluru - 560 076
Karnataka, India

+91 7418555884

சிவமயம்

பாகம் - 2

இந்திரா சௌந்தர்ராஜன்

Pustaka
EBooks | Audiobooks | Paperback

சமர்ப்பணம்

சிவநெறிச் செல்வர்

திரு. கருமுத்து கண்ணன்

அவர்களுக்கு...

என்னுரை!

வாசக நெஞ்சங்களுக்கு!

வணக்கங்கள் கோடி... நெஞ்சம் நிரம்பிய மகிழ்ச்சியோடும், ஒரு சாதனை புரிந்துவிட்ட களிப்போடும் இப்போது நான் இருக்கிறேன்.

காரணம் இந்த சிவமயம் நூல்தான்!

புதின உலகில் இது ஒரு புதுமையான நூல் மட்டுமல்ல சற்று புதிரானதும் கூட. நான் எழுதத் தொடங்கி 30 வருடங்களாகிவிட்டது. எவ்வளவோ நாவல்கள் சிறுகதைகள் என்று எழுதிவிட்டேன். அதேபோல கடந்த ஐம்பது ஆண்டுகளாக தமிழ்ப் புதினங்களை ஆழமாக கவனித்தும் வருகிறேன்.

ஆயிரக்கணக்கான புதினங்கள்!

விதம் விதமாய்... வகை வகையாய்...!

சரித்திரம், சமூகம், விஞ்ஞானம், நகைச்சுவை, மர்மம், புராணம் - என்பதே அவைகளின் தளங்கள் ஆகும்! இவைகளுடன் அமானுஷ்யத்தையும் சேர்த்துக் கொள்ளலாம். ஆனால் மேற்கண்டவிதம் எதிலும் சேராமல் ஒரு புதிய தளத்தில் 'ஆன்மிக மர்மம்' என்னும் ரகத்தில் எனது சில நாவல்கள் அமைந்தன. ஆனந்தவிகடனில் நான் எழுதிய 'ரகசியமாக ஒரு ரகசியம்' தொடர்கதைதான் அதற்கு ஒரு ஆரம்பம்! அதுதான் பின்பு தொலைக்காட்சியில் மர்மதேசமாய் வெளிப்பட்டது.

குங்குமத்தில் நான் எழுதிய 'விட்டுவிடு கருப்பா' தமிழன் எக்ஸ்பிரசில் எழுதிய 'தொடத்தொட தங்கம்' 'மகாதேவ ரகசியம்' தினமலர் வாரமலரில் எழுதிய 'சிவம்', 'தினம் ஒரு உயிர்' என்று அதன்பின் எவ்வளவோ படைப்புகள். அந்த வரிசையில் வந்த 'ருத்ரவீணை' பல விருதுகளையும் எனக்கு பெற்றுத் தந்தது. அதைத் தொடர்ந்து நான் எழுதிய 'விக்ரமா... விக்ரமா...'வும்

வாசக உலகில் பெரிதும் வரவேற்கப்பட்டது. இதில் கிட்டதட்ட எல்லா தொடர்களுமே தொலைக்காட்சியில் தொடராக வந்து பெரும் வெற்றி பெற்றது.

இந்த சிவமயமும் முதலில் தொலைக்காட்சித் தொடராகத்தான் வந்தது. இதை நாவலாக எழுத நான் முனைந்தபோது வாசக உலகம் எனக்கு அளித்த வரவேற்பை நான் மறக்கவே முடியாது.

கிட்டதட்ட 2 வருடங்கள்!

21 பாகமாக இதை எழுதினேன். மாதம் ஒன்று என்று வரவேண்டியது எனது பணிகளின் பளு காரணமாக இரண்டு மாதங்களுக்கு ஒன்று என்று வந்தும் வாசக உலகின் ஆர்வமோ ஆதரவோ குறையவில்லை.

பலர் தினசரி தொலைபேசி வாயிலாக இதன் தாமதத்தை கண்டித்தார்கள் ஒரு சில ஏஜெண்ட்டுகள் இப்படி தாமதமாக வருவது இதன் விற்பனையை பாதிக்கும் என்றனர். நான் என்ன செய்வது?

சிவமயம் என்கிற தலைப்பிற்கு ஏற்ப அதன் மயமாக நான் ஆகும்போதே என் பேனா இயங்கியது. இதை நான் எழுதினேன் என்பதைவிட என்னைக் கொண்டு இது தன்னை எழுதிக் கொண்டது என்பதே உண்மை.

நாம் இப்பொழுது இன்டர்நெட் எனும் வலைதளம் மூலம் உலகத் தொடர்பு கொண்டவர்களாக உள்ளோம். உலகில் எங்கே எது நடந்தாலும் அதை நாம் தெரிந்துகொள்ள இன்று அதிகபட்சம் அரைமணி நேரம் போதுமானது. நடப்பதை செய்தியாக மட்டுமின்றி காட்சியாகவும் பார்த்து விடுகிறோம்.

முன்பு உலகம் என்பது நாம் வாழும் ஊராக மட்டுமே இருந்தது. சில சமயங்களில் நாம் வெளியூர் செல்லும்போது அந்த ஊர்வரை மட்டுமே நம் உலகம் விரிவடைவதாக இருந்தது. மேல்நாடுகளை நாம் நமது புராணங்களில் படித்த சொர்க்கமாகவும், அதற்கும் மேலாகவும் தான் பார்த்தோம். அதுவும் சில திரைப்படங்கள் மூலமாக!

இன்று எல்லாமே உடைந்து போய் நமது வாழும் உலகம் செவ்வாய் கிரகம் வரையெல்லாம் சென்றுவிட்டது. நமது அரசியல் தலைவர்கள், எழுத்தாளர்கள், சினிமா கலைஞர்கள் தெரிந்த அளவு உலக அளவிலானவர்களையும் நாம் தெரிந்துகொள்ள முடிகிறது.

அமெரிக்காவின் அடுத்த ஜனாதிபதியாக புஷ் நீடிப்பாரா என்று இங்கே லோக்கலில் விவாதம் நடக்கிறது. நமது உறவினர்களில் யாராவது ஒருவர் அமெரிக்காவில் ஆப்பிரிக்க நாடுகளில் ஏதாவது ஒரு இடத்தில் வாழ்கின்றவர்களாக உள்ளனர்.

எனவே அனைத்திலும் இன்று நமக்கு இருப்பது உலகப் பார்வை!

புதின இலக்கியங்களிலும் அது எதிரொலிக்கிறது.ஆங்கில நாவல்களை வாசிப்பது ஒரு ஸ்டேட்டஸ் ஆகவே முன்பு கருதப்பட்டது. இப்போது நமது தமிழ் நாவல்கள் ஆங்கிலத்தில் மொழிபெயர்க்கப்பட்டு உலகமெங்கும் செல்லத் தொடங்கியுள்ளது. எனது நாவல்கள் சிலவும் அந்த பட்டியலில் இடம் பெற்றுள்ளது.

இந்த சிவமயத்தை கூட சிலர் 'ஹாரிபாட்டர்' எனும் ஒரு படைப்போடு ஒப்பிட்டு பேசினார்கள். அந்த வகை படைப்பை நான் வாசித்ததில்லை ஆனால் திரைப்படங்களில் பார்த்திருக்கிறேன். அது ஒருவித 'புத்திமாயமான' படைப்பு என்பது என் அபிப்ராயம். விஞ்ஞானம் மலிந்த மேலைநாட்டில் விஞ்ஞானத்துக்கு எதிர்திசையில் சில விஷயங்களை கற்பனையாக செய்து பார்த்து அதை உலகுக்கு தரும்போது அந்த வித்தியாசம் காரணமாகவே அது பெரிய வரவேற்பைப் பெற்றுவிடுகிறது.

அந்த படைப்பைத் தொடும்போதே நாம் ஒரு பொய்யை illusion எனப்படும் உணர்வைத் தொடுகிறோம். இது நம் ஆழ்மனதுக்கும் தெரிந்திருப்பதால் அதில் சுவாரஸ்யத்தை மட்டுமே பார்க்கிறோம். யதார்த்தத்தையோ, நடைமுறை சாத்யங்களையோ நாம் அதில் துளியும் எதிர்பார்ப்பதில்லை. அதனால் கேள்விகளே இன்றி முழுக்க முழுக்க காட்சி ரசனையோடு அதை பின்தொடர்வது

ஒரு வகையில் எல்லோருக்கும் பிடித்திருக்கிறது. 'நான்' எனும் அகந்தை இன்றி பேராசைகள் இன்றி ஒரு படைப்பை நெருங்கும்போது அது எப்போதுமே எல்லையில்லாத ஆனந்தம் தருவதாக அமைந்துவிடும்.

எனது ஆன்மிக மர்ம நாவல்களையும் சிலர் இந்த வகை இலக்கியமாக பார்த்தபோது அதை பாராட்டுவதா இல்லை அது தவறு என்று கூறுவதா என்பதில் எனக்கு முதலில் ஒரு தடுமாற்றம் ஏற்பட்டது. பிறகு அதை தவறு என்று என் மனது குறிப்பிட்டது.

ஏன் என்றால் எனது படைப்புகளிலும் இன்றைய விஞ்ஞானத்துக்கு சாத்யம் இல்லாத சில விஷயங்கள் இருக்கின்றன. இச்சாதாரி நாகம்போன்ற புராண கற்பனைகள் உள்ளன. ஆனால் அவைகளுள் நல்ல மனிதமும், அறநெறிகளும் புதைந்துள்ளன. எனவே நம்பி ஏற்க வேண்டியவைகளாக அவைகள் இருக்கும் போதிலும் எதிர்காலத்தில் அவை சாத்யமாகலாம் என்று என் உள்மனம் நம்புகிறது.

போன நூற்றாண்டில் 1908ல் என்றே வைத்துக் கொள்ளுங்களேன். அன்றைய விஞ்ஞானிகளே கூட வானில் ஏறி பறக்க முடியும் என்பதில் நம்பிக்கை இல்லாதவர்களாக இருந்தார்கள். ஒரு கல்லை விட்டெறிந்தால் அது கீழேவந்து விழுந்ததை பார்த்து வானத்து நட்சத்திரங்களை அவர்கள் வானில் ஒட்டிக்கொண்டவைகளாக கருதினார்கள். ஒரு பறவை பறப்பதை மாறாத பிரமிப்புடன் பார்த்தனர். ஒவ்வொருவரும் ஏதோ ஒரு சமயத்தில் உயிரினங்களிலேயே பறவையினம் தான் உன்னதமானது என்றும் எண்ணினார்கள். அப்போது பல டன் எடையுள்ள ஒரு உலோகம் விமானம் எனும் பெயரில் ஒரு மனிதக் கூட்டத்தையே அள்ளிக் கொண்டு பறக்கப் போகிறது என்று யாராவது கூறியிருந்தால் அவனை பைத்தியக்காரனை விட மோசமாகவே பார்த்திருப்பார்கள் என்பதுதானே உண்மை?

ஆனால் இன்றைய நிலையே வேறு!

இந்த சாதனையை நிகழ்த்திய மனிதர்கள் இதை ஒரு விஞ்ஞான சாதனை என்று சொன்னாலும் அதற்கு பின் மனிதனின் அறிதானே இருக்கிறது?

அந்த அறிவால் எதையெல்லாம் விளக்க முடிகிறதோ அது விஞ்ஞானமாகிறது. விளக்கமுடியாதபோது அது மெய்ஞானமாகவே இருந்துவிடுகிறது.

மெய்ஞானம் என்றாலே சிலர் வரையில் ஒரு இளப்பமான சிரிப்பும், கேலியும் கொண்டதாகிவிடுகிறது. எல்லா காலங்களிலும் மனிதக் கூட்டம் இப்படித்தான் இருந்து வந்திருக்கிறது. இனியும் அது மாறாது என்பதே என் எண்ணம்,

புலன்களுக்கு புரிகின்ற, புலன்களோடு நின்றுவிடுகிற மனிதர்கள் வரையில் விஞ்ஞானம் தான் எல்லாம்! அதை கடக்க முடிந்தவர்களே, சிவமயம் போன்ற ஆன்மிக மர்மப் படைப்புகளை பெரிதும் போற்றுகின்றவர்களாக வரவேற்கின்றவர்களாக உள்ளனர்.

நானும் விஞ்ஞானத்தை மிக நேசிப்பவன். மிக மதிப்பவன். அது இந்த உலகுக்கு அளித்திருக்கும் கொடைகள் கொஞ்ச நஞ்சமில்லை.

இன்றைய மிகப்பெரிய அதிசயமாக நான் என் கைவசம் உள்ள செல்போனை தான் எண்ணுகிறேன். அதில் என்ன இல்லை?

அது பேசுகிறது, பாடுகிறது, படம் எடுக்கிறது, எடுத்ததை உலகம் முழுக்க அனுப்புகிறது... ஐய்ய்ய்ய்யோ!

அன்று மந்திரவாதிகள் கையில் மந்திரக்கோல் வைத்திருந்தார்கள், நாம் இன்று செல்போன் வைத்திருக்கிறோம்.

அதை புரிந்துகொள்வது மட்டும் கஷ்டம். ஆனால் இதை முயன்றால் மிக சுலபமாக விளங்கிக் கொள்ளலாம். அதேசமயம் விளங்கிக்கொள்ள முடியாததாலேயே மந்திரக்கோலை ஒரு பொய்யாக கருதுவதைவிட இந்த செல்போன் போலவே அதன் பின்னும் ஏதாவது இருக்குமோ என்று சிந்திப்பது எனக்கு

பிடிக்கிறது. அப்படி இருந்தால் அது என்னவாக இருக்க முடியும் என்று ஆராய்வது மிக சுகமாக உள்ளது. அப்படி ஆராயும்போது இந்த நாளின் எந்தவித வசதிகளும் இல்லாத நிலையில் அன்று நம்மவர்கள் வானிலை மாற்றங்களை, நட்சத்திர நிலைப்பாடுகளை, கிரகணங்களை பற்றி எல்லாம் பூமியில் இருந்தவாறே எப்படி கண்டுபிடித்திருக்க முடியும் என்கிற கேள்விக்குள் நுழைந்தால் அது விஞ்ஞானம் மூட்டும் பிரமிப்பை விடவே எனக்கு அதிக பிரமிப்பை தருவதாக உள்ளது.

அவர்கள் வானத்தை அளந்தது போலவே பூமியையும் அளந்து, பின் தங்கள் உடம்புக்குள் புகுந்து அதனையும் விளங்கிக் கொண்டு வாழ்ந்த விதத்தை ஒரு சராசரி வாழ்க்கைப் பாடாக என்னால் எண்ண முடியவில்லை. இந்த எண்ணங்களும், பிரமிப்புகளும் ஒன்று திரண்டு நம்பிக்கைத் தளத்தில் நின்று படைத்ததுதான் இந்த சிவமயம். Just it's fantasy என்று இதை ஒதுக்காமல் நான் கேட்ட சில நியாயமான கேள்விகளின் அடிப்படையில் நின்று இதை அணுகினால் 'விஞ்ஞான கோவிந்தா' போடுகின்றவர்களுக்கும் இதில் அமுதம் கிடைக்கும்.

இந்த இரண்டாம் பாகத்தையும் நான் அறநெறிச் செல்வர் திரு. கருமுத்து கண்ணன் அவர்களுக்கே சமர்ப்பணம் செய்கின்றேன்.

வர்த்தகம், கல்வி, ஆன்மிகம் - என்று மூன்று தளங்களில் இன்றைய வலையுலகில் (Networld) ஒருவர் ஈடுபாட்டுடன் திகழ்வது ஆச்சரியம்... அதிசயம்!

பில்கேட்ஸோ, அம்பானியோ இடையறாத தொழில் முனைப்பே வாழ்க்கை என்று வாழ்கின்றவர்கள். அவர்களது வெற்றி மெல்ல மெல்ல அவர்கள் வாழ்க்கையை பல்லாயிரக் கணக்கானோர் வாழ்க்கையாக மாற்றிவிட்டது. அவர்களுக்கென்று ஒரு தனிவாழ்க்கை இருக்கிறதா என்பதே கேள்விக் குறிதான்.

எப்பொழுதாவது இவர்களும் கிரிக்கெட் விளையாடி திருப்பதிக்கு சென்று பெருமாளை சேவித்து, ஒரு சினிமா தியேட்டரில் ரஜினி, அமிதாப் படங்கள் பார்த்து மெல்லிசாக

இளைப்பாறிக் கொள்ளலாம். திரும்பவும் வர்த்தக பூதம் அவர்களை 'வாருங்கள் எஜமானரே' என்று கைபிடித்து அழைத்துச் சென்றுவிடும். ஐம்பத்தெட்டு வயதுக்கு பிறகு ஓய்வு என்கிற விதிகளும் இவர்களுக்கு கிடையாது. முதுமையில்தான் இவர்களின் வியாபாரப்பட்டறிவு பகலவன் போல ஜொலிக்கும். எனவே ஓய்வறியாத ஓட்டம் இவர்கள் ஓட்டம். அப்படி ஓடும் ஒருவர்தான் திரு. கருமுத்து கண்ணன் அவர்களும்... ஆனால் அதற்கு நடுவில் அவர் இலக்கியம் மற்றும் ஆன்மிகத்துகககு நேரம் ஒதுக்குவதை என்னால் சாதாரணமாக கருதமுடியவில்லை. அவரால் தொடங்கப்பட்ட 'அருள் ஞான சபை' என்னும் ஒரு அமைப்பு மாதம் தவறாமல் ஆன்மிக சொற்பொழிவுகளை இந்த சமுதாயத்தக்கு அளித்துவருகிறது. நூற்றுக்கணக்கான ஆன்மிகப்பெருமக்கள் அந்த கூட்டத்தில் பேசி கௌரவிக்கப்பட்டுள்ளனர். இனியும் கௌரவிக்கப்பட இருக்கின்றனர். திரு. கருமுத்து கண்ணன் ஓசைப்படாமல் செய்துவரும் நற்பணிகளில் நலிந்துவிட்ட பல சிவாலயங்கள் புத்துயிர் பெற்று எழும்பி நிற்பதையும் சொல்லலாம்.

எனவே சிவபிரானின் பெருமை குறித்தும் சித்தர்களின் பெருமை குறித்தும் பேசும் இந்த சிவமயத்தை இவருக்கு அர்ப்பணிப்பதே சாலச்சிறந்ததாகும்

வாசக உலகம் இதனை போற்றி வரவேற்கும் என்று நம்புகிறேன். அனைத்துக்கும் ஆதார சுருதியாய் விளங்கிய அந்த ஆலவாயனை வணங்கி நிறைவு செய்கிறேன்.

நன்றி!

பணிவன்புடன்,

இந்திரா சௌந்தர்ராஜன்

19.6.08

மதுரை - 3.

முன்கதைச் சுருக்கம்

சிவன்மலைக் காடு ஓர் அடர்த்தியான மூலிகைவனம். உலகில் உள்ள அரிய காடுகளின் வரிசையில் ஒன்று. அதேசமயம் மற்ற காடுகளில் இல்லாத பல சிறப்புகளை தன்வசம் கொண்டது. இரும்பை தங்கமாக்கும் மூலிகைகள் இந்த வனத்தில் தான் உள்ளன. அதேபோல் அமர்நாத், மானசரோவர் போல, இந்த மலையில் உள்ள ஆகாசலிங்கம் பிரசித்தி பெற்றது. ஆகாசமே கூரையாக ஒரு மலை உச்சியில் அமைந்துள்ள இந்த ஆகாசலிங்கம், பௌர்ணமி தோறும் சித்த புருஷர்களால் வழிபடப்படும் சிறப்பினை உடையது.

இந்த மலைக்காட்டுக்குள் பற்பல சித்தர்கள் இன்றும் வாசம் செய்தபடி உள்ளனர். அடர்த்தியான காடுகள், சுனைகள், ஓடைகள் என்று நீர்வளச் சிறப்பினையும் கொண்டது இந்த மலை. இந்த மலைத்தலத்தில் உறுதியான சில நம்பிக்கைகளும் நிலவுகின்றன.

இங்கு மரம் வெட்டுவதோ, செடி கொடிகளுக்கு பங்கம் வரும்படி நடந்து கொள்வதோ மிகப்பெரிய பாவச் செயலாகும். அவ்வாறு செய்தவர்கள் அன்றே ஏதாவது ஒரு விதத்தில் பாதிப்புக்குள்ளாவார்கள். எனவே இந்தக் மலைக் காட்டில் எவரும் இயற்கை செல்வங்களுக்கு பாதிப்பு வரும் விதத்தில் நடந்து கொள்வதில்லை.

காணியர்கள் என்கிற மலைச்சாதியினருக்கு இந்தக் காட்டு சித்தர்கள்தான் வழிகாட்டிகள். அவர்கள் மட்டுமே காட்டுக்குள் நெடுந்தூரம் போய் வருவார்கள்.

வன இலாகாவினர்கூட இந்தக் காட்டை முழுமையாக அறிந்தவர்களில்லை. சிவன்மலைக் காட்டின் அடிவாரத்தில் உள்ள கிராமம் தான் லிங்கப்பட்டி. முத்துப்பிள்ளை என்னும் விவசாயி சிவன்மலை ஆகாசலிங்கத்தின் பரம பக்தர். இவருக்கு

பார்வதி என்று ஒரு மகள். இருபது வயதைக் கடந்தும் இவள் வயதுக்கு வரவில்லை. இதை எண்ணி வருந்தும் முத்துப்பிள்ளைக்கு, சிவன்மலை சித்தர்களில் ஒருவரான சொர்ண சித்தர் என்பவர் உதவி செய்ய முன்வருகிறார். அதேசமயம் பார்வதியின் ஜாதகத்தைத் தன் ஞான திருஷ்டியால் அறிந்து அவளுக்கு அற்ப ஆயுளே என்பதையும் முத்துப்பிள்ளையிடம் கூறிவிடுகிறார். இதனால் வருந்தும் முத்துப்பிள்ளைக்கு சொர்ண சித்தர் ஓர் அரிய வழி ஒன்றைக் காட்டுகிறார். அதன்படி அவர் தரும் அபூர்வ மூலிகை மருந்து பார்வதியை பூப்படையச் செய்கிறது. அது மட்டுமல்ல, அவள் ஓர் ஆணின் தொடர்போ தயவோ இன்றி கர்ப்பவதியாகவும் செய்கிறாள்.

உலகில் உள்ள உயிர்கள் எதுவாக இருந்தாலும் யாராக இருந்தாலும், ஆண் பெண் சேர்க்கையாலேயே கருக்கொண்டு உயிர்பெற முடியும், புராணங்களில் கர்ணன், ஐயப்பன், முருகன், விநாயகர் முதலான பாத்திரங்களே ஆணுடைய சேர்க்கை இன்றி திருவருளால் உயிர் பெற்றுள்ளவர்கள், அந்தப் பட்டியலில் பார்வதியின் கருவும் சேர்கிறது.

பார்வதியும் ஒரு பெண் குழந்தையை பெற்றுப் போட்டுவிட்டு உயிரை விடுகிறாள். அப்படி அவள் பெற்றெடுத்த பெண் குழந்தைக்கு சித்த புருஷர்களே பெயரிடுகிறார்கள்.

உலகில் சுட்டாலும் ஒளிர்வது இரண்டுதான். ஒன்று சங்கு. அடுத்தது பொன். சங்கு கூட வளைந்து தராது. ஆனால் பொன் வளைந்து கொடுக்கும். எனவே அந்த குழந்தைக்கு பொன்னி என்று பெயரிடுகிறார்கள்.

பொன்னி என்றால் காவேரி என்றும் ஒரு பொருள் உண்டு. காவேரி நதியானது இந்த பூமியில் உள்ள உயிரினங்கள் எல்லாம் வாழ்ந்திட பெருகி ஓடுவதாகும். அதுவும் மலையில்தான் பிறக்கிறது. பொன்னியும் மலையில் உள்ள மூலிகை சக்தியால் பிறந்தவள் தானே?

இப்படிப்பட்ட பொன்னியிடம் சில விசேஷ சக்திகளும் இருக்கின்றன. மூலிகைகளால் பிறந்த இவளே கூட ஒரு

மூலிகைதான். இவளது கைபட்டால் பட்டமரம் துளிர்க்கும். இவளுக்கு காலத்தை ஊடுருவும் சக்தியும் இருக்கிறது. ஒருமுறை பார்த்த மாத்திரத்தில் அவர்களது மூன்று காலங்களையும் கூறிவிடும் வல்லமை உள்ளவளாக இவள் வளர்கிறாள். அது மட்டுமல்ல, சித்தர்களின் செல்லக் குழந்தையாக விளங்கி பௌர்ணமி தோறும் பஞ்ச மூலிகைகளுக்கு நீர் விடுவதும் இவள்தான். அந்த பஞ்ச மூலிகைகளே ரசவாதத்தின் ஆதி மூல மூலிகைகளாகும்.

பொன்னியை போல ஒரு கைராசி கொண்ட ஒருத்தி பௌர்ணமி தோறும் நீர் விடுவதில் தான் அவைகளும் பட்டுப்போகாமல் வளரும் என்பது ஓர் அடிப்படை விஷயமாகும்.

இப்படிப்பட்ட பொன்னியைப் பற்றி லிங்கப்பட்டி கிராமமே பெருமைப்படுகிறது. இவளது ஆற்றல் சென்னையில் மீடியாவரை எதிரொலிக்கிறது.

சரி... சிவன்மலை சித்தர்களுக்கும் முத்துப்பிள்ளை பொன்னிக்கும் முன்பே அந்த மலைக்காடு கண்ட பிரதான பாத்திரத்தைப் பார்த்து விடுவோமா? அதுவும் பதினாறு வருடங்கள் பின்னோக்கிச் சென்று...

இந்தப் பாத்திரத்தின் பெயர் சுந்தர்ராஜன், இவர் ஒரு வன இலாகா அதிகாரி சிவன்மலை காட்டுக்குள் மாற்றலாகி வரும் சுந்தர்ராஜனுக்கு சிவன்மலை பற்றிய விஷயங்கள் ஆச்சரியத்தையும் அதிர்ச்சியையும் அளிக்கின்றன. மிகுந்த விஞ்ஞான பாதிப்போடு, சிவன்மலைக் காட்டுக்குள் நடமாடும் சித்தர்களிடம் சற்று ஆணவமாக நடந்து கொள்கிறார்.

சுந்தர்ராஜனுக்கு மங்களம் என்கிற மனைவியும், வித்யா, லலிதா, பாரதி என்ற மூன்று பெண் குழந்தைகளும் உள்ளனர். ஓர் ஆண்குழந்தை வேண்டும் என்பது சுந்தர்ராஜனின் எதிர்பார்ப்பு.

சிவன்மலைக் காட்டு சித்த புருஷர் ஒருவர் தன் சக்தியை சுந்தர்ராஜனுக்கு உணர்த்தும் பொருட்டு உனக்கு நான்காவதாகப்

பிறக்கும் குழந்தை ஆண் குழந்தையாக இருக்கும் என்று கூறுகிறார். சுந்தர்ராஜனும் காத்திருக்க, அதேபோல ஆண்குழந்தை பிறக்கிறது.

சித்தர்களின் ஆசியால் பிறந்த குழந்தை அது என்று மனைவி மங்களடத்திடமும் கூறுபவர், சிவன்மலை அதிசயங்களை அவளிடம் பகிர்ந்து கொள்கிறார்.

இப்படிப்பட்ட நிலையில்தான் சுந்தர்ராஜன் வாழ்க்கையில் விதி விளையாடத் தொடங்குகிறது.

சிவன்மலைக் காட்டுக்குள் இரண்டு இச்சாதாரி நாகங்களும் வாழ்ந்து வருகின்றன நாகபரணி, நாகதாரிணி என்பது அவர்களின் பெயர்கள். இச்சாதாரிகள் நாக இனத்தவர்கள். நினைத்த வடிவம் எடுக்கும் ஆற்றல் கொண்டவர்கள். இவர்களிடம் நவரத்தினம் இருக்கும். இந்த நாகரத்தினத்தை அடைய நாகங்களை வேட்டையாடும் இருளர் இனத்தைச் சேர்ந்தவர்கள் முயல்வது உண்டு.

அப்படி ஒருநாள் இருளர்கள் சிலர் இச்சாதாரி நாகம் இரவில் உமிழும் நாகரத்தினத்தைத் தேடி வருகையில், அவர்களைத் தொடரும் சுந்தர்ராஜன் அவசரப்பட்டு இச்சாதாரி நாகத்தில் ஒன்றான பெண்நாகமான தாரிணியை சுட்டு விடுகிறார். நாகரத்தினமும் சுந்தர்ராஜனை அடைகிறது. ஆனால் அதுவே அவரை பெரும் ஆபத்திற்குள்ளாக்குகிறது.

தன் இணையை இழந்த ஆண் இச்சாதாரி நாகமான நாகபரணி சுந்தர்ராஜனை துரத்த, சுந்தர்ராஜன் காட்டிற்குள் ஓடுகிறார். ஓர் அலறல் சப்தம் மட்டுமே கேட்கிறது. சுந்தர்ராஜன் என்ன ஆனார் என்பது பெரிய புதிராகிறது. அவரது உடல்கூட கிடைக்காத நிலையில், வன இலாகா அலுவலகத்தில் உள்ள அவரது டைரி மற்றும் பொருட்கள் சுந்தர்ராஜன் மனைவி மங்களத்திடம் ஒப்படைக்கப்பட்டு, வன இலாகாவும் அவர் இறந்து விட்டதாக அறிவிக்கிறது.

மங்களமும் அப்போதுதான் பிறந்த ஆண்குழந்தையான பாலுவுடனும் மற்ற மூன்று பெண்களுடனும் வாழ்க்கையை எதிர்த்துப் போராடி வாழத்தொடங்குகிறாள்.

சரி... இன்றைய காலத்திற்கு திரும்புவோம். ஒருபுறம் உயிரோடு உள்ளாரா என்பதே தெரியாத சுந்தர்ராஜன்... அவரைக் குறிவைத்து அலையும் இச்சாதாரி நாகபரணி.

இவர்களைத் தொடர்ந்து பதினாறு வருட காலங்களுக்குப் பிறகு அந்த மலை கண்ட ஓர் அபூர்வ பெண்தான் பொன்னி...

பொன்னியினைத் தொடர்ந்து அந்த மலைக் காட்டுக்குள் வரும் சென்னையைச் சேர்ந்த சித்த வைத்தியர் சிவசாமியும் அவரது நண்பர்களுமான கல்லூரிப் பேராசிரியர் மோகன், தொழிலதிபர் ரத்னவேல், தமிழாசிரியர் பழனி ஆகியோரையும் சற்று பார்த்து விடுவோம்.

சிவன்மலையில் தங்கம் செய்யப் பயன்படும் மூலிகைகளும் அதுபற்றி அறிந்த சித்தபுருஷர்களும் இருப்பது அறிந்து நால்வரும் பேராசையோடு சிவன்மலைக்கு வருகின்றனர். ஆனால் இவர்களால் எந்த ஒரு சித்த புருஷர்களையும் பார்க்க முடியவில்லை. மாறாக, தன்னந்தனியே சுந்தர்ராஜனை பழிவாங்க அலையும் நாகபரணி, இவர்களைத் தனக்கு உதவிட கேட்டுக் கொள்கிறான். பதிலுக்கு அவர்களுக்கு அந்தக் காட்டில் தங்கவும், சித்த ரகசியங்கள் அறிந்த நாகசித்தரோடு உறவை உண்டாக்கித்தரவும் சம்மதிக்கிறான்.

இந்நிலையில் காட்டில் உலாவரும் பிரம்ம சித்தரை நால்வர்களில் ஒருவரான பழனி பார்த்து விடுகிறார். பிரம்மசித்தரைப் பார்க்கும் ஆண்கள் இறந்துவிடுவார்கள் என்பது சிவன்மலையில் நிலவும் நம்பிக்கை. அதேபோல் பழனிவேல் இடி பாய்ந்து உயிரை விடுகிறார்.

மீதமுள்ள மூவர்களில் ரத்னவேலு என்பவர் காட்டில் காணியர்கள் சித்தர்களைச் சந்திக்கச் செல்லும்போது அவர்களைப் பின்தொடர்ந்து சென்று மதி மயக்கிவனம் என்னும் அபூர்வ வனப்பகுதியை அடைந்து அதில் பிணமாகியே போகிறார்.

மீதமுள்ள சிவசாமியும் மோகனும் நாகசித்தரை அடைந்து ரசவாத ரகசியங்களை அறிய, தாங்களும் சித்த வாழ்க்கை வாழ ஆரம்பிக்கிறார்கள்.

காலம் உருள்கிறது.

2006ஆம் வருடம் சென்னையில் வன இலாகா அதிகாரி சுந்தர்ராஜன் மனைவி மங்களம் தன் நான்கு மக்களுடன் வாழ்ந்தபடி இருக்கிறாள். பெரியவள் வித்யாவிற்கு வயது இருபத்தெட்டு. அடுத்தவள் லலிதாவிற்கு இருபத்தாறு வயது. மூன்றாமவளுக்கு இருபத்து நான்கு வயது. நான்காமவன் பாலுவிற்கு இருபத்திரண்டு வயது. கல்லூரி சென்று பட்டப்படிப்பு முடித்திருக்க வேண்டிய பாலு, அதற்கு வழியில்லாமல் ஒரு டூவீலர் மெக்கானிக் ஷெட் வைத்து சம்பாதித்து அதன் மூலம் குடும்பம் நடந்தபடி இருக்கிறது.

பாலுவிற்கும் ஷாலினி என்கிற பெண்ணுக்கும் நல்ல நட்பு நிலவுகிறது. இந்த ஷாலினி ஒரு பத்திரிகையில் உதவி ஆசிரியராக உள்ளாள். இவள் லிங்கப்பட்டியில் பொன்னி அருள்வாக்கு கூறுவதையும் அவளைப் பற்றிய விஷயங்களையும் அறிந்து, அவளை ஆராய்ந்து பத்திரிகையில் எழுதும் நோக்குடன் லிங்கப்பட்டி செல்கிறாள்.

அவளால் பொன்னியை புரிந்துகொள்ள முடியவில்லை. மாறாக அவள் சொன்னதுபோல திரும்பும்போது அவளை மாடு துரத்திட, சிவன்மலை காட்டுக்குள் ஓடி ஔிகிறாள். அங்கே தமயந்தி என்கிற ஒரு பெண்ணின் உதவியால் தப்பித்து பின் சென்னை வந்து சேர்கிறாள். இந்த தமயந்தி தன்னந்தனியாக சிவன்மலை காட்டில் இருப்பவள். அவளது தந்தை ஒரு சித்த வைத்தியர். அவர் தங்க ரகசியம் அறிய சிவன்மலைக்கு வந்து காணாமல் போய்விட்டாராம். அவரைத் தேடி கண்டுபிடிக்கும் வரை தான் சிவன்மலையை விட்டு போகப் போவதில்லை என்கிறாள்.

ஷாலினியும் தமயந்திக்கு நன்றி கூறிவிட்டு சென்னை திரும்புகிறாள். சென்னை திரும்பி பாலுவிடம் நடந்தவைகளைக் கூறுகிறாள். பாலு வியக்கிறான்.

பாலுவிற்கும் பாண்டியன் என்னும் பிரைவேட் டிடெக்டிவ் ஒருவருக்கும் நல்ல நட்பு நிலவுகிறது. அந்த பாண்டியனுக்கும்

கூட சிவன்மலை பற்றியெல்லாம் தெரிய வருகிறது. பாண்டியனைச் சந்திக்க வரும் ஒரு போலீஸ் ஆபீசர் சிவன்மலைக் காட்டிற்கு சென்று திரும்பியிராத சித்த வைத்தியர் சிவசாமி, மோகன், பழனி, ரத்னவேலு பற்றி பாண்டியனிடம் கூறி, அவர்களின் நிலை பற்றி அறிய பாண்டியன் உதவியை கேட்கிறார்.

பாண்டியனும் தன்னால் முடிந்த உதவியை செய்வதாகக் கூறுகிறார்.

இந்த நிலையில் ஒருநாள் பாலுவின் டூவீலர் ஒர்க்ஷாப்புக்கு குரங்கு சித்தர் என்று ஒருவர் வந்து, ஒரு ரசமணியை பாலுவிடம் தருகிறார். இது உன் வாழ்க்கையையே தலைகீழாக மாற்றிக் காட்டும் என்றும் கூறுகிறார்.

ஆனால் அந்த ரசமணி பற்றி அறியும் மங்களம், அதைத் தூக்கி எறிய சொல்கிறாள். பாலு பலமுறை தூக்கி எறிந்தும் அது திரும்பத் திரும்ப அவனிடமே வருகிறது. இறுதியாக வீட்டுப் பரண்மீது வீசி எறிபவன் அதை எடுக்க பரண்மேல் ஏறும்போது அந்த நாளில் சுந்தர்ராஜன் எழுதிய டைரி மற்றும் அன்று அவர் இருளர்களிடம் பெற்றிருந்த தங்கப் பொடி முதலியவை அவன் கைக்கு கிடைக்கிறது. அதன்பின் ரசமணியை வீட்டுக் கிணற்றில் போடுகிறான்

பின்னர் டைரியோடு கொல்லைப்புறம் ஒதுங்குபவன், அதில் சுந்தர்ராஜன் எழுதியிருப்பதை படிக்க ஆரம்பிக்கிறான்... அவன் ரகசியமாக படிப்பதை குரங்குச் சித்தரும் ஒரு மூலையில் இருந்து பார்த்தபடி இருக்கிறார்...

பாலு அவன் அப்பாவின் டைரியைப் படித்து சிவன்மலைக் காட்டில் சுந்தர்ராஜனுக்கு நேரிட்ட அனுபவங்களை அறிகிறான். அப்படியே டைரியோடு உள்ள தங்கத்தூளை பார்த்ததும் வியக்கிறான். அந்த தங்கத்தூளுடனும், டைரியுடனும் தனது வழிகாட்டியும் மனம் கவர்ந்தவருமான பாண்டியனிடம் செல்கிறான். பாண்டியனும் டைரி விஷயத்தை அறிந்து ஆச்சரியப்படுகிறார். அப்படியே தனக்கும் வேறு வகையில் சிவன்மலைக் காட்டில்

நிறைய பணிகள் இருப்பதைக் குறிப்பிடுபவர், தங்கத்தூளை தங்கம்தானா என்று அறிய பொன்னுரங்க ஆசாரியை சென்று சந்திக்கின்றனர்.

பொன்னுரங்க ஆசாரியும் அந்த தங்கத்தூளை அசாதாரண ரசவாத தங்கம் என்று கண்டறிந்து வியப்பதோடு, அதை தனக்கும் விலைக்கு கேட்கிறார். அவர் மனைவி தர்மாம்பாள் ஓர் ஆசைப்பிசாசு. அவர்கூட தங்கம் வாங்க ஆசைப்படுவதைக் கண்டு ஆச்சரியப்பட்டு ஏது பணம் என்று கேட்கிறாள்.

ஆனால் பாண்டியன் விற்பதற்கில்லை என்று கூறிவிட்டு தங்கத்துடன் கிளம்பும்போது, ஆசாரி தனது மகன் கண்ணனின் படத்தை சோகமாகப் பார்க்கிறார். அவன் இப்போது அவருடன் இல்லை. இதெல்லாம் பாண்டியனையும் பலவித கேள்விகளுக்கு ஆளாக்குகிறது.

அப்படியே இருவரும் சிவன்மலைக்குப் புறப்பட திட்டமிடுகின்றனர். இதற்கு இடையில் தினமும் காலையில் தெருவில் கோலமிடும் மூத்தவள் வித்யாவை பெரும் பணக்காரனான மோகன் என்பவன் காதலிக்கத் தொடங்கி, பெண் பார்த்து மணம் முடிக்க வீட்டிற்கே வருகிறான்.

ஆனால் மோகனின் சிற்றன்னை சகுந்தலா, மோகன் வித்யாவை காதலித்து மணப்பதை விரும்பவில்லை. இருந்தாலும் மோகனின் முடிவை மாற்ற முடியாமல் அரைமனதாக பெண் பார்க்க பாலு வீட்டிற்கு அவனுடன் வருகிறாள். பாலுவும் குடும்பமும் இதனால் மகிழும்போது, அதிகபட்ச மகிழ்ச்சி காரணமாக வித்யாவை அவ்வப்போது தாக்கும் வலிப்பு நோய் தாக்குகிறது. இதனால் திருமணம் தடைபடுகிறது. இருப்பினும் மோகன் வித்யாவை எப்பாடுபட்டாவது குணப்படுத்தி திருமணம் செய்துகொள்வேன் என்கிறான். வித்யா திருமணம் கூடிவந்து இறுதியில் வலிப்பால் நின்று போனதில் இரண்டாமவள் லலிதா மிக மகிழ்கிறாள். அவளது பொறாமைக்கார மனதுக்கு அந்த தடை ஓர் அரிய விஷயமாகப்படுகிறது.

இந்நிலையில் பாலுவை சந்திக்கும் குரங்கு சித்தர் ரசமணி பற்றி விரிவாகக் கூறி, அது இருக்கும் வரை எந்தத் தவறும் நடக்காது என்று நம்பிக்கையளித்து, அவன் சிவன்மலைக்குச் செல்ல முடிவெடுத்ததைப் பாராட்டுகிறார். அந்த மலையில் லலிதாவின் வலிப்பு நோய்க்கும் மருந்து கிடைக்கும் என்று நம்பிக்கை தருகிறார்.

இவ்வேளையில் சிவன்மலைக் காடு பற்றியும் லிங்கப்பட்டியில் வசித்துவரும் பொன்னி பற்றியும் முன்பே செய்தி சேகரிக்க வந்த பத்திரிகைத் துறையை சார்ந்த பெண்மணியான ஷாலினியும் அவளது பத்திரிகை ஆசிரியரால் திரும்ப சிவன்மலைக்கு அனுப்பப்படுகிறாள். அவளுடன் கண்ணன் என்னும் போட்டோகிராபரும் சேர்ந்து கொள்கிறான்.

அவர்கள் இருவரும், பாலுவும் பாண்டியனும் சிவன்மலைக்குப் புறப்படும் முன் புறப்பட்டு சிவன் மலையை அடைகின்றனர். அப்படியே அடிவாரத்தில் பொன்னியைப் பார்த்து பேசச் செல்கையில், அவள் சொர்ண சித்தர் அழைப்பின் பேரில் அனுமந்தன் என்னும் குரங்கு வழிகாட்ட சிவன்மலைக் காட்டில் உள்ள அமிர்தவயல் என்னும் பகுதிக்குச் சென்றவளாக இருக்கிறாள். கண்ணனும் ஷாலினியும் திருட்டுத்தனமாக அவளைத் தொடர்கின்றனர்.

பொன்னி அமிர்தவயலை அடைய, அங்கே சொர்ண சித்தர் காத்துக் கொண்டிருக்கிறார். அவரும் வழிகாட்ட அங்கு ஒரு புதரில் அவளுக்கு அகத்தியர் வழிபட்ட ஒரு சிறு லிங்கம் கிடைக்கிறது. அதை தினமும் பூஜிக்கும்படி கூறுகிறார் சொர்ண சித்தர். அந்தச் சம்பவத்தை அவர்களுக்கே தெரியாமல் படம் பிடித்துக் கொள்கிறான் கண்ணன்.

பின் பொன்னியைப் பார்த்து அவளிடம் பேச முயல்கையில் பொன்னி அவனது கள்ளச் செயலை கண்டிக்கிறாள். அப்படியே விரைவில் நீ தூக்கில் தொங்கப் போகிறாய் என்று கூற, ஷாலினி அதைக் கேட்டு பயப்படுகிறாள். ஆனால் கண்ணன் அலட்சியம்

செய்கிறான். பின் இருவரும் சிவன்மலையில் உள்ள தமயந்தி குடிசையை தேடிச் சென்று அங்கு தங்குகின்றனர்.

பாண்டியனும் பாலுவும்கூட ஒரு திருமணத்திற்கு பம்பாய் செல்வதாகப் பொய் சொல்லிவிட்டு சிவன் மலைக்குக் கிளம்புகின்றனர்.

பாண்டியனும் பாலுவும் சென்னையில் இருந்து கிளம்பி சிவன்மலைக் காட்டிற்கு வருகின்றனர். காட்டில் அவர்களுக்கும் விபரீத அனுபவங்கள் காத்திருக்கிறது. இதற்கு இடையில் தமயந்தி குடிசையில் தங்கியிருக்கிறாள் ஷாலினி.

சிவன்மலைக்கு வரும் பாண்டியன், பாலுவை இச்சாதாரி நாகபரணியும் பார்த்து விடுகிறான். அவர்களோ அவன் பார்ப்பதை உணரவில்லை. அவனுக்குள் தனது இணையான தாரிணியை பிரிந்த துக்கம். அவளது பாடம் செய்த பாம்பு உடலைப் பார்த்து மேலும் மேலும் மூர்க்கமாகும் பரணி, பாண்டியன் பாலுவை கவனிக்க முடிவு செய்கிறான்.

பாண்டியன், பாலு வன இலாகா அலுவலகத்திற்கு முதலில் சென்று அங்குள்ள ஆபீசர் ஜனார்த்தனன், வாட்சர் கோவிந்தனைச் சந்தித்து தாங்கள் காணாமல்போன நான்கு பேரை தேடியும், சுந்தர்ராஜனை தேடியும் வந்ததைக் கூற, ஜனார்த்தனன் சிரித்துக்கொண்டே காட்டுக்குள் தினமும் திரியும் தங்கள் கண்களில் அப்படி யாரும் இதுவரை படவில்லை என்கிறார். அதேசமயம் சிவன்மலைக் காடு அமானுஷ்யமானது என்றும் கூறுபவர், எச்சரித்து அவர்கள் தங்க இடமளிக்கிறார்.

அவர்களும் அங்கு தங்கிய நிலையில் மறுநாள் காட்டுக்குள் தங்கள் தேடலைத் தொடர்கின்றனர். அப்போது காட்டில் ஒரு மரத்தில் அழுகிய ஒரு வாலிபனின் பிணத்தைப் பார்த்து அதிர்ச்சி. அங்கே சில தடயப் பொருட்கள் கிடைக்கின்றன. குறிப்பாக ஒரு டிரைவிங் லைசென்ஸ், முக்காலே மூன்று வீசம் நைந்த நிலையில் கிடைக்கிறது. அப்போதே அதிலுள்ள நம்பரை சென்னையில் உள்ள போலீஸ் நண்பர் செல்வராஜ் என்பவருக்கு

பாண்டியன் எடுத்துக்கூறி, அந்த எண்ணுக்குரிய லைசென்ஸை பரிசோதிக்கச் சொல்கிறார்.

அதேசமயம் தமயந்தி குடிசையில் தங்கியுள்ள ஷாலினி வெளியே போய்விட்டு திரும்பி வராத கண்ணனை தேடிக்கொண்டு தனியே அலைகிறாள். ஓர் இடத்தில் கண்ணன் பிணமாக தூக்கில் தொங்குவதைப் பார்த்து அலற, அந்த சப்தம் கேட்டு பாண்டியன், பாலு அங்கே வந்து அவர்களும் ஷாலினியுடன் இணைகின்றனர்.

கண்ணனின் மரணம், அவன் தூக்கில் தொங்குவான் என்று மூலிகைப் பெண் பொன்னி கூறியது உட்பட பல அதிசய தகவல்கள் பாண்டியன், பாலுவுக்கு தெரிய வருகின்றன.

தமயந்தியும் ரகசியமாக ஒரு மரத்தை நோக்கிச் சென்று அங்குள்ள போனில் பேசியதில் இருந்து அவள் ஒரு கிராமத்து பெண் இல்லை; அவளும் ஒரு மர்மமான கூட்டத்தவள் என்பதும் அவளது கூட்டம்தான் கண்ணனைக் கொன்று தொங்க விட்டது என்பதும் தெரியவருகிறது.

பாண்டியனும் பாலுவும் உடனே திரும்பி வன இலாகா அதிகாரி ஜனார்த்தனனிடம் கூற, அவர் ஆச்சரியப்பட்டு தொங்கும் பாடிகளை தேடி வர, அவைகள் அவர் வரவும் இல்லை.

இந்த மாயத்தை பாண்டியன், பாலு உணர்ந்து திகைத்தனர். பின் பொன்னியை சந்திக்கின்றனர். பாலு முதலில் அவளை வேஷக்காரியாக பார்க்க, பாண்டியனோ அவளிடம் ஏதோ சக்தி இருப்பதை அறிகிறார்.

பின் அவளிடம் பேசும்போது, அவள் சொன்னதுபோல கண்ணன் தூக்கில் தொங்கி விட்டதைக் கூறி பின் உடம்பைத் தேடிசென்றபோது அது மறைந்து விட்டதைக் கூற, பொன்னி, கண்ணன் திரும்ப வருவான் என்று அவர்களுக்கு கூற அவர்களும் ஆச்சரியப்படுகின்றனர். பாலு, பாண்டியனை காட்டுக்கு போய் சொர்ண சித்தரைப் பார்க்க சொல்கிறாள். அடுத்து அவர்களுக்கு அதுதான் நிகழ உள்ளதாக கூற, பாண்டியனுக்கு ஆச்சரியம்.

இதற்கு இடையில் கண்ணன் இறந்த தகவலை ஷாலினி தன் பத்திரிகையின் ஆசிரியருக்கும் அவன் தாய் தந்தைக்கும் தெரிவிக்க, அவர்கள் அலறிப் புடைத்துக்கொண்டு சிவன்மலைக்கு வரத் தொடங்குகின்றனர்.

பாண்டியன், பாலு இருவரும் பொன்னி கூறியதுபோல காட்டுக்கு போகாமல் இருந்தும் அவள் சொன்னபடி காட்டுக்குள் போய் சொர்ண சித்தர் சந்திப்பும் ஆகாசலிங்க சந்திப்பும் எப்படி தானாக நடக்கிறது பார்க்கலாம் என்று காத்திருக்கின்றனர். அதாவது பொன்னியின் அருள்வாக்கை பாண்டியன் சோதித்துப் பார்க்கிறார்.

இந்நிலையில் எதார்த்தமாக பாண்டியன் டெலஸ்கோப் வழியாக பார்த்தபடி பொன்னி வீட்டு வாசலில் அமர்ந்திருக்கும் போது, அவர்களை பின்தொடர்ந்து வந்த பரணி, நாக வடிவில் ஒரு மரத்தின் மேல் அமர்ந்திருக்க, அவனை ஒரு கழுகு பார்த்துவிட்டு வானில் தூக்கிச் செல்லப் பார்க்கிறது. பரணி அதன் பிடியில் இருந்து நழுவி பாண்டியன், பாலு, ஷாலினி அமர்ந்திருக்கும் இடம் அருகே விழ, எல்லோருக்கும் திகைப்பு. பாலு உடனே பரணி மேல் ஒரு கல் எறிந்து கொல்ல முயல, பாண்டியன் அதை தடுத்து பரணி விலகி ஓட வழி வகுக்கிறார். அதைக் காணும் பொன்னி, பாண்டியன் காப்பாற்றியது ஓர் அசாதாரண நாகம் என்பதை கூறி, போகப் போக அதுபற்றி தானாக தெரியவரும் என்கிறாள். அதேவேளையில் எடிட்டரும், கண்ணனின் அப்பா ராகவனும் வருகை. அவர்கள் கண்ணன் உடலைப் பார்க்கத் துடிக்கின்றனர். இதனால் வேறுவழியின்றி அவர்களோடு பாண்டியன், பாலு, ஷாலினி காட்டிற்குப் போக நேரிடுகிறது. எப்படியோ பொன்னி சொன்ன அருள்வாக்குப்படியே அனைத்தும் நடக்கிறது.

தமயந்தி தன் குடிசையில் இருந்து அரிவாள் கயிறுடன் விறகு எடுத்துவர கிளம்புகிறாள். அதேசமயம் ஒரு குருடர் சிவன்மலை ஆகாசலிங்கத்தைத் தரிசிக்க வருகிறார். வழியில் தமயந்தி எதிர்ப்பட அவளிடம் உதவி கேட்க, தமயந்திக்கு

அந்தக் குருடரின் முயற்சி கோபத்தை உருவாக்குகிறது. எனவே சிறிதுதூரம் அழைத்துச் சென்று ஒரு பாறையை காட்டி இதுதான் ஆகாசலிங்கம் என்று கூறிவிட்டு செல்ல அவரும், அங்கே ஆகாசலிங்கம் இருப்பதாகக் கருதி பூஜிக்க, நிஜமாலுமே அங்கே ஆகாசலிங்கம் தோன்றி அவருக்கு பார்வையும் கிட்டுகிறது.

அந்தக் காட்சியை எடிட்டர் மற்றும் கண்ணன் அப்பாவுடன் காட்டுக்குள் வந்து கொண்டிருந்த பாண்டியனும் பாலுவும் கூட தனியே பிரிந்து வந்த நிலையில் பார்த்து பிரமிக்கின்றனர்.

அப்போது ப்ரதோஷ வேளையும் கூட

பொன்னி சொன்னது போலவே அபூர்வ ஆகாசலிங்க தரிசனம் வழியிலேயே கிடைத்து விட்டதில் பாண்டியனின் பிரமிப்பு. அப்போது ஒன்றும் அறியாதவள் போல தமயந்தியும் வர, ஷாலினி அவளிடம் கண்ணன் இறந்து விட்டதைக் கூற, தமயந்தியும் அப்போதுதான் தெரியவருவதை போல காட்டிக் கொள்கிறாள்.

அதன்பின் ஷாலினி, பாலுவை பொன்னி குடிசைக்கு அனுப்பும் பாண்டியன், எடிட்டர் மற்றும் கண்ணன் அப்பா ராகவனை காட்டில் தேடி அழைத்து வருவதாகக் கூறி தனியே புறப்பட்டுச் செல்ல, அந்த இரவில் அவருக்கு அருவிக்கரையில் பல சித்தர்களின் தரிசனம் கிடைக்கிறது. அதிலும் அதிசயமாக அங்கே பாலுவின் அப்பா சுந்தர்ராஜனின் தரிசனமும் ஒரு சித்தயோகி வடிவில் கிடைக்கிறது. சுந்தர்ராஜன் பாண்டியனை ஒரு குகைக்கு அழைத்துச் செல்ல அங்கே கண்ணனின் சடலம். அந்த சடலம் மேல் காவல் காத்த நிலையில் ஒரு பாம்பு.

இனி...

❋ ——————— ❋

அத்தியாயம் 1

சிவத்தைத் தழுவியவர்களைத் தான் சைவர்கள் என்கிறோம். சைவர்களின் சின்னம் திருநீறாகும். நீர் என்றால் பஞ்ச பூதங்களில் ஒன்றான தண்ணீர் தான். ஆனால் திருநீறு என்றாலோ அது விபூதியை குறிக்கும். விபூதி என்ற சொல்லும் ஒரு காரணப் பெயர்தான். அதைப் பிளந்து பார்த்தாலே பொருள் விளங்கிடும். நமது உடலானது பஞ்ச பூதங்களால் ஆனது. சுருக்கமாக 'பூதி' என்பர். இந்த பூதியில் திருநீறு சேர்ந்திடும்போது பூதி, விபூதி ஆகிறது. அதாவது விருத்திக்குரிய பூதியாகிறது. விபூதிக்கு மேலும் பல பொருள்களும் உண்டு. விபூதி மாத்திரமல்ல, அனுபூதி என்றும் பூதியோடு தொடர்புடைய சொற்கள் உண்டு.

சரி, விபூதியாகும் திருநீறு ஒரு சாம்பல் வடிவம். அது எப்படி நீறாகக் கருதப்படும் என்கிற கேள்வி எழுகிறதல்லவா?

உண்மையில் விபூதியாகிற திருநீற்றை நமக்குத் தருவது பசுஞ்சாணம் தான். இந்த சாணம் பசுவின் உடம்பில் வாழ்ந்திடும் முப்பத்து முக்கோடி தேவர்களையும் தழுவி அவர்களுக்கு ஜீவத்துடிப்பை வழங்கி விட்டு வருவதாகும். இதனை பசுவின் கோமியமாகிய மூத்திரமுடன் கலந்து, பின் காயவைத்து, நெருப்பில் இட்டு சாம்பலாக்கிப் பெற்றிடும் போது, வெண்ணிற பஸ்பமாக இது கிட்டுகிறது.

இப்படி சாணமும் கோமியமும் கலந்து பெறப்படுவதனால் திருநீறாகிறது. திருநீற்றை அணிபவர்கள் சைவர்கள், சிவார்த்திகள் மாத்திரம் அல்ல பசுவின் ஸ்பரிசம் பெற்றவர்களும் கூட உலகில் வாழத் தேவையான செல்வத்தை அவர்கள் அதன் மூலம் அடைகிறார்கள்.

ஆம்... பசுவிடம் தானே லக்ஷ்மி இருக்கிறாள்.

அந்த குகைப் பகுதியில் பாறைமேல் கிடந்த கண்ணனின் சடலம் பாண்டியனைக் கிள்ளியது. அருகில் தீப்பந்தங்களின் வெளிச்சம். எல்லாவற்றுக்கும் மேலாக கண்ணன் உடம்பை காவல் காக்கும் பாம்பைப் பார்க்கவும் பாண்டியனிடம் மேலும் வியப்பு. அந்தத் தருணத்தில் அங்கே சொர்ண சித்தரும் வந்து சேர்ந்தார். சொர்ண சித்தரின் முகத்தில் ஒரு தனி தேஜஸ். தலைமுடியிலும், தாடியிலும் அப்படி ஒரு வெண்மை.

பாண்டியன் தன்னை மறந்து அவரைப் பார்த்து கைகளைக் கூப்பினான். அவரும் ஒருவித மந்தகாசப் புன்னகையுடன் ஆசீர்வாதம் செய்தார்.

“சாமி... நீங்கள்ளாம்...?” பாண்டியனிடம் கேள்விகளின் ஆரம்பம்.

“பார்த்தா தெரியல... இது சிவன்மலை. நாங்க இங்க சித்தம் மயங்கிக் கிடக்கற சித்தர்கள்.”

“இல்ல... நான்... ஒரு ஃபாரெஸ்டரை இங்க ஒரு சித்தரா பார்ப்பேன்னு துளிகூட எதிர்பார்க்கலை.”

“எதிர்பார்ப்பதும், பாராததும் சேர்ந்து கலந்து நடப்பது தானேப்பா மனித வாழ்க்கை?”

“உங்களை... உங்களை தேடித்தான் இந்த மலைக்கு வந்தோம். குரங்கு சித்தர்தான் எங்களை இங்க அனுப்பியவர். சாமி... உங்க மகன் பாலுவும் இப்ப என்கூட வந்து இருக்கான்.”

பாண்டியன் பாலுவைப் பற்றி சொல்லும்போது சுந்தர்ராஜன் முகத்தில் ஒரு தனி ஒளி. அதை சொர்ண சித்தரும் கவனித்தார்.

"தெரியும்ப்பா... நீங்க வந்திருக்கிற விஷயம் தெரியும். அதனாலதான் இந்த உடம்பை நாங்க இங்க கொண்டு வந்தோம்."

கண்ணன் உடம்பைக் காட்டி சொர்ண சித்தர் கூறவும் பாண்டியனிடம் கொஞ்சம் குழப்பம்,

"என்னப்பா... நான் சொன்னது உனக்கு புரியலையா?"

"ஆமாம் சாமி. இந்தக் கண்ணன் எப்படி இறந்தான்கறது முதல் கேள்வி. அடுத்து அவனை இங்க கொண்டு வந்திருக்க என்ன காரணம்?"

"பாவம் இந்தக் கண்ணன். இவன் தீவினை இவனை ஒரு தப்பான கூட்டத்தால் கொல்லப்பட வைத்தது. அவங்கதான் இவன் உடம்பை தூக்குல தொங்கவிட்டவங்களும் கூட..."

"தப்பான கூட்டமா... இந்தக் காட்டுக்குள்ளயா... நீங்க இருக்கற இந்தக் காட்டுக்குள்ளேயா?"

"ஒரே சமயத்துல இப்படி பல கேள்விகளை கேட்கறியே... உன் துடிப்பைப் பாராட்டறேன். நான் சொல்றத பொறுமையா கேள்."

"இந்த உலக நாயகனான அந்த ஆதிசிவனுக்கே அவன் மாமனான தட்சன் முதல்ல எதிரியாதான் இருந்தான். பிறகுதான் அவன் திருந்தினான். ஆக பரம்பொருளுக்கே ஓர் எதிர்ப்பு பல காரணங்களுக்காக உருவாகியிருக்கும்போது, இந்தக் காட்டுல எங்களைச் சுத்தி சில தப்பானவர்கள் இருக்கக் கூடாதா என்ன?"

"அவங்க நோக்கம்?"

"எவ்வளவோ இருக்கும். பிரதான நோக்கம் பேராசைக்கு வழிவகுக்கிற ரசவாத ரகசியத்தைத் தெரிஞ்சிக்கறதும், சில சிரஞ்சீவி மூலிகை ரகசியங்களைத் தெரிஞ்சிக்கறதும் தான்..."

“இதுபோதும் சாமி. நான் புரிஞ்சுக்கிட்டேன். சரி சாமி... அவங்களால கொல்லப்பட்ட இந்தக் கண்ணன் உடம்பு எப்படி இங்க...”

“இதை நாங்கதான் கொண்டு வந்தோம். இவ்வளவு நாட்கள்ல அந்த தப்பானவர்களைப் பத்தி நாங்க எதையும் சிந்திக்கலை, ஆனா சுந்தர்ராஜனுக்கு உதவி செய்யவும், அவர்களுக்கும் ஒரு பதிலடி கொடுக்கவும் தான் இப்படி செய்திருக்கோம்.”

“இவருக்கு உதவி செய்யன்னா...”

“சுருக்கமாகச் சொல்றேன். சுந்தர்ராஜன் முதல்ல ஒரு குடும்பஸ்தன். பிறகு ஒரு கடமை உணர்ச்சி கொண்ட அதிகாரி. ஆனா இப்ப இவன் ஒரு முழுசித்தன். இவன் செய்த ஒரு தப்புதான் இவனை சித்தனா மாத்தியிருக்கு.

நாகமாணிக்கத்தை தன்வசம் கொண்டிருக்கும் ஒரு இச்சாதாரி நாகத்தை சுட்டுக் கொன்றதும், அந்த நாகமாணிக்கத்தை அடைஞ்சதும் தான் இவன் செய்த தப்பு.

இதனால இறந்துபோன பெண் இச்சாதாரியான, நாகத்தோட ஆண்துணை இவனை பழிவாங்க அலைஞ்சது. இந்த நிலையில் நாகமாணிக்கத்தோட சுந்தர்ராஜன் எங்களை சரணடைஞ்சார் நாகமாணிக்கம் இருக்கறவரை சுந்தர்ராஜனுக்கு நிறையவே அதிர்ஷ்டம் உண்டு. அதுதான் இவனை எங்கக்கிட்ட சேர்த்தது. அடுத்து இந்தக் காட்டுல அந்த ஆண் நாகத்தால சுந்தர்ராஜனை எதுவும் செய்ய முடியாது. அதனால் நெருங்க முடியாத பகுதியில் சுந்தர்ராஜனும் தவத்துல உக்காந்துட்டது தான் காரணம்.

அதேசமயம் சுந்தர்ராஜன் குடும்பம் சென்னைல தவிக்கும்கறதும் தெரிஞ்ச விஷயம் தானே?”

“தவிப்பா... சாமி... ஒரு பெண்ணுக்கு மூணு பெண்கள் சாமி... பாலு ஒருத்தன் வருமானத்துலதான் குடும்பமே நடக்குது. இதுல மூத்தவளுக்கு காக்கா வலிப்பு வேற. இதனால நிச்சயமான கல்யாணம்கூட நின்னுபோச்சுன்னா பார்த்துக்குங்களேன்.”

“இனி எல்லாம் சரியாகும். அதற்கான நேரம் வந்தாச்சு. சுந்தர்ராஜன் உன்கூட பட்டணத்துக்கு வரப் போறார்.”

“அப்படியா… ரொம்ப சந்தோஷம்… ஆனா..”

“என்ன ஆனா?”

“இந்த இச்சாதாரி பழிவாங்கும்னு சொன்னீங்களே.”

“ஆமாம்… அதால பழிவாங்க முடியாதபடி சித்த சாகசங்களுக்கேயுரிய கூடுவிட்டு கூடு தாவிதான் சுந்தர்ராஜன் பட்டணம் வரப்போறான். அங்க வந்து மகள் கல்யாணத்தை மட்டுமில்ல, அவனால பல நல்ல காரியங்கள் பட்டணத்துல நடக்க இருக்கு…”

“கேட்கவே சந்தோஷமா இருக்கு சாமி… கூடுவிட்டு கூடு மாறுவது பத்தி நான் கதைகள்ல படிச்சிருக்கேன். நிஜத்துல அது சாத்தியமா சாமி…”

“இப்படி கேள்வி கேக்கறதுதான் எப்பவும் மனித இனத்தோட வழக்கமா இருக்கு. ஓர் உண்மையை தெரிஞ்சுக்கோ. உலகத்திலேயே மனசுன்னு ஒரு அமைப்பு கொண்ட ஒரே உயிரினம் மனித இனம் மட்டும்தான். மனித உடம்பு பஞ்ச பூதங்களால ஆனது. மனசோ சப்த அலைகளால் ஆனது. உடம்புல இருப்பது ஒருவித சக்தின்னா, மனசுலயும் அதேமாதிரி பலவித சக்திகள் இருக்கு. மனோசக்தியால ஒரு மலையை குண்டு வெச்ச மாதிரி தவிடு பொடியாக்கலாம். எண்ணங்களுக்கு, அதாவது எண்ணமாகிய சப்தத்துக்கு அப்படி ஒரு சக்தி உண்டு. உதாரணமா இசை பாடி கிரௌஞ்ச மலையையே உருகவெச்ச அகத்தியரோட வீணை வாசிப்பைச் சொல்லலாம். வீணை இசை ஒரு சப்தம் தானே? அது எவ்வளவு விசை கொண்டிருந்தா அந்த மலை உருகும்கறத எண்ணிப் பார்.”

“ஆமாம் சாமி… நானும் படிச்சிருக்கேன். சப்தத்துக்கு சக்தி இருக்கிறதை நானே என் அனுபவத்துல பார்த்துருக்கேன். ஒரு குண்டு வெடிப்பு சப்தத்தைக் கேட்ட பலருக்கு காது செவிடாகியிருக்கு.

கண்ணாடி பெட்டிக்குள் ஒரு ஸ்பீக்கரை வெச்சு அதிக சவுண்டோட பாட்டை ஒலிபரப்பினப்போ அந்த ஸ்பீக்கர் இருந்த கண்ணாடிப் பெட்டி அதிர்வு தாங்காம உடைஞ்சு தூள்தூளாகியிருக்கு.

கண்ணுக்குத் தெரியாத சப்த அலைகளுக்கு சக்தி இருக்குங்கறதுக்கு இதெல்லாம் சான்றுகள்."

"அப்ப நீ, நான் ரொம்ப விளக்க வேண்டிய அவசியம் இல்லாத ஒரு இடத்துலையே இருக்கே. ரொம்ப சந்தோஷம். அப்படி நீ ஒப்புக்கொண்ட மனோசக்தியால் ஒரு மனிதன் அவன் எதை எல்லாம் அடைய விரும்பறானோ அதை எல்லாம் அடைய முடியும்.

அதிகபட்சம் அவன் சிவமாகக் கூட முடியும். போதுமா?"

சொர்ண சித்தர் சொன்ன அந்த உச்சபட்ச உதாரணம் பாண்டியனை அதற்குமேல் எதுவும் கேள்வி கேட்கவிடவில்லை.

இருந்தும் சொர்ண சித்தர் கூடுவிட்டு கூடுமாறுவது பற்றி அவன் கேட்காமலேயே கூறத் தொடங்கினார். அதற்கு தோதாக சுந்தர்ராஜனும் கண்ணனின் உடல் அருகே தன் உடம்பை கிடத்தினார். அப்படியே கண்களை மூடி சுவாசிப்பதில் ஒரு நிதானத்துக்கும் கட்டுப்பாட்டுக்கும் வந்தார். பின்னர் மெல்ல மூச்சை அடக்கி நிறுத்தினார்.

சொர்ண சித்தர் அதற்கு விளக்கம் கூறத் தொடங்கினார்.

"ஒரு சித்த யோகிக்கு இந்த உலகத்துல பிரதானமான முதல் விஷயம் காற்றுதான். மனிதனுக்கும் பிரபஞ்சத்துக்குமான தொடர்பு காற்றாலதான் நடக்குது. ஒரு மனித உடம்புக்குள்ள ரத்தத்துக்குள்ளேயும் புகுந்து சதா பயணிக்கிற ஒரே விஷயம் பிராணவாயுங்கற காற்றுதான். எல்லோரும் சுவாசிக்கிற விஷயத்தை அவங்க செய்யறதா சொல்வாங்க. உண்மை அது கிடையாது. சுவாசம் என்பது யாரும் சொல்லித் தராமல் வயிற்றுல தாயாலையும், பின் தன்னாலையும் நடைபெறும்

ஒரு நிகழ்வு. மனம் கொண்ட மனிதன் மனதால் உலகைப் புரிந்துகொண்டு மனோசக்தி அடையும்போது, இந்த சுவாசிப்புல சில கட்டுப்பாடுகளைக் கொண்டு வந்து மூச்சை அடக்குவது, வடகலையாக சுவாசிப்பது, இடகலையாக சுவாசிப்பது, சுவாசிக்காமலே இதயத்துல நிரப்பின காற்றை மட்டுமே உடம்பு முழுக்க திரும்பத் திரும்ப போய் வரும்படி செய்வதுன்னு பலவித பயிற்சிகளை அவன் செய்யக்கத்துக்கறான்.

ஆக, ஒரு மனிதன் சுவாசிப்பது விஷயமில்ல. சுவாசிக்காததுதான் விஷயம். அடுத்து சில பயிற்சிகளோட சுவாசிப்பது. அந்தப் பயிற்சிகளை கத்துக்கறதுக்கு முந்தி காற்றைப் பற்றிய ஒரு முழுமையான தெளிவு மனித மனதுக்கு வேணும்... காற்றுக்குள்ள பல அம்சங்கள் இருக்கு... காற்று பொதுவா ஒன்றாயிருந்தாலும் உடம்புக்குள்ள அது பல இடங்களில், பல விதங்களில் நிரம்பியிருக்கு. அதற்கு தசவாயுக்கள்னு பேர். அந்த பத்துவித வாயுக்களுக்கும் பத்து பேர் உண்டு. கூர்மன், நாகன், தனஞ்ஜெயன்னு இந்த மாதிரி பத்துபேர் கொண்ட வாயுக்கள்ள எந்த வாயு உடம்புல எந்த பாகத்துல இருக்கு, மூக்கு வழியா உள்ளே புகுந்த காற்று எப்படி அந்த பாகம் வரை போச்சுங்கறதெல்லாம் கேள்வியாலும் அனுபவத்தாலும் உணர வேண்டிய விஷயங்கள்.

இப்படி வாயுக்கள் பற்றி அறியும்போதே உடம்பு பற்றியும் தெரியவரும். உடம்புல ஒவ்வொரு உறுப்புக்கும் ஒரு பேர் உண்டு. இது புறத்துல மட்டுமில்ல. அகத்துலயும்தான். அகத்துல அறியப் புகுந்தா அதுக்கு ஓர் அளவு கிடையாது. சுருக்கமா சொல்லப்போனா நம்ம உடம்பே ஒரு தொழிற்சாலை. இந்த தொழிற்சாலைக்குள்ள என்னென்னவோ இருக்கு. அவைகளை விளங்கிக்க தன்னை உணரும், தன்னுள் மூழ்கும் யோகப் பயிற்சியும், தியானப் பயிற்சியும் மிக முக்கியம்.

இது எதுவுமே தெரியாம பிறந்துட்டதால வளர்ந்துக்கிட்டு மட்டுமே இருக்கிற உனக்கு இப்ப இங்க நடக்கப் போற விஷயம் ஒரு கண்கட்டு மாதிரியும், மாயாஜாலம் மாதிரியும் தான் தெரியும்.

இருந்தாலும் இப்ப இதை நீ பார்த்து தெரிஞ்சிக்கோ. பிறகு ஒரு நாள் இது என்னன்னு புரியும்?"

சொர்ண சித்தர் ஒரு நீண்ட விளக்கம் கொடுத்து முடித்தார். பாண்டியனுக்கு அவர் கொடுத்த முன்னோட்டமே ஆழ்ந்த பொருள் கொண்டது போலத்தான் இருந்தது.

அடுத்து, கண்ணன் உடல் அருகில் ஒரு கட்டையை போல தன் உடலைக் கிடத்தியிருக்கும் சுந்தர்ராஜன் மெல்ல தன் மூச்சைக் கட்டி, உயிர்க் காற்றை தன்னுள் இருந்து விடுவித்து, அது புறக்காற்றில் கரைந்தும் கலந்தும் விடாதபடி ஒருவித ஒளி வட்டத்தோடு கண்ணனின் மூக்கு வழியாக உள் புக ஆரம்பித்தார்.

சில நொடிகளில் கண்ணனின் உடம்பில் அசைவு. பாண்டியனுக்கு அந்தக் காட்சி ஒரு நம்பமுடியாத காட்சி மட்டுமல்ல, கண்கொள்ளா காட்சியாகவும் இருந்தது. இந்த உலகில் எத்தனையோ ஆயிரம் விஞ்ஞானிகள் தோன்றி விட்டார்கள். தோன்றிக் கொண்டும் இருக்கிறார்கள். ஆனால் யாராலும் இறந்தவனை மட்டும் உயிர்ப்பிக்க முடியவில்லை. அதில் ஒரு அணுத்துகள் அளவு வெற்றியைகூட விஞ்ஞான உலகம் பெற்றதில்லை. அப்படி ஓர் அசாத்யமான அபூர்வ விஷயம் பாண்டியனின் கண்முன்னே அரங்கேறி முடிந்தது.

கண்ணனின் உடம்புக்குள் சுந்தர்ராஜனின் ஆத்ம உயிர் புகுந்து எழுந்து நின்றது. கண்ணன் திரும்ப உயிருடன் வருவான் என்று பொன்னி சொன்னதன் உட்பொருளும் அப்பொழுதே பாண்டியனுக்குப் புரிந்து விட்டது. அதுவரை கண்ணன் உடல்மேல் காவல் காத்து வந்த நாகம் சுந்தர்ராஜனின் உயிரில்லாத உடம்பின் மார்பு மேல் ஏறி படம் விரித்தபடி அமர்ந்து கொண்டது.

சொர்ண சித்தர் பிரமிப்பில் இருக்கும் பாண்டியனைப் பார்த்தார்.

"சாமி... இதுக்கு பேர்தான் கூடுவிட்டு கூடு பாயறதுங்கறதா?"

"ஆமாம் பாண்டியா... சித்த சாகசங்கள்ள இது ஒரு பிரதான வித்தை."

"இதை நான் கற்பனையான விஷயமாத்தான் இருக்க முடியும்னு நினைச்சுக்கிட்டிருந்தேன்."

"எப்பொழுதும் ஓர் அளவுக்கு மேல யோசிச்சு பார்க்க முடியாத விஷயங்களை மனசு கற்பனைன்னு தான் நினைக்கும்."

"சாமி... இப்படி ஒரு சக்தியை கைல வெச்சுக்கிட்டு நீங்கள்ளாம் இப்படி காட்டுக்குள்ள இருந்தா எப்படி சாமி? எவ்வளவோ நல்லவங்களை எல்லாம் காலம் கொண்டுக்கிட்டு போயிடுது. அப்ப நீங்க அவங்க உடம்புல புகுந்து உயிர்த்து எழுந்து வந்து தீய சக்திகளுக்கு ஓர் எச்சரிக்கையா இருக்கலாம் இல்லையா?"

சொர்ண சித்தர் பாண்டியனின் கருத்தைக் கேட்டு சிரித்தார். பின், "அப்பனே... உனக்கு எப்பவும் ஒரு பக்கம்தான் தெரியும். ஆனால் சித்தன்கறவன் பல பக்கங்களை அறிந்தவன். நீ நினைக்கற மாதிரியெல்லாம் செயல்பட முடியாது. செயல்படவும் கூடாது. இப்ப அதைப் பற்றி எல்லாம் பேச அவகாசமும் கிடையாது.

இந்த நொடி இதோ கண்ணன் வடிவத்துல சுந்தர்ராஜன். இவன் உங்ககூட பட்டணத்துக்கு வருவான். அங்க இவனால முடிய வேண்டிய குடும்பக் கடமைகள் பூர்த்தியாகும். ஒரு தகப்பனா தன் குடும்பத்துக்குச் செய்ய வேண்டிய கடமையை சுந்தர்ராஜன் செய்து முடிச்சிட்டு அதன்பின் முழுநேர சித்தயோகியா வாழ விரும்பறான். இந்தக் கடமைகளை செய்யாம விட்டா இது கடனா தங்கி அடுத்த பிறப்புலையும் தொடரும், அதனாலதான் கடமைகளை, அதுலயும் கர்மக் கடமைகளை நாங்க பாக்கி வைக்க விரும்பறதில்ல.

அடுத்து கண்ணனின் தாயான கனகவல்லி ஒரு சித்த பக்தை. தினமும் தன் பூஜையின்போது பதினெட்டு விளக்குகளை ஏற்றி

அவைகளையே பதினெட்டு சித்தர்களா கருதி வழிபட்டுக்கிட்டு வர்ற ஒரு பக்தை. அந்த பக்தை தன் மரண பரியந்தமும் மகன் இழப்பை உணரக் கூடாதுங்கறது அவங்க விதி. மகன் கையால கொள்ளிங்கறது அவங்களுக்கு இருக்கு. எனவே ஒரு கல்லுல ரெண்டு மாங்காயா இந்தக் கண்ணன் வடிவ சுந்தர்ராஜன். ஒரு பக்கம் தன் குடும்ப கடமைகளை ஈடேற்றியும், மறுபக்கம் அவன் குடும்பத்துக்கு பிள்ளையாகவும் இருப்பதற்காக இப்ப உன்கூட பட்டணம் வரப் போறான். இது சித்த ரகசியம்! இந்த ரகசியம் உனக்கே இந்தக் காட்டை விட்டு வெளியேறின மறுநொடி மறந்து போயிடும். திரும்ப இந்தக் காட்டுக்குள்ள கால் வைக்கும் போதுதான் ஞாபகம் வரும்.

தற்காலிகமா பட்டணத்து கடமைகளை முடிக்கறதுக்காக நீங்க புறப்படுங்க. அங்க உங்களுக்கு சுணக்கம் ஏற்படும்போது குரங்குச் சித்தன் வழிகாட்டுவான்."

சொர்ண சித்தர் கூறி முடித்தார்.

"சாமி... பட்டணத்து கடமைகள்னு சொன்னீங்க... ரொம்ப சந்தோஷம். இவர் இப்ப பட்டணம் வரும்போது அந்த இச்சாதாரி எதுவும் செய்யாதா?"

"அதால இவனை எதுவும் செய்ய முடியாது. குறிப்பா இவன் வசம் உள்ள நாகரத்தினக் கல்லை சுந்தர்ராஜன் மனைவி பூஜைல வெச்சு நாற்பத்தெட்டு நாட்கள் விரதம் இருந்து பூஜிக்கணும். அந்த பூஜை ஒருநாள் கூட தடைபடக் கூடாது. எப்பவும் பூஜை குங்குமம் அவள் நெற்றியில் இருக்கணும். அவ அந்த பூஜையை வெற்றிகரமா முடிச்சுட்டா சுந்தர்ராஜன் தன் சுய உடம்போடையே எங்க வேணா போகலாம், வரலாம். அந்த இச்சாதாரியால சுந்தர்ராஜனை எதுவும் செய்ய முடியாம போயிடும். இது ரொம்ப முக்கியம்."

சொர்ண சித்தர் அபூர்வமான அந்த விஷயத்தைச் சொன்ன கையோடு, அந்த நாகரத்தினத்தையும் எடுத்துக் காண்பித்தார்.

அவரது மிருதுவான உள்ளங்கைமேல் ஓர் அக்னித் துண்டு போல அது மின்னியது. கண்ணைப் பறித்தது.

நாகரத்தினம்கறது விஞ்ஞானத்துக்கு அப்பாற்பட்டது. இது அவ்வளவும் விஷம். விஷத்துக்கு இன்னொரு பேர் இருட்டு. அதாவது யார் விஷம் சாப்பிட்டாலும் அவர்கள் செயல் இழந்து உயிர் பிரிஞ்சு இருட்டுல விழுந்துடுவாங்க. அதனாலதான் விஷத்தை இருளோட தொடர்புபடுத்திச் சொன்னேன். அப்படிப்பட்ட விஷம் ஒரு திட வடிவமாக மாறி அதுக்குள் ஒளியும் புகும்போது அது அமிர்தமாயிடுது. நாகரத்தினமும் ஓர் அமிர்தம் தான். இது இருக்கற வீட்டுல நல்ல விஷயங்கள் கூடிவரும். நல்லதே அந்தக் குடும்பத்துல நடக்கும். இனி சுந்தர்ராஜன் குடும்பம் இந்தக் கல்லால அந்த சந்தோஷங்களை அனுபவிக்கப் போகுது. ஆனா ஒரு விஷயம் மட்டும் கவனம். இதை எக்காரணம் கொண்டும் தப்பானவர்கள் கைல கிடைக்கும்படி செய்துடக் கூடாது. அப்படி செய்துட்டா அதன்பின் விளைவுகள் ரொம்பவே விபரீதமா இருக்கும்."

சொர்ண சித்தர் எச்சரிக்கையும் செய்துவிட்டு நாகரத்தினத்தை கண்ணன் வடிவில் இருக்கும் சுந்தர்ராஜனிடம் தந்தார். அவரும் வாங்கி கண்களில் ஒற்றிக்கொண்டு, பின் பத்திரமாக இடுப்பில் கட்டிக் கொண்டார்.

"சரி... நீங்க புறப்படலாம், கண்ணனா சுந்தர்ராஜன் நடமாடறத பார்க்கற ஒவ்வொருத்தருமே வியப்போட உச்சிக்கு போவாங்க. குறிப்பா கண்ணனோட விதியை முடிச்சுவெச்ச அந்த தப்பான கூட்டத்துக்கும் கண்ணனின் நடமாட்டம் ஒரு சம்மட்டி அடி. அவர்களும் பதிலுக்கு எதையாவது செய்ய நினைக்கலாம்."

சொர்ண சித்தர் கண்ணனின் நடமாட்டம் ஏற்படுத்தப் போகும் சில விபரீதங்களையும் கோடு காட்டிவிட்டு, "இனி தான் ரசமான சித்த சாகசங்கள் வரிசையா நடக்க இருக்கு... மாயையோட சித்தர்கள் நடத்தப்போற இந்தப் போர், இந்த உலகத்துக்கு ஒரு வழிகாட்டியா கூட அமையலாம்" என்றார்.

பாண்டியன் அதைக் கேட்டு நெகிழ்ந்து போனார். அந்தப் போராட்டத்தில் அவர்கள் தன்னையும் ஒரு கருவியாக தேர்ந்தெடுத்த சந்தோஷம் அவர் முகத்தில் மின்னியது.

✻ ———————— ✻

அத்தியாயம் 2

சிவனுக்குரிய சின்னங்களில் ருத்ராட்சத்துக்கு ஒரு தனித்தன்மை உண்டு. அக்ஷம் என்றால் கண்கள் என்று ஒரு பொருள் உண்டு. உறுப்புகளில் கண்கள் தலையானது. ஒரு மனிதர் உயரமாக இருப்பார், குட்டையாக இருப்பார், குண்டாக இருப்பார், ஒல்லியாக இருப்பார், கறுப்பாக இருப்பார், சிவப்பாக இருப்பார். அவர்கள் உடம்பு எனும் பஞ்ச பூத அம்சங்கள் ஆளுக்கு ஆள் வேறுபடும். ஆனால் பெரும்பாலும் கண்கள் மட்டும் எவருக்கும் மாறுபடாது. அது ஒரே அளவு கொண்டதாக இருக்கும். அதுவே ஒளியைக் கொண்டு வழியை காட்டுவதாகவும் இருக்கும்.

கண்கள் மட்டும் இல்லாவிட்டால் வாழ்வில் எது இருந்தும் பயனில்லை. வாழ்க்கை முழுக்க பிறர் தயவிலேயே வாழவேண்டிய ஒரு துர்ப்பாக்கிய நிலையும் ஏற்பட்டு விடும்.

கண்களுக்கு அப்படி ஒரு சக்தி. அப்படி ஒரு சிறப்பு. கண்களிடம் உள்ள இன்னொரு சிறப்பு, இரு கண்கள் இருந்தும். இரண்டும் தனித்தனியே காட்சிகளை பார்ப்பதில்லை. ஒன்றுபட்டு ஒரு காட்சியைத் தான் பார்க்கும். இரண்டும் ஒன்றுபட்டாலே காட்சித் தெளிவும் கிடைக்கும். எனவே கண்ணிரண்டும் ஓர் அடிப்படை உண்மையை நமக்கு சொல்வதாகவும் உள்ளது.

இத்தனை சிறப்புகள் கொண்ட கண்கள் எல்லோருக்கும் இரண்டு. ஆனால் ருத்ரனாகிய சிவ பெருமானுக்கு மட்டும்

மூன்று கண்கள். நெற்றியில் ஒரு கண்ணுடையவன் ஈசன். அந்த நெற்றிக் கண்ணுக்கு ஞானக்கண் என்றும், சுடர்விழி என்றும்கூட பெயர் உண்டு. இந்த ஞானக்கண்தான், அதாவது ஈசனின் மூன்றாவது கண்தானே மண்மீது ருத்ராட்சம் என்கிற தாவரமாக தோன்றி, அந்த அம்சங்களை தன்னகத்கே கொண்டு ருத்ராட்ச கனிகளாய் முதலில் மரத்தில் தோன்றி காயாகி பின் காய்ந்து உதிர்ந்து விழுகிறது. இந்த ருத்ராட்சக் காய்க்கு பல அதிசய சக்திகள் உண்டு!

ஒருபுறம் கண்ணனின் அப்பா ராகவனும், எடிட்டரும் கண்ணனின் உடம்பைத் தேடிக்கொண்டு காட்டுக்குள் திரிய, மறுபக்கம் பாலு, பாண்டியன் சொன்னது போல பொன்னியின் குடிசைக்கு ஷாலினியுடன் போய் காத்துக் கொண்டிருந்தான்.

காட்டுக்குள் சொர்ண சித்தரிடம் இருந்து விடைபெற்றுக் கொண்ட பாண்டியனும் கண்ணனும் மிக உற்சாகமாக பேசிக்கொண்டு முக்கியமான அந்தக் காட்டுப் பகுதியை கடந்த வண்ணம் இருந்தனர். ஓர் இடத்தில் அருவி ஒன்றால் உருவான ஓடை ஒன்று குறுக்கிட்டது. அதில் இருவரும் இறங்கி மறுகரை சேர்ந்தபோது பாண்டியனுக்கு லேசாக தலையை சுற்றுகிற மாதிரி இருந்தது. கொஞ்சம் சற்றுமுன் நடந்த சம்பவங்கள் அவ்வளவும் மனத்துக்குள் அணிவகுத்து அப்படியே விலகி வெளியேறுவது போலவும் தோன்றியது.

எல்லாம் சில நொடிகள் தான்.

சொர்ண சித்தர் கூறியதுபோல பாண்டியனுக்கு கண்ணன்தான் சுந்தர்ராஜன் என்பதில் இருந்து கூடுவிட்டு கூடு பாய்ந்த நிலையில் அவர் வந்திருக்கிறார் என்பதும் அப்படியே அப்பட்டமாக மறந்துபோய் கண்ணனை ஆச்சரியமாகப் பார்த்தார்.

"கண்ணன்... நீ திரும்ப உயிரோட வந்துட்டியா?" என்று பாண்டியன் கேட்ட உடனேயே சுந்தர்ராஜனுக்கும் சித்தமாயை

பாண்டியனை ஆட்கொண்டுவிட்டது தெரிந்துவிட்டது. இனி நடிக்கத் தொடங்க வேண்டியதுதான் என்று முடிவு செய்தார்.

“ஆமாம் பாண்டியன் சார்.. வாங்க போய் முதல்ல எங்கப்பாவை பார்ப்போம்...” என்று பாண்டியனை கையைப் பிடித்து இழுத்துக்கொண்டு நடந்தார். வழியில் ஓங்குதாங்காக ஒரு செம்மரம். அதன் கிளைகளை சங்கிலிபோல கவ்விப் பற்றி வளர்ந்திருக்கும் ஒரு கொடி. அதில் இருந்து சில இலைகளை ‘சிவார்ப்பணம்’ என்று சொல்லி வணங்கிவிட்டு கிள்ளிக் கொண்டார்.

“கண்ணன் இந்த இலைகள் எதுக்கு?”

“பாலுவோட அக்கா வித்யாவோட வலிப்பு நோய் குணமாக வேண்டாமா?”

“ஓ... அதுக்கு இதுதான் மருந்தா?”

“இதேதான் மருந்து... இதோட பேர் மானசகரணி. ரத்தத்துல இதோட சாறு கலந்தநொடி இதுக்குள்ள இருந்து பத்துவித வாயு தோன்றும். அதுவும் ரத்தத்துல கலந்து ஓடத் துவங்கும். மூளைக்குள்ள இந்த மூலிகை சாறு கலந்த ரத்தம் பாயும்போது பாதிக்கப்பட்ட பாகத்து ரணத்தை ஆற்றி, அங்க இருக்கற திசு அடைப்பை நீக்கிட்டு ஓடி, மொத்த ரத்தத்துக் கொழுப்பையும் கரைச்சு சிறுநீரில் சேர்த்துடும். அதன்பின் வலிப்புக்கு காரணமான துடிப்பு ஏற்பட வழியில்லை. அதுமட்டுமில்லை. இதை சாப்பிட்டவர்களுக்கு மருந்து ஒரு புது ஊக்கத்தையே தரக்கூடியது.” கண்ணனுக்குள் உள்ள சுந்தர்ராஜன் கூறியதை பாண்டியன் கேட்டுக் கொண்டு வியந்தார். ஆனால் ஒரு சித்த யோகியாகிய சுந்தர்ராஜன் தான் அப்படிக் கூறுகிறவர் என்கிற அந்த உண்மை மட்டும் பாண்டியனுக்கு தோன்றவேயில்லை.

***

பொன்னி குடிசை! பாலு ஷாலினியுடன் வந்து நடந்த களைப்பு தீர காலை நீட்டிக் கொண்டான். பார்த்துக் கொண்டேயிருந்த

முத்துப்பிள்ளை அவர்கள் குடிக்க மோர் கொண்டு வந்து கொடுத்தார். பொன்னி தனக்கு ஒரு புதரில் கிடைத்திருந்த அகஸ்திய லிங்கத்தை பூஜித்துக் கொண்டிருந்தாள்.

ஷாலினி அவள் பூஜிப்பதையே வியப்புடன் பார்த்தாள். அப்படியே பாலுவை பார்த்தவள்

"பாலு... இந்தப் பொண்ணு சொன்ன மாதிரியே எல்லாம் நடந்துருச்சி... இவ சொன்ன மாதிரி கண்ணன் உயிரோட வந்தா எவ்வளவு நல்லா இருக்கும்?" என்று கேட்ட அந்த நொடி கண்ணனும் பாண்டியனும் அவர்களைப் பார்த்தபடி வந்து கொண்டிருந்தனர்.

ஷாலினிக்கும், பாலுவுக்கும் தூக்கிவாரிப் போட்டது.

"ஐய்யயோ.. என்ன ஓர் ஆச்சரியம்... ஷாலினி உன் வாய்க்கு சர்க்கரை தான் போடணும். வாட் எ மிராகிள், அதோ கண்ணன்."

"எக்ஸாக்ட்லி... கண்ணனே தான்... கண்ணனே தான்" ஷாலினி எகிறிக் குதித்தாள். அவர்களும் நெருங்கிவிட்டனர்.

"பாண்டியன் சார்... கண்ணனை எங்க பார்த்தீங்க?"

"காட்டுக்குள்ள தான்... ஆனா துல்லியமா எங்க பார்த்தேன்னு மட்டும் ஞாபகம் வரமாட்டேங்குது."

"எப்படியோ கண்ணன் உயிரோட வந்ததே பெரிய விஷயம் தான். கண்ணா அப்ப நீ தூக்குல தொங்கினது எப்படி? அப்படி தொங்கின நீ எப்படி உயிர்த்தெழுந்து வந்தே... யாராவது சித்தர்கள் நடுவுல பார்த்து எதாவது மூலிகை கொடுத்து உன்னை பிழைக்க வெச்சுட்டாங்களா?"

ஷாலினி கேள்விகளை ஒரேயடியாகக் கொட்டி அடுக்கினாள். தன் மகன் பாலுவை நேரில் பார்த்த சந்தோஷத்தை வெளிக்காட்டிக்க முடியாதபடி கண்ணன் மந்தகாசமாகச் சிரித்தார். அதாவது கண்ணனுக்குள் இருக்கும் சுந்தர்ராஜன் தான் அப்படி சிரித்தவர். சிரிப்போடு, "எங்க என் அப்பா?" என்று கேட்கவும்

தான் அவரும் எடிட்டரும் காட்டுக்குள் கண்ணன் உடம்பை தேடிக் கொண்டிருக்கும் நினைவே எல்லோருக்கும் வந்தது.

பொன்னியும் பூஜை முடிந்து அந்த சிவலிங்கத்தையும் மார்பில் அணைத்து சுமந்தபடி எதிரில் வந்தாள். அவளுக்கு சுந்தர்ராஜனை உணர முடிந்தது.

"சாமி.. நமஸ்காரம்" என்றாள்.

"ஆசீர்வாதம் குழந்தை" என்றார் சுந்தர்ராஜனும்.

கண்ணனும் பொன்னியும் அப்படி பேசிக் கொண்டது அவர்களுக்கு ஒரே ஆச்சரியம்.

"சாமி... உங்கப்பா பாவம், காட்டுக்குள்ள வழி தெரியாம திரிசூல மரத்தடில தேங்கி நின்னுக்கிட்டு இருக்காரு... போய் கூட்டிக்கிட்டு வாங்க..."

பொன்னி ஏதோ நேரில் பார்த்தது போல கூறவும் "இதோ இப்பவே போறேன்..." என்று கண்ணனும் புறப்படவும், பாலுவும் பாண்டியனும் ஒருவரை ஒருவர் பார்த்துக்கொள்ள, ஷாலினி கத்தினாள்.

"கண்ணா... தனியா போகாதே... காட்டுக்குள்ள திரும்ப உனக்கு எதாவது ஆகிடப் போகுது..."

ஷாலினி கத்தியதை கண்ணன் காதிலேயே வாங்கிக் கொள்ளவில்லை. ஆனால் பொன்னி ஷாலினியை சமாதானம் செய்தாள்.

"ஷாலினிக்கா பயப்படாதீங்க... கண்ணன் இப்ப பழைய கண்ணன் கிடையாது. செத்துப் பிழைச்சதால சிரஞ்சீவி. அவர் இப்ப அப்பாவோட வந்த உடனே நீங்க எல்லாரும் பட்டணத்துக்கு புறப்படுங்க. உங்ககூட நானும் வரப் போறேன்..."

பொன்னி அப்படி சொல்லவும் ஷாலினிக்கு இன்னும் குஷியாகி விட்டது.

“பொன்னி... நீ அவசியம் வரணும்... உனக்கு பட்டணம் பூரா நான் சுத்திக்காட்றேன். அப்புறமா நீ எப்படி இப்படி அருள்வாக்கு சொல்றே... எது அதுக்கு காரணம்கறதையும் டாக்டர்கள்கிட்ட காட்டி பரிசோதனை செய்யலாம்...” என்று ஒரு பத்திரிகையாளப் பெண்ணுக்கு உண்டான புத்தி மாறாமல் பேசினாள்.

பொன்னி எதுவுமே பேசவில்லை. ஆனால் பாண்டியனுக்கும் பாலுவுக்கும் மட்டும் தங்கள் நோக்கம் ஈடேறாமல் தாங்கள் எப்படி கிளம்புவது என்கிற குழப்பம்.

பாண்டியன் சுந்தர்ராஜன் தான் கண்ணன் என்பதை முற்றாக மறந்துவிட்டிருந்ததால் சென்னையை விட்டு கிளம்பியபோது மனத்துக்குள் இருந்த எண்ணம்தான் தூக்கலாக இருந்தது.

“பாண்டியன் சார்... என்ன சார் இது? இவங்க வேணும்னா போகட்டும். நாம போக வேண்டாம்.”

“ஆமாம் பாலு... நாம வந்த காரியத்தைதான் இன்னும் தொடங்கவே இல்லையே...”

பாண்டியன் சொல்லி வாய் மூடும் முன் அவர் செல்போனில் அழைப்பு. காதைக் கொடுத்தவரை ரங்கநாயகிதான் எட்டிப் பிடித்திருந்தாள்.

“எப்படி இருக்கீங்க...?”

“நல்லா இருக்கேன் ரங்கநாயகி. எதாவது முக்கிய விஷயமா?”

“ஆமாம். பாலுவோட அம்மா கிணத்தடில வழுக்கி விழுந்து அவங்க கால் முறிஞ்சு போச்சு. ஆஸ்பத்திரியில அட்மிட் பண்ணியிருக்காங்க.” என்றாள் ரங்கநாயகி.

“மைகாட்...” பாண்டியன் கைகளை உதறிக்கொள்ள பாலு “என்ன சார்?” என்றான் வேகமாக.

“பாலு நாமளும் கிளம்பற நேரம் வந்தாச்சு.”

“என்ன சார் சொல்றீங்க?”

“உங்கம்மா கிணத்தடில வழுக்கி விழுந்துட்டாங்களாம். கால் எலும்பு முறிவு ஏற்பட்டு ஆஸ்பத்திரியில அட்மிட் ஆகியிருக்காங்க.”

“யார் சார் உங்களுக்கு சொன்னது?”

“ரங்கநாயகி...”

“அவங்களுக்கு எப்படி சார் தெரியும்?”

“இதோ பார் இந்த துணைக் கேள்விகளுக்கு இனி இடம் இல்லை. அங்க போனா நமக்கு தெரிஞ்சிட்டுப் போகுது.”

பாண்டியன் பதில் கூற, பொன்னி அதைக் கேட்டு கலகலவென்று சிரித்தாள்.

“பொன்னி சிரிக்கிறத பார்த்தா அதுக்கு பின்னால பெருசா ஏதோ விஷயம் இருக்கற மாதிரி தெரியுது எனக்கு.”

“பாண்டியன் அண்ணன் இப்ப என்னை நல்லாவே புரிஞ்சுக்க ஆரம்பிச்சுட்டீங்களே...”

“நான் உன்னை தொடக்கத்துலகூட தப்பா புரிஞ்சுக்கல பொன்னி... உன் சக்தி எப்படி எல்லாம் வேலை செய்யுதுங்கறத விளங்கிக்க ஆசைப்பட்டேன். அவ்வளவுதான்.”

“துப்பறியற புத்தி உள்ளவங்க இல்லையா. ஆகையால இப்படித்தான் யோசிப்பீங்க...”

பொன்னியின் பதிலுக்கு பதில் பேச்சு, முத்துப்பிள்ளை கண்களில் கண்ணீரை வரவழைத்து விட்டது. பாண்டியன் அதை கவனித்தார். மெல்ல அவர் அருகில் சென்றார்.

“ஐயா!”

“சொல்லுங்க தம்பி.”

“பொன்னிய நினைச்சு ரொம்ப வருத்தப்படற மாதிரி தெரியுதுங்களே...”

“ஆமாம் தம்பி... பொன்னி எனக்கு சித்தர் சாமிங்கல்லாம் சேர்ந்து கொடுத்த அருள் பிரசாதம்... இந்த உலகத்துல எனக்குன்னு இருக்கற ஒரே ஆதாரம்...”

“இப்ப அதனால என்ன?”

“என்ன தம்பி அப்படி கேட்டுட்டீங்க. திடீர்னு காலையில இருந்து நான் பட்டணம் போகப் போறேன். எனக்கு பட்டணத்துல நிறைய வேலை இருக்குது தாத்தான்னு சொல்றா. அவ விளையாட்டுக்குப் பேசற பொண்ணு இல்லை. அவ பேசறான்னா அதுக்கு பின்னால ஆயிரம் அர்த்தம் இருக்கும்.”

“நானும் ஒத்துக்கறேன்யா... நீங்க அநாவசியமா கவலைப்படாதீங்க, பொன்னிய பத்திரமா பார்த்துக்க வேண்டியது என்னோட பொறுப்பு.”

“அவ சாமி குழந்தை தம்பி... அவளுக்கு எந்தக் கெடுதலும் யாரும் செய்துட முடியாதுங்கறது எனக்கு தெரியும். இருந்தாலும் அவளை பிரிஞ்சு இருக்கப் போறத நினைச்சாதான் மனசுக்கு கஷ்டமா இருக்கு.”

“அப்ப நீங்களும் பட்டணத்துக்கு எங்ககூட வாங்க.”

“முடியாது தம்பி... நான் சாப்பிட மறப்பேன். ஆனா ஆகாசலிங்கத்தைக் கும்பிடாம மட்டும் என்னால இருக்க முடியாது.”

“ஐயா நீங்க ஆகாசலிங்கம்னு சொல்லும்போதுதான் எனக்கு ஞாபகம் வருது. காட்டுல எங்களுக்கும் அந்த லிங்கத்தோட தரிசனம் கிடைச்சது. அந்த தரிசன அனுபவத்தை இப்ப நினைச்சாலும் எனக்கு உடம்பெல்லாம் சிலிர்க்குதுங்க.”

பாண்டியன் சொல்லும்போதே உடம்பில் ஒரு சிலிர்ப்பு. கைகளும் கூப்பி நின்றான். பாலுவும் சேர்ந்து கொண்டான்.

காட்டுக்குள் கண்ணன் திரிசூலமரம் எங்கே இருக்கிறதென்று கச்சிதமாக தெரிந்து நடந்து செல்லும்போது, பக்கத்தில் தான் இருந்தது தமயந்தியின் குடிசை.

கண்ணன் வடிவ சுந்தர்ராஜனுக்குள் ஒரு குறும்பு உணர்ச்சி. அடுத்த நொடியே தமயந்தி குடிசையை நோக்கி நடக்கத் தொடங்கினார். தமயந்தியும் குடிசைக்கு வெளியே ஒன்றும் தெரியாதவள் போல அமர்ந்து கொண்டு வேர்க்கடலைகளை உடைத்து பருப்பை சேகரித்துக் கொண்டிருந்தாள். கண்ணன் வருவதைப் பார்த்தவளுக்கு ஒரு நொடி நெஞ்சையடைத்தது. நெற்றியில் ஆச்சரிய அதிர்வுகளின் சுருக்கங்கள் வரிகளாய் விழுந்தன.

கண்ணனும் அருகில் வந்தான். (இனி சிறிது காலத்திற்கு சுந்தர்ராஜனை மறந்து கண்ணன் என்றே நினைப்போமே.)

"க... க... கண்ணன்"

"கண்ணனேதான் தமயந்தி... கண்ணனேதான். என்னடா தூக்குல தொங்குனவன் திரும்ப உயிரோட வந்து நிக்கறானேன்னு பாக்கறியா?"

"கண்ணன்... நீங்க எப்படி இப்படி?"

"இது சிவன்மலை. சித்தர்கள் திரியற காடு. அவங்க மனசு வெச்சா செத்த பிணத்துக்கும் உயிர் வரும். அதுக்கு சாட்சி நான்."

"அப்படின்னா?"

"என்ன அப்படின்னா... ஆட்டுக்குட்டின்னா... நான் இப்ப செத்து பொழைச்சவன். அதுமட்டுமில்ல, என்னை இனி எந்த வியாதியும் எதுவும் பண்ணாது. ஏன்னா நான் சஞ்சீவி மூலிகையை சாப்பிட்டவன்."

"சஞ்சீவி மூலிகையா?"

"ஆமாம்... அனுமார் லட்சுமணன் உயிரைக் காக்க கொண்டு வந்த அதே சஞ்சீவி மூலிகைதான். ஒரு சித்தர் அதை மூக்குல வெச்சு வாயால ஊதினார். அதுலதான் எனக்கு உயிர் வந்தது. அப்புறம் அதையே எனக்கு சாப்பிடக் கொடுத்தாங்க. இனி எனக்கு சாவே கிடையாது..."

கண்ணன் சொல்லச் சொல்ல தமயந்திக்கு தலை சுழன்றது.

“ஆமா ஷாலினி எங்க?”

“அவங்க... அவங்க... உங்களை தேடிக்கிட்டுதான் போனாங்க.”

“அப்படியா... அப்படின்னா நான் காட்டுக்குள்ள தேடிப் பிடிச்சுக்கறேன். பை த பை என் துணிமணி பேக் எல்லாம் இங்கல்ல இருக்கு. அதையும் எடுத்துக்கறேன்.”

கண்ணன் குடிசைக்குள் நுழைந்து தன் துணிமணி பேக் என்று சகலத்தையும் எடுத்துக் கொண்டான். அப்படியே ஷாலினியுடையதையும் எடுத்துக் கொண்டான். வெளியே கொடியில் ஷாலினியின் நைட் டிரஸ் காய்ந்து கொண்டிருந்தது. அதையும் எடுத்து தோளில் போட்டுக் கொண்டான்.

“வரேன் தமயந்தி... உன் உதவிகளுக்கு ரொம்ப நன்றி.” கிளம்பிவிட்டான். தமயந்திக்குள் குபுகுபுவென்று புகையத் தொடங்கிவிட்டது.

‘இது எப்படி சாத்தியம்?

இல்லை இவன் சொல்வது போல் இவனுக்கு உயிர் வந்தது சித்த சாகசமா?’ தமயந்திக்கு இருப்பே கொள்ளவில்லை. உடனேயே அவளை இயக்கும் கூட்டத்துக்கு பதில் கூறுவதற்காகக் கிளம்பிவிட்டாள்.

* ———— *

அத்தியாயம் 3

ருத்ராட்சம் என்பது சிவனின் கண்களுக்கு இணையானது என்று பார்த்தோம். அதிலும் பலவித ருத்ராட்சங்கள் உள்ளன. ஒரு ருத்ராட்ச கனியை எடுத்துப் பார்த்தால் அது விளங்கும். ஆரஞ்சு பழம் என்பது பல சுளைகளால் ஆனது போல ருத்ராட்சமும் பல சுளைகளால் ஆனது. அவைகளின் சுளை, கணிக்கு கனி மாறுபட்டிருக்கும். சில ருத்ராட்சங்கள் ஒரே கனியாக இருக்கும். இதை ஒரு முகம் என்பார்கள். ஒன்று, இரண்டு, மூன்று என்று பன்னிரெண்டு முகங்கள் வரை அதாவது சுளைகள் கொண்ட ருத்ராட்சங்கள் கிடைக்கிறது.

இது காய்ந்த பிறகு கல்லைப் போல உறுதியாக மாறிவிடும். நெடுங்காலத்திற்கு இது அதே உறுதியோடும் இருக்கும். இதை பூச்சிகள் தாக்காது. வெப்பம், குளிருக்கு இது ஈடுகொடுக்க வல்லது.

இதை அணிந்திருப்பவர் உடம்பின் வெப்பத்தை இது உறிஞ்சவல்லது. இதை கழுத்தில் மாலையாக அணிய பல காரணங்கள் உண்டு. ஒரு மனிதனின் உடம்பில் வெப்பம் அதிகரிக்கும்போது அவனது வயிற்றில் முதலில் புண் தோன்றும், அது தன்னை வெளிக்காட்டிக்கொள்ள வாயிலும் தோன்றும், அப்படியே அந்த வெப்பமானது வாய்க்கும் வயிற்றுக்குமாக பரவிக் கிடக்கும். அதன் இடைப்பட்ட பாகம்தான் கழுத்து.

கழுத்தைச் சுற்றி ருத்ராட்சங்கள் இருக்கும்போது அந்த வெப்பத்தை ருத்ராட்சம் உறிஞ்சி எடுத்துவிடும். அதுமட்டுமல்ல, 'கண்டம்' என்கிற கழுத்துப் பகுதிதான் உடம்புக்கும் சிரசுக்கும் பாலமாக விளங்குகிறது. எனவே திருஷ்டிக்கு அதிக தாக்கம் அங்கே உண்டு. அதில் இருந்தும் ருத்ராட்சங்களே அதை அணிந்தவரைப் பாதுகாக்கிறது.

சென்னையில் இருந்து ஸ்ரீபெரும்புதூர் செல்லும் சாலைமேல் மெயின்ரோட்டில் இருந்தே பார்க்க முடிந்த தினுசில் இருந்தது அந்த ஆனந்த நிலையம். வெள்ளையும் காவியும் கலந்த கொடி முகப்பில் பறந்து கொண்டிருக்க, ஐம்பதுக்கு ஐம்பதடி அகலத்தில் சுவாமி ஆனந்தரின் ஃப்ளக்ஸ் போர்டு மின்னிக் கொண்டிருந்தது. போர்டின் ஒரு மூலையில் வாழ்வெல்லாம் இன்பம் என்கிற வரிகள்...

அந்த ஃப்ளக்ஸில் ஆனந்தர் தாடியும் மீசையுமாய் பழைய ஓஷோ ஸ்டைலில் இருந்தார். அவரது தெளிவும் திடமும் இவருக்கு உண்டா என்பதை அனுபவித்தே அறிய முடியும். ஆனாலும் பார்க்க ஒரு தீட்சண்யம். ஒரு முடி கூட அறுந்திடாத நீண்ட தாடியும் தலைமுடியும் ஆனந்தருக்கு. இருந்தால் வயது நாற்பதில் இருந்து ஐம்பதுக்குள் இருக்கலாம் என்கிற அளவில் தான் இருந்தது.

ஃப்ளக்ஸை தொடர்ந்து நீண்ட ஒரு மண் பாதை. இருபுறமும் வரிசையாக சேவகர்கள் மாதிரி நெட்டிலிங்க மரங்கள். உள்ளே மிகப்பெரிய பச்சைப் புல்வெளி... அவ்வளவும் ஜெர்மன் கிராஸ்! அங்கங்கே புஷ்டியான பூ மரங்கள், ஒரு நதிக்கரையோர இடத்திற்கு போய்விட்டது போன்ற குளுமை. அதன் நடுவில் ஆனந்த நிலையம் என்கிற பெயரில் பளிங்கினாலேயே கட்டப்பட்ட ஒரு மாளிகை போன்ற கட்டிடம். அங்கும் இங்குமாக நிறைய வெள்ளைக்காரர்கள் கண்ணில் பட்டார்கள். சிலர் மரத்தடிகளில் அமர்ந்து கண்களை மூடி தியானம் செய்து கொண்டிருந்தனர். அவ்வளவு பேரும் பத்மாசனத்தில் அமர்ந்திருந்தனர்.

உடல் ஊனமுற்றவர்களை அழைத்துச் செல்ல தோதாக சக்கர நாற்காலிகள் அங்கங்கே தெரிந்தன. எப்படிப் பார்த்தாலும் அந்த இடத்தை மனித உழைப்பு ஒரு மலைத்தலம் போல மாற்றி விட்டிருப்பதை உணர முடிந்தது.

பளிங்குக் கட்டிடத்துக்குப் பக்கத்தில் மூங்கில் மரங்களை சீராக வெட்டி, அதைக் கொண்டு வேயப்பட்ட ஒரு குடிசை. அதைச் சுற்றி படப்பு வேலி அந்த குடிசைதான் ஆனந்தர் ஓய்வு எடுக்கும் இடம். அந்த குடிசை முன் ஒரு கறுப்பு நிற பென்ஸ் கார் நின்று கொண்டிருந்தது. அந்தக் காரின் முகப்பிலும் காவியும் வெண்மையும் கலந்த ஆனந்த நிலையக் கொடி.

முகப்பில் சில வெள்ளைக்காரர்கள் ஆனந்தரை தரிசிப்பதற்காக அங்கு போடப்பட்டிருந்த நீண்ட நிலைக்கல் சாய்வு நாற்காலிகளில் அமர்ந்திருந்தனர். எங்கும் துளி சப்தம் இல்லை.

மரங்களில் சில இடங்களில் பட்சிகள் மட்டும் கீச்சு வீச்சு என்று கத்திக் கொண்டிருந்தன. மொத்தத்தில் ரம்மியமாக இருந்தது.

சில பத்திரிகையாளர்களும் வந்திருந்தனர்.

அவர்கள் கழுத்தில் டிஜிட்டல் கேமராக்கள், கைகளில் டேப்ரிக்கார்டர். அவர்கள் ஆனந்தரின் அழைப்புக்காகக் காத்திருக்கின்ற மாதிரிதான் இருந்தது.

அதேபோலவே ஒரு வெண்ணிற பைஜாமா குர்தா அணிந்த ஒருவர் பத்திரிகையாளர்களை அழைத்தார். அவர்களும் அந்த மூங்கில் குடிசைக்குள் நுழைந்தனர். உள்ளே சொர்க்க லோகம் போல் வெண்ணிற படுதா கட்டப்பட்டு, ஆயிரம் வாட்ஸ் ஃபோகஸ் பல்ப் ஒளிவிட்டுக் கொண்டிருந்தது. தரையில் எல்லோரும் அமர வசதியாக கை பருமனில் மெத்தை விரிப்பு. அங்கங்கே அதில் திண்டுகள். நடுநாயகமாக ஒரு அலங்கரிக்கப்பட்ட ஆசனத்தில் ஆனந்தர் அமர்ந்திருந்தார். அவருக்கு இருபுறமும் இரண்டு சிஷ்யர்கள். ஒரு ஏர்கூலர் சற்றுத் தள்ளி அதிக சப்தமின்றி ஓடிக் கொண்டிருந்தது. மற்றபடி அங்கே எந்த இறைச் சின்னங்களும் வடிவங்களும் இல்லை. ஆனந்தர் மட்டும் தான் ஒரு இந்து தான்

என்கிற மாதிரி நெற்றியில் மெல்லிய விபூதிக் கீற்றும் அதன்மேல் செந்தூரத்தில் சிறிய லிங்க வடிவில் ஒரு பொட்டும் வைத்திருந்தார்.

பத்திரிகையாளர்கள் வந்து அமர்ந்தனர்.

தசாங்கப் புகை வளைய வர ஆரம்பித்தது.

ஆனந்தரின் உதவியாளர் ஜெகதீஷ் பத்திரிகையாளர்கள் நடுவில் பேசுவதற்கு தயாரானார்.

"பத்திரிகை நண்பர்களுக்கு வணக்கம்! நம்முடைய ஸ்வாமிஜி அவர்கள் மூன்று மாத அயல்நாட்டுப் பயணத்தை முடித்துக்கொண்டு இன்றுதான் பாரதம் வந்துள்ளார். நீண்ட இடைவெளிக்கு பிறகு அவர் உங்களை சந்திக்கிறார்.

இன்று நமது நாட்டில் ஆன்மீக போலிகள் அதிகரித்து விட்டனர். அவர்களுக்கு நடுவில் புடம் போட்ட தங்கமாய் மின்னிக் கொண்டிருப்பவர் நமது சுவாமிஜி.

மூன்று காலங்களையும் உணர்ந்து தனக்குள் வைத்திருப்பவர். ஒருமுறை ஒரு மந்திரி சுவாமிஜியை சந்தித்துவிட்டு செல்லும்போது உங்களைக் கொல்ல முயற்சி நடக்கும்; ஆனால் நீங்கள் தப்பி விடுவீர்கள் என்றார். சில தினங்களிலேயே அந்த மந்திரியை கொல்லும் முயற்சியில் அவர் தப்பினார். இப்படி சுவாமிகள் நடக்க இருப்பதை முன்பே கூறுவதில் நிறைய சாதனை புரிந்தவர்.

இவரால் தீராத நோய்கள் பலருக்குத் தீர்ந்திருக்கின்றன. மழையே பெய்திராத ஒரு கிராமத்தின் வழியாக சுவாமிகளின் கார் பயணித்தபோது அந்த கிராமத்து வறட்சி சுவாமிகளை வாட்டியது என்றே சொல்லலாம். மனம் பொறுக்காத சுவாமிஜி அன்று அந்த கிராமத்தில் தங்கி இரவு முழுக்க தியானம் செய்தார். மறுநாள் மழை வந்து கொட்டித் தீர்த்து விட்டது. இப்படி சுவாமிகளைப் பற்றி நான் சொல்லிக் கொண்டே போக முடியும்.

மொத்தத்தில் சுவாமிகள் இந்த மண்ணில் நடமாடுகின்ற ஒரு மகாத்மா. மனித தெய்வம், அவரிடம் நீங்கள் இனி கேள்விகளால் வேள்வி நடத்தலாம்."

ஜெகதீசன் ஓர் அறிமுக உரையை மைக் ஒன்றை பிடித்துக் கொண்டே நிகழ்த்தி முடித்தான். அதன்பின் அந்தக் கார்ட்லெஸ் மைக் பத்திரிகையாளர்கள் கைகளில் தவழ ஆரம்பித்தது. ஒரு பத்திரிகையாளர் முதல் கேள்வியை கேட்டார்.

"சுவாமிகளுடைய உண்மையான பெயர்?"

"ஆனந்தரேதான்!"

"உங்கள் சொந்த ஊர்?"

"தயவுசெய்து ஒரு யோகியை பார்த்து இப்படி கேட்பதைத் தவிருங்கள். ஒரு ஞானிக்கு இந்த உலகம் அவனுக்குச் சொந்தமான ஊர்தான். இருந்தாலும் நான் பிறந்த ஊர் என்றால் அது சேலம் ஆகும்."

"சுவாமிகளுடைய குருநாதர்?"

"நான் சுயம்புலிங்கம் போன்றவன். என் வரையில் அந்த ஈசனே என் குரு."

"அப்படியானால் உங்களுக்கு தீட்சை கொடுத்தது யார்?"

"ஈசன்..."

"ஈசன் என்றால்...?"

"ஈசன் என்றால் ஈசன்... ஈசனை தெரியாமல் இது என்ன கேள்வி."

"இல்லை... கைலாயத்து ஈசன் உங்கள் முன் தோன்றி உங்களுக்கு தீட்சை தந்தார் என்பது நம்புவதற்கு சற்று கடினமாக உள்ளது."

"அப்படியானால் நம்பாதீர்கள்... விட்டுவிடுங்கள்."

"ஏன் உங்களுக்கு ஒரு குரு கிடைக்கவில்லை?"

"நானே குரு... எனக்கு எதற்கு குரு."

ஆனந்தரின் பதிலால் அங்கே சில நொடிகள் வரை ஓர் அமைதி. திரும்பவும் கேள்விகள் தொடங்கியது.

“ஈசனையே குருவாக அடைந்த உங்களுக்கு எல்லா யோக வித்தைகளும் தெரியுமா?”

“யோக வித்தைகள் என் வரையில் சாதாரணம்...”

“உடல் பயிற்சியில் வித்தைகளை நான் சொல்லவில்லை. சில சித்தர்கள் தங்கள் வாயில் இருந்து லிங்கம் வரவழைத்துத் தருகின்றனர். சிலர் விபூதி வரவழைக்கின்றனர்.”

“நானும் வரவழைப்பேன்... உங்கள் சட்டை பாக்கெட்டுகளில் பாருங்கள்.”

அவர்கள் உடனே அவ்வளவு பேரும் சட்டை பாக்கெட்டை பார்த்தனர். உள்ளே எல்லோர் சட்டை பாக்கெட்டிலும் ஒரு ஸ்படிக லிங்கம் இருந்தது. அவர்ளுக்கு அப்படியே குப்பென்று வியர்த்துவிட்டது.

அருகிலேயே நின்றபடி இருக்கும் ஜெகதீஸ் முகத்தில் ஒரு மர்மமான சிரிப்பு.

“இது... இது... எப்படி நடந்தது?”

“அதெல்லாம் யோக ரகசியம்.”

“இப்படி சிவலிங்கம் வரவழைத்தது போல தங்கம், வைரத்தை வரவழைக்க முடியுமா?”

“தாராளமாக. ஆனால் அவைகள் ஆசையின் சின்னங்கள். எனவே நான் அவைகளை வரவழைக்க விரும்பவில்லை.”

“தங்கம், வைரம் வேண்டாம். எவ்வளவோ பேர் தீராத வியாதிகளால் அவதிப்படுகிறார்கள். அவர்களுக்கு மருந்து வரவழைக்கலாமே...”

“நிதியமைச்சர் வந்து கேட்டால் பட்ஜெட்டையே வரவழைத்து தர என்னால் முடியும். ஆனால் கேட்பவர்களுக்கு தகுதி இருக்கிறதா என்பது முக்கியம். உங்களிடம் தகுதி இருக்கிறதா என்பது முக்கியம்.”

“உங்களிடம் ஒன்றை கேட்க என்ன தகுதி வேண்டும்?”

“என சீடனாக வேண்டும். பனிரெண்டு ஆண்டுகள் என்னிடம் பணிபுரிந்து யோக வாழ்க்கை வாழ வேண்டும். அதன் பிறகு அவர்கள் எதைக் கேட்டாலும் தருவேன்.”

“அப்படியானால் இங்கே ஒரு பனிரெண்டு வருடமாக இருந்தவர் தனக்கு ரம்பை போல ஒரு பெண் வேண்டும் என்று கேட்டால் வரவழைத்துத் தருவீர்களா?”

ஒரு பத்திரிகையாளரின் குறும்பான கேள்விக்கு, ஆனந்தர் முகத்திலும் ஒரு குறும்புச் சிரிப்பு.

“என்ன சாமி நீங்களும் சிரிக்கிறீங்க?”

“கடவுள் ஏன் எல்லோர் முன்னாலும் தோன்றுவதில்லை என்பது எனக்கு இப்போது புரிகிறது.”

“என் கேள்விக்கும் உங்க பதிலுக்கும் என்ன சாமி சம்பந்தம்?”

“நிறையவே இருக்கு... ஒரு யோகி, என்கிட்டேயே தங்கம், வைரம் அப்புறம் ரம்பைன்னு இன்ப சாதனங்களைக் கேட்கற நீங்க கடவுள்கிட்ட எதையெல்லாம் கேட்பீங்க.”

ஆனந்தரும் பதில் கேள்வி கேட்டுவிட்டு தொடர்ந்தார்.

“இங்க என்கிட்ட பயிற்சி எடுத்தவங்களுக்கு அற்ப ஆசை தோன்றாது. எனவே இப்படி எல்லாம் கேட்க மாட்டார்கள்” என்றார்.

“அப்ப அந்த தைரியத்துலதான் உங்களை கடவுளாகவும் உங்களால எல்லாமே செய்ய முடியும்னு உங்க சிஷ்யர் சொல்றாரா?”

ஒரு நிருபர் சற்று வில்லங்கமாகக் கேட்ட கேள்வியில் ஏராளமான குறும்பு. ஆனந்தரையும் அது சீண்டத்தான் செய்தது.

“நான் மட்டும் கடவுள் இல்லை. நீங்களும்தான் கடவுள். நாம எல்லாருமே கூட கடவுள்தான். ஆனா என்ன? நான் இந்த உண்மை தெரிஞ்ச, சக்திகளைப் பயன்படுத்தத் தெரிஞ்ச கடவுள். நீங்க அப்படி இல்லை. இதுதான் நமக்கு இடைல உள்ள வித்தியாசம்.”

“இந்த ஒரு பதிலைத்தான் கிட்டத்தட்ட எல்லா யோகிகளும் சொல்றாங்க. நீங்களும் சொல்றீங்க. வேற விசேஷமான ஆற்றல் உங்கக்கிட்ட என்ன இருக்கு?”

“விசேஷமான ஆற்றல்னா?”

“இப்ப எங்களால வெறும் கைல விபூதி வரவைக்க முடியாது. வாய்ல இருந்து லிங்கம் எடுக்க முடியாது. ஒருத்தர் மனசுல என்ன இருக்குன்னு சொல்ல முடியாது. இப்படி எவ்வளவோ...”

“இதெல்லாம் ஆற்றல் இல்ல, மேஜிக்! தந்திரம்...”

“இருக்கட்டும்... பக்தர்களை உருவாக்கி அவங்களை ஆன்மீகத்துக்கு இழுக்க இந்த தந்திரங்கள் பயன்பட்றதா பலரும் சொல்றாங்க. மிட்டாய் கொடுத்து ஒரு பள்ளி மாணவனை சுதந்திர தினவிழாவிலயும், குடியரசு தினவிழாவிலயும் கலந்துக்க வைக்கிற மாதிரியான விஷயங்கள்ள பெரிய தப்பு ஒண்ணும் கிடையாதுன்னும் ஒரு யோகி சொல்லியிருக்கார்.”

“அவசியமில்லை. அவர் வேணும்னா அந்த மாதிரி மலிவான தந்திரங்களை கொண்டு பக்தியோகத்தை வளர்க்கட்டும். எனக்கு அப்படி ஒரு அவசியமே இல்லை. ஏன்னா நான் அஷ்டமா சித்திகளையே அடையப் போறவன்...”

ஆனந்தர் முதல் தடவையாக அஷ்டமா சித்திகள் பற்றி சொல்லவும் பத்திரிகையாளர்களிடம் ஒரு மெல்லிய பரபரப்பு.

“அஷ்டமா சித்திகள் பத்தி கேள்விப்பட்டிருக்கோம். ஆனா அதையும்கூட நாங்க ஒரு மேஜிக் மாதிரிதான் பாக்கறோம்.”

“என்ன செய்ய... இன்றைய விஞ்ஞான உலகம் எதைச் செய்துருக்கோ இல்லையோ, நிறையவே கேள்வி கேட்கவும் நிறையவே ஒரு விஷயத்தைத் தப்பா புரிஞ்சுக்கவும் கத்துக் கொடுத்துருக்கு...”

“இவ்வளவு வருத்தப்பட்ற நீங்க அஷ்டமா சித்திகள்னா உண்மைல என்னன்னு சொல்லி, அதுல உங்களோட சாகசங்களையும் எங்களுக்கு காட்டலாமே.”

“காட்டத்தான் போறேன். கொஞ்சம் பொறுமையா இருங்க... அப்படி நான் காட்டிட்டா அப்புறம் இந்த உலகத்தோட ஒரே ஆன்மீக குருவா நான் மட்டும்தான் இருப்பேன். என் சகாக்கள் அவ்வளவு பேரும் அடிபட்டுப் போயிருவாங்க. ஏன்... எல்லா மதங்களுமே அடிபட்டுப் போயிடும். ஒரே கடவுள், ஒரே மதம் என்னுடையதுன்னு உருவாகி இந்த உலகம் பின்னால என்னை மட்டுமே கொண்டாடும்...”

“நல்லதுதானே? பல மதங்கள், பலவிதக் கொள்கைகள், பலவித வழிபாட்டு முறைகள் இருக்கறதாலதானே என்னோடது தான் ஒசத்தி... இல்ல என்னோடது தான் சிறந்ததுங்கற எண்ணங்களும் அதனால சண்டை சச்சரவுகளும் தோன்றுது.”

“சரியாச் சொன்னீங்க... கூடிய சீக்கிரம் நான் சொன்ன அந்த அஷ்டமா சித்திகளை எல்லாம் உங்க முன்னால செய்தே காட்டுவேன். இந்த மண்ணோட மிகப் பெரிய பொக்கிஷங்கள் அவை,

தெய்வீகமான மனித சமுதாயத்துக்கு மட்டுமே சொந்தமானது அது. இந்த உலகையும் உங்களையும் என்னையும் படைச்ச இறைவனே நேரில் தோன்றி தந்த அற்புதங்கள் அது. அந்த அற்புதங்களை அடையற நேரம் என்வரைல நெருங்கிக்கிட்டே இருக்கு...”

“அப்படின்னா... இப்ப நீங்க அஷ்டமா சித்தி உடைய ஒரு யோகி இல்லையா?”

“போதும்... இப்படி நெருக்கி நெருக்கி கேள்வி கேக்கறத அரசியல்வாதிகள்கிட்ட வெச்சுக்கோங்க. ஆன்மிகவாதிகள்கிட்ட வேண்டாம். உங்களுக்கு ஒரு உறுதியை மட்டும் நான் தரேன். அஷ்டமா சித்தி மட்டுமில்ல. இரும்பை தங்கமாக்குற ரசவாதம், கயிறை பாம்பாக்கற பீதாம்பர ஜாலம், நினைச்சப்போ மழையை உண்டாக்க முடிந்த ரிஷ்ய ஸ்ருங்க தபோ சக்தி, வற்றாத செல்வத்தை எல்லோருக்கும் தரமுடிஞ்ச குபேராநுக்ரகம்னு பல விஷயங்கள் நம்மைச் சுற்றி இருக்கு. இதெல்லாமே நம்ப

முடியாத மாயங்களா, கட்டுக்கதைகளைப் போலத்தான் இருக்கு. நான், இதெல்லாமே விஞ்ஞானக் கண்டுபிடிப்புகளை விட மேலான சக்தி படைச்சதுங்கறத இந்த உலகத்துக்கு நிரூபிப்பேன். இது மட்டும் நிச்சயம்."

ஆனந்தர் அழுத்தமான அந்த பதிலுக்குப் பின் இனி பேச ஒன்றுமில்லை என்கிற மாதிரி எழுந்து கொண்டார்.

நிருபர்களுக்கும் புரிந்தது. அவர்களும் கேள்விகளை நிறுத்திக் கொண்டனர். சில நிருபர்கள் ஆனந்தருடன் சேர்ந்து புகைப்படங்கள் எடுத்துக் கொண்டனர். அப்போது ஆனந்தரின் மேல் சட்டைக்குள் இருக்கும் செல்போனிடம் இருந்து சிணுங்கல்.

அது ஒரு பிரத்யேகமான எண்.

அதன்மூலம் ஒரு சிலர்தான் அவருடன் நேரடியாக பேச முடியும். அதன் ஒலி கேட்டாலே யாரோ ஒரு முக்கிய பிரமுகர் தான் அழைக்கிறார் என்று உணர்ந்து ஆனந்தரும் தனியே ஒதுங்கி குரல் கொடுக்கத் தொடங்கி விடுவார். அப்பொழுதும் அப்படித்தான் செய்தார்.

"மன்னிச்சுக்கணும்... எனக்கு ஒரு முக்கிய அழைப்பு." என்று அந்த மூங்கில் குடிசையின் பின்புறமாகச் சென்று மேல் சட்டைக்குள் இருந்து செல்போனை எடுத்து காதுக்குக் கொடுத்தார்.

"நமஸ்தே குருஜி..." மறுபடியும் தமயந்தியின் குரல்!

"அடடே தமயந்தியா... அதுவும் இந்த நேரத்துலயா?"

"ஆமாம் குருஜி... நான் இப்ப சில முக்கியமான விஷயங்கள் பேசலாம் தானே?"

"தாராளமா... நான் இப்ப தனிமைலதான் இருக்கேன் சொல்லு தமயந்தி"

"குருஜி... இன்னிக்கு சிவன்மலைல இதுவரை நடக்காத ஓர் அதிசயம் நடந்தது."

"என்ன தமயந்தி அது?"

"நம்ம கூட்டத்தால் கொலை செய்யப்பட்ட கண்ணன்கற பத்திரிகையாளன் பிணமா தூக்குல தொங்கினதை நான் பார்த்தேன்..."

"இது என்ன அதிசயம்... அவன் நம்ம கூட்டத்தைச் சேர்ந்தவர்களே அங்க சித்தர்கள் வேஷத்துல சுத்தறதையும் செல்போன், டேப்ரிக்கார்டர்னு நவீன ஆயுதங்களோட இருக்கறதையும் பார்த்துட்டான், அதை அவன் அப்படியே பத்திரிகைல எழுதுவான்னுதான் அவனை அவங்க தீர்த்துக்கட்டினாங்க..."

"அப்படி தீர்த்துக் கட்டுனவன் திரும்ப உயிரோட வந்தா அது ஆச்சரியம் இல்லையா?"

தமயந்தியின் கேள்வி ஆனந்தரை நெம்பி நிமிர்த்தியது.

"தமயந்தி... நீ அந்தக் கண்ணனை நேரில் பார்த்தியா?"

"பார்த்தியாவா... அவன் என் குடிசைக்கு வந்து அவனோட சாமான்களை எடுத்துக்கிட்டும் போயிட்டான்."

"அது கண்ணன் தானா?"

"தெரியும்... நீங்க இப்படி கேட்பீங்கன்னு நல்லா தெரியும். கண்ணனே தான். அவனே எனக்கு அதுக்கான பதிலைச் சொல்லிட்டான். செத்துட்ட அவனுக்கு சித்தர்கள் உயிர் கொடுத்தாங்களாம். அதுவும் சஞ்சீவி மூலிகையால."

"அப்படின்னு கண்ணன் சொன்னானா?"

"ஆமாம்..."

"அதை நீ நம்பறியா?"

"என்ன குருஜி... இந்த காட்டுச் சித்தர்களையா நம்ப வேண்டாம்கறீங்க."

"அப்படி இல்ல தமயந்தி... சஞ்சீவி மூலிகைங்கறது செத்தவங்களை எழுப்பற மூலிகை கிடையாது. சாகக்கிடக்கறவங்கள, அதாவது தச வாயுக்கள்ள ஒரு வாயுவாவது உடம்புல இருக்கறவங்கள தட்டி

எழுப்பற ஒரு மூலிகை, நிச்சயமா செத்தவன் பிழைக்க முடியாது. அதுக்கு சித்தத்துல இடம் இருக்கறதா எனக்குத் தெரியல..."

"அப்ப கண்ணனை நம்ம ஆட்கள் முழுசா கொலை செய்யாம விட்டுட்டாங்களா..."

"அப்படித்தான் இருக்கணும். இல்லேன்னா நமக்கு தெரியாத வேற எதாவது ஒரு காரணம் இருக்கணும். எது எப்படியோ கிட்டத்தட்ட மூணு வருஷமா நீ அங்க போய் டேரா போட்டத்துக்கு இப்பதான் ஓர் உருப்படியான விஷயம் சொல்லியிருக்கே. இவ்வளவு நாளா உன்னை திரும்பிக்கூட பார்க்காத சித்தர்கள் முதல் தடவையா கண்ணன் மூலமா ஒரு பதிலை நமக்கு தந்திருக்காங்க. இதுவே கூட ஒரு நல்ல தொடக்கம் தான்..."

"நீங்க இங்க எப்ப குருஜி வரப்போறீங்க... எனக்கென்னவோ நீங்க வராம என்னால் மட்டுமே எதையும் இங்க கண்டுபிடிக்க முடியும்னு தோணலை."

"அப்படி எல்லாம் நினைக்காதே... இந்த மனச்சோர்வு ரொம்ப ஆபத்தானது. நான் கூடிய சீக்கிரம் அங்க வருவேன். எப்பொழுதும் ரகசியமாகவே இருக்கற சித்த ரகசியங்களைத் தெரிஞ்சுக்காம விடமாட்டேன். இப்பகூட பத்திரிகையாளர்கள்கிட்ட அதைத்தான் சொன்னேன்.

நீ ஜாக்கிரதையா இரு... என் சிஷ்யர்கள்ளயே ரொம்ப விசேஷ தன்மை உடையவ நீ. ஐ.பி.எஸ். படிச்சிருந்தும் ஒரு போலீஸ் ஆபீசர் ஆகாம எனக்காக காட்டுக்குள்ள தன்னந்தனியா செயல்படும் உன் தைரியம், உன் சாதுர்யம் ரொம்ப ரொம்ப பெரியது. நான் உனக்கு செய்ய வேண்டியதை செய்யாம விடமாட்டேன்."

ஆனந்தர் தமயந்தியையும் தட்டிக் கொடுத்துவிட்டு செல்போனை அணைத்தார்.

ஆனால் மனதுக்குள் ஒரு புதிய தீ!

அத்தியாயம்

4

ருத்ராட்சம் மற்றும் தாயத்து போன்ற விஷயங்கள் ஒருவித தாந்திரிக அம்சங்களாகும். இந்த உலகில் உள்ள ஒவ்வொன்றுக்கும் ஒரு சக்தி இருக்கிறது. இரும்புக்கு உறுதிப்பாடு, மரத்துக்கு எரியும் தன்மை, கல்லுக்கு ஈரம், நெருப்பு, காற்று போன்றவைகளை எதிர்கொள்ளும் ஆற்றல் என்று அடுக்கிக்கொண்டே போகலாம்.

அந்த வகையில் ருத்ராட்சத்திற்கும் பஞ்ச பூதங்களை எதிர்கொள்ளும் ஆற்றல் மிகுதி. இதன் சக்தி ருத்ரனாகிய சிவத்தின் மூன்றாவது கண்ணுக்குள்ள சக்தியோடு ஒத்துப் போவதாலேயே அந்தப் பெயராலேயே இது வழங்கப்படுகிறது.

இதை மனிதர்கள் அணியக் காரணமும் உள்ளது. இந்த உலகில் கர்மம் காரணமாகவே மனிதப் பிறப்பு நிகழ்கிறது. இந்த மனிதப் பிறப்பில் தவிர்க்க இயலாத ஒரு விஷயம் கிரகங்களின் தாக்கம்...! ஆம்... ஒவ்வொரு மனிதனும் அவன் யோகியாக இருந்தாலும் சரி, போகியாக இருந்தாலும் சரி, துரோகியாக இருந்தாலும் சரி. அவன் கிரகங்களின் ஆதிக்க சக்தியால் வழிநடத்தப்படுபவனே.

அவன் எவ்வாறு வழிநடத்தப்படுகிறான் (அ) படுவான் என்பதை அவனது ஜாதகத்தை வைத்து அறியலாம். அவ்வாறு அவன் வழிநடத்தப்படுவதில் நல்லதும் கெட்டதும் கலந்தே இருக்கும்.

அதை தடுத்து, அதில் இருந்து விடுபட்டு விலகி தன்னிச்சையான செயல்பாட்டுக்கு வர இந்த உலகில் மட்டுமல்ல, எந்த உலகிலும் இடமில்லை.

இந்த நிலையில் ஒருவரை கிரக சஞ்சாரம் காரணமாக தீய நிகழ்வுகள் ஆக்ரமிக்கும்போது அதனால் அவர் அதில் புதைந்து துன்பப்படுபவராக வேண்டியுள்ளது. நல்ல நிகழ்வுகளிலும் மகிழ்ச்சிப்பட வேண்டியுள்ளது.

மகிழ்ச்சி எப்பொழுதும் மனதில் பெரிய பாதிப்பை ஏற்படுத்துவதில்லை. ஆனால் துன்பம் அப்படி அல்ல... அது பாதிப்பை தருவதோடு நிலைகுலையவும் வைத்து விடுகிறது. அந்த மாதிரி நேரங்களில் தான் ஒரு மனிதன் இறைவன் குறித்தும் அதிகம் சிந்திக்கிறான்.

இதிலிருந்து என்னை காப்பாற்ற (அ) விடுவிக்க உன்னால் கூட ஆகாதா என்று கேட்கிறான். இம்மாதிரி நேரங்களில் கருணை காட்டவே இறை அம்சங்களும் உள்ளன.

ஆலயம் செல்வது, அங்கு பிரசாதம் பெறுவது, இறை சின்னங்களை தரிப்பது என்கிற செயல்களால் கிரகங்களின் ஆதிக்க பலம் குறைந்து போகிறது.

குறிப்பாக ருத்ராட்சம் கழுத்தில் உள்ள மனிதர்களை கிரகங்களால் நூறு சதவீதம் ஆக்ரமிக்க முடியாது. ருத்ராட்சம் அதற்கு தடையாக இருக்கும். நூறு சதவீதம் ஆக்ரமித்தாலே சில தீய விளைவுகளை உருவாக்க முடியும் என்கிற நிலையில் அது முடியாமல் போவதால் அதற்கான துன்ப விளைவுகளும் தீயில் கருக வேண்டியவன் அனலில் புழுங்கிய அளவிற்கு மாறி சம்பந்தப்பட்டவர்களை விடுவிக்கிறது.

பாலுவின் வீட்டுக் கொல்லையில் ஒரு மல்லிகைச் செடி. அது நடப்பட்டு சிலநாட்கள் ஆகிறது. வித்யா அதற்கு நாள் தவறாமல் தண்ணீர் விடுவாள். அவள் வரையில் அது பூத்திட

எப்படியும் ஆறு மாதமாவது ஆகும் என்பதுதான் அவள் எண்ணம்!

ஆனால் அன்று காலை வித்யா அதற்கு தண்ணீர் விடச் சென்றபோது ஆச்சரியம் காத்திருந்தது. அந்தக் குட்டிச் செடியில் நூற்றுக்கணக்கில் மல்லிகை பூத்திருந்தது. அவ்வளவையும் பறித்துக்கொண்டு வீட்டுக்குள் நுழைந்தவளுக்கு அடுத்த ஆச்சரியம் காத்திருந்தது.

பிரார்த்தனை நிமித்தம் காசிக்கு செல்வதற்காக எதிர்வீட்டு மீனாட்சி என்கிற பெண்மணி மஞ்சள் புடவையும் பிரார்த்தனை உண்டியலுமாய் வந்திருந்தாள்.

தனியறையில் கட்டிலில் படுத்திருந்தாள் மங்களம். வீட்டுக்குள் வந்த மீனாட்சியம்மாள் வித்யாவின் கைகளில் பூக்களைப் பார்த்து சிரித்தாள்.

“என்னம்மா இது... நான் பிச்சை கேட்க வரும் நேரத்தில் கையில் பூவோட வந்து நிக்கறே?”

“தோட்டத்துல பூத்திருக்குங்க. ஆமா இது என்னங்க கோலம்?”

“சொல்றேன்... முதல்ல அந்தப் பூக்களை சாமிகிட்ட சேர்த்துட்டு என் கால்ல வந்து விழு...”

மீனாட்சி அம்மாள் அன்பாக கட்டளையிடவும் வித்யாவும் அப்படியே செய்தாள். அந்தச் சமயம் பார்த்து அடுத்தவள் லலிதாவும் மூன்றாமவள் பாரதியும்கூட எட்டிப் பார்த்தனர்.

“வாங்க குழந்தைகளா... நீங்களும் வந்து கால்ல விழுங்க...” மீனாட்சியம்மாள் கட்டளைக்கு பாரதி செவிமடுத்தாள். ஆனால் லலிதா விழவில்லை. அப்படியே நின்று கொண்டே இருந்தாள். “நான் சாமி கால்ல தவிர வேறு யார் கால்லயும் விழறவ கிடையாது” என்று கமெண்ட் வேறு அடித்தாள். உள்ளே மங்களம் காதில்கூட அவர்கள் பேச்சு விழுந்தது. மீனாட்சி அம்மாள் லலிதாவின் பேச்சை பெரிதாக எடுத்துக் கொள்ளவில்லை.

சிரித்துக் கொண்டே மங்களம் கிடந்த அறைக்குள் சென்றாள். மங்களமும் எழுந்திருக்க முடியாமல் வரவேற்றாள்.

"வாங்க மீனாட்சியம்மா."

"அதான் வந்துக்கிட்டே இருக்கேனே."

"இது என்னங்க கோலம்"

"இதுவா... சொல்றேன்! என் மகளுக்கு ஜாதகத்துல தோஷம் இருக்கிறது உங்களுக்குத் தெரியும். அதனால ஈஸ்வரனை பிரார்த்தனை பண்ணிக்கிட்டேன். தொடர்ந்து நாற்பத்தெட்டு திங்கட்கிழமைகள் சோமவார விரதம் இருந்தேன். அதோட பலனா அவதோஷத்துக்கு ஏற்ற இடம் அமைஞ்சது. இப்ப அவ கல்யாணம் ஆகி நல்லா இருக்கா. பிள்ளை உண்டாகி இருக்கறதாவும் தகவல் வந்தது. நான் சாமிகிட்ட கேட்டது இதைத்தான். அவனும் கொடுத்துட்டான். அதனால் பிரார்த்தனையை நிறைவேற்ற காசிக்கு கிளம்பிட்டேன்."

"அப்ப காசி விஸ்வநாதருக்குத்தான் வேண்டிக்கிட்டீங்களா..."

"ஆமாம்மா... காசில கங்கைல மூழ்கினாத்தான் எல்லா பாவங்களும் தீருமே... அப்படியே காசிலதான் கால பைரவனுக்கு தனி சன்னதி இருக்கு. எப்பவும் தப்பான விதிப்பாட்டை சரியா எழுதறவன் கால பைரவன் தானே. கால அரவம்னா காலத்தால நமக்கு ஏற்பட்ற அச்சம், பயம்... கால பைரவம்னா அந்த அச்சம், பயம் நீக்கறவன்னு பொருள். அதனால தான் பைரவனுக்கும் நன்றி சொல்லிட்டு வர கிளம்பிட்டேன். இப்படி காசிக்கு புறப்படும்போது பிச்சை எடுத்து அதை போய் கங்கைல சேர்க்கறது விசேஷம்."

மீனாட்சி அம்மாள் ஒரு பெரிய விளக்கம் தந்து முடித்தாள். அதில் காசி குறித்தும், கால பைரவர் குறித்தும் அபூர்வமான தகவல்கள்.

அதை எல்லாம் கேட்க மங்களத்துக்கு என்ன தோன்றிற்றோ தெரியவில்லை. தன் கழுத்தில் கிடந்த தாலிக் கயிற்றில் இருந்து

தங்கத்தால் ஆன தாலியை மளமளவென்று கழற்றினாள். அரை பவுனுக்கும் மேலான தாலி! அதை மீனாட்சி அம்மாளின் கையில் வைத்தாள். எல்லோரிடமும் ஒரு திகைப்பு. பிரமிப்பு. ஆனால் மீனாட்சி அம்மாள் மட்டும் சிரித்தாள்.

"அம்மாடி... உங்களுக்கு நல்ல நேரம் வந்துடிச்சு... அதான் திருமாங்கல்யத்தையே நீங்க அந்த கங்கைக்கு கொடுத்துட்டீங்க... கங்கையும் ஒரு பொண்ணுதான். அந்த சிவனை விட்டுப் பிரிஞ்சு அப்புறமா அவன்கிட்ட சேர்ந்தவ. எல்லாருடைய வினைக் கணக்கையும் நேர் செய்கிற ஒரு சக்தி கங்கைக்குதான் உண்டு. உங்க கணக்கும் நேராகப் போகுது..." என்று மீனாட்சி அம்மாளும் தன் மனதில் பட்டதைக் கூறினாள். மங்களம் பதிலுக்கு எதுவும் கூறாமல் கைகளைக் கூப்பி கண்கலங்கினாள்.

"அம்மா... எனக்கென்னவோ உங்களுக்கு நல்ல காலம் தொடங்கிட்டதா நான் நினைக்கறேன்... உங்களுக்காக நான் அந்த ஈஸ்வரன்கிட்ட பிரார்த்தனை பண்ணிக்கறேன்" என்று திரும்பினாள்.

லலிதா முகத்தில் எள்ளும் கொள்ளும் வெடித்தபடி இருந்தது. அந்த அம்மாவின் தலை விலகவும் லலிதா மங்களத்தை எகிறிப் பிடித்தாள்.

"என்னம்மா நீ... அந்தம்மாதான் வேலை இல்லாம காசி கங்கைன்னு ஊர் சுத்தப் போறாங்க. அவங்க ஏதோ சொன்னாங்கன்னு இப்படியா உங்க தாலியை கழட்டித் தருவீங்க. ஒரு பவுன் தங்கம் விலை இன்னிக்கு எவ்வளவு தெரியுமா? கிட்டத்தட்ட எட்டாயிரம் ரூபாய்."

மங்களம் பதிலுக்கு அவளை முறைத்தாள்.

"நான் ஒரு தோடு கேட்டா அதை வாங்கித்தர துப்பில்லை... ரோல்டு கோல்டுல தோடு, சங்கிலி போட்டுக்கிட்டு நான் ஊரை ஏமாத்திக்கிட்டு இருக்கேன். இங்க கங்கை ஆத்துல தூக்கிப்போட தங்கம் தர்ற அளவுக்கு நீ பெரிய வள்ளல் ஆயிட்டியோ?"

லலிதா விடுவதாக இல்லை. அவளுக்கு பதில் தரும் தெம்பு வித்யாவுக்கு இல்லை. ஆனால் பாரதியிடம் இருந்தது.

“லலிதாக்கா... கொஞ்சம் வாயை மூடிக்கிட்டு சும்மா இருக்கியா... அம்மா தாலியை கழட்டித் தந்தது ஒரு நல்ல விஷயத்தை எதிர்பார்த்துதான். பொதுவாக ஒரு பெண் தன் தாலியை புருஷன் இல்லாம போன நிலைலதான் இழப்பா. அப்படி ஒரு தாலியையே அம்மா அந்த சிவனுக்காக இழக்க முன் வந்துருக்காங்கன்னா, இனியாவது எனக்கு என் புருஷன் திரும்ப கிடைக்கட்டும். அவர் உயிரோட இருக்காருங்கற என் நம்பிக்கைக்கு உயிர் வரட்டும்கறது தான் காரணம். உனக்கு இதெல்லாம் புரியாது. உனக்கு அந்த தாலி தங்கமா மட்டும்தான் தெரியுது. அம்மாவுக்கோ அது அப்பாவா தெரியுது. அம்மா இப்ப அப்பாவை அந்த சிவன்கிட்ட ஒப்படைச்சுட்டதா அர்த்தம்.”

“அப்படின்னா அந்த சிவன் நம்ம அப்பாவை உயிரோட திருப்பி அனுப்பிவைப்பாருன்னு நீ சொல்ல வர்றியா?”

“ஆமாம்... நான் நம்பறேன். நம்பணும், நம்பிக்கைதான் மனிதனுடைய பலங்கள்ளேயே முக்கியமான பலம்.”

“அடேங்கப்பா... பாரதி... நீ எப்ப இருந்துடி இப்படி பாட்டி மாதிரி பேச கத்துக்கிட்ட உனக்கே இது டூமச்சா தெரியல.”

“போதும்கா... உனக்கு உன் நம்பிக்கை. எனக்கு என் நம்பிக்கை... இதோட நிறுத்திக்க...”

“என்னடி பொல்லாத நம்பிக்கை? ஒரு நாளைக்கு மூணு மணி நேரம் அம்மா பூஜை அறைலதான் பழியாகிடக்கறாங்க. ஒரு நாளா, இரண்டு நாளா? நமக்கு தெரிஞ்சே அம்மா வருஷக்கணக்கா இப்படித்தான் இருக்காங்க. அப்படி இருக்கறதுக்கு அவங்களுக்கு கிடைச்ச பரிசு தான் கால் முறிவு! இப்ப பூஜைகூட பண்ண முடியாம படுத்த படுக்கையா இருக்காங்க.

இவ்வளவு நாள் பண்ண பூஜைக்கே ஒரு பலனும் இல்லை. இப்படி தாலியை கழற்றிக் கொடுத்துத் தானா இனி எல்லாம் நடந்துடப் போகுது? சாமி பேரால நம்மை நாம் ஏமாத்திக்கறதுக்கு ஓர் அளவு வேண்டாம்.”

மங்களம் தாலியை கழற்றிக் கொடுத்த அந்த ஒரு விஷயம் ஒரு பட்டிமன்றம் போல் ஆகிவிடும் நிலையில், வித்யாவுக்கு கண்ணிரண்டும் கலங்கி விட்டது.

“பாரு இவ அழுவறத!

பெருசா இவளையும் ஒருத்தன் காதலிச்சான். கல்யாணம் கூடி வரும்போது காக்கா வலிப்பு வந்து காலை வாரிவிட்டது தான் மிச்சம். நீ கும்புட்ற சாமி... அம்மா நம்பற சாமி அப்ப எங்க போயிருந்தது? பதில் சொல்...”

லலிதா வளைத்துப் பிடித்து விட்டாள். பாரதியாலும் அதற்குமேல் அவளுக்குத் தகுந்த மாதிரி ஒரு பதிலைக் கூற முடியவில்லை. அவள் சொல்வதிலும் நியாயம் இருப்பது போலத்தான் உணர்ந்தாள்.

“அம்மா... லலிதாக்கா பத்தி நமக்கு நல்லா தெரியும். எதிலேயும் இதுக்கு குறுக்கு புத்தியும் பொறாமையும்தான். ஆனாலும் இது கேக்கற மாதிரி தானேம்மா அந்த சாமியும் நம்மை வெச்சிருக்காரு. நீ வெச்சிருக்கற பக்திக்கு இப்படியா உன்னை படுக்கப் போடணும். வித்யா அக்காவுக்கு இருக்கற நல்ல எண்ணத்துக்கு கரெக்டா அந்த சமயத்துலயா காக்கா வலிப்பு வரணும்?”

பாரதியின் நியாயம் மங்களத்தை இடித்தாலும் அவள் மட்டும் நம்பிக்கை இழக்கவில்லை.

“பாரதி... உன் வயசுக்கு நீ இப்படி எல்லாம் பேசறே. இப்படி எல்லாம் பேசற நிலைலதான் நம்ம நிலையும் இருக்கு. ஆனா சில விஷயங்களை, வாழ்க்கைல எல்லா விஷயங்களையும் பார்க்கற மாதிரி பார்க்கக் கூடாது. உன் கேள்விகள் எனக்குள்ளேயும் இருக்கு. எப்பவும் சோதனைகள் வரும்போது தான் நாம் மாறாம தெளிவோட இருக்கணும். அப்படி இருந்துட்டா நமக்கு எது கிடைக்கணுமோ அது கிடைக்கும்.”

“போதும்மா... இந்தப் பல்லவியை காலம் தவறாம எல்லாரும் பாடிடுங்க. சோதனையாம் சோதனை. சாமி நம்மை

படைச்சிருக்கறது சோதிக்கறதுக்கு தானா? வாழறதுக்கு இல்லையா, நம்மளை சோதிக்க அவர் யார்... அவரை நாம் சோதிக்கலாமா?"

லலிதா பிலுபிலுவென்று பிடித்து உலுக்க ஆரம்பித்து விட்டாள். வித்யா அமைதியாகவே இருந்தாள். பாரதி தான் திரும்பவும் வாயைத் திறந்தாள்.

"போதும்கா... போதும். போய் உன் வேலையை பார். நீ பயங்கர புத்திசாலி. ஆகையால உன் புத்தியால நீ நல்லா இருந்து எங்களுக்கெல்லாமும் ஓர் உதாரணமா இரு. நாங்க இப்படியே இருக்கோம்" என்று அவள் கூறவும், லலிதா ஒரு சவால்.

"நீ சொன்னாலும் சொல்லாட்டியும் நான் வாழ்ந்து காட்டத்தான் போறேன். அதை நீங்க எல்லாரும் பார்க்கத்தான் போறீங்க. அப்பத்தான் உங்களுக்கும் சாமி பூதம்ங்கறதெல்லாம் எவ்வளவு பெரிய கற்பனைங்கறது புரியும்" என்று கைச் சொடக்கு போட்டவள் அதன்பின் போய்விட்டாள்.

மங்களத்திடம் பெருமூச்சு. பாரதியும் பெருமூச்சுடன் கொல்லைப் பக்கம் சென்றாள். அங்கேதான் துணி துவைக்க வேண்டும். பக்கெட்டில் ஈரத்துணிகள் சோப்புத் தண்ணீரில் ஊறிக் கொண்டிருந்தன. கொல்லைக் கதவும் திறந்தது. கொல்லையில் சில செடிகள் வளர்ந்து வருகின்றன. அவை அவ்வளவும் தப்புச் செடிகள்.

காக்கை குருவி உமிழ்ந்த விதைகள், வீட்டுக் காய்கறிக் கழிவுகள் இவைகளில் இருந்து உருவானவை! அப்படித்தான் அந்த கொல்லையிலும் தக்காளி, கறிவேப்பிலை, கொத்தமல்லி போன்றவை வளர்ந்திருந்தது. பாரதிக்கு அவைகளைப் பார்ப்பதும், அதற்கு தண்ணீர் விடுவதும் மிக பிடிக்கும். ஒவ்வொரு நாளும் அவை வளர வளர அதைப் பார்ப்பதே ஓர் ஆனந்தம். அதில் ஒரு பிஞ்சு உருவாகி வளர்ந்தாலும் அது மனதை நிறைத்து விடும். இந்தச் செடிகளுக்கு எதிரிகளே தெருவில் திரியும் ஆடுகளும் கோயில் மாடுகளும் தான். எனவே கொல்லை கதவை மூடி வைப்பதற்காக போனவளுக்கு ஓர் ஆச்சரியம் காத்திருந்தது. கொல்லை கதவுக்கு அந்த பக்கமாய் குரங்கு சித்தர்!

“சாமி நீங்களா?”

“நானே தான்... என்னம்மா அக்காக்காரி கேள்வியா கேக்கறாளா?”

“ஆ...மாம்... உங்க வரை அது கேட்டதா?”

“அந்தக் கேள்விகள் எனக்கு மட்டுமல்ல, கைலாசத்துல அந்த ஈஸ்வரன் காதுலையும் விழுந்திருக்கும்.”

“பச்ச்” பாரதி அதற்கு பதிலாக சிரித்தாள்.

“என்னம்மா சிரிக்கறே... அக்கா கேள்வியில ஞாயம் இருக்கற மாதிரி தோணுதா?”

“விடுங்க சாமி, அதைப்பத்தி பேசி என்ன பிரயோஜனம். பொதுவுல பக்திங்கறதே நம்பிக்கை இருந்தாதானே? இந்த பூமியில நம்பிக்கை இருக்கறவங்களும் கஷ்டப்படறாங்க. இல்லாதவங்களும் கஷ்டப்படறாங்க. அங்கதான் எனக்கு குழப்பமே.”

“இதுல ஒரு குழப்பமும் இல்லை. கஷ்டம்கறது ரெண்டு வகை. பிள்ளை குட்டிகளை காப்பாத்தறதுக்காகவும், வயிற்றுப் பாட்டுக்காகவும், நேர்மையா பாடுபட்டு உழைக்கறதும் கஷ்டம் தான். ராத்திரியில ஒரு வீடு புகுந்து கன்னம் வெச்சு பீரோவை உடைச்சு பணம் திருடிப் பிழைக்கறதும் கஷ்டம்தான். ஆனா முதல் வகை கஷ்டம் முடிவுல கலப்படம் இல்லாத சந்தோஷம் தரும். இரண்டாவது வகை கஷ்டம் அப்படி தருமா?”

“நீங்க என்ன சொல்ல வர்றீங்க சாமி?”

“அக்கா கேட்ட கேள்வி எல்லாம் நியாயம் இருக்கற மாதிரி தெரியற ஆழமில்லாத அவசரக் கேள்விகள். அதேசமயம் அம்மா சொன்னாங்களே சோதனை வரும்போது தான் திடமா இருக்கணும்னு...? அதுதான் நல்ல மனுஷங்களுக்கு அழகு...”

“உங்க பதில் கேட்க நல்லா இருக்கு. ஆனா புத்திக்கு உரைக்கற மாதிரி தெரியலியே...”

“புத்தி... இதுதான் மனிதனோட பலம், பலவீனம் இரண்டுமே. கத்தியும் புத்தியும் ஒண்ணும்மா. ரெண்டையும் சரியா பயன்படுத்தணும். பயன்படுத்தறதுல கோளாறு இருந்துட்டா கைய வெட்டிடும்.”

“சாமி, அக்கா கேட்ட கேள்விக்கு நேரா பதில் சொல்லுங்க. அம்மா ஒரு சிவபக்தை, அவங்களுக்கு எப்படி கால் முறியலாம்?”

“அம்மா சிவபக்தைங்கறது இந்த ஜென்மாவுல... கால் முறிஞ்சதுங்கறது பூர்வ ஜென்ம கர்மத்தால, பிறக்கும்போதே வாங்கிட்டு வந்ததும்மா...”

“அப்ப அம்மாவோட பக்தி இந்த ஜென்மத்துல அவங்களுக்கு துணை நிக்காதா?”

“தாராளமா நிக்கும்... நின்னுக்கிட்டுதான் இருக்கு, உங்கம்மாவோட பக்திதான் படுத்த படுக்கைலையும் அவங்கள நம்பிக்கையோட வெச்சிருக்கு. கால் முறிஞ்சும் மனசு முறியாம பாத்துக்கிட்டிருக்கு. அதுமட்டுமில்ல... கர்ம வினை ஒரு பக்கம் தன் கணக்கை தீர்க்கும்போது, பூஜா பலன் தன் சக்தியையும் காட்டவே செய்யும். அது காட்டப் போகுது. அதுக்கான நேரம் வந்தாச்சு...”

“இதெல்லாம் நீங்க தட்டிக் கொடுக்கறதுக்காக பேசற பேச்சாதான் தெரியுது. அக்கா சொன்னா... ‘நம்பறவங்களும் கஷ்டம்தான் படறாங்க. நம்பாதவங்களும் கஷ்டம்தான் படறாங்கன்னு...’ இதுக்கு நம்பாம இருந்துட்டுப் போயிடலாம்னு...”

“இதெல்லாம் விரக்தியில் பேசற பேச்சு. ஆழ்ந்த யோசனை இல்லாததால பேசற பேச்சு. நம்பிக்கை உள்ளவங்க பட்ற கஷ்டம், மண்ணுல விதை விதைச்சுட்டு அது முளைக்கறத்து எதிர்பார்க்கற மாதிரி...

நம்பிக்கை இல்லாதவங்க பேசற பேச்சு ஒரு பாறை மேல விதையை தூவிட்டு அது முளைக்காதுன்னு சொல்ற மாதிரி. ஒண்ணு தெரிஞ்சே செய்த தப்பு. இன்னொன்னு தெரிஞ்சே காத்துருக்கற நம்பிக்கை. நம்பிக்கை எப்பவும் வீண் போகாதும்மா...”

"எங்க சாமி.. அக்கா கல்யாணம் நின்னு போனது ஒரு பக்கம்னா... அம்மா படுத்த படுக்கை ஆகிட்டாங்க. இது அடுத்த பக்கம், மனசுக்கு ரொம்ப சோர்வா இருக்கு சாமி..."

"கவலைப்படாத... இதோ இங்க இருக்கற பிஞ்சு செடிங்க எல்லாம் நீ விட்ற தண்ணியால உயிர் வளருது. ஏன்னா அது வளர நீயும் ஒரு காரணம் இல்லையா... அந்தக் காரணம் உன் சந்தேகங்களுக்கெல்லாம் பதிலா உனக்கு ஒரு நாள் கிடைக்கும். வாழ்க்கைல பல சமயங்கள்ல மௌனத்துல தான் பதில் கிடைக்கும். அந்த பதில்தான் சரியான பதிலாவும் இருக்கும். உனக்கும் கிடைக்கும்... கவலைப்படாதே..."

"தத்துவமா ஒரு பெரிய பதிலைச் சொல்லி முடிச்சிடுங்க. கவலைப்படாதேன்னு சொல்லிட்டிங்க. எப்பவும் வார்த்தைகளால மட்டுமே ஆறுதல் சொல்லிக்கிட்டு இருக்கறது பலன்தராது சாமி... கடவுள் அப்பப்போவாவது கொஞ்சம் சந்தோஷம் தரணும். கொஞ்சம் நம்பிக்கையும் தரணும்."

குரங்கு சித்தர் சிரித்தார். பாரதிக்கு இந்த முறை வார்த்தைகளில் பதில் கூறாமல் வீட்டுவாசலை நோக்கி கையை காட்டினார். ஒரு டாக்சி காரில் இருந்து பாலு, பாண்டியன், பொன்னி, இவர்களுடன் மங்களம் ஆவலுடன் காலங்காலமாக எதிர்பார்த்து காத்துக் கிடக்கும் அவள் கணவனான சுந்தர்ராஜனும் கண்ணன் வடிவில் இறங்கிக் கொண்டிருந்தனர். பாரதி அவர்களைப் பார்க்கவும் உற்சாகமாகி வாசல் நோக்கி ஓடினாள்.

***

சிவன்மலைக் காட்டின் குகை முகப்பில் உடல் முழுக்க காயமுடன் அமர்ந்திருந்த பரணியை பார்க்கவும் சிவசாமிக்கும் ரத்னவேலுக்கும் அது ஓர் ஆச்சரிய அதிர்ச்சியாக இருந்தது.

"பரணி... எப்படி ஆச்சு இப்படி?"

"ஹூம்... எல்லாம் தலையெழுத்து, எனக்கு வேற வார்த்தைகளே தெரியல."

“தலையெழுத்தா... மனுஷங்க பேசற மாதிரியே பேசறியே...”

“நான் இப்ப மனுஷன் தானே... அந்த வடிவத்துலல்ல இருக்கேன்...”

“இல்ல... எவ்வளவோ சக்தி உள்ள உனக்குகூட காயங்கள்னா, அப்ப உன்ன தாக்கக்கூட ஒரு சக்தி இந்த உலகத்துல இருக்கான்னு கேள்வி எழுது?”

“எவ்வளவு பெரிய பலசாலியா இருந்தாலும் அவன் ரத்தத்துல விஷம் கலந்தா அவன் செத்துத்தானே தீரணும்?”

“இந்த உதாரணம் எதுக்கு?”

“அப்படித்தான் நானும்... எங்க இனத்துக்கே கருடனும் கழுகும் பகை...”

“ஓ இது அதனால வந்த காயமா?”

“ஆமாம்... இருந்தாலும் உன்னைப் போல ஒரு மனிதன் என் மேல கருணை வெச்சதால உயிர் பிழைச்சேன். இல்லேன்னா நான் செத்துருப்பேன். என் பழி உணர்ச்சி சபதம் எல்லாம் வீணா போய் இருக்கும்.”

“எங்களைப் போல ஒரு மனிதனா... யார் அது?”

“எல்லாமே எனக்கு பின்னாலதான் தெரிய வந்தது. அவன் பேர் பாண்டியன். அவனுக்கு ரொம்ப நல்ல மனசு, என் இனமே இனி அவனுக்கு உதவி மட்டும்தான் செய்யும். எந்த ஒரு சந்தர்ப்பத்துலயும் அவனுக்கு இனி எந்தக் காலத்துலையும் எந்தவிதமான ஆபத்தும் ஏற்படாது.”

“ஆச்சரியமான பதில்... உன்னை காப்பாத்தினதுக்கு நீ வேணும்னா நன்றியோட இருக்கலாம். உன் இனம் எப்படி?”

“அங்கதான் இச்சாதாரிகளோட சக்தியை நீங்க தெரிஞ்சுக்கணும். நான் நன்றியோட பார்த்ததுல பாண்டியன் கழுத்துல ஒரு புதிய மச்சம் உருவானது. அந்த மச்சத்துக்கு அர்த்தம் அதைப் பாக்கற எந்த ஒரு பாம்பும் தீண்டக் கூடாதுங்கறதுதான்.”

“அப்ப... உடம்புல அவ்வப்போது ஏற்பட்ற மச்சங்கள் பின்னால இப்படி ஒரு ரகசியம் இருக்கா?”

“நிறையவே இருக்கு... ஒவ்வொரு இடத்துக்கும் அது வேறுபடும். பொதுவுல மச்சம்கறது காலமும் நேரமும் கைகோர்த்து செய்யற ஓர் அடையாளம்.”

“சரி உன் காயத்துக்கு மருந்து...”

“அதுக்காகத்தான் உங்களை எதிர்பார்த்துக் காத்துக்கிட்டிருந்தேன். என்னை கொஞ்சம் கைத்தாங்கலா சஞ்ஜீவி வனத்துக்கு கூட்டிக்கிட்டு போறீங்களா?”

“சஞ்ஜீவி வனமா... எங்களுக்கு தெரியாதே...”

“நான் வழிகாட்டறேன்...”

“அங்க இப்ப எதுக்கு?”

“கூட்டிக்கிட்டு போங்க, என் ரணங்கள் ஆற்றுகிற மருந்து அங்கதான் இருக்கு.”

“ஓ அப்ப சஞ்ஜீவி வனம்கறது ஒரு மருத்துவசாலைன்னு சொல்.”

“ஆமாம்... தீராத பல வியாதிகளுக்கு அங்க மருந்து இருக்கு, ஆனா அதுக்குள்ள நுழைய அங்க இருக்கற ரிஷபம் அனுமதிக்கணும்.”

“ரிஷபம் அனுமதிக்கணும்னா... மாடா...?”

“ஆமாம்... அந்த சிவனோட நந்தி வாகனம்தான் ரிஷப அம்சமா அந்த சஞ்ஜீவி வனத்துக்குக் காவல். சில சித்தர்கள் சாதாரணமா அங்க போவாங்க, வருவாங்க...”

“அந்த ரிஷபம் உன்னை ஒன்னும் செய்யாதா?”

“தூக்கிட்டுப் போங்க சொல்றேன்.”

பரணி கட்டளையிட, அவர்களும் ஆளுக்கொரு பக்கமாக அவனை தூக்கிக்கொண்டு சிறிதுதூரம் சென்றனர். பிறகு ஒரு

முடிவுக்கு வந்து வளர்ந்து பெயர்ந்து விழுந்து கிடக்கும் ஒரு மூங்கிலை எடுத்து அதன் நடுவில் தோளில் கிடந்த காவித் துண்டினால் தூளிபோல கட்டி, அதில் பரணியை படுக்கச் செய்து முன்னும் பின்னுமாக நின்றுகொண்டு அந்தத் தூளி மூங்கிலை தோளில் சுமந்து கொண்டு நடந்தனர்.

பரணி வழிநெடுக பாதையை காட்டிக் கொண்டே வந்தான். ஓர் இடத்தில் ஒன்றுக்குப் பத்தாக வரிசையாக வாகை மரங்கள். சாதாரணமாக அந்த மரங்களைப் பார்ப்பவர்களுக்கு அதற்கு பின்னால் எதுவும் இல்லை என்றுதான் தோன்றும். ஆனால் பரணி அதன் அருகே சென்று குறிப்பிட்ட ஒரு மரத்தின் இடைவெளியில் புகுந்து போகச் சொன்னான்.

அப்படி புகுந்து மறுபக்கம் செல்லவும்தான் ஒரு புதிய பகுதியை அவர்களால் பார்க்க முடிந்தது. பச்சைக் கம்பளம் விரித்தது போல நீண்டவெளி. அதன் நடுவில் ஓர் ஒற்றையடிப் பாதை... அந்த நீண்ட வெளியும் ஒரு மேடாகி ஒரு குறிப்பிட்ட தூரத்தில் முடிந்து போயிருந்தது.

இருவரும் ஒற்றையடிப் பாதையில் பரணியை தூக்கிக் கொண்டு அந்த மேட்டில் ஏறினர். அங்கே அவர்களுக்கு அடுத்த கட்ட ஆச்சரியம். அந்த மேட்டிற்கு அப்பால் ஒரு பெரிய பூந்தோட்டம். சிவசாமியும், ரத்னவேலுவும் தன் வாழ்நாளிலேயே பார்த்திராத பூக்கள் எல்லாம் அந்த வெளியில் பூத்துக் கிடந்தது. வீசுகின்ற காற்றில் வாசமும் கலந்து வந்து கிறக்கியது.

“பரணி இத்தனை வருஷமா இந்தக் காட்டை சுத்தற எங்களுக்கே இப்படி ஓர் இடம் இருக்கிறது தெரியல. உண்மைல உனக்கு அடிபட்டதுக்காக நாங்க சந்தோஷப்பட்றோம்” என்றார் ரத்னவேலு.

“இந்த இடம் பற்றி தெரியவர்றது ஒரு விஷயமில்ல ரத்னவேல். இது ஒரு வகைல ரொம்ப ஆபத்தான இடமும்கூட. நான் முன்பே சொன்னதுபோல ரிஷபக் காவல் உள்ள இடம் இது...”

“அந்த ரிஷபத்தை வணங்கினா அது வழிவிடாதா என்ன?”

“விடாது... துளியும் சுயநல நோக்கம் இல்லாதவங்களுக்குத்தான் இங்க இடம். ஏன்னா இங்கு உள்ள மூலிகைகள் மனிதனுடைய எல்லா ரோகங்களையும் விரட்டி அடிக்கக் கூடியவை. சுருக்கமாகச் சொன்னா பஞ்ச பூதங்களால் ஆன இந்த உடம்பை இரும்புக் கோட்டையா ஆக்கிட்ற வல்லமை இந்த சஞ்ஜீவி வனத்து மூலிகைகளுக்கு உண்டு. ஒவ்வொரு மனிதனும் இரும்புக் கோட்டையா மாறினா, அப்புறம் மனித சமுதாயம் ராட்சஸ சமுதாயமா மாறிடும்கறதால தான் இந்த வனம் நெருங்க முடியாதபடி இருக்கு...”

பரணி ஏதோ தான் கேள்விப்பட்டதையும் தனக்கு தெரிந்ததையும் கூறினான். அப்பொழுது ‘ம்மா...’ என்று எங்கிருந்தோ காளை மாடாகிய ரிஷபம் கத்தும் சத்தமும் கேட்டது.

“பரணி... மாடு கத்தற சத்தம்... இது ரிஷபம் குரல் தானே?”

“ஆமாம்... இங்க என்னை இறக்கி விடுங்க... நான் இந்த மனித உடலோட அந்த வனத்துக்குள் நுழையறதவிட, காயம்பட்ட என்னுடைய பூர்வ உடம்போட நான் நுழையறேன்...”

அவர்களும் தோளில் இருந்து மூங்கிலை இறக்கி, தூளியை புல்வெளிமேல் கிடத்தினர். ஒரு சில நொடியில் பரணி தனது பூர்வ வடிவமான பாம்பு வடிவத்தை எடுத்து விட்டான். பனிரெண்டடி நீளம்! அங்கங்கே கழுகு கவ்வியதால் உண்டான காயங்கள்! மெல்லத்தான் புல்வெளி மேல் ஊர்ந்து செல்ல ஆரம்பித்தான்.

அப்போது காயம்பட்ட இடங்களில் புற்கள் பட்டு வலியில் உயிர் போயிற்று... சில அடி தூரத்திலேயே சஞ்ஜீவி வனமான ரண நிவாரணி மூலிகை செடிகள் கொண்ட இடம் வந்துவிட்டது. அந்த இடத்தில் உடம்பைப் போட்டு பிரட்டி எடுத்தான். பார்த்துக் கொண்டே நின்ற சிவசாமிக்குள் புத்தி சற்று வேறுவிதமாக வேலை செய்தது.

அவரும் மெதுவாக நடந்து சென்று பரணி புரளும் தரைப்பரப்பில் உள்ள ரண நிவாரண மூலிகை செடியை முடிந்த

அளவில் பிடுங்கி, தன் இடுப்பில் கட்டி மடிப்பில் செருகிக் கொண்டார். அடுத்த நொடி அந்த சஞ்ஜீவி வனக் காவல் ரிஷபம் சிவசாமியை பார்த்துவிட்டு தன் நான்கு கால்களுடன் திபுதிபுவென ஆக்ரோஷமாக ஓடிவரத் தொடங்கியது. ரத்னவேலுவும் அது ஓடி வருவதைப் பார்த்துவிட்டார்.

அடேயப்பா... என்ன ஓர் உயரம்? என்ன ஒரு பருமன்... கிட்டடத்தட்ட ஒரு யானையின் நீள அகலத்தில் இரண்டடி நீளத்திற்கு குறையாத கொம்புகளோடு மூர்க்கமாக அது வந்ததில் ரத்னவேலுவுக்கு உயிரே போய்விட்டது? அப்படியே வந்த வழியே திரும்பி ஓட ஆரம்பித்தார். சிவசாமியும் பிடுங்கியது வரை இடுப்பில் செருகிக் கொண்டு உருண்டு பிரண்டு ஓட ஆரம்பித்தார்.

பின்னங்கால் பிடரியில் படும் ஓட்டம்!

ரிஷபம் ஒரு மனிதன் நின்று ரசிப்பதை போல, அவர்கள் இருவர் ஓட்டத்தையும் ரசித்தது. பின் திரும்பியது. புரண்டு கொண்டிருந்த பரணி, முழுக்க காயம் ஆறி படம் விரித்த நிலையில் அந்த ரிஷபத்தைப் பார்த்து சீறிக் கொண்டிருந்தான்.

ரிஷபம் உடனே ஒரு சித்தராக மாறியது.

பரணியும் மனித உருவம் கொண்டு எழுந்து நின்றான்.

“இது என்ன திருட்டுத்தனம் இச்சாதாரி...”

“எது திருட்டுத்தனம்... நான் இந்த வனத்து இச்சாதாரி...”

“என்றால் தைரியமாக என் எதிரில் வந்து அனுமதியுடன் உள் நுழைந்திருக்கலாமே...”

“அவசியம் இல்லை... உன் அனுமதி எனக்கு அநாவசியம்.”

“இந்த மூர்க்க குணமும், திமிரான போக்கும்தான் உன்னை அவ்வப்போது இப்படி காயப்படுத்துவதும் கஷ்டப்படுத்துவமாக உளளது.”

“போதும் நிறுத்து. உன் உபதேசம் எனக்கு அநாவசியம்.”

“அது எனக்கும் தெரியும்... நீ வடிவத்தில் மட்டும்தான் மனிதன்... உனக்கு புத்தியெல்லாம் விஷம்.”

“பேசு, எவ்வளவு வேண்டுமானாலும் பேசு. வெகு சீக்கிரம் நான் என் நாகரத்தினத்தை அடைந்து விடுவேன். எனது பழி உணர்ச்சியையும் ஒரு முடிவுக்கு கொண்டுவந்த பிறகு உன்னை கவனித்துக் கொள்கிறேன்.”

பரணி ஏதோ சபதம் போடுவதுபோல பேசியது கேட்டு ரிஷப சித்தர் சிரித்தார். பின், “உன் நாகரத்தினம் இப்போது வனத்திலேயே இல்லை... அதை முதலில் தெரிந்து கொள்...” என்றார்.

பரணியும் கூர்மையானான்.

“நீ யாரை தேடித் திரிகிறாயோ, அந்த மனிதர் கூடுவிட்டு கூடு பாய்ந்து இன்று நகரத்திற்கும் போய்விட்டார். அவரோடு உன் நாகரத்தினமும் போய்விட்டது. நீ மூர்க்கன். அதனால் இந்தக் காட்டையே சுற்றி வருகிறாய். அவரோ சித்தர்களின் உதவியால் எல்லா வித்தைகளையும் கற்றுக்கொண்டு தன் குடும்பத்தையும் கடைத்தேற்ற கிளம்பிச் சென்று விட்டார். பாவம் நீ...”

சித்தர் வேண்டுமென்றே சிரித்தார்.

பரணிக்கு உடம்பெல்லாம் பற்றி எரியத் தொடங்கிவிட்டது.

“ரிஷப சித்தரே, நீங்கள் சொல்வது மட்டும் உண்மையாக இருக்குமானால் அந்த மனிதன் என்னிடம் இருந்து மட்டும் தப்பிக்கவே முடியாது. அவன் மட்டும் அல்ல... அவனுக்கு உதவுபவர்கள், அவனது குடும்பம் என்று அவ்வளவு பேரையும் நான் என் விஷத்தால் இந்த உலகத்தை விட்டு அனுப்புவேன். அப்படியே என் நாகரத்தினத்தையும் தேடி அடைந்து, அதன்பின் அதோடு இங்கே உங்களை வந்து பார்ப்பேன். இது சத்தியம்”

ஓர் ஆவேசத்தில் பரணி ஏதேதோ பேசிவிட்டான். அவன் அப்படி பேச வேண்டும், ஆவேசப்பட வேண்டும் என்பதுதான் ரிஷப சித்தரின் விருப்பமும் கூட. சிரித்துக்கொண்டே ரிஷப

உருவத்துக்கு மாறியவர் அந்த சஞ்ஜீவி வனத்துக்குள் திரும்பவும் தன் காவல் பணியில் இறங்கி விட்டார்.

வெகுதூரத்திற்கு ஓடிப்போய் ஒரு மரத்தின் பின்னால் மறைந்துகொண்டு நடந்ததை பார்த்துக் கொண்டிருந்த சிவசாமிக்கும், ரத்னவேலுவுக்கும் இந்த சிவன் மலைக் காட்டுக்குள் இந்த மாதிரி இன்னமும் எத்தனை புதிர்களும் மாயங்களும் ஒளிந்திருக்கிறதோ தெரியவில்லையே என்று ஆயாசமாக இருந்தது.

பரணி ஓட்டமும் நடையுமாக அவர்களை நெருங்கினான். அவர்களும் அவன் எதிரில் வெளிப்பட்டனர்.

"நான் இப்பவே நகரத்துக்கு கிளம்பிப் போறேன். உங்களுடைய உதவி எனக்கு இனி தேவையில்லை... நான் வரேன்" என்று ஆவேசமாக அவர்கள் எதிரிலேயே அங்கிருந்து ஓடினான். அவர்களுக்கும் அவன் செயல் ஆச்சரியத்தைத் தான் அளித்தது.

அத்தியாயம் 5

சிவச் சின்னங்களில் ருத்ராட்சம் மட்டுமல்ல, பல விஷயங்கள் உடம்புக்கும் மனதுக்கும் காவலாக உள்ளது! ருத்ராட்சத்திற்கு அதில் பிரதான இடம் உண்டு. ருத்ராட்சத்தில் சில மருத்துவ குணங்களும் உள்ளன. கழுத்தில் ருத்ராட்சம் இருக்க சதாசர்வ காலமும் சுவாசிக்கும் போது ருத்ராட்சம் மேல்பட்ட காற்றையும் சேர்த்தே சுவாசிக்கிறோம். இது சுவாசக் கோளாறை சரிசெய்வதோடு மட்டுமல்ல, இதயம் வரை சென்று திரும்புவதால் உடம்பில் ரத்தத்தில் கலந்து உடல் முழுக்க ஓடிப் பரவுவதால் ரத்தத்திலும், ருத்ராட்ச குணம் தினம் தினம் சொற்ப அளவு என்கிற வகையில் கலந்து கொண்டே இருக்கிறது.

குளிக்கும் போது இதன்மேல் படும் நீர் உடல் முழுக்க பரவுவதால் மயிர்க் கால்களில் இதன் மருத்துவ குணம் தங்கி உடம்பில் ஊடுருவி புறத்திலும் ஒருவித பாதுகாப்பினை ஏற்படுத்துகிறது.

சிவனடியார்களுக்கு விபூதியும், ருத்ராட்சமும் இப்படிப் பயன்படுகிறது என்றால், அவர்களின் ஜடை முடியும் ஒரு வகையில் பயன்படுகிறது.

வீட்டிற்குள் கோலாகலமாக நுழைந்தவர்களைப் பார்த்து பாரதியும், வித்யாவும் அப்படியே சந்தோஷத்துக்கு மாறிட,

லலிதா வழக்கம்போல புதிய முகங்களான பொன்னியையும், கண்ணனையும் பார்த்து யார் இவர்கள் என்கிற கேள்வியில் விழுந்திட கண்ணனுக்குள் இருந்த சுந்தர்ராஜனுக்குள் ஓர் உளைச்சல் போராட்டம் ஏற்பட்டிருந்தது.

தன் வீடு...

தன் மக்கள்... என்கிற அந்தச் சூழலும் அவர் எதிரில் தெரியும் அவர்களும் அவரை நெகிழ்விக்க, பாலுகூட அதைப் பார்த்து ஆச்சரியப்பட்டான்.

"என்ன கண்ணன்... ஏன் கண் கலங்கறீங்க?" என்று கேட்டான்.

"என்னமோ தெரியல... இங்க வரவும் என்மனசும் உடம்பும் லேசான மாதிரி ஒரு ஃபீலிங்."

"ஓ... ரொம்ப சந்தோஷம்... இவங்கதான் என் பெரிய அக்கா வித்யா..."

"அப்படியா இவங்களுக்குத் தான் கல்யாணம் நிச்சயமாகி..." கண்ணன் கேட்க வந்து பாதியிலேயே முடித்துக்கொள்ள, அந்தக் கேள்வி வித்யாவையும் சற்று சங்கடப்படுத்த, பாலு பேச்சை வேகமாக மாற்றினான்.

"இது லலிதா அக்கா... இரண்டாவது அக்கா..."

"ஓ... இவங்கதான் பூராட நட்சத்துரத்துல பொறந்தவங்க இல்ல..." கண்ணனுக்குள் சுந்தர்ராஜன் கேட்ட அந்த நிஜம் பாலுவுக்கே ஓர் ஆச்சரியமான விஷயம்.

"அக்கா நட்சத்திரம் எனக்கே தெரியாது. உங்களுக்கு எப்படி?"

"பாலு... நான் மறு ஜென்மம் எடுத்த உடனேயே பல அதிசய சக்திகள் எனக்கு ஏற்பட்டுருச்சி... ஆகையால எனக்கு எல்லாமே தானாவே தோணுது."

பாலு கண்ணனின் அந்த பதிலை அதிகம் தோண்டித் துருவ பிரியப்படவில்லை. அப்படி செய்தால் அவன் சிவன்மலைக்கு தான் போய் வந்திருக்கிறான் என்கிற அந்த உண்மை

பட்டவர்த்தனமாகி விடுமே...? எனவே பேசாமல் பாரதியையும் அறிமுகப்படுத்திவிட்டு மங்களம் படுத்த படுக்கையாக இருக்கும் அறைக்குள் வேகமாக புகுந்தான்.

"அம்மா."

"பாலு..."

"என்னம்மா இது... எப்படிம்மா இப்படி ஆச்சு?"

"எல்லாம் தலையெழுத்து தான். வேற காரணமே எனக்கு சொல்ல தெரியலை..."

"என்னம்மா நீ... தலையெழுத்து கால் எழுத்தெல்லாம் கையாலாகாதவங்க பேசற பேச்சும்மா..."

"நானும் அப்படிப்பட்டவதானேடா?" மங்களம் படாரென்று தயங்காமல் சொன்னதும், அவனுக்கும் பளாரென்று கன்னத்தில் அறை விழுந்த மாதிரிதான் இருந்தது.

அப்போது அந்த அறையின் வாசல்படி அருகே நின்று கொண்டு இருந்த கண்ணனுக்குள் உள்ள சுந்தர்ராஜனும் துடித்துக் கொண்டிருந்தார். கிட்டத்தட்ட இருபத்தி இரண்டு வருடங்கள் கழித்து மனைவியை பார்த்திடும் துடிப்பு.

அப்படிப் பார்க்கப்படும் மனைவியும் படுத்த படுக்கையாக இருக்கிறாள் என்ற சோகம் கண்ணனுக்குள் முட்டிக் கொண்டிருக்க, அருகிலேயே அந்த உணர்ச்சிகளெல்லாம் புரியாதவள் போல பொன்னி. மங்களம் புதிய அவ்விருவரையும் கவனித்துவிட்டு கேட்டாள்.

"யாருப்பா அது...?"

"ஆங்... அவர் பேர் கண்ணன். அந்தப் பொண்ணு பேர் பொன்னி... கண்ணனோட தங்கச்சி..."

பாலுவிடம் வேகமாக ஒரு பொய் வெளிவந்து விழுந்துவிட்டது.

"இவங்களுக்கும் உனக்கும்?" மங்களத்தின் அடுத்த கேள்விக்கு பாலுவை சிக்கவிடாமல் பொன்னியே முந்திக் கொண்டு சென்று பதில் சொல்ல ஆரம்பித்தாள்.

“நாங்க நாட்டு வைத்தியம் பார்க்கறவங்க. பம்பாய்ல இருந்து பாலு அண்ணா ரயில்ல வரும்போது சந்திச்சோம். உங்க கால் ஒடிஞ்ச விஷயம் அப்ப தெரிய வந்தது. அப்படியே இங்க வித்யா அக்காவுக்கும் வலிப்பு நோய் வருமாமே...? அதைக் கேள்விப்பட்டவுடன் உங்களை குணப்படுத்திட்டு தான் மறுவேலைன்னு கிளம்பி வந்துட்டோம்.”

பொன்னியின் சமாளிப்பு, பாலுவையும் பாண்டியனையும் அப்பாடா என்று பெருமூச்சு விடவைத்தது. லலிதா முகத்தில் சந்தேக வரிகள் உடனேயே தோன்றின.

“உங்கள பார்த்தாக்க நாட்டு வைத்தியர்கள் மாதிரியே தெரியலியே...” என்று ஆரம்பித்தாள்.

“நீங்க சொல்லுங்கக்கா... உங்களுக்கு தெரிஞ்ச நாட்டு வைத்தியர்கள்லாம் எப்படி இருப்பாங்க?”

பொன்னியும் சளைக்கவில்லை.

“நான் உன்னை கேட்டா நீ என்னை கேட்கறியா?”

“ஏன்கா... சந்தேகப்பட்டது நீங்க... நீங்கதானே நாட்டு வைத்தியர் எப்படி இருப்பாங்கன்னும் சொல்லணும்.”

“நிச்சயம் உன்னை மாதிரி பேசமாட்டாங்க. இந்த மாதிரி பேண்ட் ஷர்ட்டுன்னும் உடை உடுத்த மாட்டாங்க, அவங்ககிட்ட நிறையவே மூலிகைகள் இருக்கும். மருந்து டப்பா இருக்கும்.”

“எங்கக் கிட்டையும் இருக்கே” பொன்னி சொன்னதோடு விடாமல் தனது பெரிய துணிப்பைக்குள் கையை விட்டாள். முதலில் வந்தது அந்த அகத்தியலிங்கம் தான்!

அதைப் பார்த்த நொடியே மங்களம் படபடவென்று கன்னத்தில் போட்டுக் கொண்டாள். பொன்னியும் அதை மங்களம் கையில் தந்து, “கொஞ்சம் மார்போட அணைச்சுக்குங்க... உங்களுக்குள்ள புது ரத்தமே பாயும்” என்றாள். அப்படியே அந்தப் பைக்குள் இருந்த சில மூலிகை இலைகளை கீரைக்கட்டு போல எடுத்து

போட்டாள். கண்ணனும் அதில் சில இலைகளை எடுத்து உள்ளங்கையில் வைத்து கசக்கிடத் தொடங்கினான்.

"கண்ணன் என்ன பண்றீங்க?"

"இது வித்யாவுக்கான வலிப்பு மருந்து. எங்க அவங்க?" கண்ணன் வித்யாவைப் பார்க்க, அவளிடம் ஒரு வித படபடப்பு.

"ஐய்யோ... பாலு என்னடா இது? நான் ஏதோ கேட்டதுக்கு உடனே வைத்தியம் பார்க்கவே ஆரம்பிச்சுட்டாங்க. ஒண்ணு கிடக்க ஒண்ணு ஆயிடப் போகுது" லலிதா திரும்பவும் பதறினாள்.

"முதல்ல நாட்டு வைத்தியனான்னு சந்தேகம், இப்ப வைத்தியம் மேலேயே சந்தேகமா?"

"ஆமாம்... சந்தேகம்தான். யாரோ வழியில பாத்தேன்னு சொல்றவங்கள எதை வெச்சு நம்பறது?"

கண்ணன் தான் கசக்கிய மருந்துச் சாற்றை அப்படியே கையில் எண்ணெய் போல பூசிக் கொண்டு மங்களம் அருகில் சென்று அவளது எலும்பு முறிந்த கணுக்கால் பகுதியை பார்த்தான். அவன் பார்க்கவுமே அவளுக்குப் புரிந்து விட்டது.

"அங்கதான் எனக்கு வலி அதிகமாக இருக்கு..." என்றாள்.

அடுத்த நொடி அந்த மூலிகைச் சாற்றை அந்த பாகம் மேல் பூசத் தொடங்கினான்.

மங்களத்திடம் நிஜமாலுமே ஒரு பரவசம் புதிதாய் ஒரு தெம்பு அவளுக்குள் ஆவேசமாகப் புகுந்தது போலவும் உணர்ந்தவள், கண்கள் கலங்கிவிட கண்ணனைப் பார்க்க, கண்ணனின் கண்களும் கலங்கிவிட,

"ஏம்ப்பா நீ அழுறே?"

"நீ... சாரி நீங்க ஏன் அழறீங்க?"

"யார் பெத்த பிள்ளையோ என் காலை தொட்றியே. அதை நினைச்சேன்..."

"இது கடமை... பிராயச்சித்தம்..." கண்ணன் சுந்தர்ராஜனாகச் சொல்வது அவளுக்குப் புரியவில்லை. ஆனால் அவன் ஏதோ சொல்ல வருகிறான் என்பது மட்டும் புரிந்தது.

"எண்ணி பத்து நிமிஷம்... நான் பூசிய மூலிகை சாறு மயிர்க்கால்கள் வழியா உள்ள இறங்கி ரத்தத்துல கலந்து, சதைப் பகுதியிலயும் ஊடுருவி வலிக்கு காரணமான சிதைவுப் பகுதியில ஒரு புது சக்தியா உக்காரும். வலி பறந்துடும். அப்புறமா சொல்லுங்க நான் சரியான நாட்டு வைத்தியனா இல்லையான்னு..."

கண்ணன் சமாளித்துப் பேசிட, எல்லோரும் கூர்ந்து கவனிக்க, வித்யா அந்த இடைவெளியில் பொன்னியிடம் ஊன்றத் தொடங்கினாள்.

"பாப்பா... நீ என்ன படிக்கிறே?"

"எனக்கு படிப்புன்னா என்னான்னே தெரியாது."

"ஐயோடா... அது தப்பாச்சே... இவ்வளவு நல்லா பேசற நீ படிக்காம இருக்கலாமா... உங்க வீட்ல உன்னை ஏன் ஸ்கூலுக்கு அனுப்பலை..."

"நான் காட்டுவாசி. எங்க காட்ல பள்ளிக்கூடமே இல்லையே."

"அதுக்காக படிக்காம இருக்கலாமா? அது எவ்வளவு பெரிய தப்பு தெரியுமா?"

"ஒத்துக்கறேன்... எனக்கு நீங்க படிப்பு சொல்லித்தரீங்களா?"

"ஓ ஆனா... ஸ்கூல்ல சேர்ந்து படிச்சாதான் மத்தவங்க நீ படிச்சதை ஒத்துக்குவாங்க."

"படிப்பு நம்ம மனக்கண்ணை திறக்கறதுக்குத்தான், ஊர் ஒத்துக்கறதுக்கு இல்லக்கா..."

பொன்னியின் பதில், மங்களத்துக்கே ஓர் இன்ப அதிர்ச்சியைத் தான் அளித்தது.

"அதுசரி... நீ என்ன எங்க கூடவேவா இருக்கப் போறே... படிப்பு சொல்லிக் கொடுக்க" லலிதா திரும்ப அவளுடன் மோதுவது போல கேட்டாள்.

"நிச்சயமா... நாங்க தரப்போற மருந்து உங்களை முதல்ல குணப்படுத்திடும். அப்புறம் ஒரு மண்டல காலம் கூட இருந்து தினமும் மருந்து தந்தாதான் அந்த வியாதி முழுசா குணமாகும். அப்படி நாங்க நடந்துக்கும்போது எந்த வீட்ல தங்கி இருக்கோமோ, அந்த வீட்டுல இதோ இந்த சிவலிங்கத்தை வெச்சு பூஜை செய்வோம். இதெல்லாம் எங்க வழக்கங்க..."

பொன்னி அங்கே தங்குவதற்கு எப்படியெல்லாம் திட்டமிட்டுச் செயல்பட வேண்டுமோ அப்படியே நூல் பிசகாமல் அவள் செயல்படுவது போலத்தான் பாலுவும் பாண்டியனும் புரிந்து கொண்டனர்.

அதற்குள் பத்து நிமிடமும் கடந்துவிட்டது. மங்களத்துக்கு அந்த இடத்தில் சுத்தமாய் வலி இல்லை. கீழே விழுந்து அடிபடுவதற்கு முன்பு கால் இரண்டும் எப்படி இருந்ததோ அப்படி இருப்பது போலத்தான் அவளுக்கு தோன்றியது. காலை அசைத்துப் பார்த்தாள். நன்றாகவே அசைந்தது. வலியே துளியும் தெரியவில்லை. காலை அப்படியே தொங்கவிட்டு எழுந்து நிற்கவும் முயன்றாள். கையிரண்டும் அகத்தியலிங்கத்தைப் பற்றிக் கொண்டிருந்தன!

என்ன ஆச்சரியம்...

அவளால் நிற்க முடிந்தது. துளியும் வலி தெரியவில்லை. வித்யாவும், பாரதியும் எகிறிக் குதித்தனர். லலிதாவுக்கு தர்ம சங்கடமாகிவிட்டது.

"ஐய்யோ... என்ன ஓர் ஆச்சரியம்!"

"ஆச்சரியம் மட்டுமில்ல... அதிசயமும் கூட..."

"லலிதாக்கா என்ன பேச மாட்டேங்கறே, பார்த்தியா அவங்க அனுபவத்தை..."

"அப்படின்னா இவங்க இரண்டு பேரும் இங்கேயே தங்கப் போறாங்களா..."

"ஏன் தங்கினா என்ன... அக்கா, அம்மா இரண்டு பேருக்கும் குணமாகனும் தானே."

பாலு கேட்க, லலிதா முகத்தில் மாறுதல்கள். கண்ணனுக்குள் உள்ள சுந்தர்ராஜனுக்குள் புத்தி உடனே வேறு விதமாக வேலை செய்யத் தொடங்கியது.

"அம்மாடி நான் இங்க தங்கப் போறதில்ல. எனக்குன்னு இந்த ஊர்ல வீடு இருக்கு. எங்க அப்பா பேர் ராகவன். அம்மா பேர் சகுந்தலா. படிக்கற ஆசை இருக்குறதால பொன்னி மட்டும் இங்க தங்கி இருக்கட்டும். அது மட்டுமில்ல... சிகிச்சை காலம் முழுக்க இந்த அகத்தியலிங்கத்துக்கு இங்க பூஜை ரொம்ப முக்கியம். அப்படியே இதோ இந்த குங்குமப் பொட்டியில பூஜை முடிந்த நிலைல குங்குமத்தை எடுத்து உங்கம்மா இட்டுக்கணும். ஒருநாள் கூட தவறக் கூடாது. அப்படி மட்டும் இவங்க செய்துட்டா வியாதி குணமாகறது மட்டுமில்ல... இந்த வீட்ல தடைப்பட்ட எல்லா நல்ல காரியங்களுமே நடந்து முடியும். இந்த வீடும் பெரிய செல்வமுள்ள வீடா மாறிடும். இந்த பூஜைக்கும் குங்குமத்துக்கும் அப்படி ஒரு சக்தியாக்கும்..."

கண்ணனின் பேச்சும் தோரணையும் மங்களத்தை அப்படியே சுந்தர்ராஜனை ஞாபகப்படுத்தவே, அவள் உள்ளுணர்வு கண்ணன் அந்த வீட்டில் இருக்கவேண்டும் என்றே துடித்தது. ஆனால் உண்மையில் அது சுந்தர்ராஜன் தான் என்பதைத் தெரிந்துகொள்ள முடியாதபடி ஒரு சூழல்!

"கண்ணன் நீங்க உங்க விருப்பப்படி இருக்கலாம். லலிதா அக்கா கிடக்கறாங்க.." என்று பாலுவும் வேகமாய் வக்காலத்து வாங்கினான்.

"அப்பா, என் கால் சரியாயிடுச்சா... இனி நான் நடக்கலாமா?" மங்களம் சின்ன குழந்தை போலத்தான் கேட்டாள்.

“தாராளமா... இருங்க, உள்ளுக்கு ஒரு மருந்து தரேன்” என்ற கண்ணன் தன் தோளில் தொங்கிக் கொண்டிருந்த பையில் இருந்த சொர்ண சித்தர் அவளுக்கென்று பிரத்யேகமாக கொடுத்திருந்த குளிகைகளில் சிலவற்றை எடுத்து சாப்பிடக் கொடுத்தான்.

வித்யா பார்த்துக் கொண்டே இருந்தாள்.

அவளுக்கும் இப்பொழுது அவர்கள் இருவரின் மேலும் நம்பிக்கை வந்துவிட்டது. அடுத்து கண்ணனாகிய சுந்தர்ராஜன் பார்த்ததும் அவளைத்தான்.

“இங்க வாம்மா.”

அவளும் அவனை நெருங்கினாள்.

“இந்த மருந்தை சாப்பிடு. உன்னை இனி எந்த காலத்துலையும் வலிப்பு நோய் மட்டுமில்ல, எந்த நோயும் அணுகாது.”

அவளும் அதை வாங்கிச் சாப்பிட்டாள். ஒருவித வாசம். ஒருவித தித்திப்பு. நாவில் மருந்துச் சுவைப்பட்ட நொடி அவள் உடம்பிலும் ஒரு புது தெம்பு.

அதைப் பார்த்த பாரதிக்கு சற்றுமுன் குரங்குச் சித்தர் சொன்னதும், மங்களம் தாலியையே தானமாகக் கழட்டிக் கொடுத்ததும் அந்த வேளையில் நினைவுக்கு வந்தது.

“அம்மா, நீ தாலியை கழட்டிக் கொடுக்கவும் அந்த சிவனுக்கே பொறுக்கல... அதான் இவங்கள கண்ணுல காமிச்சு இங்கையும் அனுப்பி வெச்சிருக்காருன்னு நினைக்கிறேன்” என்றாள்.

“ஆமாம் பாரதி... நானும் அப்படித்தான் நினைக்கறேன்” என்றாள் மங்களம். அந்த பதில் கண்ணனுக்குள் உள்ள சுந்தர்ராஜனை நெம்பியது.

“தாலிய தானமா கொடுத்தீங்களா...? எதுக்கு?”

“அது ஒரு கதை... உங்களுக்கு தெரிஞ்சு என்ன பண்ணப் போறீங்க...”

“அப்படி சொல்லாதீங்க... எனக்கு ஜோசியமும் நல்லா தெரியும்.”

“அப்படின்னா?”

“இப்ப உங்கம்மா கைய பார்த்தே நான் இனி என்ன நடக்கும்னு சொல்லட்டுமா?”

“அட... இது என்ன அடுத்தகட்ட இன்ப அதிர்ச்சி.”

“இன்ப அதிர்ச்சியேதான்” கண்ணன் உரிமையோடு மங்களம் கையைப் பிடித்து இழுத்து, அதைப் பார்ப்பதுபோல பாவித்துக் கொண்டு தான் நினைத்ததை கூறத் தொடங்கினார்.

“இவங்க தாலி கட்டின கணவரை விட்டு பல வருடமா பிரிஞ்சு இருக்காங்க. சரியா?”

“ஐய்யோ ரொம்ப சரி.”

“இவங்க கணவர் இப்பவும் உயிரோட தான் இருக்கார்.”

“நிஜமா.”

“சத்தியமாவும் சொல்றேன். கூடிய சீக்கிரம் அவர் அவராவே வருவார்.”

“கூடிய சீக்கிரம்னா...?”

“இவங்க மனசு வெச்சா இன்னிக்கே கூட அவர் வரலாம்...” பொடி வைத்து கண்ணன் சொன்ன பதிலை மங்களம் கேட்ட உடனேயே பொங்கி பொங்கி அழ ஆரம்பித்து விட்டாள்.

“ஏங்க அழறீங்க?”

அவர் உயிரோட இருக்கார்... இன்னிக்கே கூட அவர் வருவார்ன்னா என்னால எப்படி ஆனந்தக் கண்ணீர் சிந்தாம இருக்க முடியும்?”

திரும்பிக் கேட்டாள் மங்களம்.

“இனி நீங்க அழுதா அது ஆனந்தக் கண்ணீரா தான் இருக்கணும்கறது தான் அவர் விருப்பம். அதுமட்டுமில்ல, அவர்

உங்களோட நிரந்தரமா வந்து சேரணும்னா அதுக்கு நீங்க ஒரு நல்ல காரியம் பண்ணணும்."

சுந்தர்ராஜனே கண்ணன் வடிவில் சொல்வதன் உட்பொருள் மங்களத்துக்குப் புரியவில்லை. ஆனால் புருஷனை அடைந்து அவனோடு வாழ வேண்டும் என்கிற உறுதியும் வெறியும் அவளுக்குள் இருப்பதால், "நான் இப்ப என்ன செய்யணும்? என் புருஷனுக்காக நான் எதை வேணும்னாலும் செய்யத் தயாரா இருக்கேன்" என்று மெய்சிலிர்த்தாள்.

சுந்தர்ராஜனாகிய கண்ணனின் கண்களிலும் கலக்கம்.

தன் மனைவிக்கு தன் பேரில் எவ்வளவு ஈடுபாடு... விருப்பம்!

கண்ணனின் கரங்கள் அடுத்து தன் பையில் இருந்து ஒரு சிறு மரப்பெட்டியை வெளியில் எடுத்தன. ஒரு சாண் நீளம், ஒண்ணரை அங்குல உயரம் நாலாபுறமும் பித்தளை பூண்போட்டு பார்க்க லட்சணமாக இருந்தது அந்தப் பெட்டி, அதனுள் தளும்பத் தளும்ப மீனாட்சி குங்குமம்! அதில் இருந்து ஜவ்வாது வாசம் கிறங்கடித்தது. அதனுள் மறைந்து கிடந்தது நாகரத்தினக் கல்!

"அம்மா... இந்தப் பெட்டியை பூஜை அறையில கொண்டு போய் வையுங்க... இதுல இருக்கற குங்குமத்தை நீங்க தினமும் பூஜை செய்த பிறகு எடுத்து இட்டுக்கணும்.

பூஜையின் போது இந்தப் பெட்டியையும் நீங்க பூஜிக்கணும். அப்படியே இதற்கும் நீங்க கற்பூர தீபாராதனை காட்டணும். அது ரொம்ப முக்கியம். ஒரு நாள்னா ஒரு நாள் தவறக் கூடாது. அப்படித் தவறினா திரும்ப மறுநாள்ள இருந்து 48 நாட்கள் நீங்க பூஜையை தொடரணும். அப்படி தொடர்ந்தாதான் உங்க கணவர் உங்களைத் தேடி வருவார். அவர் உங்களோட வந்து வாழறதுங்கறது நீங்க செய்யற இந்த குங்கும பூஜைல தான் இருக்கு..." என்றபடி குங்குமப் பெட்டியை கையில் தரவும், மங்களம் கண்ணில் ஒற்றிக் கொண்டு முதல் காரியமாக பூஜையறைக்குள் சென்று

அதை அங்குள்ள சின்ன சிவலிங்கம் அருகில் வைத்தாள். பின்னாலேயே சென்ற பொன்னி தன்வசமுள்ள அகத்திய லிங்கத்தையும் அந்தப் பெட்டிக்கு அருகில் வைத்துவிட்டு சிரித்தாள். அப்படியே, “இந்த சிவலிங்கத்துக்கு பூஜை செய்யுங்க. இது அகத்தியர் சாமியே பூஜை செய்த லிங்கம்” என்றாள். நடப்பதை எல்லாம் பார்த்து எல்லோருக்குள்ளும் ஒரு பரவசம். ஆனால் லலிதாவுக்கு மட்டும் ஒரு குயுக்தி.

“ஆமா அந்த குங்குமப் பெட்டிக்குள்ள அப்படி என்ன இருக்கு...” என்று கேட்டாள்.

“குங்குமம்தான் வேறென்ன?” என்று மிடறு கட்டி விழுங்கினார் கண்ணன்.

“குங்குமத்துக்கு போயா தினசரி பூஜை?”

“ஆமாம்... குங்குமமும் அம்பாளும் ஒண்ணுதான்.”

“அதுக்கு அம்பாள் படத்துக்கு பூஜை பண்ணலாமே?”

லலிதாவின் குயுக்தி மங்களத்துக்குள் கோபத்தை மூட்டியது.

“ஏய் லலிதா வாயை வெச்சுக்கிட்டு சும்மா இருக்க மாட்டே... இது என்னடி கேள்வி இப்பதான் நல்லது நடக்க ஆரம்பிச்சிருக்கு... அது உனக்கு பொறுக்கலையா?”

மங்களம் கத்தி முடிக்க, அடுத்து பாரதி, “அக்கா... இனி நீ வாயே பேசக்கூடாது. கண்ணன் சார் தன் சக்தியை நிரூபிச்சிட்டார் பார்த்தில்ல. அம்மா எழுந்திரிச்சு நிக்கறத... இனி நீ பேசினே தெரியும் சேதி...”

“சரிடி... அம்மாவை என்னவோ பண்ணி எழுப்பிட்டாங்க, வித்யாவோட வலிப்புக்கு என்ன பண்ணப் போறாங்களாம். வலிப்புக்கு அலோபதில கூட மருந்து கிடையாதுங்கறது உனக்கு தெரியுமா?”

லலிதா ஏதோ பாய்ண்ட்டை பிடித்துவிட்டது போலத்தான் பதில் கேள்வி எழுப்பினாள்.

கண்ணன் முகத்தில் பதில் சிரிப்பு. அந்தக் கேள்விக்கு பதிலாக பாக்கெட்டில் இருந்து ஒரு சூரணப் பொடியை எடுத்துத் தந்தான். "நான் முன்பு தந்த மருந்தோட இதையும் கலந்து சாப்பிட்டா ஒரு மண்டலம்னா ஒரு மண்டலம் வியாதி குணமாயிடும், அதன்பின் எக்காலத்துலயும் அது வராது" என்றான். அப்படியே "சரி... நான் வந்த வேலை முடிஞ்சுது. எங்க வீட்டுக்குப் போறேன்..." என்று கைகளைக் கூப்பினான். கண்ணிரண்டிலும் திரும்பவும் நீரின் சேர்க்கை.

உடம்பு வேறாக இருப்பதாலும், உடம்புக்கு உரியவனின் தாய் மறுபக்கம் தவித்துக் கொண்டிருப்பதாலும் அங்கேயும் சென்றாக வேண்டிய கட்டாயம்! பாண்டியனுக்கும் தனது கடமைகளும், ரங்கநாயகியும் நினைவுக்கு வந்தனர்.

"பாலு... அம்மா... நானும் கிளம்பறேன். பொன்னியை பத்திரமா பார்த்துக்குங்க... இனி உங்க எல்லா கஷ்டங்களும் நாற்பத்தெட்டு நாள்ல தீரப் போறது நிச்சயம்..." என்றபடியே பாண்டியனும் கண்ணனுடன் ஒன்றாக சேர்ந்தே கிளம்பிச் சென்றார்.

பாரதி, பொன்னியிடம் வந்து தோளை அணைத்துக் கொண்டாள்.

"பொன்னி வா... எங்க வீட்டை உனக்கு காட்டறேன்..." என்று பாரதி அழைத்துச் சென்றாள். கொல்லைப் பக்கம் செல்லவும் குரங்குச் சித்தர் ஞாபகம் வந்தது. பாரதியின் பார்வை அவரை எங்கே என்று தேடியது. ஆனால் அவரைக் காணவில்லை. பொன்னிக்கும் அவள் யாரைத் தேடுகிறாள் என்பது நன்றாகத் தெரிந்தது. ஆனால் தெரிந்த மாதிரியே காட்டிக் கொள்ளவில்லை!

❋ ———————— ❋

அத்தியாயம்

6

சிவனடியார்களின் சக்தி மிகுந்த அம்சங்களில் அவர்களது திரிசடையும் ஒன்று! தீட்சை பெற்று சிவநாமத்தில் மூழ்கிடும் சிவனடியார்கள் மழித்தலை கைவிட்டு விடுவார்கள். தலையிலும் தாடையிலும் இதனாலேயே புதர் போல முடிவளர்ந்து விடும். பஞ்சபூத சேர்க்கையான உடம்பில் முடியும் நகமும் வினோதமானது. அது உயிருள்ளதாகவும் கருத முடியாது. உயிர் அற்றதாகவும் கருத முடியாது. இரண்டுமே உடம்பில் நுட்பமான பாகங்களை காப்பவை. நகமும், தலை முடியும் பிணத்திடம் மட்டும் தான் வளராது.

உடம்பில் பெரிய அளவில் இயக்க சேதம் ஏற்படும்போதுதான் இவை இரண்டின் வளர்ச்சி குன்றும், அப்போது கூட உஷ்ணம் காரணமாக தலை முடி வேண்டுமானால் கொட்டிப் போகும். இமைகளிலும், உடல் முழுவதும் முடிகள் நிச்சயம் உதிராமல் இருக்கும். தலைமுடி கொட்டிப் போய் வழுக்கை விழுந்தால் அப்படிப்பட்டவர்களுக்கு சஹஸ்ரத்தில் (உச்சந்தலையில்) குண்டலினி யோகத்தால் குண்டலினியை எழுப்பி உச்சிக்குக் கொண்டு செல்வது சிரமம்.

லௌகீக வாழ்விலும், துளியும் யோக வாழ்வே இல்லாது போகும்போதுதான் சிரசில் வழுக்கை ஏற்படும். அதுவே தலைநிறைய தலைமுடி புதர்போல அடர்ந்து வளர்ந்திருந்தால்

அவர்களுக்கு சஹஸ்ரார இன்பம் எளிதில் கைகூடும். அதுமட்டுமல்ல, அவர்களின் தலைமுடி வழியாக அந்த இன்ப அலைகள் பெருகி புறத்திலும் பரவிடும்.

மகாமகம், கும்பமேளா போன்ற ஆறுகளில் நீராடுவது, குளங்களில் நீராடுவது இதை உத்தேசித்தே வைக்கப்பட்டது. இப்படிப்பட்ட யோகிகளின் தலை நீரில் மூழ்கி எழும்போது அவர்களின் சஹஸ்ரார அலை குளத்து நீரில் பரவி எல்லோரையும் அடைகிறது.

ஒருவருக்கு ஆயிரம் துறவியர் நீராடும் நதிப்புனல்களில் கேசம் வழியாக தபோசக்தி நுட்பமான மின்காந்த அலைகளாய் பரவிக் கிடக்கிறது. அதனாலேயே நீராடல் வைபவம் நம் மதத்தில் முக்கிய பங்கு வகிக்கிறது.

தனது வீட்டுக்குள் நுழைந்த பாண்டியனுக்கு ரங்கநாயகி எப்படி இருக்கிறாள் என்பதுதான் முதல் வேலையாக தோன்றியது. உடனேயே போலீஸ் சப் இன்ஸ்பெக்டர் செல்வராஜின் நினைப்பு தான் முன்பெழுந்தது.

“ஹலோ செல்வராஜ்” என்று செல்போன் மூலமாக செல்வராஜைத்தான் பிடித்தார்.

“அப்புறம் பாண்டியன்... எங்க இருந்து பேசறீங்க?”

“என் வீட்ல இருந்துதான் மிஸ்டர் செல்வராஜ்... எப்படி இருக்கீங்க?”

“நல்லா இருக்கேன் பாண்டியன்... சிவன்மலை பயணம் வெற்றிகரமா முடிஞ்சுதா?”

“முதல் சுற்றுதான் முடிஞ்சிருக்கு செல்வராஜ். பயணம் தொடர்ந்து இருக்கு... பணிகளும் நிறைவே இருக்கு.”

“எங்க டிபார்ட்மெண்ட் கோரிக்கைக்குப் பலன் உண்டா?”

“நிச்சயமா... காணாம போன நான்கு பேர்களும் அதாவது, ரத்னவேலு, பழனி, சிவசாமி, மோகன்னு நாலு பேரும் சிவன்மலைக்

காட்டுக்குள்ள தான் இருக்காங்க. ஆனா அவங்க எப்படி இருக்காங்க, எந்த மாதிரி இருக்காங்கங்கற கேள்விக்கெல்லாம் போகப் போகத்தான் விடை தெரியும்."

"அப்ப அவங்க ஒரு திட்டத்தோடு தான் போயிருக்காங்க. அவங்களுக்கு விபரீதமா எதுவும் ஏற்படலையே?"

"அது தெரியாது. ஆனா ஒரு விஷயத்தை என்னால சொல்ல முடியும். அங்க நல்லவங்களுக்கு எந்த விபரீதமும் நிச்சயமா எற்படாது..."

"நீங்க பேசறத பார்த்தா அந்த மலையைப் பற்றின தெய்வீகமான நம்பிக்கைள்ல உண்மை இருக்குன்னு சொல்லுங்க."

"அதுல கொஞ்சம்கூட சந்தேகம் இல்ல செல்வராஜ். மனுஷக் கூட்டம் நகரத்தோட நின்னுக்கிட்டாலே போதும். அங்கேயும் போய் பேராசையோட அலையறதால தான் எல்லா கஷ்ட நஷ்டங்களும் ஏற்படுது."

"சரியா சொன்னீங்க.. ஆனா இப்பதானே வீரப்பன் மாதிரி கூட்டம் அதிகமாகிட்டே போகுது..."

"என்ன பண்றது... ஜனநாயகத்தோட கோளாறுல அதுவும் ஒண்ணு... போகட்டும்... நான் சிவன்மலைல இருந்தப்ப ரங்கநாயகிக்கு உதவச் சொல்லியிருந்தேனே... இப்ப அவங்க எங்க இருக்காங்க, எப்படி இருக்காங்க?"

"நோ பிராப்ளம் பாண்டியன். ஒரு லேடீஸ் ஹாஸ்டல்ல அவங்களுக்கு ஒரு ரூம் பார்த்துக் கொடுத்தேன். அப்படியே போலீஸ் கேண்டீண்ல அவங்களுக்கு வேலையும் வாங்கிக் கொடுத்துட்டேன். இன்ஃபாக்ட் அந்த கேண்டீனை நடத்திக்கிட்டிருந்த ஒருத்தருக்கு உடம்பு சரியில்ல. அவரால கேண்டீனை நடத்த முடியல... இழுத்து மூடற நிலைக்குப் போய்விட்டார். அப்பதான் ரங்கநாயகிகிட்ட நீ நல்லபடியா பிழைக்க நானே ஒரு வாய்ப்பு தரேன்னு சொல்லி கேண்டீன் பத்தியும் சொன்னேன். உடனே கப்புன்னு புடிச்சுக்கிட்டாங்க.

சாப்பிட வர்றவங்களும் பெரும்பாலும் போலீஸ்காரங்கதான். ஆகையால அவங்க பாதுகாப்புக்கும் பிரச்சினை இல்லை...”

செல்வராஜ் சொன்ன அந்த செய்தி பாண்டியனை “செல்வராஜ்... தேங்க்யூ ஸோ மச்” என்று எகிறிக் குதிக்கச் செய்தது.

“ஒவ்வொரு வழுக்கி விழுந்த பெண்ணுக்கும் இப்படி ஒரு வாய்ப்பு கிடைச்சா எவ்வளவு நல்லா இருக்கும்?” என்றும் திருப்பிக் கேட்டார்.

“அவங்களுக்கெல்லாம் பாண்டியன் மாதிரி ஒரு வெல்விஷர் இருக்கணுமே.”

“அதுவும் சரிதான். அப்புறமா ரங்கநாயகியை கொஞ்சம் என் வீட்டுக்கு அனுப்பி வைக்கறீங்களா?”

“நிச்சயமா... கொஞ்ச நேரத்துல நான் கேண்டீனுக்கு டிபன் சாப்பிட போவேன். அப்ப சொல்றேன்...” என்றார் செல்வராஜ்.

பாண்டியனும் மகிழ்ச்சியுடன் செல்போனை ஆஃப் செய்துவிட்டு உடைகளைக் கழற்றிவிட்டு ஹோம்லியாக லுங்கிக்கு மாறினார். பின் வீடு முழுக்க கூட்டி குப்பை அள்ளிக் கொட்டிவிட்டு தண்ணீர் பிடித்து குளித்து முடித்தார்.

சிறிய பூஜை அலமாரி முன் சென்று விளக்கு ஏற்றி ஊதுபத்தியும் ஏற்றினார். அந்த வீட்டிற்குள் ஊதுபத்தி வாசம் வலம் வரத் தொடங்கியது. வீட்டு பால்கனி, முகப்பு, வராண்டாவில் எல்லாம் நிறையவே தொட்டிச் செடிகள். அதற்கெல்லாம் தண்ணீர் விட்டு அதன் பசிக்கும் உணவு கொடுத்து முடித்தார்.

கதவைத் திறக்கும் போதே நிறைய கடிதங்கள் வந்திருந்தன. அவைகளைக் கொத்தாக அள்ளி வைத்திருந்தார். அதை எல்லாம் எடுத்து வந்து வரிசையாக உடைத்துப் படிக்கவும் ஆரம்பித்தார்.

அதில் ஒரு கடிதம் மட்டும் விசித்திரமாக இருந்தது. மஞ்சள் கவருக்குள் மஞ்சள்தாள். அதில் பெரிதாக ஒரு மண்டை ஓடு வரையப்பட்டிருந்தது. கீழே ‘உனது மண்டை ஓடும் ஒருநாள்

போலீஸுக்கு பார்சல் ஆக செல்லும், இது நிச்சயம்' என்கிற குறிப்பு!

பாண்டியனுக்கு அதிர்ச்சியாக மட்டுமல்ல, கூடவே சிரிப்பும் வந்துவிட்டது. சிவன்மலையில் இருந்து திரும்பி வந்த முதல் ரவுண்டிலேயே எச்சரிக்கை எதிரிகள் கவனிக்கத் தொடங்கி விட்டதை அந்தக் கடிதம் உணர்த்தவும் அதையே உற்றுப் பார்த்தார். அந்த எழுத்துக்கள் ஒரு பெண்ணின் கையெழுத்தைப் போலத்தான் இருந்தது!

யாராக இருக்கும்?

***

பொன்னுரங்க ஆசாரி வீடு!

அவரும் கும்முட்டி அடுப்பை ஊது ஊது என்று ஊதிக் கொண்டிருந்தார். அவருக்கு முன்னாலே ஒரு காசு மாலை ஐம்பது கிராமில் ஒரு தங்கக் கட்டியும் கூட... அந்த தங்கக் கட்டியில் இருந்து தங்கம் எடுத்து அதேபோல காசு மாலை செய்ய வேண்டும்... சற்றுத்தள்ளி அமர்ந்து வெற்றிலையை குதப்பியபடியே கவனித்துக் கொண்டிருந்தாள் தர்மாம்பாள், அவரது சகபத்தினி!

அவள் கண்களில் ஒருவித ஆசை... ஒருவித குரூரம்! பொன்னுரங்கமும் அவள் கவனிப்பதைப் பார்த்துக் கொண்டு தான் இருந்தார்.

"என்னய்யா பாக்கறே?"

"நான் பாக்கல... நீதான் பாத்துக்கிட்டிருக்கே?"

"என்னால உன்னை வேடிக்கை தான் பார்க்க முடியும், வேற என்னத்த பண்ண முடியும்?"

"போய் வீட்டு காரியங்கள பாரு... இங்க தங்கத்தைப் பார்த்துப் பார்த்து நாக்கை தொங்கப் போட்றத மொத விடு..."

“நீ ஏய்யா பேசமாட்டே... துப்புகெட்ட மனுஷா, அந்த தங்கத்துல கொஞ்சத்த எடுத்து எனக்கு ஒரு மோதிரம் செஞ்சு போடணும்னு உனக்குத் தோணுதா?”

“இது ஊராமுட்டு தங்கம். என் தங்கமில்ல. இதை திருடினா நான் தொழிலுக்கு துரோகம் செய்யறதா ஆயிடும். போய் வேலையை பார்...”

“இந்த பதிலையே இன்னும் எவ்வளவு நாளைக்கு சொல்லுவேன்னு பாக்கறேன்...”

இருவரும் உரசிக் கொண்ட அந்த வேளையில் ஒரு சிவில் உடுப்பு போலீஸ்காரர் அந்த வீட்டினுள் நுழைந்தபடி இருந்தார்.

“இங்க மாணிக்கம்றது யாருங்க?”

அவர் கேள்வி பொன்னுரங்கத்தின் பொட்டில் அடித்தது.

அது அவன் மகன் பெயர்தான்!

அவன் காணாமல் போய் ஆறு மாதமாகிறது. போலீஸ் கம்ப்ளைண்டெல்லாம் கொடுத்துத்தான் வைத்திருக்கிறார். ஆனால் ஒரு பிரயோஜனமும் இல்லை.

“நீங்க யாருங்கய்யா... எதுக்கு கேக்கறீங்க?” என்று பதில் கேள்வி கேட்டார் ஆசாரி...

“நான் போலீஸ் டிபார்ட்மெண்ட்டுங்க... விஜிலென்ஸ் போலீஸ், நான் இந்த அட்ரஸ்ல மாணிக்கம்னு யாராவது இருந்தா விசாரிச்சு அவங்கள பத்தி தகவல் தரச்சொல்லி எனக்கு உத்தரவுங்க...”

“அப்படிங்களா... மாணிக்கம் என் மகனுங்க. அவன் காணாமப் போய் ஆறு மாசமாச்சுங்களே... நான்கூட போலீஸ் கம்ப்ளைண்டெல்லாம் கொடுத்துருக்கேனுங்களே...”

“அப்படிங்களா.. அப்ப உங்க மகன் இப்ப இங்க உங்களோட இல்லையா?”

“காணாமப் போனவன் எப்படிங்க வருவான்?”

“அப்ப சரி... நான் வரேன்.”

“ஐயா இருங்க... என் மகனைக் காணோம்னு நான் போலீஸ்க்கு வந்தா, போலீஸ் எதுக்குங்க என் மகனை தேடணும்?”

“அதெல்லாம் எனக்குத் தெரியாது. என் ட்யூட்டியை நான் செய்யறேன். இந்த அட்ரஸ், இந்த பேர் எல்லாம் சரி... ஆள் காணாம போயிட்டதா தகவல்னு நான் என் மேலிடத்துக்கு தகவல் கொடுத்துருவேன்.”

“அப்ப இது எதுக்குன்னு உங்களுக்குகூட தெரியாதா?”

“தெரியாதுங்க... ஆளை விடுங்க...” அந்த விஜிலென்ஸ் போலீஸ்காரர் பிச்சுக் கொண்டு கிளம்பினார்.

பொன்னுரங்கத்துக்கு கண்ணீர் திரண்டு விட்டது. தர்மாம்பாள் அவரது இரண்டாவது மனைவி. மாணிக்கம் அவரது முதல் மனைவி வயிற்றில் பிறந்தவன். தர்மாம்பாளும் பொன்னுரங்கம் அழுவதை கவனித்தாள்.

“மகன்னா உடனே பாசம் பொங்குதோ...?” என்று ஆரம்பித்தாள்.

“பின்னே என்ன நான் உன்ன மாதிரி கல்லா?”

“நான் கல்லு இல்ல... உன்னாலதான் எனக்கு புள்ள குடுக்க முடியல... நானும் பெத்திருந்தா எப்படியோ இருந்துருப்பேன்...”

“போதும் தர்மாம்பா... வாய புடுங்காதே... போய் சோலியப் பாரு.”

“என்னத்த பாக்க... வந்தா கட்டி கட்டியா தங்கத்தோட வருவேன். இல்லாட்டி வரமாட்டேன்னு சொல்லிட்டு போனான் உன் மவன். இன்னிக்கு அவனை தேடிக்கிட்டு போலீஸ் வருது. எங்கையாவது கையகிய்ய வெச்சுட்டானா?”

“தர்மாம்பா... எரியற நெருப்புல எண்ணெய விடாத புள்ள... போ...”

“ஆ ஊன்னா என்னைத் துரத்து... ஹூம் எனக்குன்னு பேச யார் இருக்கா?”

தர்மாம்பாள் அலுத்துக் கொண்ட அதே நொடி... "அக்கோய்ய்..." என்று ஒரு விநோதமான குரல்! தர்மாம்பாளும் நிமிர்ந்து பார்த்தாள். வீட்டு வாசலில் அவள் தம்பி ரத்தினம்! இவனும் ஓடிப்போன கேஸ்தான் பம்பாய் பக்கம் ஓடிப் போனவன்.

கூலிங்கிளாஸ், சில்க் ஜிப்பா மைனர், செயின், சூட்கேஸ் என்று ஒரு மைனர் கணக்காக திரும்பி வந்திருந்தான்!

அத்தியாயம் 7

சிவம் என்பதற்கு மங்களம் என்று ஒரு பொருள் இருக்கக் கண்டோம். இந்த சிவத்தின் ஆதி யார்? அதாவது இந்த சிவம் எப்படி உருவாயிற்று... நம்மை ஒரு தாய் தந்தையர் பெற்றதைப் போல சிவத்துக்கும் ஒரு தொடக்கம் இருக்க வேண்டுமல்லவா? இப்படி ஒரு கேள்வி நாரதர் மனதில் எழுகிறது. அந்தக் கேள்வியை அவர் தன் தந்தையான பிரம்ம தேவனிடமே கேட்கிறார். பிரம்மனும் சிரித்தபடி படைப்புக் கடவுளான என்னாலும் அறியப்பட முடியாத ஆதி அந்தம் படைத்தவர் தான் சிவன் என்று கூறும் பிரம்மன், சிவம் பற்றி அறியும் முன் நாராயணனாகிய மகாவிஷ்ணு பற்றி அறிய வேண்டும் என்கிறார்.

பிரம்மம் என்றால் அறிவு என்பதே உண்மைப் பொருள். இதுவே ஞானம், விஞ்ஞானம் என்னும் இரண்டையும் உலகுக்கு தந்தது. இந்த பிரம்மத்திற்கு இச்சை உண்டானபோது அதற்கு ஈடுகொடுக்க பிரகிருதி தோன்றினாள்.

இங்கே பிரம்மம் ஆண்பால் என்றால், பிரகிருதி பெண் பாலாகும். இந்த பிரம்மமும் பிரகிருதியும் ஒன்று கூடி நீண்ட காலம் தவம் செய்தனர். எப்பொழுதும் தவம் என்பது நமது மனம் அலைபாய முயலும்போது ஒரு புள்ளியில் போட்டு அடக்க முயலும் ஒரு செயலாகும்.

பிரம்மமும் பிரகிருதியும் தவம் செய்ய வேண்டிய அவசியமோ, அதற்கொரு காரணமோ இல்லை. ஏனென்றால் அவர்களே அண்டசராசரங்களின் முதல் தோன்றுதல்கள். அவர்களுக்கு அலைபாயும் எண்ணக் கூட்டங்களுக்கு வழியே இல்லை. எனவே இருவரும் எந்த நோக்கமும் எதிர்பார்ப்பும் இன்றி அமைதியாக இருந்ததே இங்கு தவம் எனப்படுகிறது.

அப்படி அவர்கள் இருந்தபோது அவர்களிடம் இருந்து முதலில் தோன்றிய பெரும் பூதங்களில் ஒன்றானதுதான் நீர். அந்த நீர் மிசை பிரம்மமும் பிரகிருதியும் கலந்து ஒன்றாயினர். அந்த ஒன்றாகிய பிரம்ம பிரகிருதியே நாராயணன் என்றானான்.

இதுவே மகாவிஷ்ணு ரூப தோற்றமாகும்! என்று பிரம்மா நாரதருக்கு மகாவிஷ்ணுவின் ஆதிமூலம் குறித்து எளிதாகக் குறிப்பிட்டார்.

“யக்கோய்ய்ய்...” என்று ஒரு கிராமத்துவாசி போல கத்திக்கொண்டே வந்த ரத்தினத்தை தர்மாம்பாளும் பார்த்து அதிசயித்தாள். முதலில் அவளுக்கு அவனை அடையாளமே தெரியவில்லை.

ஐந்தாறு வருடங்களுக்கு முன்னால் வெடவெடவென்று ஒரு ஒல்லிப்பிச்சானாக இடுப்பு லுங்கியும், கட்டம் போட்ட சட்டையுமாக ஒரு பேப்பர் பொறுக்கும் பராரிபோல இருந்தவன் இன்று கூலிங்கிளாஸ், மைனர் செயின், பர்மா லுங்கி, பட்டு ஜிப்பா என்று மின்னினான். காலிலும் கட் ஷீ! கையில் பிரேஸ்லெட், செல்போன் என்று தர்மாம்பாளை ஓர் உலுக்கு உலுக்கினான்.

“என்னக்கா பார்த்துக்கிட்டே இருக்கே... நான் ரத்னம்கா... உன் தம்பி ரத்னம்.”

“ரத்னம்... நீயாடா?”

“வாய பொளக்காதே. நானேதான். என்னா நம்ப முடியலயா...?”

“எப்படிடா நம்ப... அழுக்கு சட்டையும், கலைஞ்ச தலையுமா இருந்த பய, இப்ப சும்மா தகதகன்னு மின்றியேடா...”

“நான் இப்ப சாதா ரத்னம் இல்லக்கா, பாம்பே ரத்னம். அப்படி சொன்னாதான் நம்ம ஊர் பர்மாபஜார்ல எல்லாருக்கும் தெரியும்...”

“என்னென்னவோ சொல்றியேடா... இவ்வளவு நாளா எங்க இருந்தே... என்ன பண்ணிகிட்டிருந்தே?”

“என்னக்கா நீ, நிக்க வெச்சுக்கிட்டே பேசறியே. எவ்ளோ நாளைக்குப் பிறகு வந்துருக்கேன். வாடா தம்பின்னு உள்ள கூட்டிக்கிட்டு போய் உட்கார வெச்சு ஒரு காபி, டீ கொடுத்து உபசாரமா பேசாம இது என்னக்கா வழக்கம்?”

“கோவிச்சுக்காதேடா... உன்ன பார்த்ததுல எனக்கு கையும் ஓடலை... காலும் ஓடலை... சரி சரி வா உள்ற...”

“அப்படிப் போடு. ஆமா என்ன மாமா நிமிந்துகூட பாக்க மாட்டேங்கறாரு?”

“அவரு யாரை பார்த்தாரு, உன்னை பார்க்க?”

“இருக்கா... என்ன இருந்தாலும் மாமா இல்லையா? ஒரு ஹலோ சொல்லிக்கிறேன். என்ன மாமா? கொஞ்சம் நிமிர்ந்து யார் வந்துருக்கேன்னு பாக்கறது...”

ரத்னம் பொன்னுரங்க ஆசாரியையும் தீண்டினான். அவரும் மெல்ல நிமிர்ந்தார். வலது கண்ணில் லென்ஸ் வியூவர் இருந்தது. அதைக் கொண்டுதான் நகைகளில் நுட்பமான வளைவுகள் மற்றும் வேலைப்பாடுகளை செய்ய முடியும். அதை எடுத்தவர் ரத்னத்தைப் பார்த்து, “என்னப்பா எங்க வந்தே?” என்றார். அந்தக் கேள்விக்குள்ளேயே ஒரு குத்தல்.

“என்ன மாமா கேள்வி இது... நான் உங்க மச்சினன். எங்க அக்காவை பாக்க வந்துருக்கேன். வாடா மச்சினா, எப்படி இருக்கே... நல்ல ஷோக்கா இருக்கியே... தேறிட்டியா...? கல்யாணம் ஆச்சா...? என்ன தொழில்? எவ்வளவு சம்பளம்னு நல்ல விதமா கேட்க எவ்வளவு கேள்வி இருக்குது. அத்த

எல்லாம் விட்டுபுட்டு எங்க வந்தேன்னு ஏதோ எதிரிய கேக்கற மாதிரி கேக்கறியே மாமா...?"

பொன்னுரங்கத்தின் ஒரு வரி கேள்விக்கு ஒன்பது கேள்விகளை அடுக்கி அவரை உசுப்பியது ரத்னத்தின் பதில் கேள்வி.

"எவண்டாவன்... செத்தியா வாழ்ந்தியான்னே தெரியாதபடி இவ்வளவு நாளா இருந்துட்டு திடீர்னு இப்ப வந்து நின்னா உன்னை பார்த்து சகஜமாவா பேசத் தோணும்?"

பொன்னுரங்கமும் போட்டுத் தாளித்தார்.

"டேய் நீ வாடா... இந்த ஆள்கிட்ட போய் பேசிக்கிட்டிருக்கே பார்..."

தர்மாம்பாள் ரத்னத்தை வெட்டி உள்ளே இழுத்துச் சென்றாள். பொன்னுரங்கம் நிமிர்ந்து பக்கத்து சுவற்று கேலண்டரில் தெரிந்த திருப்பதி பெருமாளின் படத்தைப் பார்த்தவர்...

"சாமி... எங்களை இனி நீதான் காப்பாத்தணும் வரக்கூடாதவன் வந்துட்டான். இனி என்னவெல்லாம் நடக்கப் போகுதோ?" என்று முணுமுணுத்தார்.

வீட்டின் உள்ளே இருண்டு கிடந்த சமையற்கட்டுக்குள் ரத்னத்தை அழைத்துக்கொண்டு போய் விட்டிருந்தாள் தர்மாம்பாள்.

ஸ்டவ்வை பற்றவைத்து ஒரு பாத்திரத்தில் தண்ணீரை ஊற்றி கொதிக்க வைத்தபடியே தன் அருமைத் தம்பியிடம் அளவளாவத் தொடங்கினாள்.

"ஏண்டா தம்பி... இப்படியாடா தலைமறைவாவே... நீ உசுரோட இருக்கியா, இல்லை உனக்கு எதாவது ஆயிடிச்சான்னுகூட தெரியாத நிலைல எங்களை எல்லாம் வெச்சுட்டியேடா..."

"அட நீ ஒண்ணுக்கா... நம்ம பேட்டைல நடந்த கொலைக்கும் எனக்கும் ஒரு சம்பந்தமும் இல்லை. இருந்தாலும் போலீஸ் என்னை சந்தேகப்பட்டுத் துரத்த ஆரம்பிச்சிச்சு. சிக்கினா பொய்

கேஸ் போட்டு என்னை ஒரு அஞ்சாறு வருஷம் உள்ள தூக்கி போட்டுடுவாங்கன்னு நல்லா தெரியும். அதான் யார்கிட்டேயும் சொல்லாமகொள்ளாம ரயில்ல ஏறி பம்பாய் பக்கம் ஓடிட்டேன்."

"சரி ஓடுனது ஓடுன. ஒரு நாள் இல்ல ஒரு நாள் ஒரு போன் போட்டு பேசலாம்ல..."

"நீ வேறக்கா... அங்கேயும் என்னை போலீஸ் விடலை. அந்த ஊர் போலீஸ் நான் கஞ்சா வித்ததா சொல்லி என்னை பிடிச்சு உள்ற போட்டுட்டாங்களே."

"அடப்பாவி... இது என்னடா பொழப்பு?"

"என்ன பொழப்புன்னா என்னக்கா பண்ண? அப்பா, அம்மா இல்லை. சித்திக்காரிதான்... அவளோ உன்னை இந்த ஆசாரி கிழவனுக்கு கட்டி வெச்சுட்டா. என்னை தெருவுல உட்டுட்டா. படிப்பும் இல்ல... யார் வேலை தருவா?"

"சரிடா... இப்ப எப்படி இருக்கே சொல்லு."

"அதான் பாக்கறேல்ல. நான் இப்ப பாம்பே ரத்னம். தங்கம் வெள்ளின்னு ஐயாவோட பிசினஸ் ரேஞ்சே இப்ப வேற..."

"தங்கம், வெள்ளியா... அதுக்கு நிறைய துட்டு வேணுமேடா..."

"அதெல்லாம் ஒழுங்கா கடை கட்டி வியாபாரம் பண்றவங்களுக்கு. என்ன மாதிரி கைமாத்தி உட்ற பார்ட்டிங்களுக்கு கிடையாது."

"அடி ஆத்தி... கடத்தலா பண்றே?"

"பாத்தியா... கைமாத்தலை கடத்தல்னு கவர்மெண்ட் சொல்ற மாதிரியே சொல்றியே..."

"வேற அதை என்னன்னு சொல்ல?"

"பிசினஸ்னு சொல்லுக்கா... அதான் சரி."

"சரி எவ்வளவு துட்டு வெச்சிருப்பே."

"அதுக்கு பஞ்சமில்லக்கா... ஒரு தடவை கப்பல்ல அந்தமான், மாலத்தீவு, சிங்கப்பூர்னு போய்ட்டு வந்தா அம்பதாயிரம், லட்சம்னு கிடைக்கும்..."

"அம்பதாயிரம்... லட்சமா?"

"வாயப் பொளக்காதக்கா... அதெல்லாம் பிசாத்து அமவுண்ட்."

"ரத்னம் இந்த ஆள்கிட்ட எனக்கு ஒரு தங்கச் சங்கிலிக்கு வக்கு இல்லடா."

"உடுக்கா... நான் வந்துட்டேன்ல, உன்னை இனி தங்கத்துலையே போட்டு தாளிச்சிட்றேன்."

"அப்ப இனி நீ இங்கதான் இருக்கப் போறியா?"

"ஏக்கா. மாமா ஏதாவது சொல்லுவாரா..."

"அட நீ ஒண்ணு... அந்த ஆளுக்கு என்னை விட்டா கதி கிடையாது..."

"ஏன்கா... அவருக்கு மாணிக்கம்னு ஒரு மகன் இருந்தானே?"

"இருந்தான். ஆனா இப்ப அவனும் உன் கேஸ்தான்."

"அப்படின்னா?"

"என்னத்தடா சொல்ல...? ஒரு நாள் உன் மாமா கடைக்குள்ள திருடன் புகுந்துட்டான். வாடிக்கைக்காரங்க நகை செய்ய கொடுத்த தங்கத்தை எல்லாம் திருடிக்கிட்டு போய்ட்டான். தங்கம் கொடுத்தவங்க நெருக்கவும், உன் மாமா கண்ணு முழி பிதுங்கிப் போனார். கடைசில என் கழுத்துல காதுல இருந்ததை எல்லாம் உருக்கி தங்கம் கொடுத்தவங்கள சமாளிச்சார்.

அப்ப இந்த பய ரொம்பவே மனசு ஒடிஞ்சு போய்ட்டான். அந்த சமயத்துல பித்தளையை தங்கமாக்கறது எப்படின்னு உன் மாமா ஆராய்ச்சி பண்ணிக்கிட்டிருந்தார். இவங்க குடும்பத்துல தலைமுறை தலைமுறையா இதே வேலை. அதுக்காக பொட்டி

பொட்டியா புத்தகங்க, ஓலைச்சுவடிங்க இருக்குது. அதுல ஒரு ஏட்டுல ஏதோ ஒரு மூலிகை பேர் போட்டிருந்துச்சு. இந்த பய அதைப் பார்த்துட்டு அந்த மூலிகையை தேடி சிவன்மலைக்குப் போனவன் தான். அதுக்கு அப்புறம் வரவே இல்லை. இவரும் அவனை காணோம்னு போலீஸ் புகாரெல்லாம் கொடுத்துதான் வெச்சிருக்காரு. ஆனா ஒரு பிரயோஜனமும் இல்லை..."

"அட கொக்கமக்கா... மாணிக்கத்துக்குப் பின்னால இப்படி ஒரு கதையா?"

"அட ஆமாடா... நானும் எல்லா நகையையும் இழந்துட்டு மொட்ட காதும் மூளிமூக்குமா இருக்கேன் பாரு, இந்த ஆள்கிட்ட தினம் தினம் நானும் மல்லுகட்டிதான் பாக்கறேன். ஆனா தொழில் சுத்தம் தொழில் சுத்தம்னு சுத்தத்துலதான் குறியா இருக்காரு..."

"விடுக்கா... இதுக்காக நீ சந்தோஷம்தான் படணும், மாமா மாமாவாவே இருக்கட்டும். நான் வந்துட்டேன்ல... இனி பாரு, இது மோசமான சொஸைட்டிக்கா. இங்க நல்லதுக்கெல்லாம் காலம் கிடையாது. ஆட்ற மாட்டை ஆடிக்கறக்கணும். பாடற மாட்டை பாடித்தான்கா கறக்கணும்."

"என்னமோடா... இனியாச்சும் நீ கூடஇருந்து என் ஆசைங்கள் ஈடேறுனா சரி... ஆமா உனக்கு கல்யாணம் கார்த்தின்னு ஏதாச்சும்?"

தர்மாம்பாள் இழுத்தாள். ரத்னமும் நெளிந்துவிட்டு, "யக்கா... இனிமேல்தான்கா நடக்கணும். நல்லா லட்சணமா த்ரிஷா, அசின் மாதிரி நீதான்கா பொண்ணு பார்க்கணும்."

"அது யாருடா திரிசா, அசினு, பிசினு..."

"நீ சினிமாவே பாக்கறதில்லையாக்கா?"

"இங்கதான் பொழப்பே சினிமாவா இருக்கே."

"விடு... இனி எல்லாம் மாறும்... அதான் நான் வந்துட்டேன்ல."

ரத்னத்துக்கு கொஞ்சம் கரகரப்பான குரல். அப்படி அவன் கேட்கவும் தண்ணீர் கொதித்து குதிக்கவும் சரியாக இருந்தது.

தர்மாம்பாளும் அதில் டீத்தூளைப் போட்டு மேலும் கொதிக்க விட்டவளாக டம்ளர் ஒன்றை தேடி எடுத்தாள்.

ரத்னம் சமையல்கட்டு மேடை மேலேயே ஏறி உட்கார்ந்து கொண்டுவிட்டான்.

"அக்கா தப்பா எடுத்துக்காதே..." என்று சிகரெட் ஒன்றையும் எடுத்து பற்றவைக்க ஆரம்பித்தான்.

❋ ———— ❋

அத்தியாயம் 8

பிரம்மா, மகாவிஷ்ணு உருவான விதத்தைக் கூறியபடியே தொடர்ந்தார். "நாரதா, நாராயணனே உலகின் முதல் ஆதியும் அந்தமுமாவார். அவருக்குப் பிறகு பரமாத்மாவான அவர் தொடர்புடைய தத்துவங்கள் தோன்றின. அதாவது முதலில் 'மஹத்' எனும் தத்துவ அம்சம் தோன்றியது. பின் அதனுள் இருந்து 'ராஜஸம், தாமஸம், சத்வம்' எனும் குணாம்சங்கள். பின் அதனுள்ளிருந்து சப்தம், ஸ்பரிசம், ரூபம், ரஸம், கந்தம் அதாவது ஓசை, ஊறு, ஒளி, சுவை, நாற்றம் என்கிற ஐந்தும், பின் அதிலிருந்து ஆகாயம், வாயு, தேயு, அப்பு, பிருத்வி எனும் பஞ்ச பூதங்களும், இந்த பூதங்களில் இருந்து வாக்கு, பாணி, பாதம், பாயுரு, உபஸ்தம் என்கிற இந்திரிய உறுப்புகளும், இதிலிருந்து மனம், புத்தி, சித்தம் என்கிற அந்தக்கரணங்களும் தோன்றின. இவைகளின் மூலம் நாராயணனான பிரகிருதி புருஷனே... இவனே ஜலமயமானவன். நான் மேற்சொன்ன அவ்வளவையும் கூட்டினால் இருபத்தி நான்கு தத்துவ அம்சங்கள் நாராயணனுக்குப் பின் தோன்றியது புலனாகும்.

இவனது நாபியில் இருந்து தோன்றியவனே நான். அதாவது உன் தந்தையான பிரம்மா..!" என்றார் பிரம்மா.

அப்படியே தொடர்ந்தார்.

கண்ணன் வீடு!

அவன் தாயான கனகவல்லி சொர்ண சித்தர் முன்பே சொன்னது போல பரம சிவபக்தை அவள்... அப்படியே பதினெட்டு சித்தர்களையுமே தன்னுடைய ஞானகுருக்களாகக் கருதி வழிபடுபவள். அவளுக்கு கண்ணனின் அப்பா ராகவன் போன் மூலம் கண்ணன் உயிரோடு வந்துவிட்டதைக் கூறியிருந்தார்.

அதனால் கனகவல்லியிடம் ஒரு புதுதெம்பு. தன் மகன் வீட்டுக்கு வருவதற்குள் தன் மகன் உயிரோட திரும்ப காரணமான சித்த புருஷர்களுக்கு நெய்விளக்கு போட்டு, கண்கள் மூடி அவர்களை எண்ணி தியானித்தபடியும் இருந்தாள். அந்த பூஜையின் உச்சிவேளையில் கச்சிதமாக கண்ணனும் அந்த வீட்டு வாசலில் போய் நின்றான். சொர்ண சித்தர் சொன்னதெல்லாம் கண்ணன் வடிவில் இருக்கும் சுந்தர்ராஜனுக்குள் அலைமோதிக் கொண்டிருந்தது.

பாவம் கனகவல்லி...

அற்ப ஆயுளில் போகப் போகிறாள்!

அதேசமயம் அவளது பூஜா பலன் அவளுக்கு மகன் கையால் கொள்ளி என்றும் போட்டுவிட்டது. அதுதான் சுந்தர்ராஜன் ஆத்மா மூலம் இங்கே செயல்பட்டுக் கொண்டும் இருக்கிறது.

அந்த வீட்டு வாசலில் ஒரு வினாடி கனகவல்லியின் கர்மவினைகள் நினைவுக்கு வந்தாலும், ஒரு பாசமுள்ள மகனாக முழுமனதோடு நடந்து கொள்ளும் விருப்பமுடன் "அம்மா" என்று குரல் கொடுத்தார்.

ஹாலில் தயாராக இருந்த ராகவனும் ஓடிவந்து கதவை திறந்தார்.

"கண்ணன்."

"அப்பா."

“வாப்பா... வா, எப்ப வருவேன்னு தான் காத்துக்கிட்டே இருக்கேன்.”

“அம்மா எங்கப்பா?”

“அதோ...” அவர் கைகாட்ட, பூஜை அறைக்குள் இருந்து கனகவல்லியும் பாய்ந்து வந்தாள்.

“கண்ணா...”

“அம்மா...”

ஓடிவந்த கனகவல்லி மகனை கட்டிக் கொண்டாள். உலகில் எந்தத் தாய்க்கும் கிடைக்காத பேறு அவளது சித்த பக்திக்கு சித்தர்கள் போட்ட பிச்சை...

“என் வயித்துல பாலை வார்த்தேடா... நீ செத்துட்டேன்னு சொல்லி என்னை சாகடிக்க பார்த்தாங்க...”

“அட என்னம்மா நீ. நான் செத்ததும் நிஜம். செத்த நான் உயிர் பிழைச்சதும் நிஜம்...”

“ஆமாம் கனகவல்லி. நான்கூட சொல்லலை... எல்லாம் நீ கும்பிடற சித்தர்கள் கருணை... அவங்கதான் சஞ்ஜீவி மூலிகையை கொடுத்து உயிர் பிழைக்க வெச்சிருக்காங்க...”

ராகவன் பேசப் பேச, கனகவல்லிக்கு கண்ணிரண்டிலும் ஆனந்தக் கண்ணீர் பெருக்கெடுத்தது.

“கண்ணா... வா! இனி நீ எங்கேயும் போகக் கூடாது. வா... வந்து சித்தர் சாமிங்களுக்கெல்லாம் விளக்கேத்தி இருக்கேன்... வந்து கும்பிடு...”

கண்ணனை கையைப் பிடித்து பூஜை அறைக்குள் அழைத்துச் சென்றாள். அந்த அறையே ஒரு கோயில் போல தீப ஒளியில் மின்னியபடி இருந்தது. தசாங்க வாசம் வேறு கமகமவென்று கமழ்ந்தபடி இருக்க, பதினெட்டு சித்தர் பெருமக்களும் ஒரு கண்ணாடி கட்டத்தில் ஆசி கூறியபடி நின்று கொண்டிருந்தனர்.

கண்ணனாகிய சுந்தர்ராஜனுக்கு கரகரவென்று கண்ணீர் பெருகியது. உண்மையில் அவர்கள் கருணையால்தான் அவரே உயிர் பிழைத்து இவ்வளவு காலம் வாழ முடிந்திருக்கிறது. அந்த வாழ்க்கைக்குள் ஒரு தாயின் பாசத்துக்கும் உதவ வேண்டிய ஒரு கட்டம் இப்போது...

அதை நினைக்க நினைக்க, கண்களில் ஆனந்தக் கண்ணீரும் பாசக்கண்ணீரும் சேர்ந்தே பெருகியது.

ஒரு குடும்பத்துக்கு இரு குடும்பத்தை இனி காப்பாற்ற வேண்டும். அதற்கு சித்த சக்திகளும் துணை நிற்கப் போகின்றன என்கிற அந்த நிஜத்தை நெஞ்சில் சுமந்தபடி அங்கே சித்தர் பெருமக்களை வணங்கிவிட்டு திரும்பியவருக்கு பகீர் என்றது.

அருகிலேயே ஜன்னல்!

ஜன்னலுக்கு வெளியே தெரு.

தெருவின் அந்தப் பக்கத்தில் ஒரு பெரிய வேப்ப மரம், அந்த மரத்துக் கிளை ஒன்றில் படம் விரித்துப் பார்த்த நிலையில் இச்சாதாரி நாகபரணி.

சுந்தர்ராஜனாகிய கண்ணனுக்குள் அப்படியே சப்தநாடியும் ஒடுங்க ஆரம்பித்தது. மனமோ சித்தர் பெருமக்களை இறுகப் பற்றிக் கொண்டது!

***

போலீஸ் கேண்டீன்

உற்சாகமாக உள் நுழைந்த பாண்டியனைப் பார்த்த ரங்கநாயகி, ஓர் உண்மையான ஆண்மகனை பார்த்ததாலோ என்னவோ நன்றாகவே வெட்கப்பட்டாள். எலலோருக்கும் உணவு பரிமாறிக் கொண்டிருந்தாள். ஆனால் அந்தப் பழைய கவர்ச்சியான ரங்கநாயகியாகவே இல்லை.

அடுப்பில் வெந்துபோய் வியர்வை பூசிய முகமும், அள்ளிக் கட்டிய தலைமுடியுமாய் ஓர் உழைப்பாளிப் பெண் போலவே காட்சி அளித்தாள்.

பாண்டியனுக்கும் அந்த ரங்கநாயகியை விட இந்த ரங்கநாயகியைத்தான் மிகப் பிடித்திருந்தது. அவளைப் பார்த்து சந்தோஷமாக சிரித்தான். அவளும் அவனிடம் வந்து, "எப்ப பாண்டியன் வந்தீங்க?" என்று நைச்சியமாக கேட்டாள்.

"காலைலதான் ரங்கநாயகி வந்தேன்... குளிச்சேன். ஒரு ஆம்லெட் போட்டு சாப்பிட்டேன். சில கடிதங்கள் வந்திருந்தது, படிச்சேன். அதுல ஒரு மிரட்டல் கடிதமும் இருந்தது. அப்புறம் உன்னைப் பார்க்க நேரா கிளம்பி வந்துட்டேன். இங்க உன்னை இப்படி பாக்கறதுல எனக்கு எவ்வளவு சந்தோஷமா இருக்கு தெரியுமா?"

"என்னை சந்தோஷப்படுத்திட்டு நீங்க கஷ்டப்பட்ற மாதிரி தெரியுமே..."

"நான் கஷ்டப்பட்றேனா... என்ன ரங்கநாயகி சொல்றே?"

"பின்னே... மிரட்டல் கடிதமெல்லாம் வந்திருக்குன்னா என்ன அர்த்தம்?"

"நான் ஒரு நல்ல சி.ஐ.டி. ஆபிசர்னு அர்த்தம். என் தொழில்ல இதெல்லாம் ரொம்ப சகஜம் ரங்கநாயகி..."

"என்ன தொழிலோ என்ன சகஜமோ... இருங்க காப்பியும் சூடா மெதுவடையும் எடுத்துக்கிட்டு வரேன்."

"கொண்டா கொண்டா... நல்ல பசி."

பாண்டியன் ஒரு காலியான டைனிங் டேபிளில் அமர்ந்துகொள்ள, ரங்கநாயகி கேன்டீன் கிச்சனுக்குள் இருந்து சூடாக நான்கு வடையும் ஒரு கப் காபியுமாக திரும்பி வந்தாள்.

வடை வாசமும் காபி வாசமும் அவள் கைமணம் எப்படி என்று சொல்லாமல் சொல்லிற்று... பாண்டியன் அதை ரசித்து சாப்பிடத் தொடங்க, ரங்கநாயகி அருகில் நின்றபடி தலையை குனிந்து கொண்டாள்.

"ரங்கநாயகி... இந்த அட்மாஸ்பியர் உனக்கு பிடிச்சிருக்கா?" என்று பாண்டியன் வடையை சுவைத்தபடி கேட்டதற்கு மிக

மெல்ல தலையை அசைத்தாள். அப்படியே மெல்லிய குரலில், "போன காரியம் எல்லாம் நல்லபடி முடிஞ்சதா?" என்று கேள்விக்கு மாறினாள்.

"இல்ல ரங்கநாயகி.:. பாதி காரியம்தான் முடிஞ்சிருக்கு. திரும்ப போகணும்."

"பாலுவும் உங்களோட திரும்ப வந்துட்டானா?"

"ஆமாம் அந்தக் காட்டுல என் துணை இல்லாம தனியா பாலுவால எதுவும் பண்ண முடியாது ரங்கநாயகி..."

"பாலுவோட அப்பா..."

ரங்கநாயகியின் இந்தக் கேள்விக்கு மட்டும் ஒரு தெளிவான பதிலை பாண்டியனால் கூற முடியவில்லை. சுந்தர்ராஜனை பார்த்து பேசியது வரைதான் நினைவில் இருந்தது. அவர் கூடு விட்டு கூடு மாறி கண்ணன் உருவில் வந்திருப்பதெல்லாம் சுத்தமாக நினைவில் எழ மறுத்தது. தலையைப் போட்டு தேய்த்துக் கொண்டான்.

"என்ன யோசிக்கிறீங்க?"

"இந்தக் கேள்விக்கு மட்டும் உனக்கு என்ன பதில் சொல்றதுன்னு தெரியலை ரங்கநாயகி, ஒண்ணு மட்டும் நிச்சயம். அந்த சிவன்மலை சாதாரணமான ஒரு மலை கிடையாது. அங்க எங்களுக்கு எவ்வளவோ அபூர்வமான அனுபவங்கள்... குறிப்பா ஆகாசலிங்கத்தோட தரிசனத்தைச் சொல்லலாம்."

"நானும் கேள்விப்பட்டிருக்கேன்... ஆனா என்னை கூட்டிக்கிட்டு போகத்தான் யாருமில்லை."

ரங்கநாயகி அப்படி சொன்னது பாண்டியனை உறுத்தியது.

"இல்லை ரங்கநாயகி... நீ அப்படி எல்லாம் நினைக்காதே. வாய்ப்பு வரும்போது நானே உன்னை கூட்டிக்கிட்டு போறேன்..."

பாண்டியனின் பதில் அவளுக்கு இதமாக இருந்தபோது ஒரு கான்ஸ்டபிளும், சப் இன்ஸ்பெக்டரும் டிபன் சாப்பிட வந்து

அமர்ந்தனர். ரங்கநாயகி கவனமும் தற்காலிகமாக அவர்கள் பக்கம் திரும்பியது. அந்த இடைவெளியில் சப் இன்ஸ்பெக்டர் செல்வராஜும் உள்ளே நுழைந்து பாண்டியன் எதிரில் அமர்ந்தார்.

“ஹலோ பாண்டியன்.”

“ஹல்லோ செல்வராஜ்.”

“வெளிய உங்களோட பைக்கை பார்த்தேன். ரங்கநாயகியை பார்க்க வந்தது தெரிஞ்சது. அதான் உங்களை நேர்லயே பார்த்துப் பேசலாமேன்னு வந்துட்டேன்.”

“ரொம்ப சந்தோஷம்... ரங்கநாயகிக்கு ஒரு நல்ல மறுவாழ்வு கொடுத்ததுக்கு திரும்பவும் ஒருமுறை நன்றி சொல்லிடறேன்.”

“டோன்ட் பி எ ஃபார்மாலிடீஸ் பாண்டியன். நாம ஒரே இனம். பரஸ்பர உதவிகள் நமக்கு அவசியமும் கூட...”

“சரியா சொன்னீங்க...”

“அப்புறம்... அசைன்மெண்ட்ல ஏதாவது இம்ப்ரூவ்மெண்ட் இருக்கா?”

“நிறையவே இருக்கு செல்வராஜ்... அடுத்த தடவை நான் மலைக்கு போய்ட்டு வந்த பிறகு ஒரு நல்ல கிளாரிடி கிடைச்சிடும்...”

“இப்ப நீங்க பாதில திரும்ப காரணம்?”

“ஐ ஆம் சாரி... எனக்கே அதுக்கான விடை தெளிவா தெரியல. ஒரு சக்தி எங்களை திரும்ப சென்னையை நோக்கி தள்ளி விட்டுடுச்சு...”

“அது எப்படிப்பட்ட சக்தி?”

“நிச்சயமா அது ஒரு நல்ல சக்திதான்...”

“அப்ப உங்களால இந்த சென்னைல ஏதோ நல்லது நடக்கணும்னு இருக்கோ?”

“தெரியல... போகப்போக தெரியலாம்...”

“டை த டை உங்களுக்கு இன்னொரு விஷயத்தையும் சொல்லணும்.”

“என்ன செல்வராஜ்.”

“நீங்க சிவன்மலை காட்டுல கண்டெடுத்த ஒரு டிரைவிங் லைசென்ஸ் யாரோடதுன்னு தெரிய வந்துருக்கு...”

“ஓ... வெரிகுட்... யாரோடது அது?”

“பொன்னுரங்க ஆசாரின்னு ஒருத்தர். அவரோட மகன் மாணிக்கம்.”

செல்வராஜ் பேரைச் சொல்லவும், பாண்டியனுக்கு திம்மென்று மார்பின் மேல் ஓர் உதை விழுந்ததுபோல இருந்தது.

“உங்களுக்கு அவரை தெரியுமா பாண்டியன்?”

“நல்லாவே தெரியும் செல்வராஜ். சமீபத்துலகூட சந்திச்சேன்.”

“ஒரு விஷயம் கவனிச்சீங்களா... அந்த மலைல காணாம போனவங்க, அப்புறம் அந்த மலைக்குப் போனவங்கன்னு அவ்வளவு பேருக்கும் தங்கத்துக்கும் ஏதோ ஒரு வகைல தொடர்பு இருக்கறத கவனிச்சீங்களா?”

“தங்கத்துக்கும் அவங்களுக்கும் தொடர்பு மட்டுமில்ல... தங்கம்தான் செல்வராஜ் மெயின் டார்க்கெட்...”

“அப்படின்னா அந்த மலைல தங்கச் சுரங்கம் ஏதாவது இருக்கா?”

“தங்கச் சுரங்கம்னு தனியா இல்லை செல்வராஜ். அங்க நடமாடற சித்தர்களே தங்கச் சுரங்கங்கள் தான்...”

“அப்படின்னா?”

“உங்களுக்கு தெரியாதா... சித்தர்கள் ரசவாதம் தெரிஞ்சவங்கன்னு நீங்க கேள்விப்பட்டதில்லையா?”

“ஓ... விஷயம் அப்படிப் போகுதா... அப்ப பொன்னுரங்க ஆசாரி மகன் மாணிக்கமும் தங்கம் பண்ற ரகசியத்தை தெரிஞ்சிக்க சிவன்மலைக்குப் போயிருக்கான்... போன இடத்துல...”

“யூ ஆர் கரெக்ட்... அங்க எலும்புக் கூடாக பார்த்த சடலம் தொண்ணூறு சதவீதம் மாணிக்கமா தான் இருக்கணும். ஆமா. இது அந்த ஆசாரிக்குத் தெரியுமா?”

“இல்ல... ஆசாரிக்குத் தெரியாது... அவ்வளவு ஏன் நீங்க இப்ப சொல்லும் போதுதான் எனக்கே தெரியவருது.”

“நமக்கு தெரிஞ்சு ஒரு மாணிக்கம்... தெரியாம எத்தனை மாணிக்கங்களோ?”

“எக்ஸாக்ட்லி... காணாம போன சித்த வைத்தியர், தமிழ் பேராசிரியர், தொழிலதிபர்னு இவங்கள்ளாம்கூட தங்கம் தேடித்தான் போனவங்களா?”

“ஆமாம்... தங்கம்... இன்னிக்கு அதுதானே உலகத்தோட பொதுவான பணம்... அது இருந்தா சந்திர மண்டலம், செவ்வாய் கிரகம்னு கூட போய் அதை வெச்சு வாழமுடியுமே.”

“எனக்கு ஒரு சந்தேகம்... பாண்டியன்... இப்படி தங்கம் பண்ணத் தெரிஞ்ச சித்தருங்க ஏன் அதை வெச்சு இந்த உலகத்தை ஆட்டி வைக்க விரும்பலை...”

செல்வராஜின் கேள்வி பாண்டியனை கலகலவென்று சிரிக்க வைத்தது.

“என்ன பாண்டியன் சிரிக்கிறீங்க... நான் என்ன தப்பா கேட்டுட்டேன்...?”

“தப்பாவா... இதைவிட தப்பா ஒரு கேள்வியை நீங்க கேட்கவே முடியாது செல்வராஜ்...”

“எப்படி?”

“இந்த உலகத்தை துரும்பா நினைச்சதாலதான் அவங்களுக்கு அந்த சக்தியே வசப்பட்டது. அப்படி வசப்பட்ட சக்தியை ஒரு துரும்பா நினைச்ச விஷயத்துக்கா பயன்படுத்துவாங்க?”

“ஓ... நீங்க அந்தக் கோணத்துல பாக்கறீங்களா?”

“அதுதான் செல்வராஜ் சத்தியம்... நமக்குத்தான் தங்கம், வைரமெல்லாம் பெரிசு... ஆனா அவங்களுக்கு அப்படி இல்லை. ஒரு நல்ல கதைகூட உண்டு... ஒரு கடல்ல மூட்டை மூட்டையா தங்கத்தோட ஒருத்தன் பயணம் பண்றான். கூடவே அரிசி பருப்பும் வெச்சிருக்கான்... திடீர்னு படகுல ஓட்டை விழுந்துடுது. படகு பாரம் தாங்காம மூழ்கப் பார்க்குது... அப்ப அந்த நபர் தன்கிட்ட இருக்கற தங்கத்தை மதிப்பானதா பாக்கலை. ரொம்ப ஆபத்தான விஷயமாத்தான் பாக்கறான்... தங்கத்தை தூக்கி கடல்ல போட்றான்... அரிசி பருப்பை இல்லை... இதுக்கு அர்த்தம் என்னன்னா நாம நல்லாவும் வளமாவும் இருக்கும்போதுதான் தங்கத்துக்கு மதிப்பு. என்னதான் தங்கம்னாலும் பசிச்சா அதை சாப்பிட முடியாது... அதனால் பசி அடங்காது... அது மட்டுமில்லை... எவ்வளவு தங்கம்தான் நம்மகிட்ட இருந்தாலும் சாகும்போது அது கூட வரப் போறதில்லை.”

பாண்டியன் தங்கத்தை மையமாக வைத்து ஓர் உபன்யாசமே பண்ணிமுடித்துவிட்டான். செல்வராஜ் பிரமித்துப் போய்விட்டார். நெடுநேரத்துக்கு அவரிடம் இருந்து பேச்சே வரவில்லை. பாண்டியன் சொடக்கு போட்டு கலைக்க வேண்டியிருந்தது.

“என்ன செல்வராஜ் ஸ்தம்பிச்சிட்டீங்க?”

“பின்ன என்ன பண்ண... நான் கேட்ட ஒரு கேள்விக்கு இவ்வளவு பெரிய பதிலா?”

“ஐ ஆம் சாரி ரொம்ப அறுத்துட்டேனா?”

“சேச்சே... இவ்வளவு தூரம் தங்கம்கறது ஒரு கோணத்துல ஆபத்தான விஷயம்னு தெரிஞ்சும் அதைத் தேடி அலையறவங்களை என்னன்னு சொல்றது?”

“அப்படித்தான் இந்த உலகம் இருக்கும். எல்லாருக்கும் தெளிவு இருந்தா அப்புறம் சுவாரஸ்யமே இருக்காது... அவ்வளவு ஏன்... எல்லாரும் இந்த பூமியில நல்லவங்க, ஞானிங்கன்னு வையுங்க... உங்களுக்கும் எனக்கும் இந்த வேலை அமைஞ்சிருக்குமா?”

பாண்டியன் கேட்ட கேள்விகளிலேயே மிக புத்திசாலித்தனமான கேள்வி இதுவாகத்தான் இருக்கமுடியும்.

செல்வராஜ் அதைக் கேட்டு ரசித்து சிரித்தார்.

"பாண்டியன் சிவன்மலைக்குப் போய்ட்டு வந்த பிறகு நீங்களும் ஒரு சித்தர் ஆயிட்டீங்க.. அதான் தத்துவமா பொளந்துகட்றீங்க" என்றார்.

ரங்கநாயகியும் அதை எல்லாம் கேட்டு ரசித்தபடியே அருகில் வந்தாள்.

"சொல் ரங்கநாயகி... நான் ஏதாவது செய்யணுமா?"

"ஆமாம்."

"என்ன?"

"நான் இப்ப ஹாஸ்டல்ல இருக்கேன். எல்லாம் சார் ஏற்பாடுதான்... இருந்தாலும் உங்களோட உங்க வீட்ல இருந்தா உங்களுக்கு சாப்பாட்டு கஷ்டம் இருக்காதேன்னு பாக்கறேன்..."

"பாண்டியன் நீங்க ஒரு பிரம்மச்சாரிதானே?"

"ஆமாம் செல்வராஜ்."

"ஐ நோ யுவர் ஸ்டோரி... ஒரு ஆக்சிடெண்ட்டுல உங்க அம்மா, தங்கச்சின்னு எல்லாருமே இறந்து போய்ட்டாங்க... அதுல பிழைச்சது நீங்க மட்டும்தான்... ஒரு வகைல நீங்க எப்படியோ, ரங்கநாயகியும் அப்படித்தான்.. ஸோ. இரண்டு பேரும் ஒண்ணா இருக்கிறது தானே சரி?"

செல்வராஜ் ஒரு முடிவுக்கு வந்து பேசுவது போலத்தான் இருந்தது.

"செல்வராஜ்?"

"என்ன?"

"இல்ல... இது எந்த அளவுக்கு நல்லா இருக்கும்னு யோசிச்சு பாக்கறேன்."

“ஒரு வேலைக்காரியா, இல்ல... சமையல்காரியா வெச்சுக்கிட்டா அக்கம் பக்கம் தப்பா புரிஞ்சுக்கிட்டு ஒரு மாதிரியா பேசலாம்தான். மனைவியா ஆக்கிட்டா யாரால என்ன பேச முடியும்?”

செல்வராஜ் பாண்டியனை ஒரே அமுக்காக அமுக்க, அதை ரங்கநாயகியேகூட எதிர்பார்க்கவில்லை. அவளுக்கு செல்வராஜ் அப்படி சொன்னது குபீர் என்று வெட்கத்தை உருவாக்கியது. அவள் முகத்தைச் சிவப்பாக்கியது.

“என்ன பாண்டியன். நான் உங்க பர்சனல் விஷயத்துல அத்துமீறி நுழைஞ்சிட்டேனோ?”

“.....”

“புரியுது... நீங்க மௌனமா இருக்கறத வெச்சு பாத்தா... நான்தான் அவசரப்பட்டு பேசிட்டதா தோணுது. உங்க ஸ்டேட்டசுக்கு ரங்கநாயகி மாதிரி ஒரு விபசாரி தகுதியானவ இல்ல தான்... இருந்தாலும்...”

செல்வராஜ் இருந்தாலும் என்று தொடர்ந்து பேச முற்பட, பாண்டியன் வேகமாக அதைத் தடுத்து, “நோ செல்வராஜ்... தயவுசெய்து ரங்கநாயகியோட கடந்த காலத்தைச் சொல்லி அதனால நான் சம்மதம் சொல்ல தயங்கறதா நினைக்காதீங்க. நான் ரங்கநாயகின்னு இல்ல, எந்தப் பெண்ணையுமே திருமணம் செய்துக்கற எண்ணத்துல இல்லை... ஏன்னா உங்களுக்கே தெரியும்... இது எவ்வளவு ஆபத்தான வேலைன்னு...”

பாண்டியன் வேலையை காரணமாகச் சொல்லவும் ரங்கநாயகிக்கு அப்பாடா என்று மார்பு தழைந்தது. கண்களில்கூட கண்ணீர் திரண்டு விட்டது.

“பாண்டியன்... எந்த வேலைல ரிஸ்க் இல்ல... இதுக்காக நீங்க ரங்கநாயகிய மணக்க முடியாதுன்னா அது அபத்தம்... என்ன ரங்கநாயகி நான் சொல்றது?”

செல்வராஜ் ரங்கநாயகியிடமும் போட்டு வாங்கப் பார்த்தார். ரங்கநாயகி தலையை குனிந்த நிலையில், “செல்வராஜ் அண்ணே,

உங்களுக்கு கோடி நன்றி... பாண்டியன் மாதிரி ஒரு மனுஷரோட நான் ஒருநாள் அவர் மனைவியா வாழ்ந்தாகூட போதும், அவர்கிட்ட சொல்லுங்க" என்றாள்.

பாண்டியனிடம் ஒரு மழுப்பலான புன்னகை.

"பாண்டியன், சரின்னு சொல்லுங்க... நம்ம கமிஷனர்கிட்ட சொல்லி அவர் முன்னிலைலேயே கல்யாணத்தை முடிச்சிடலாம். ரங்கநாயகிக்கும் அதுக்குப் பிறகு ஒரு சமூக பாதுகாப்பு கிடைச்சிடும். உங்களுக்கு ஆபத்தான இந்த பணில ஓர் எச்சரிக்கையும் பொறுப்புணர்ச்சியும் ஏற்படும்..."

செல்வராஜ் பாண்டியனை விடுவதாக இல்லை. பாண்டியனும் வெட்கமுடன் சரி என்று சொல்ல, அந்த நொடி ரங்கநாயகிக்கு வானத்தில் மிதக்கின்ற மாதிரி இருந்தது.

பரவச உணர்ச்சியோடு அப்படியே செல்வராஜ் காலில்தான் முதலில் விழுந்தாள். செல்வராஜும் அவளைத் தொட்டு நிமிர்த்தி ஆசீர்வதித்ததோடு கேன்டீனில் சாப்பிட்டுக் கொண்டிருந்த போலீஸ்காரர்கள் அனைவருக்கும் கேட்கும் படி, "ஹலோ போலீஸ் ஃப்ரெண்ட்ஸ், வர்ற முகூர்த்தத்துல நம்ம பாண்டியன் சாருக்கும் ரங்கநாயகிக்கும் கல்யாணம். இது ஒரு புரட்சித் திருமணம்கறத நான் சொல்ல தேவையே இல்லை. நீங்கள்ளாம் இப்பவே கைதட்டி உங்க வாழ்த்துக்களைச் சொல்றீங்க..." என்று சாப்பிட வந்த அவ்வளவு பேரையும் தூண்டிவிட, அவர்களும் உற்சாகமாகக் கைதட்டினர்.

ரங்கநாயகி கண்களில் ஆனந்தக் கண்ணீர் குற்றாலம் போல கொட்டத் தொடங்கிவிட்டது!

அத்தியாயம் 9

நாரதருக்கு சிவனின் கதையை கூறிக் கொண்டிருந்த பிரம்மதேவன், அக்கதைப் போக்கில் தான் மகாவிஷ்ணுவின் வயிற்றில் அவதரித்த கதையை கூறத் தொடங்கினார்.

“நாரதா...

நான் நாராயணனின் கர்ப்ப கமலத்தில் தோன்றியவன். இதை நான் உணரவே பல நூறு ஆண்டுகள் தேவைப்பட்டது. காரணம் நாரணமாயை! பின் நாராயணனே எனக்கு தரிசனமளித்து, என்னை ஈன்ற காரணம் கூறி தானே இவ்வுலகம் முதல் இருபத்தி நான்கு தத்துவங்கள் வரை சகலத்தையும் படைத்ததாகக் கூற, நானும் விடாமல் என்னை நீ படைத்தீர்... அதேபோல உம்மை ஒருவர் படைத்திருக்க வேண்டுமல்லவா? என்று கேட்டேன். நாராயணனும் ஆம் என்றதோடு அதை உணர்வதே இனி நம் பணி என்றார். அப்போது தான் எங்களுக்கு இடையில் கோடி சூரியப் பிரகாசமோடு ஒரு லிங்க வடிவம் வானுக்கும் பூமிக்குமாய் காட்சி அளித்து நின்றது.

அந்த லிங்க வடிவை விளங்கிக்கொள்ள நான் அன்னமாக மாறி வானில் பறந்தேன். என் நோக்கம் அந்த லிங்கத்தின் தலை பாகத்தைத் தரிசனம் செய்வது. விஷ்ணுவோ வராக வடிவமெடுத்து பூமியைக் குடைந்து லிங்கத்தின் திருவடிப் பாகத்தைக் காணச் சென்றார். பல ஆயிரம் ஆண்டுகள் எங்கள்

முயற்சி தொடர்ந்தும் எங்களால் அடிமுடி காண முடியவில்லை" என்றார் பிரம்மா,

அடேயப்பா அந்த 'ஜோதிலிங்கம்' அவ்வளவு பெரிதா என்றார் நாரதரும்!

காலை வேளை!

மங்களம் குளித்து முடித்து பூஜையில் இருந்தாள். அவளிடம் ஒரு புது தெம்பு, வித்யாவிடமும் ஒரு தனித்தெம்பு தெரிந்தது. அது அவள் வீட்டு வேலைகள் பார்ப்பதிலேயே புலப்பட்டது. பாலுவும் வேலைக்கு கிளம்பிக் கொண்டிருந்தான். பல நாட்களுக்கு பிறகு தனது காக்கி பேண்ட், ஷர்ட்டை தேடி எடுத்து அணிந்து கொண்டு புறப்பட பார்த்த அவனை பொன்னி ஆச்சரியமாகப் பார்த்துக் கொண்டிருந்தாள்.

"என்ன பொன்னி... என்னை பாக்க உனக்கு கோமாளி மாதிரி இருக்கா?"

"சேச்சே... அதெல்லாம் ஒண்ணுமில்ல. பட்டணத்துல நீங்க இப்படித்தான் இருப்பீங்களாண்ணே..."

அவள் அண்ணே என்று அன்பாக கூப்பிட்ட விதம், அவன் மனதை நெகிழ்த்தியது.

"ஆமாம்மா... இதுதான் என் யூனிஃபார்ம். என் மெக்கானிக் ஷெட்டுக்கு ஒரு நாள் வந்து பார். உனக்கு இன்னும் வேடிக்கையா இருக்கும்."

பாலு பேச்சோடு பேச்சாக கண்ணாடியில் தலையை வாரிக் கொண்டான். பாரதி ஒரு பக்கம் காய் நறுக்கிக் கொண்டே அவர்கள் பேச்சை ரசித்துக் கொண்டிருந்தாள்.

"பொன்னி நீ எங்ககூட இப்படி வந்துட்டியே, உன் அருள்வாக்கு சொல்ற விஷயம் இனி என்னாகும்?" என்று பாலு கேட்க, பொன்னி அதைக் கேட்டு சிரித்தாள். பிறகுதான் பாலுவுக்கு தான்

அவசரப்பட்டு விட்டது தெரிந்தது. பொன்னி ரயிலில் தங்களோடு வந்த சித்த வைத்தியர் மகள் என்று சொன்னதும் நினைவுக்கு வந்தது. ஆனால் அவன் சொன்னது லலிதா காதில் விழுந்து, அவள் அதை கெட்டியாக பிடித்துக் கொண்டாள்.

"அருள்வாக்கா... என்னடா பாலு சொல்றே?" என்று கேட்டுக் கொண்டே வந்தாள்.

லலிதா ஒரு விஷயத்தைத் தொடுவதும் சிலந்தி வலையில் ஒரு பூச்சி விழுவதும் ஒன்று... கடைசி வரை விடமாட்டாள். பாலுவுக்கும் அடுத்து எப்படி சமாளிப்பது என்று தெரியவில்லை. ஆனால் பொன்னி வெகு அழகாக சமாளிக்கத் தொடங்கினாள்.

"லலிதாக்கா... நான் சித்த வைத்தியரோட மகள் மட்டுமில்ல... என்மேல் அந்த அம்மனும் அப்பப்ப வருவா. அப்படி வரும்போது என்னை மீறி நான் எதாவது பேசுவேன். ரயில்ல கூட ஒருத்தரை பார்த்து நான் அப்படிப் பேசப் போய்தான் பாலு அண்ணனுக்கும் இந்த விஷயம் தெரியும்" என்றாள்.

"உன்மேல அம்மன் வருவாளா... எந்த அம்மன்... ஆமா... அந்த அம்மன் என் மேலேல்லாம் வரமாட்டாளா?" லலிதா குரலில் கிண்டலும் தொனித்தது.

"அது அம்மனோட விருப்பம்கா... என்மேல வர்ற அம்மன்பேர் பார்வதி அம்மன்..."

"பார்வதி அம்மனா... புதுசா இருக்கே!"

"உங்களுக்கு எதுக்கு சந்தேகம். இப்ப நான் உங்களுக்கெல்லாம் பொதுவா ஒரு அருள்வாக்கு சொல்லவா?"

"நீ சொல்றது பெரிசில்ல... அதன்படி நடக்கணும்."

"நான் எப்பவும்... மன்னிச்சுக்கணும்... என் பார்வதி அம்மன் எப்பவும் நடக்கறதைத்தான் சொல்வா..."

"அப்படியா... சரி இனி இந்த வீட்ல என்ன நடக்கும், சொல் பார்ப்போம்?"

“எவ்வளவோ நல்ல காரியமெல்லாம் நடக்கப் போகுது. ஆனா ஒரு மண்டலத்துக்கு உங்கம்மா இப்ப செய்யற குங்குமப் பெட்டி பூஜையை மட்டும் விட்டுடக் கூடாது.”

“எங்கம்மா நல்ல நாள்ளயே ஒரு பூஜை பைத்தியம். இதுல இப்படி ஒரு குங்குமப் பெட்டிய கொடுத்து அதுக்கு பூஜை செய்தா புருஷன் வந்துடுவார்னா... கேக்கணுமா? இப்ப அது விஷயமில்லை... இந்தக் குடும்பத்துல அடுத்து என்ன நடக்கும்? அதை சொல் நீ...”

“சொல்றேன்... இன்றைய தினத்துல இருந்து உங்களுக்கு நல்ல காரியம் ஆரம்பம். நடுவுல சில சோதனைகள் வந்தாலும் முடிவுல வெற்றி உங்களுக்குதான். இன்னிக்கு பாலு அண்ணனுக்கு ஒரு பெரிய பரிசு கிடைக்கப் போகுது. அது மட்டுமில்ல, வித்யா அக்காவை விரும்பற அந்த மாப்பிள்ளை இன்னிக்கு அக்காவை பார்க்க வருவார்... கல்யாணம் பத்தி திரும்ப பேசுவார்...”

பொன்னி சொன்னது பூஜையில் மூழ்கியிருந்த மங்களம் காதிலும் தேனாகப் பாய்ந்தது. இருந்தும் பூஜையை அவள் நிறுத்தவில்லை.

பாலுவோ பொன்னியையே வெறித்துக் கொண்டிருந்தான்.

“என்ன பாலண்ணா... நான் சொன்னது எப்படி நடக்கும்னு யோசிக்கிறீங்களா?”

“ஆமாம் பொன்னி...”

“மத்தபடி நீங்க ஒண்ணும் லலிதாக்கா மாதிரி என்மேல சந்தேகப்படலையே?”

“சேச்சே... உன் சக்தியை தான் நான் நேர்லயே பார்த்தவனாச்சே...”

“என் சக்தி இல்ல பாலு அண்ணா. அது அம்மன் அருள்.”

“சரிம்மா, நீ சொன்ன மாதிரி எப்படி நடக்குதுன்னு பார்க்கிறேன். எனக்கு பரிசு கிடைக்க சான்ஸே இல்லை. ஏன்னா

நான் லாட்டரி சீட்டெல்லாம் வாங்கலை. நகை சீட்டு, பாத்திர சீட்டுன்னும் கூட போடலை..."

"வரணும்னு ஒண்ணு இருந்தா அது வானத்தைக் கிழிச்சிக்கிட்டு கூட வரும். நீங்க ஏன் கவலைப்பட்றீங்க?"

"எனக்கு பரிசு கிடைக்கிறதுகூட பெரிசில்ல... அக்காவை பார்த்துட்டு போன அந்த மாப்பிள்ளை திரும்ப வந்து கல்யாணத்துக்கு சம்மதம் சொன்னா அதுபோதும்."

"சொல்லப் போறாரு... பார்க்கத்தானே போறீங்க?"

பொன்னி பேச்சோடு கலகலவென்று குலுக்கிப் போட்ட சோழி போல சிரித்தாள். வித்யாவுக்கும் பாரதிக்கும் அது பரம ஆனந்தமாக இருந்தது. ஆனால் லலிதாவுக்குள் ஏதோ ஒன்று பற்றிக்கொண்டு எரிவதுபோல இருந்தது!

***

கண்ணன் வீடு!

கண்ணன் தோளில் ஒரு பையை மாட்டிக்கொண்டு வெளியே புறப்பட ஆயத்தமாக, ஓடிவந்தாள் கனகவல்லி.

"கண்ணா, எங்க கிளம்பிட்ட?"

"கடைத்தெரு வரைக்கும்மா..."

"எதுக்குப்பா இப்ப..."

"வீட்ல எவ்வளவுதாம்மா அடைஞ்சு கிடக்கிறது...?"

"சரிப்பா, கவனமா போய்ட்டுவா... திரும்ப உனக்கு ஏதாவது ஆயிடப் போகுது..."

கண்ணன் அதைக் கேட்டு சிரித்தான். அவன் சிரிப்பதை, கனகவல்லி கலங்குவதை, எதிரில் உள்ள மரக்கிளையில் தன் ஜனன சரீரமான பாம்பு வடிவத்தில் சுருண்டு படுத்த நிலையில் பார்த்துக் கொண்டே இருந்தான் நாகபரணி. கண்ணனும் பரணியை பார்த்து விட்டான். இருந்தும் அச்சமின்றி வீதியில்

இறங்கி நடக்கத் தொடங்கினான். அதைப் பார்த்த பரணியும் தன் இச்சைக்குரிய மனித சரீரத்திற்கு மாறி மரத்தில் இருந்து கீழே குதித்தான். அந்த மரத்துக்கு கீழ் அமர்ந்த நிலையில் பீடி குடித்தபடி இருந்த ஒருவர், திடீரென்று பரணி குதிப்பதையும், பூனை விழிகளால் வெறிப்பதையும் பார்த்து விதிர்விதிர்த்துப் போனார். பரணி அவரை அலட்சியமாகப் பார்த்தபடியே கண்ணனை தொடரத் தொடங்கினான்.

ஓர் ஆளரவமில்லாத இடத்தில் சரேலென்று கண்ணனுக்கு முன் பாம்பு உருவாகவே தோன்றி சீற்றமுடன் படமெடுக்கத் தொடங்கினான். கண்ணனுக்குள் அடங்கிக் கிடந்த சுந்தர்ராஜனின் ஆன்மாவும் அச்சப்படவில்லை. சிரித்தது.

“பொல்லாத இச்சாதாரி. நான் கூடு மாறி வந்ததையும் கண்டுபிடிச்சு இங்கேயும் வந்துட்டியா?”

“வராம... இது எனக்கு எப்படி ஒரு சந்தர்ப்பம்...”

“மூர்க்கனே... உன்னால என்னை எதுவும் செய்ய முடியாது. நான் சஞ்ஜீவியை சாப்பிட்டுட்டுதான் வந்திருக்கேன். உன் விஷம் இந்த உடம்புல பரவவே பரவாது.”

“அது எனக்கு தெரியும்... ஆனா நான் உன்னை கொத்தாமல் கொத்துவேன். நான் துடிக்கற மாதிரி துடிக்க வைப்பேன். நீ அதைப் பார்த்து ‘நான் தற்கொலை செய்துக்கிட்டு உயிரை விட்டுடறேன்’னு சொல்லணும்.”

“முட்டாளே... உன்னால என்னையோ எங்களையோ எதுவும் செய்ய முடியாது. குறிப்பாக என் மனைவி, மக்களை உன்னால நெருங்கக்கூட முடியாது. ஏன்னா... உன் மாணிக்கமே அவங்களுக்கு காவல் இருந்துக்கிட்டு இருக்கு. இன்னும் நாற்பத்தி ஏழு நாள்தான். அதுக்குள்ள மண்டல பூஜை முடிந்து எனக்கு உன்னால ஏற்பட்ட தோஷம் நீங்கிடும். அதன் பிறகு தோஷமில்லாத என்னை உன்னால எப்பவுமே, எதுவும் செய்ய முடியாது.”

"சுந்தர்ராஜா... உனக்கு நாகங்களோட ஆக்ரோஷம் பற்றியோ, சபதம் பற்றியோ தெரியலை. நான் இந்த பட்டணத்துல உன்னை எப்படி ஜெயிக்கப் போறேன்னு நீ பார்க்கத்தான் போறே. நீ எதுக்காக நகரத்துக்கு வந்துருக்கேன்னு எனக்கு நல்லா தெரியும், உன் குடும்பத்தை நல்லவிதமா வாழவைக்க வந்த உன்னை எப்படி எல்லாம் வாட்டி வதைக்கணும்னு எனக்கு தெரியும். இப்ப நீ உன் இஷ்டம் போலவே போ... இன்னிக்கு உனக்கு ஒரு மரண அடியை எப்படி கொடுக்கறேன்னு பார்..."

பாம்பு உருவில் இருந்து மனித உருவுக்கு மாறி இமைகளை இமைக்காமல் வெறிப்போடு பேசியவன், வெறிப்பை கொஞ்சமும் கைவிடாமல் அங்கிருந்து நடந்தான்.

ஒரு நம்பிக்கையில் பேசிவிட்ட சுந்தர்ராஜனாகிய கண்ணனுக்குள்ளும் பீதி மூளத்தான் செய்தது. அவ்வளவும் சில வினாடிகள்தான்... ஆகாசலிங்கத்தை தியானித்தபடியே நடக்கத் தொடங்கினார்.

'இறைவா எனக்கு நீதான் துணை. நீதான் வழிகாட்ட வேண்டும்...' என்று வேண்டுதலோடு நடந்தார்.

***

மோகன் ஜீவல்லரி என்கிற அந்த நகைக்கடையில் சரியான கூட்டம். ஏ.சி. ஷோரூமாகிய அந்த ஜுவல்லரி மிக மாடர்னாக ஏராளமான நகைகளோடு கண்களைப் பறிக்கும் விதத்தில் இருந்தது.

உள்ளே ஒரே ஒளி வெள்ளம்...

ஏராளமான பெண்களின் கூட்டம்.

நகைகளை டிஸ்ப்ளே செய்து, அதன் எடை மற்றும் விலை விவரத்தைக் கூறும் ஸ்டாஃப்கள் அவ்வளவு பேருமே பெண்கள். ஒன்னுபோல மெருன் கலர் புடவையும் ரோஸ் நிற ஜாக்கெட்டுமாக இருந்தார்கள்.

ஜூவல்லரியின் கன்னிமூலை பாகத்தில் படிகளில் ஏறி மேலே சென்றால் ஜீவல்லரி ஆபீஸ் ரூம். உள்ளே மோகன் இருந்தான். அவன் எதிரில் டி.வி. பெட்டி, அது கீழே நடக்கும் வியாபாரத்தை லைவாக படம்பிடித்து காட்டிக் கொண்டிருந்தது. யாராவது வெளிநாட்டுக்காரர் வந்து பார்த்தால் இந்தியா ஏழை நாடு என்பதையே ஏற்றுக் கொள்ளமாட்டார்.

“அடேயப்பா... இந்த நாட்டுப் பெண்களுக்கு தங்கத்தின் மேல் இப்படி ஒரு மோகமா?” என்றுதான் கேட்பர்.

மோகனும் டி.வி திரையில் ஒரு பார்வையும் ஃபைலில் ஒரு பார்வையுமாக இருந்தபோது, கதவு தட்டப்படும் சப்தம். ரிமோட் லாக் கதவு அது. ‘யெஸ் கமிங்’ என்று ரிமோட்டில் அதைத் திறந்தான் மோகன். தோளில் தொங்கிய பையுடன் உள்ளே நுழைந்தான் கண்ணன் நுழைந்த ஜோரில் ஒரு பவித்ரமான கும்பிடு... பார்வையிலும் ஒரு பரவசம்...”

“வணக்கம் மாப்ள சார்...”

ஆரம்பமே கண்ணனிடம் அசத்தல்.

“நீங்க?”

“என்பேர் கண்ணன்...”

“என்னை மாப்ளைன்னு...”

“நீங்க ஆசைப்பட்ட பெண்ணான வித்யாவுக்கு நான் சொந்தக்காரன்...”

“ஓ... வித்யாவோட சொந்தமா... என்ன உறவு?”

“அப்பா மாதிரி.”

“அப்பாவா... இவ்வளவு சின்ன வயசுலையா?”

“அப்பா மாதிரின்னேன்... அதாவது சித்தப்பா... நான் சித்தப்பான்னா எனக்கு நீங்க மாப்ளை தானே?”

“ஆமாமா... நீங்க வந்த நோக்கத்தை நான் தெரிஞ்சுக்கலாமா?”

“தாராளமா... ஆமா, எப்ப எங்க பொண்ணு கழுத்துல தாலிய கட்டப்போரீங்க...”

“ஓ... கல்யாண விஷயமா?”

“ஆமாம் மாப்பிள்ளை... வித்யாவுக்கு இனி எந்த காலத்துலையும் வலிப்பு வராது. அவளுக்கு அதுக்கான மருந்தை கொடுத்தாச்சு...”

மோகன் அந்த பதிலைக் கேட்டு சிரித்தான்.

“நம்ப முடியலையா மாப்ளை...”

“பின்ன என்னங்க... மருந்து சாப்பிட்டா உடனே குணமாகற வியாதியா அது...”

“அப்ப உங்களுக்கு நம்பிக்கை சுத்தமா இல்லைனு சொல்லுங்க.”

“நான நம்பறது விஷயமில்லை... என் சித்தி நம்பணும், இப்ப அதுதான் சிக்கல்.”

“சரி, என்ன செய்தா அவங்க நம்புவாங்க?”

“அதை நான் எப்படி சொல்ல முடியும்... இந்த விஷயத்துல நீங்க நம்பிக்கை ஏற்படுத்தறது ரொம்ப கஷ்டம்.”

“அப்படின்னா எங்க பொண்ணுக்கு நான் அவளை நம்பற வேற ஒரு மாப்ளைக்கு கல்யாணம் பண்ணிக் கொடுக்கலாமா?”

கண்ணனின் கேள்வி மோகனின் பொட்டில் அடித்தது.

“என்னது... வித்யாவுக்கு வேற ஒரு மாப்ளையா?”

“ஆமாம்... நீங்கதான் இப்படி சொல்றீங்களே...”

“இல்ல... அவளை யார் கட்டிக்குவா?”

“ஓ... அவ விலை போகமுடியாத ஒரு சரக்குங்கறதுதான் உங்க எண்ணமா?”

“இல்ல... நான் அந்த அர்த்தத்துலையே சொல்லலை... நீங்க தவறா புரிஞ்சுக்கிட்டீங்க.”

“என்ன மாப்ளை குழப்பறீங்க... ஒண்ணு நீங்க தாலி கட்டுங்க... இல்ல வழிவிட்டு நில்லுங்க. நான் அவளுக்கு கல்யாணம் பண்ணி காட்றேன்...”

“இருங்க இப்படி அவசரப்பட்டா எப்படி... என்னால வித்யா இல்லாம வாழமுடியாது.”

“அப்ப சரின்னு சொல்லுங்க.”

“நான் எப்பங்க மாட்டேன்னு சொன்னேன். என் சித்தியோட சில நியாயமான கேள்விகளுக்கு யார் பதில் சொல்றது?”

“எது நியாயமான கேள்வி மாப்ள... நோய் இருக்குன்னு வருத்தப்பட்ட வரை சரி... அது அடுத்து வந்தா தானே அவங்க இனி கேள்வி கேட்க முடியும்...”

“நீங்க எதை வெச்சு இவ்வளவு உறுதியா சொல்றீங்க?”

“சித்த வைத்தியம் மேல உள்ள நம்பிக்கைல தான்... உங்களால நம்ப முடியலைனா காக்கா வலிப்பைவிட கொடிய நோய் உள்ள யாரையாவது காட்டுங்க. அவங்களை நான் குணப்படுத்திக் காட்றேன். அதன் பிறகு நம்புங்க...”

கண்ணனின் தீவிரமான பேச்சும் வளைப்பும் நன்றாகவே வேலை செய்தது.

“அப்ப இனி எந்தக் காலத்துலையும் வித்யாவுக்கு வலிப்பு வராது தானே?”

“நிச்சயமா வராது. சத்தியமா வராது. வந்தா அதுக்கு நான் பொறுப்பு...”

“சரி நீங்க போங்க... நான் இன்னிக்கு ஈவினிங்கே வித்யாவை பார்த்து கல்யாண ஏற்பாடும் செய்யச் சொல்றேன்.”

“கடைசில உங்க சித்தி அதைச் சொன்னாங்க, இதைச் சொன்னாங்கன்னு பல்டி அடிச்சிட மாட்டீங்களே.”

"என்னங்க நீங்க... உங்கள மாதிரி யாராவது வந்து எங்க கல்யாண விஷயத்துக்கு உயிர் கொடுக்க மாட்டீங்களான்னுல்ல இவ்வளவு நாளா நான் காத்துக்கிட்டிருந்தேன்."

மோகன் இளகிப் போய் சொன்னதைக் கேட்டு கண்ணனுக்கே சிரிப்பு வந்துவிட்டது.

❋ ———— ❋

அத்தியாயம் 10

மகாவிஷ்ணுவும், பிரம்ம மூர்த்தியும் வானுக்கும், பூமிக்கும் தேடிச் சென்றும் அடிமுடி காணமுடியாதபடி விளங்கிய அந்த லிங்க ஸ்வரூபம் அவர்கள் இருவருக்குமே முதலில் வியப்பைத் தந்தது. இதனால் விஷ்ணு தன்னைப் போலவே அந்த ரூபமும் தானாய் தோன்றியிருக்கக் கூடும் என்று கருதி அதை முழுவதுமாய் உணரும்பொருட்டு தவம் செய்தார். பிரம்மனும் அதையே செய்திட அந்த தவக்காலத்தில் அந்த ஒளிமிகுந்த ரூபத்தில் இருந்து 'ஓம்' எனும் பிரணவ சப்தம் உருவாகி அது இருவரையும் ஆட்கொண்டது. பின் அதுவே நாதரூபமாகியது. இந்த நாதரூபத்தைத் தொடர்ந்து விஷ்ணுவும், பிரம்மாவும் அந்த லிங்க ரூபத்தை வணங்கிட 'ஓம் தத்வமசி' என்று சிவன் ஹரிக்கும் பிரம்மனுக்கும் அருளினார். அதோடு பிரம்மனை படைக்கும் தொழிலுக்கும், ஸ்ரீஹரியாகிய விஷ்ணுவை காக்கும் தொழிலுக்கும் கர்த்தாவாக்கி, சம்ஹாரத்திற்கு தன்னையே அதிபதியாக்கிக் கொண்டார்.

இதன்பிறகே மும்மூர்த்தியர் எனும் நிலைப்பாடு தோன்றலாயிற்று.

மோகனின் அந்த மாளிகை போன்ற வீட்டில் அவன் அப்பா, அருணாச்சலம் ஒரு சாய்வு நாற்காலியில் அமர்ந்திருந்தார்.

எதிரில் டி.வி. ஓடிக்கொண்டிருந்தது. அவரது இடது கை சற்று சூம்பிப் போய் எண்ணெய் பூசப்பட்டிருந்தது.

வயதானால் சிலரை வாதம் தாக்கி விடுகிறது. அருணாசலமும் வாதத்திடம் அகப்பட்டுக் கொண்டுவிட்ட ஒருவர். வாதம் அவரை கையோடு விடவில்லை. வாயையும் சற்று கோண வைத்து விட்டது. அவருக்கு இரண்டாவது மனைவியாக வாழ்க்கைப்பட்டு விட்ட சகுந்தலா தான் அவருக்கு சோறு ஊட்டி, எல்லாவித பணிவிடைகளும் செய்தாக வேண்டும்.

அப்படி அவள் செய்யும் போதெல்லாம் அவளைப் பார்க்க வரும் அவளது அண்ணன் ராமச்சந்திரன், தங்கை கஷ்டப்படுவதைப் பார்த்து மனம் கசிவார். ராமச்சந்திரனுக்கு ஒரே பெண். அவளை மோகனுக்கு கட்டி வைத்துவிட்டால் சொத்து வெளியே யாருக்கும் போய்விடாது என்பது அவரது உள் கணக்கு.

தங்கை பாசமும், அந்த உள் கணக்கும் எப்பொழுதும் கை கோர்த்துக் கொண்டு வேலை செய்யும்.

“சகுந்தலா, உன்னை பார்க்கும்போது எனக்கு பரிதாபமாக இருக்கு... எதுக்கு நீ இன்னும் கஷ்டப்பட்டுக்கிட்டு... மோகனுக்கு ஒரு கல்யாணத்தை பண்ணிட்டா மருமக இந்த வீட்டுக்கு வந்துடுவா. அப்புறமா அவ பார்த்துக்குவால்ல இந்த வேலைகளை எல்லாம்” என்று சுருதி மாறாமல் பாடத் தொடங்கிவிடுவார்.

அண்ணனின் பாட்டுக்கு சகுந்தலாவும் சரிதாளம் போடுவாள்.

“அண்ணே கொஞ்சம் பொறுமையா இரு. மோகன் என் வயித்துல பொறந்துருந்தா சண்டை போட்டு என் விருப்பத்துக்கு நான் சம்மதிக்க வைக்கலாம். ஆனா அவன் என் சக்களத்தி வயித்துலல்ல பொறந்துட்டான்.” என்பாள்.

இருந்தாலும் அண்ணன் மகளான லட்சுமியை ஓர் அலங்கார தேவதையாக்கி தன் வீட்டுக்குள் குறுக்கும் நெடுக்கும் நடமாட விட்டிருந்தாள். அவளிடமும் ஒரே பசப்பல்.

மோகனுக்கு அவள்தான் காபி கொடுப்பது, டிபன் கொடுப்பது என்று தனது மயக்க உற்சவத்தை அவள் எப்பொழுதோ தொடங்கிவிட்டாள். தன்னைச் சுற்றி நடப்பதை எல்லாம் மௌனமாகப் பார்க்க மட்டும் அருணாசலத்தால் முடிகிறது. அதைமீறி அவரால் எதையும் செய்ய முடியவில்லை. எதை நினைத்தாலும் அது அவருக்குள்ளேயே முடங்கிப் போகிறது. பேச முடியாது... நடக்க முடியாது... எழுத முடியாது... என்றால் அந்த மனிதர் எத்தனை பெரியவராகத்தான் இருந்தால் என்ன? ஓர் உயிருள்ள பிணம் தானே?

அன்றும் அந்த பிணம் டி.வி. பார்த்துக் கொண்டிருக்க, ராமச்சந்திரன் அந்த மாளிகை போன்ற வீட்டினுள் நுழைந்து கொண்டிருந்தார்.

லட்சுமியும் சகுந்தலாவும் ஹாலில் மருதாணி வைத்துக் கொண்டிருக்க, அருகில் பெருமூச்சுடன் வந்து அமர்ந்தார்.

"என்னண்ணே... பெருமூச்சு பலமா இருக்கு...?"

"இந்த வீட்டுப் பக்கம் வந்தாலே எனக்கு பெருமூச்சுதான் வருது... என்ன பண்ணச் சொல்றே?"

"புரியுதுண்ணே... உனக்கு லட்சுமி கல்யாணக் கவலை அதானே?"

"அட போ சகுந்தலா... அதான் அந்த வலிப்புப் பொண்ணு சரிப்பட்டு வராதுன்னு ஆயிருச்சுல்ல... அப்புறமென்ன? மோகன்கிட்ட நைச்சியமா பேசி லட்சுமிக்கும் அவனுக்கும் ஒரு நாள் பாக்கலாமுல்ல."

"இதுக்கு பதிலை நான் சொல்றதைவிட உன் மகளே சொல்றதுதான் சரியா இருக்கும். நீயே சொல்லுடி..."

சகுந்தலா லட்சுமியை பார்த்தாள். அவளிடமும் பெருமூச்சு.

"ஐய்யோ அப்பா... அத்தான்கிட்ட நானும் தினமும் என்னென்னவோ பண்ணித்தான் பாக்கறேன்... ஆனா அது

முகம் கொடுக்கவே மாட்டேங்குது. அதுக்கு மனசு பூரா அந்த வலிப்புக்காரி வித்யாதான் இருக்கா..."

"அதான் ஒத்துவராதுன்னு ஆயிடிச்சேம்மா..."

"அதெல்லாம் எனக்குத் தெரியாது. அந்த வித்யாவுக்கு நிச்சயம் உடம்பு நல்லாயிடும்னு அத்தான் நம்பற மாதிரி தான் நான் நினைக்கிறேன்..."

"காக்கா வலிப்பு ஒருத்தருக்கு பரிபூரணமா குணமானதா நான் இதுவரை கேள்விப்பட்டதேயில்லை."

"அது உன் நம்பிக்கை... அத்தான் நம்பிக்கையே வேற... சுருக்கமா சொல்றதா இருந்தா அத்தான் என்னை கல்யாணம் பண்ணிக்குவார்னு நான் நம்பிக்கிட்டிருக்கிறது சுத்த வேஸ்ட்டுப்பா."

லட்சுமி பானையை போட்டு உடைக்கிற மாதிரி உடைத்துவிட்டு கையை உதறிக்கொள்ள, இட்டுக் கொண்ட மருதாணி பிய்ந்து விழுந்தது.

"கையை ஆட்டாம பேசுடி... பாரு... மருதாணி பிஞ்சு உழுவறத." என்று சகுந்தலாவும் அதைப் பார்த்து சற்று சப்தம் போட, உற்சாகமாக உள்ளே நுழைந்து கொண்டிருந்தான் மோகன்.

அவன் கைகளில் பூ பழம் மற்றும் இனிப்புகள்.

சகுந்தலா அவனை அந்த மாதிரி கோலத்தில் பார்த்ததேயில்லை.

"என்ன மோகன்... ஒரே குஷியா இருக்கே" என்று அவளும் காரணத்தைக் கேட்டாள்.

"ஆமா சித்தி... இன்னிக்கு என் வரைல ரொம்ப நல்ல நாள்."

"என்னப்பா... இன்னிக்கு நம்ப நகைக்கடைல ஐயாயிரம் பவுன்னு வியாபாரம் கூடிடிச்சா."

"அது இல்ல சித்தி... நம்ம வித்யா விஷயத்துல ஒரு நல்ல வழி பொறந்துருக்கு."

"நம்ப வித்யாவா?"

“என்ன சித்தி... அதுக்குள்ள மறந்துட்டீங்களா?”

“ஓ... நீ அந்த பாரஸ்ட் ஆபீசர் மகளை சொல்றியா?”

“ஆமாம் சித்தி... நாம பெண் பார்த்துட்டு வந்ததுக்குப் பிறகு அவங்களும் அவளுக்கு சித்த மருத்துவம் பார்த்துருக்காங்க. அதுல ஒரு சித்த வைத்தியர் கொடுத்த மருந்து அவளை பரிபூரணமா குணப்படுத்திட்டதா கேள்விப்பட்டேன்...”

“என்னப்பா உளர்றே...?”

“உளறலை. அந்த சித்த வைத்தியரே கடைல என்னை வந்து பார்த்தார். அவளுக்கு திரும்ப வலிப்பு வந்தா அதுக்கு நான் பொறுப்புன்னாரு...”

“அது சரி... அது மெக்கானிக் பையன் உன்னை இப்ப இப்படி ஏமாத்த தொடங்கிட்டானா?”

“சித்தி... அவசரப்பட்டு தப்பா பேசாதீங்க. அவனுக்கும் இதுக்கும் எந்த சம்பந்தமும் இல்லை...”

“அப்படின்னா...”

“அப்படின்னா நான் அந்த வித்யாவைதான் கட்டிக்கப் போறேன்னு சொல்ல வந்தேன்... இதுக்கு மேலயும் நான் அவளை சோதிக்கத் தயாரா இல்லை.”

“மோகன்... காதலுக்கு கண் கிடையாதுங்கறது சரியாத்தான் இருக்கு. தயவுசெய்து நான் சொல்றதை கேள். நாளைக்கு நீ அவளை கல்யாணம் பண்ணி கட்டிக்கிட்டு வந்த நிலைல அவ தனியா சமையக்கட்டுல காய் நறுக்கும் போதோ, இல்ல மொட்ட மாடில துணி உலர்த்தும் போதோ, அவளுக்கு வலிப்பு- வந்தா என்னாகும்னு யோசிச்சு பார்... ஓர் ஏழை பொண்ணை ஏமாத்தி கூட்டிக்கிட்டு வந்து நீ கொலை பண்ணிட்டதா பத்திரிகையில வரும். இதெல்லாம் உனக்கு தேவையா?”

மோகனை சகுந்தலா திரும்பவும் வேகமாக மடக்கிப் பிடித்தாள். அவனும் அவள் கேட்ட கேள்விகளுக்கு என்ன பதில் சொல்வது என்று தயங்கிக் கொண்டு நிற்க, “உள்ள

வரலாமா?" என்று ஒரு குரல். அவ்வளவு பேரும் திரும்பிப் பார்க்க, வாசலில் கண்ணன்!

பைஜாமா குர்தா, தோளில் தொங்கும் துணிப்பை சகிதம் நின்றவனைப் பார்த்த மோகனுக்கு கடவுளையே பார்த்தது போலத்தான் இருந்தது.

"அடடே நீங்களா... வாங்க... வாங்க..." என்று அவரை அழைத்தான். கண்ணனும் உள்ளே நுழைந்து எல்லோருக்கும் பெரிதாக ஒரு கும்பிடு போட்டான்.

"சித்தி... இவர்தான் வித்யாவை பரிபூரணமா குணப்படுத்தின அந்த சித்த வைத்தியர்..." என்று சகுந்தலாவிற்கு அறிமுகமும் செய்து வைத்தான். கண்ணனும் திரும்ப கும்பிட்டான். உள்ளுக்குள் சுந்தர்ராஜனின் ஆன்மாதன் மூத்த மகள் வாழ்க்கைப்படப் போகும் வீடும், அந்த வீட்டு மனிதர்களும் எப்படிப்பட்டவர்கள் என்பதை அளக்கும் விதத்தில் இருந்தது.

சகுந்தலா ஓர் அற்ப பூச்சியை பார்க்கிற மாதிரிதான் கண்ணனைப் பார்த்தாள். பார்க்க நவீன கால ஹைடெக் இளைஞன் போன்ற தோற்றம். இவனா சித்த வைத்தியன்...?

ராமச்சந்திரனும் அவனைப் பார்த்து சற்று சிரிக்கவும் செய்து விட்டார்.

"என்ன மாமா சிரிக்கிறீங்க?"

"சிரிக்காம... சித்த வைத்தியர்னா அவங்க இப்படித்தான் இருப்பாங்கன்னு சில அடையாளமெல்லாம் இருக்கு மோகன்... இந்த ஆளைப் பார்த்தா காலேஜ் படிக்கிற வாலிபனைப் பார்க்கிற மாதிரில்ல இருக்கு..."

"தோற்றத்துக்கும் வைத்தியத்துக்கும் சம்பந்தம் இல்லை சித்தி. மிஸ்டர் கண்ணன்... நீங்க இவங்க இப்படி பேசறதுக்காக தயவுசெய்து வருத்தப்படாதீங்க..."

"சேச்சே... நான் இங்க இப்ப வந்துருக்கறதுகூட சித்த வைத்தியம் பார்க்கத்தான்..."

"என்ன...?"

"ஆமாம் மோகன்... உங்ககூட பேசிட்டு வெளியேறின நான், உங்க நகைக்கடைல என் பேனாவை விட்டுட்டு போயிட்டேன். அதை எடுத்துட்டு போக வந்தப்ப நீங்க இல்லை. கடைக்காரங்ககிட்ட விசாரிச்சேன்.

அப்ப அவங்கதான் நீங்க சீக்கிரமாவே வீட்டுக்கு போயிடுவீங்கன்னும்... உங்கப்பா ஒரு வாதம் தாக்கிய பேஷண்ட்டுன்னும் சொன்னாங்க. அதான் உடனே அவங்கக்கிட்டையே அட்ரஸை வாங்கிக்கிட்டு உங்களை தேடிக்கிட்டு வந்துட்டேன்."

"ஓ... அப்ப நீங்க எங்க அப்பாவுக்கு வைத்தியம் பார்க்கப் போறீங்களா?"

"நிச்சயமா... வித்யா விஷயத்துல உங்களுக்கு அப்புறம் இவங்களுக்கு இருக்கற சந்தேகத்தை எல்லாம் உங்கப்பாவை குணப்படுத்திக் காட்டி என்னால போக்க முடியும்."

கண்ணனின் தன்னம்பிக்கை மோகனை பரவசப்படுத்தியது.

"வெரிகுட் சார்... நல்ல முடிவு... இப்பதான் உங்கள பத்தி இவங்கக்கிட்டேயும் நான் பேசிக்கிட்டிருந்தேன். அதுக்குள்ள நீங்களே வந்துட்டீங்க..."

"சரி... உங்கப்பாவை பார்க்கலாமா?"

"தாராளமா... வாங்க அந்த ரூம்லதான் இருக்கார்."

மோகன் படுவேகமாக கண்ணன் கையைப் பிடித்து இழுத்துக்கொண்டு அந்த அறை நோக்கிச் சென்றான். சகுந்தலாவும், ராமச்சந்திரனும் பின்னாலேயே ஓட, லட்சுமி அப்பொழுதே தனக்கு ஒரு முடிவு வந்துவிட்டதை யூகித்து விட்டாள். தன் மருதாணிக் கரங்களை சோகமாகப் பார்த்தவள், அதை ஒரு சின்ன சோகத்தோடு பிய்த்துப் போடத் தொங்கினாள்.

அறைக்குள் அருணாச்சலம் நாற்காலியில் விழுந்து கிடக்க, எதிரில் டி.வியில் சீரியல் ஓடிக் கொண்டிருந்தது. மோகன் முதல் காரியமாக போய் டி.வி. ஸ்விட்சை ஆஃப் செய்தான்.

பிறகு அருணாச்சலத்தை கண்ணனுக்கும் காட்டினான்.

"சார்... இவர்தான் என் அப்பா... பெரிய பிசினஸ் மேக்னட். நல்ல கலாரசிகரும்கூட... அதனாலதான் எங்க சித்தியையே கல்யாணம் செய்துக்கிட்டாங்க... ஏன்னா எங்க சித்தி ஒரு நல்ல டான்ஸர்... அதுலையும் ஆள மயக்கற மாதிரி ஆடறதுல அந்த காலத்துல சூப்பர் இவங்க" என்றான்.

மோகனின் அந்த விளக்கம் பாராட்டா இல்லை... பரிகாசமா என்பதை கண்டுபிடிக்க முடியாத ரகத்தில் இருந்தது.

கண்ணன் குனிந்து அருணாச்சலத்தின் கையைப் பிடித்து நாடியை பார்க்க ஆரம்பித்தான். அவரும் கோணிக் கொண்ட வாயோடு எல்லோரையும் பார்த்தார்.

சில வினாடிகளுக்குப் பிறகு...

"மிஸ்டர் மோகன்... உங்கப்பாவை ரொம்ப சுலபமா குணப்படுத்திடலாம். வாதம்கறது மூளை ஒருவிதத்துல செயல் இழக்கறதையும், ரத்தக் குழாய்கள்ல ஏற்படற பாதிப்பையும், மூட்டுக்கள் உள்ள பாகங்கள்ல ஒருவித திரவம் சுரக்கறதுல ஏற்படற கோளாறுகள்னாலையும் உருவாகுது.

ஒரு விதத்துல இது ஒரு பரம்பரை வியாதின்னுகூட சொல்லலாம். உணவுப் பழக்க வழக்கமும் இதுக்கு ஒரு காரணம். ரொம்ப முக்கியமான விஷயம் மனநிலை... மனநிலைக்கும் வாதத்துக்கும் ஓர் இனம் புரியாத சம்பந்தம் இருக்கு. நா அதிகம் பேசி லெட்சர் கொடுக்க விரும்பலை. இந்தத் தருணத்துல ஒரு தகவலை மட்டும் சொல்லிக்கிறேன்.

முறையா ஏகாதசி அன்னிக்கு விரதம் இருந்து துவாதசி அன்னிக்கு அகத்திகீரை, நெல்லிக்காய்னு இரண்டையும் சாப்பிட்றவங்களை வாதத்தால் கிட்டகூட நெருங்க முடியாது. போகட்டும் இவருக்கு உள்ள சாப்பிட மருந்தும், வெளிய தடவ தைலமும் இருக்கு... அதை ரெகுலரா, அதாவது மூணு நாள் தந்தா போதும்... நாலாவது நாள் இவர் பழையபடி ஆயிடுவார்..."

கண்ணனின் விளக்கம் அருணாச்சலம் கண்களில் ஓர் ஒளியை உருவாக்கியிருந்தது. மலங்க மலங்க பார்த்தார். கோணிக்கொண்ட வாயாலே "என்னை தாப்பாத்துங்க... தாப்பாத்துங்க" என்று மழலையாகப் பேசவும் செய்தார்.

ராமச்சந்திரன் அத்தனைக்கு பிறகும் சிரித்து விட்டார்.

"மாமா கொஞ்சம் சிரிக்கிறத நிறுத்தறீங்களா?"

"அட என்ன மோகன் நீ... இவரை காட்டாத டாக்டர் இல்ல. பாக்காத வைத்தியம் இல்லை. இந்த நபரைப் பார்த்தா முதல்ல சித்த வைத்தியன் மாதிரியே தெரியலை... இதுல இந்த நபர் மூணு நாள்ள வாதத்துல இருந்து அத்தானை குணப்படுத்துவேன்னு சொல்றதை நம்பறதுக்கு நான் ஒண்ணும் ஈனா வானா கிடையாது."

ராமச்சந்திரன் மாமாவை மோகன் வெறித்தான். கண்ணன் அசரவில்லை.

"சார்... மூணு நாள் கழிச்சு நீங்க என்ன சொன்னாலும் கேக்கறேன். இப்ப கொஞ்சம் அமைதியா இருங்க" என்றான்.

ஊஹீம் மாமா அடங்கவில்லை.

"ஏய் மூணு நாள்ல நீ இந்த வீட்டையே மொட்டை அடிச்சிட்டு ஓடிப் போயிடுவே. அப்புறம் உன்னை நாங்க எங்கன்னு போய் தேடறது?"

ராமச்சந்திரனின் அந்த ஆக்ரோஷமும், கிண்டலும் கண்ணனைகூட சற்று கோபப்படுத்திவிட்டது.

"கொஞ்சம் கையை நீட்றீங்களா?" என்றான்.

"எதுக்கு"

"சும்மா நீட்டுங்க சொல்றேன்."

"என்ன கைரேகை பார்க்கப் போறியா?"

"நீங்க நீட்டுங்க சொல்றேன்..."

"என்ன எதாவது வித்தை காட்டப் போறியா?"

“ஆமாம். மூணுநாள் நீங்க பேசக்கூடாது. இவர் இப்ப இருக்கற மாதிரி நீங்க இருங்க, அப்பதான் இவருக்கு வைத்தியம் பண்ண முடியும்.” என்கிற பேச்சோடு ராமச்சந்திரனின் கையை பிடித்து இழுத்தவன், அப்படியே அந்தக் கையை வளைத்து முதுகுப்புறமாய் கொண்டு சென்று படியவைத்து தோள் பட்டையில் ஒரு குறிப்பிட்ட புள்ளியில் மூன்று விரல்களால் முடிந்த அளவுக்கு குத்த, வெடுக்கென்று நாக்கு இழுத்துக் கொண்டு ராமச்சந்திரன் அப்படியே சுருண்டு படுத்துவிட்டார்.

சகுந்தலா அதைப் பார்த்து அதிர, துணிப்பையில் இருந்து கண்ணன் மருந்துகளை எடுத்துக் கொடுத்தான். அதை எப்படி சாப்பிட வேண்டும் என்றும் சொல்லி முடித்தான்.

மாமா மரவட்டை போல சுருண்டே கிடந்தார். சகுந்தலா அதைப் பார்த்து அலறினாள்.

“இந்தாப்பா... என் அண்ணனை நீ இப்டி செய்துருக்கறதெல்லாம் ரொம்ப தப்பு... முதல்ல இவரை சரிசெய்துட்டு மறுவேலை பார்” என்றாள். கண்ணன் அசரவில்லை!

“உங்க கணவர் குணமாகிறவரை பொறுத்திருங்க. வாய் இருக்குன்னு இவர் மனசை கடிச்சகடிக்கு இந்த தண்டனை ரொம்ப கம்மி...”

என்றவாறே... மோகனின் தோளைத் தட்டிக் கொடுத்துவிட்டு புறப்பட, மோகனிடம் பிரமிப்பு, திகைப்பு, மகிழ்ச்சி என்று பலவித உணர்வலைகள்.

❋ ———— ❋

அத்தியாயம் 11

ஒரு வகையில் மும்மூர்த்தியர் வேறு, லிங்க ரூபம் வேறில்லை! லிங்கத்தை ஒருவர் வணங்கிடும்போது ஆதி அந்தமில்லாத பரம்பொருளையே வணங்கிடுகிறார். ஏன் என்றால் லிங்கத்தின் சிரசு பாகம் ருத்ரனாகவும், இடைபாகம் விஷ்ணுவாகவும், அடிபாகம் பிரம்மனாகவும் கொள்ள வேண்டும்.

இதையே சுசீந்தரம் எனும் தலத்தில் உள்ள லிங்க சொரூபம் உணர்த்துகிறது. அந்த லிங்க சொரூபத்திற்கு 'தாணுமாலயன்' என்று பெயர். தாணு என்றால் ருத்ரன். மால் என்றால் விஷ்ணு. அயன் என்றால் பிரம்மன். இம்மூவரும் சேர்ந்த சொரூபமே லிங்கம். எனவே லிங்கத்தை வணங்கும் ஒருவர் மும்மூர்த்திகளையும் ஒரு சேர வணங்குகிறார். இதில் ஆவுடை பாகத்தை சிலர் சக்தி பாகமாக பார்ப்பர். அதன்படி பார்த்தால் சக்தியாகிய பராசக்தியையும் சேர்ந்தே வணங்குவதாக பொருள். லிங்கம் குறித்து மேலும் பலவித பார்வைகள் உள்ளன!.

பாலுவின் மெக்கானிக் செட். பலநாள் கழித்து வந்திருப்பதால் வண்டிகள் குவிந்திருந்தன. சில கஸ்டமர்கள் பாலு இல்லாததால் வேறு கடைக்கும் மாறிவிட்டிருந்தனர். அசிஸ்டெண்ட்டான டப்பாவால் ஓரளவுக்குதான் கஸ்டமர்களைச் சமாளிக்க முடிந்தது. எனவே பாலு வந்த வேகத்தில் வேலையில் மூழ்கிவிட்டான்.

சிவன்மலைக்குப் போனது முதல் இன்று காலை பொன்னி வீட்டில் சொன்ன எதுவும் அவன் நினைவில் இல்லை.

அப்படி ஒரு வேளையில்தான் சிலர் அவனைப் பார்க்க காரில் வந்து இறங்கினர். கோட்சூட் போட்டு, டை எல்லாம் கட்டி இருந்தனர். பாலுவும் அவர்களை வணக்கம் சொல்லி வரவேற்றான். அவர்களில் வயதான ஒருவர், "நீங்கதானே மெக்கானிக் பாலு?" என்று கேட்டார்.

"ஆமாம் சார்... நீங்க யாரு?"

"சொல்றேன்... முதல்ல உங்களுக்கு எங்களோட வாழ்த்துக்கள்..."

"எதுக்கு சார்?"

"நீங்க ரெகுலரா அண்ணாமலைங்கறவரோட பெட்ரோல் பங்க்குலதானே பெட்ரோல் போடுவீங்க."

"ஆமாம் சார்."

"அந்த பங்குல கஸ்டமர்களை கவர்றதுக்காக பெட்ரோ கார்டு ஸ்கீம் ஒண்ணு கொண்டு வந்து நீங்களும் ஒரு கார்டை வாங்கினீங்க தானே?"

"ஆமாம் சார்... அதுக்காக ஐநூறு ரூவாகூட நான் கட்டினேன்..."

"கரெக்ட்... அந்தக் கார்டு தரும்போது ஒரு பிரைஸ் ஸ்கீம் அறிவிச்சிருந்தோம் ஞாபகம் இருக்கா?"

பாலு மனதுக்குள் அது குறித்து தேடிப் பார்த்தான். சரியாக நினைவுக்கு வரவில்லை.

"இப்ப என்ன சார் அதுக்கு?"

"சரிதான்... அந்த ஸ்கீம்ல உங்க கார்டுக்கு பிரைஸ் விழுந்திருக்கு... அதுவும் முதல் பரிசு... முதல் பரிசு என்ன தெரியுமா?"

"ஆங் இப்ப ஞாபகம் வந்துடிச்சு. தங்கம் தானே முதல் பரிசு?"

“கரெக்ட்... ஒரு கிலோ தங்கம்...!”

“வாவ்... நிஜமாவா சார்...”

“இல்லேன்னா எதுக்கு உங்க மெக்கானிக் ஷெட்டை தேடி கூட்டமா வரப்போறோம்?” - அவர் கூற, அவரோடு வந்த ஒரு வீடியோகிராபர் பாலுவை சுற்றிவந்து படம் பிடிக்கத் தொடங்கினார். டப்பாவும் பாலுவை ஒட்டி ஒட்டி நின்றுகொண்டு போஸ் கொடுத்தான்.

பாலுவுக்கு ஒரு கிலோ தங்கம் பரிசு என்ற விஷயம் ஒரு நம்பமுடியாத அதிசயமாகத்தான் இருந்தது. அப்படியே பூமியில் மிதக்கிற மாதிரி. எல்லாமும் உள்ளுணர்வு... பொன்னி சொன்னதும் அவ்வேளையில் ஞாபகம் வந்தது... அந்த சின்னப் பெண்ணின் கால ஞானத்தை எதை வைத்து எடையிடுவது என்றும் தெரியவில்லை. கண்களில் கண்ணீர் கோர்த்துக்கொண்டு விட்டது.

“தம்பி... இந்தப் பரிசை உங்களுக்கு ஒரு விழா நடத்தி மேடைல வெச்சு தருவாங்க. உங்களுக்கு விழா தகவல் கூடிய சீக்கிரம் தரப்படும். அவசியம் உங்க அப்பா அம்மாவோட வந்து சேருங்க...” என்றார் ஒரு அதிகாரி. பின் ஒரு ஃபார்மில் அவனிடம் கையெழுத்து வாங்கிக் கொண்டார். திரும்பவும் ஒருமுறை அவன் கையைப் பற்றி குலுக்கிவிட்டு எல்லோரும் வந்தது போலவே காரில் ஏறி திரும்பிப் போனார்கள்.

அதிகபட்சம் பதினைந்து நிமிடம்!

பாலு வரையில் வாழ்க்கையில் ஒரு புதிய வெளிச்சம் நுழைந்துவிட்டது போலவே உணர்ந்தான்.

“அண்ணே... சாமியா பார்த்துதாண்ணே உங்களுக்கு தங்க நகையா தந்திருக்கு... மூணு அக்காக்களுக்கும் சீர்செய்ய நீங்க கஷ்டப்பட வேண்டாம்” - என்று டப்பா, அந்த தங்கத்தின் தேவையை தானறிந்த விதத்தில் ஞாபகப்படுத்தினான்.

“ஆமாண்டா... அது அக்காங்களுக்குதான் காலைல பொன்னி சொன்னது நடந்துடிச்சி... அடுத்து நடக்க வேண்டியது

அக்கா கல்யாணம்தான்! மோகன் மாப்பிளை வந்துட்டா அதுவும் பலிச்சிடும்...” என்றான்.

“அண்ணே அது யாருண்ணே பொன்னி?”

“என்னடா... வீட்ல பாக்கல... ஒரு சின்னப் பொண்ணு.”

“ஓ... அதுவா? ஆமா அந்தப் பொண்ணு எப்படின்னே உங்களோட தொடர்பாச்சி?”

“அதெல்லாம் பெரிய கதை... உனக்கு சொல்ல எனக்கு இப்ப நேரமும் இல்லை... மனசும் இல்லை...”

“பரவால்லண்ணே... ஒண்ணு மட்டும் தெரியுதுண்ணே. அது சாமிப் பொண்ணு... சரிதானே?”

“அதுல என்ன சந்தேகம்? பொன்னி, சந்தேகமே இல்லாம சாமிப் பொண்ணுதான்.”

“சரி... நீ கடைய பார்த்துக்கோ. தங்கம் பரிசு கிடைச்ச விவரத்தை நான் வீட்டுக்குப்போய் அம்மா, அக்கா எல்லார்கிட்டேயும் சொல்லிட்டு வந்துட்றேன்.”

“போங்க... போங்க... வித்யாக்காவுக்கு ஒரே சந்தோஷமாயிடும்... லலிதாக்கா இப்பவே எனக்கு தங்கத்துல பாதியை ஒதுக்கிடணும்னு சொல்லும்...”

டப்பாக்கு கூட லலிதா எப்படி என்பது புரிந்திருந்தது. அதை ரசித்தபடியே பைக்கில் பாலு ஏறி அமரப்போன சமயம்... மெல்லிய மணி சப்தம்! அதைத் தொடர்ந்து குரங்கு சித்தர் ஷெட்டின் முன் வந்தபடி இருந்தார்.

“அடடே சாமி...”

“சாமியேதான்... என்னப்பா எங்க கிளம்பிட்டே?”

“வீட்டுக்குத் தான் சாமி...”

“என்ன தங்கமழை பெய்ய ஆரம்பிச்சிடுச்சாக்கும்?”

“சாமி உங்களுக்கு எல்லாம் தெரியுமா சாமி...”

“உம்... அப்படி தூர இருந்து கேட்டுக்கிட்டு தானே இருந்தேன்...”

“ரொம்ப சந்தோஷமா இருக்கு சாமி. என் வாழ்க்கைல இப்படி எல்லாம் நடக்குதுன்னா ஆச்சர்யமாவும் இருக்கு சாமி...”

“இது என்ன, இன்னும் எவ்வளவெல்லாமோ நடக்கப் போகுதே...”

“எல்லாம் உங்கள பார்த்த நேரம்னு தான் சொல்வேன் சாமி...”

“மொத்தத்துல நல்ல நேரம்னு சொல்...”

“ஆமாம் சாமி... இந்த நல்ல நேரம் தொடருமா சாமி...”

“அதுல உனக்கு என்ன சந்தேகம்?”

“ஒரு பக்கம் பயமா இருக்கு சாமி... உழைக்கறதே இந்தக் காலத்துல நிக்கறதில்லை... இப்படி கிடைக்கற பரிசுங்க நிக்குமான்னு சந்தேகமா இருக்கு...”

“நியாயமான சந்தேகம்... ஆனா ஒரு மனுஷனுக்கு பரிசு எப்படி கிடைக்குதுன்னு தெரிஞ்சா நீ இப்படி எல்லாம் சந்தேகப்படமாட்டே...”

“எப்படி சாமி... அதிர்ஷ்டத்துல தானே...”

“அதிர்ஷ்டம்கறது ஒரு வார்த்தை. அதை பிரிச்சுப் படிச்சா அதோட இஷ்டம்னு வரும்... எதோட இஷ்டம்?”

“என்ன சாமி கேக்கறீங்க... புரியலீங்களே...”

“அதோட இஷ்டம்தான் அதிர்ஷ்டம்னு சொல்லும் போதே, ஏதோ ஒண்ணு அது பின்னால இருக்குதுன்னு தெரிய வருதுதானே?”

“ஆமா...”

“அந்த ஏதோ ஒண்ணுங்கறது எது?”

“நல்ல நேரமா சாமி...”

“நேரத்துல நல்ல நேரம்னும், கெட்ட நேரம்னும் எதுவும் கிடையாது தம்பி... ஒருத்தருக்கு நல்லது நடந்தா நல்ல நேரம்... கெட்டது நடந்தா கெட்ட நேரம்... நல்ல நேரமும் சரி... கெட்ட நேரமும் சரி... மனசு சம்மந்தப்பட்டது.”

“அப்ப அந்த ஒண்ணு எது சாமி?”

“இதுக்கு நான் விரிவாத்தான் பதில் சொல்லணும். அப்பதான் உனக்கு புரியும்... ஆனா நீயோ தங்கம் பரிசா கிடைச்ச விஷயத்தை உங்கம்மா, அப்புறம் அக்காக்கள்கிட்ட சொல்ற சந்தோஷத்துல இருக்கே... இப்ப நான் உன்னை தடுத்து நிறுத்தி என்னோட கிறுக்குத்தனமான சித்த உபதேசத்தைப் பண்ண விரும்பலை. நீ புறப்படு...”

குரங்கு சித்தர் அவனுக்கு பிடித்த மாதிரிதான் பேசினார். ஆனால் பாலு அதற்காகக் கிளம்பி விடவில்லை. அமர்ந்திருந்த பைக்கில் இருந்து கீழே இறங்கினான். பைக்கை ஸ்டாண்ட் போட்டு நிறுத்தவும் செய்தான். பின் குரங்கு சித்தர் முன் பணிவாகக் கைகளைக் கட்டிக்கொண்டு நின்றவன் பேசத் தொடங்கினான்.

“சாமி... உங்களை விட, நீங்க சொல்லப் போறதவிட பெருசு எதுவுமே கிடையாது. உங்கள பார்த்த பிறகுதான் என் வாழ்க்கைல நிறையவே மாற்றங்கள். ஆகையால நீங்க சொல்ல நினைக்கிறதை சொல்லுங்க. அதைக் கேட்டுட்டே நான் போறேன்...”

பாலுவின் பேச்சில் அப்படி ஒரு நிதானம். அவன் வெகுவாக பக்குவப்பட்டிருப்பதை அவனுடைய அந்த அணுகுமுறையே காட்டிக் கொடுத்தது.

டப்பாவுக்கு கூட பாலுவின் அந்த அணுகுமுறை ரொம்பவே புதியது. ஆச்சரியமாகப் பார்த்தான். குரங்கு சித்தரும் அதிர்ஷ்டத்துக்கு விளக்கம் கூறத் தொடங்கினார்.

“தம்பி... அதிர்ஷ்டம்கறதும் நீ உன் முயற்சியால சம்பாதிச்ச ஒண்ணுதான். நீ எவ்வளவோ வேலை பாக்கறே... எவ்வளவோ காரியங்கள் செய்யறே! அதுக்கெல்லாம் சரியான கூலி உனக்கு

கிடைச்சுட்டதா சொல்ல முடியாது... உதாரணமா ஒருத்தர் லட்ச ரூபாயை தொலைச்சிடறார். அது உன் கைல கிடைக்குது... அதை நீயும் அவரை தேடிக் கண்டுபிடிச்சு ஒப்படைக்கறே! பதிலுக்கு அவர் உனக்கு நன்றி சொல்வார்... இல்லன்னா ஒரு ஆயிரம் ரெண்டாயிரம் பரிசு தருவார். ஆனா உன் நேர்மைக்கு அதுதானா மதிப்பு? அது ஓர் அடையாளம்தான்... உன் நேர்மைக்கு அந்த லட்ச ரூபாயோட இன்னொரு லட்சத்தையும் கூட சேர்த்து தரலாம் இல்லையா...?

உலகத்துல இந்த மாதிரி மதிப்பிட முடியாத விஷயங்களும் நிறையவே இருக்கு... தடுமாறி விழப்போன ஒருத்தரை தாங்கிப் பிடிக்கறதுல இருந்து, பிறர் மனசு புண்படாதபடி தன்மையா பேசறது வரை எவ்வளவோ செயல்பாடுகளைக் கொண்டதுதான் வாழ்க்கை. அந்தச் செயல்பாடுகளை மதிப்பிட முடியாத விஷயங்கள்லாம்தான் ஒண்ணா சேர்ந்து அதிர்ஷ்டமா உருவாகுது...”

குரங்கு சித்தர் புதிய கோணத்தில் சொன்ன அந்த விளக்கம், பாலுவை வெகுவாகவே யோசிக்க வைத்தது.

“அப்படின்னா... வாழ்க்கைல நாம பண்ற எந்த ஒரு நல்ல காரியமும் வீண் போறதில்லைன்னு சொல்லுங்க.”

“நல்ல காரியங்கள் மட்டுமல்ல... கெட்டதும்தான்! அதிர்ஷ்டம் எப்படி அது இஷ்டத்துக்கு ஒண்ணா சேர்ந்து ஒருநாள் வருதோ, அப்படித்தான் விபத்தும்... ஒன்பது கிரகங்களாலையும் உதவ முடியாத ஒரு சூழல் வந்து பத்தாவதா ஒருத்தன் அடையற விஷயம்தான் விபத்து... பேர்லையே பொருள் இருக்கு...”

குரங்கு சித்தர் அதிர்ஷ்டம், விபத்து என்று இரண்டுக்கும் பொருள் கூறி முடிக்க, அதைக் கேட்டு சிலிர்ப்புடன் பாலு கைகளைக் கூப்பினான்.

அவரும் அதைப் பார்த்து ரசித்து சிரித்தார்.

அப்படியே "சிவன்மலை உன்னை நல்லாவே பக்குவப்படுத்தி அனுப்பியிருக்கு" என்றும் கூறினார். அதன்பின் அவன் சட்டைப் பாக்கெட்டை உற்றுப் பார்த்தார்.

"என்ன சாமி... பாக்கெட்டை பாக்கறீங்க?"

"சட்டை பாக்கெட்ல அந்த ரசமணி இருக்குதான்னு பார்த்தேன்..."

"இருக்கு சாமி... இதை நான் ஒரு கட்டத்துல தூக்கி தூக்கி எறிஞ்சேன். கடைசியா கிணத்துல போட்டேன். ஓர் ஆச்சரியம் பாருங்க... மறுநாள் கிணத்துல தண்ணி இறைக்கும்போது வாளி வழியா திரும்ப என்கிட்ட வந்திருச்சு... அதன்பிறகு இந்த நொடிவரை நான் இதை பிரியவே இல்லை..." என்று பாக்கெட்டில் இருந்து ரசமணியை எடுத்து குரங்கு சித்தரிடம் காட்டினான். அப்படியே கண்களில் ஒற்றிக் கொண்டான்.

"இது பூர்வ ஜென்மத்துல நீ செய்த புண்ணியங்களோட பலன். ஒரு சிவன் கோவில்ல மணி அடிக்கறது மட்டும்தான் உன் வேலை... அதுக்கான கூலி அது... அன்னிக்கு அடிச்சே... இன்னிக்கு அது உனக்கு காவலா வந்து நின்னுக்கிட்டிருக்கு... பத்திரம்... தூங்கும்போதுகூட அது உன்கிட்டையே இருக்கட்டும்..."

அவர் எதன் பொருட்டோ எச்சரிக்கையும் செய்தார்.

"நல்லது சாமி... நான் இப்ப வீட்டுக்கு போய்ட்டு வந்துடட்டுமா...?"

"தாராளமா... அங்க உனக்கு இன்னொரு ஆச்சரியமும் காத்துக்கிட்டிருக்கு..." என்று ஒருவித புதிரோடு பாலுவை வழியனுப்பி வைத்தார்.

டப்பா, அவரை பிளந்த வாயை மூடாமல் பார்த்தான்.

"என்னப்பா பாக்கறே... உனக்கும் ரசமணி வேணுமா?"

"ஆமாம் சாமி... நானும் மேலவர வேண்டாமா?"

“வருவே... இங்கையே இரு... பாலு மேல போகும்போது அவனோட சேர்ந்தே மேல போவே...”

“சந்தோஷம் சாமி...”

“சரி... இப்ப ஒரு வேலை பண்றியா?”

“என்ன சாமி?”

“போலீஸ் கேண்டீனுக்குப் போய் அங்க இருக்கற ரங்கநாயகிகிட்ட நான் சாப்பிட எதாவது வாங்கிட்டு வர்றியா?”

“தாராளமா சாமி... நான் வர்ற வரை கடையை...”

“நான் பார்த்துக்கறேன்...”

“நல்லது சாமி... ஏகப்பட்ட வண்டிங்க... பாருங்க எப்படி நிக்குதுன்னு... ஹீம்! அண்ணன் எப்படித்தான் எல்லா வேலையையும் முடிக்கப் போகுதோ தெரியல.”

டப்பா சலித்துக் கொண்டே கிளம்பினான். குரங்கு சித்தரும் சம்மணமிட்டு மரபெஞ்சின் மேல் அமர்ந்து கொண்டார். தொடையை தட்டியபடி கர்னாடக சங்கீதத்தில் ஒரு கீர்த்தனையும் பாட விரும்பி அதற்காக முணுமுணுத்த போது ‘ஸ்ஸ்ஸ்ஸ....’ என்கிற சீற்றம். அவர் கவனமும் சீற்றம் வந்த பக்கம் திரும்பியது. அவர் எதிரில் நாகபரணி!

பூனைக்கண் பளபளப்போடு கூர்மையாக குத்தீட்டி போல் பார்த்தபடி...

“அடடே இச்சாதாரியா?” குரங்கு சித்தரிடம் ஒருவித இளக்காரம்...

“என்ன குரங்கு சித்தா... இங்க எல்லாருக்கும் காவல் நீதானா?”

“காவலா... நானா?” குரங்கு சித்தர் சற்று கேலியாக சிரித்தார்.

“காட்டுல தவம் செய்ய வேண்டிய நீ, இப்படி ஒரு கடைமுன்னால் உட்கார்ந்திருக்கிறத என்னன்னு சொல்ல...?”

“நீ என்னா வேணா சொல்லு இச்சாதாரி... உன் இஷ்டம்.”

குரங்கு சித்தர் திரும்ப சிரித்தார்.

"குரங்கு சித்தா... உனக்குதான் எவ்வளவு அலட்சியம். என்னை நீ ரொம்ப சாதாரணமா நினைச்சிட்டேல்ல...?"

"அப்படின்னு நீதான் சொல்றே இச்சாதாரி. நான் அப்படி எல்லாம் நினைக்கல."

"அப்படின்னா என்கிட்ட இப்படி இளக்காரமாவா பேசுவே...?"

"என்ன செய்ய... நீ பழிவாங்கற உணர்ச்சியோட உன்னை மறந்து அலையறே... காலும் கையும் இல்லாம வாயால மட்டும் வாழ வேண்டிய கட்டாயத்துல உள்ள பாம்பு ஜென்மம் எடுத்தும் உனக்குள்ள சர்வ சக்தியும் இருக்கறதா ஒரு நினைப்பு. அதைப் பார்த்துதான் நான் சிரிச்சேன்."

"நான் காலும் கையும் இல்லாத பிறப்பா... இப்ப பாக்கறியா... ஆயிரம் கைகளோட நான் உனக்கு காட்சி தரட்டுமா?"

"ஏ இச்சாதாரி... அது உன் மாயாரூபம். மாயா ரூபத்தை மதிக்க நான் என்ன முட்டாளா?"

"எங்களோட விசேஷ சக்தியை நீ கேவலமா பேசாதே..."

"எதுக்கு அநாவசியமான பேச்சு... இப்ப நீ எங்க வந்தே?"

"உன்னை எச்சரிக்கை பண்ண..."

"சரி... பண்ணிட்டியா?"

"என்ன திரும்பவும் கேலியா...?"

"சரி இனி நான் வாயே திறக்கல. நீயே பேசு..."

"நானும் இனி பேசல்லாம் போறதில்லை... நான் யாருன்னு காட்றேன்... நல்லா கேட்டுக்கோ. உன் காவல் உள்ள அந்த வீட்டுக்குள்ள நான் நுழைஞ்சு, அங்க இருக்கற என்னோட மாணிக்கத்தை அடைஞ்சுட்டுதான் மறுவேலை..."

"அது ஒண்ணும் அவ்வளவு சுலபமில்லை... இதை நீ அங்க போகும்போது தெரிஞ்சுக்குவே..."

“அது என் மாணிக்கம். அதை அடையறது மட்டுமில்லை... நல்லா கேட்டுக்கோ... அந்த சுந்தர்ராஜன் வேணும்னா இன்னொரு உடம்புக்குள்ள பூந்து வந்து என்னை ஏமாத்த முயற்சி செய்யலாம். ஆனா அவன் இந்த பட்டணத்துல எப்படி எல்லாம் ஏமாறப் போறான்னு நீ பாக்கத்தான் போறே... அவனை எப்படி எல்லாம் கதறவிடறேன்னு பார்த்துட்டு பிறகு சொல்...”

“நல்லது இச்சாதாரி... நீ உனக்கு தெரிஞ்சதை செய். நாங்க எங்களுக்கு தெரிஞ்சதை செய்யறோம். மற்றதை அந்த ஈஸ்வரன் பார்த்துக்குவான்...”

குரங்கு சித்தர் வானத்தை நோக்கி கைகளைக் காண்பித்தார். இச்சாதாரியின் கண்களில் கனல் உடம்பும் நீலமாகி விஷ வாடையும் வீசத் தொடங்கியது. மூக்கை சிணுப்பிக் கொண்டே குரங்கு சித்தர் சிரித்தார்.

உதடிரண்டும் ‘ஓம் நமச்சிவாய’ என்றது. கண்களிரண்டும் மூடிக்கொள்ள அவர் தியானத்தில் அமரப் போவதை இச்சாதாரி பரணியும் புரிந்து கொண்டான். தியானத்தில் அமர்ந்தவர்களை எந்த விதத்தில் தீண்டினாலும் அது பயங்கரமாக திருப்பித்தாக்கும் என்பது மட்டும் இச்சாதாரிகளுக்கு நன்கு தெரிந்த விஷயம். எனவே கோபத்தை அடக்கிக்கொண்டு திரும்பி நடந்தான் பரணி...

அவனை ஒரு மோட்டார் பைக்கில் அமர்ந்திருந்தவன் உற்று உற்றுப் பார்த்தான். பரணியும் அவன் பார்ப்பதை கவனித்தான். அவன் பார்வை பரணியை நேரிலும் பின், பைக்கில் உள்ள கண்ணாடியிலுமாக மாறி மாறிப் பார்த்தது.

கண்ணாடியில் ஒரு புடலங்காய் கொடியில் தொங்குவது போல பாம்பு உருவாய் பரணியின் உடல் தெரிந்ததால், அந்த மோட்டார் பைக்காரன் முகத்தில் பயமும் குழப்பமும் கலந்து கலந்து எதிரொலித்தது.

பரணிக்கும் அவன் கண்ணாடியில் பார்ப்பது புரிந்துவிட்டது. தன்னை ஒருவன் அடையாளம் கண்டுகொண்டது, அவனுக்கு ஒருவித எச்சரிக்கையை ஏற்படுத்தியது.

அந்த பைக்காரனும் பைக்கில் மெல்ல அருகில் வந்து, திரும்ப திரும்ப கண்ணாடியிலும் நேரிலும் மாறி மாறிப் பார்த்தான். பின் நின்று கண்களைக் கசக்கிக் கொண்டான்.

பரணிக்குள் எச்சரிக்கை கூர்மையானது. அவனை நோக்கி நெருங்கிச் சென்றான். அவனிடம் இப்பொழுது பயம்.

"நீ... நீ... நீ..."

"நான் இச்சாதாரி..."

"இ... இ... இச்சாதாரியா... அப்படின்னா?"

"கண்ணாடியில் பார்த்தியே அதுதான் என் சுய உருவம். இப்ப அதை நேர்லையே பார்..."

பதிலைச் சொன்ன நொடி அந்த பைக்காரனின் காலருகே படம் விரித்த நிலையில் அவனது சுய உருவம்.

பைக்காரன் பதறிப்போய் காலைத் தூக்குவதற்குள் கணுக்காலில் ஒரே போடு... நகரத்தில் இச்சாதாரியின் முதல் வேட்டையும் தொடங்கியது!

✻ ———— ✻

அத்தியாயம்

12

உலகில் சுயம்புவாகத் தோன்றிய லிங்கங்களை தான் ஜோதிர்லிங்கங்கள் என்கிறோம். இந்த ஜோதிர்லிங்கங்கள் மொத்தம் பனிரெண்டாரும். இந்த பனிரெண்டையும் தரிசித்தவர்க்கு, பனிரண்டு ராசிகளும் ஒரு விதத்தில் கட்டுப்பட்டு அவருக்கு முக்திக்கு உதவும் என்பது ஜோதிர்லிங்க தரிசனங்களுக்கு உள்ள நுட்பமான விஷயமாகும்.

இந்த ஜோதிர்லிங்கங்கள் போக, பாபநாசத்தில் உள்ள நூற்றி எட்டு லிங்க சிவாலயம், அனுமானால் வழிபடப்பட்ட சிறப்பினை உடையது. இதுபோக இம்மண்ணில் மட்டுமே நூறு கோடிக்கும் மேல் லிங்க சொரூபங்கள் உள்ளன. அவைகளை தரிசிப்பவர்களுக்கும் கர்மவினைகள் வேகமாய் அகலும்,

கோடிலிங்க தரிசனம் செய்ய ஒரு குறுக்கு வழியும் உள்ளது. நாற்பத்தியெட்டு ப்ரதோஷ கால தரிசனம் செய்வதும் கோடிலிங்க தரிசனம் செய்வதும் ஒன்றாகும்.

எனவே ப்ரதோஷ கால தரிசனம் பெரும் சக்தி வாய்ந்தது. அதிலும் விரதம் இருந்து ப்ரதோஷ தரிசனம் செய்து, பின் முதலில் ஒரு துளி தேனும் அதன் பின் பாலும், அதற்கு பின் பழமும் உண்பவர்கள் பட்டம், பதவி, செல்வாக்கு என்கிற மூன்றையும் அடைவார்கள்!

பாலுவின் வீட்டு வாசலில் மோகனின் கார். பைக்கோடு வந்த பாலுவுக்கு மோகனின் காரை பார்க்கவும் குரங்கு சித்தர் சொன்னதுதான் ஞாபகம் வந்தது. துள்ளிக் குதித்துக்கொண்டு உள்ளே சென்றான். வீட்டில் மோகன் ஒரு நாற்காலியில் அமர்ந்திருந்தான். கையில் காபி டம்ளர்!

பாலுவும் "வாங்க மாப்ளை" என்றபடியே தான் உள்ளே நுழைந்தான்.

"நான் எப்பவோ வந்தாச்சு... உன்னைப் பார்க்க மெக்கானிக் ஷெட் பக்கம் வர்றதா இருந்தேன். நீயே வந்துட்டே" என்றான் மோகன்.

பாலுவும் அதைக் கேட்டு எல்லோரையும் பார்த்தான். வித்யா வெட்கத்தோடு தலை குனிந்திருந்தாள். மங்களம் முகத்தில் ஒரே பூரிப்பு... பாரதி முகத்திலும் ஒரு சந்தோஷப் புன்னகை. லலிதா தான் பெரிய வேலைக்காரி போல தையல் மிஷனில் உட்கார்ந்து லொட லொடவென்று சப்தம் போட்டுக் கொண்டிருந்தாள். அவள் முகத்தில் ஒரே இறுக்கம்.

"பாலு, மாப்ள வர்ற முகூர்த்தத்திலேயே கல்யாணம் வெச்சுக்கலாம்கறார். எனக்கு கையும் ஓடலை, காலும் ஓடலை..." என்று மங்களம் பேச்சை ஆரம்பித்தாள்.

"தெரியும்மா... மாப்ள சாரை பார்த்த உடனேயே நினைச்சேன்."

"ஆமாம் பாலு... இனி நான் என் சித்தி, மாமான்னு யார் பேச்சையும் கேட்கறதா இல்லை. உங்கம்மாவுக்கு வைத்தியம் பார்த்த கண்ணன் வீட்டுக்கு வந்து இப்ப எங்கப்பாவுக்கும் மருந்து கொடுத்துருக்கார். இரண்டு வேளை மருந்திலேயே அப்பாவோட முகவாதம் சரியாகி அவர் இப்ப தெளிவா பேசுறார். அவர் செய்த ஒரு நல்ல காரியம் சித்தி வாயை பூட்டினதுதான்... அவரை நான் நம்பறேன். நிச்சயம் இனி வித்யாவுக்கு வலிப்பு வராது... அப்படியே வந்தாதான் என்ன... நான் அதை இனி ஒரு பெரிய விஷயமா நினைக்க தயாரில்லை..."

மோகன் கடகடவென்று கொட்டுவது போல பேசி முடித்தான்.

பாலு பார்வை அந்த வேளையில் பொன்னி பக்கமாகத்தான் போயிற்று.

"என்ன பாலண்ணா... என்னை எதுக்கு பாக்கறீங்க, மாப்ள சாருக்கு ஒரு பதில் சொல்லுங்க..."

"நான் என்னத்த சொல்ல பொன்னி... ஒரு குட்டி தேவதை நீ... நீ வந்த நேரம் எங்க வீட்ல நல்ல விஷயங்கள்ளாம் நடக்குது. நீ சொன்ன மாதிரியே எனக்கு ஒரு பெரிய பரிசு கிடைச்சிருக்கு... இப்ப அக்காவுக்கும் நல்லது நடக்கப் போகுது."

"அது என்ன பரிசுன்னும் சொல்லிடுங்க..."

"சொல்றேன்... அம்மா... அக்கா... எல்லாரும் நல்லா கேட்டுக்குங்க, மோட்டார் பைக்குக்கு பெட்ரோல் போட்ற பெட்ரோல் பங்குல ஒரு பெட்ரோ கார்டு சிஸ்டம் இருக்கு. அதுல சேர்றவங்களுக்குன்னு சில பரிசுகள் இருக்கு. இந்தியா முழுவதும் பெட்ரோ கார்டு வாங்கறவங்கள ஊக்கப்படுத்த நடத்தற அந்த பெட்ரோ கார்டு குலுக்கல்ல எனக்கு முதல் பரிசு...."

"ஹை... பாலு முதல் பரிசுன்னா அது என்ன? பத்தாயிரமா... இருபதாயிரமா... பரிசுத்தொகை எவ்வளவு?"

"ஒரு கிலோ தங்கம்..."

"நிஜமாவா?" பாரதிதான் முதலில் வாயைப் பிளந்தாள். அதுவரை வெறுப்போடு தையல் மெஷினை மிதித்தபடி இருந்த லலிதாவுக்கும் ஒரு வினாடி அந்த செய்தி நெஞ்சடைத்தது. மெஷினை நிறுத்திவிட்டு திரும்பினாள்.

"அக்கா கல்யாணத்தை ஜாம்ஜாம்னு நடத்திடுவேன். ஒரு கிலோ, தங்கத்தையும் நாலு பங்காக்கி, அதுல இருநூத்தைம்பது கிராம், கிட்டத்தட்ட கால்கிலோ பவுன் நகையை வித்யா அக்காவுக்கு போட்டுடலாம்னு இருக்கேன்" என்றான் பாலு!

வித்யாவின் கண்களில் சரசரவென்று கண்ணீர் பெருகியது. மோகனும் அதைக் கேட்டு சிரித்தான். பின் "பாலு... நீ ஒரு

கிராம்கூட உன் அக்காவுக்கு போடத் தேவையில்லை. ஏன்னா நானே ஒரு பெரிய நகைக் கடைக்கு முதலாளி. உங்கக்காவுக்கு நானே கல்யாணப் பரிசா ஒரு கிலோ நகை தரப்போறேன். ஆகையால நீ அந்த நகையையும் உன் மத்த அக்காக்களுக்கே போட்டுடு" என்றான்.

மோகனின் பெருந்தன்மையான பேச்சு மங்களத்தை உலுக்கிவிட்டது. உடனேயே உள்ளே சென்று பூஜை அறையில் சாமி படங்களின் முன் நின்றாள். அப்படியே திரும்பி சுவற்றில் மாட்டப்பட்டிருந்த சுந்தர்ராஜனின் படத்தைப் பார்த்தவள், புடவை முந்தியால் வாயைப் பொத்திக் கொண்டு விசும்பினாள்.

"அம்மா... சந்தோஷமான இந்த நேரத்துல எதுக்கும்மா அழறீங்க?"

"இதை எல்லாம் பார்க்க உன் அப்பா இன்னும் வரலை பார்த்தியா?"

அவள் அழுத்தமாக சுந்தர்ராஜன் நினைவை அங்கு அனைவருக்குள்ளும் உருவாக்கினாள். மோகனையும் அவள் கேள்வி என்னவோ செய்தது.

"பாலு... நான் ஒண்ணு கேட்டா தப்பா நினைக்க மாட்டே..."

"கேளுங்க மாப்ளை..."

"உண்மைல உங்கப்பா சிவன்மலைக் காட்டுல காணாமதான் போனாரா...?"

"என்ன மாப்ளை அப்படி கேட்டுட்டீங்க... அதுல என்ன சந்தேகம்?"

"இல்ல... அவர் காணாம போயிருந்தா இவ்வளவு நாளா வராமலா இருந்துருப்பாரு..."

"நீங்க என்ன சொல்ல வர்றீங்க?"

"இல்ல... சிலர் சந்தேகப்பட்ற மாதிரி அவர் உயிருக்கு..." அவன் சொல்லி முடிக்குமுன்.

"ஐய்யோ மாப்ள... அபசகுனமா எதுவும் சொல்லிடாதீங்க... அவர் உயிரோடதான் இருக்கார். அதுல எனக்கு சந்தேகமே இல்ல" என்று வெகு ஆவேசமாக முன்வந்து கத்தினாள் மங்களம்.

"சாரி பாலு... நம்ம நம்பிக்கைக்கும், உண்மைக்கும் நிறையவே வித்தியாசம் உண்டு. அவர் உயிரோட இருந்தா எனக்கும் மகிழ்ச்சிதான். நான் இப்ப இந்த விஷயத்தை இவ்வளவு விபரமா பேசவும் காரணம் இருக்கு.

வித்யாவுக்கு வியாதிங்கறது கூட பெரிய விஷயமில்லை. ஆனா கல்யாணத்தன்னிக்கு உங்கம்மா பூவும் பொட்டுமா இருக்கும்போது, அதைப் பார்த்துட்டு எங்க சொந்தக்காரங்க, எங்க பொண்ணோட அப்பான்னு கேட்கும்போது அவங்களுக்கு என்ன பதிலை நான் சொல்ல முடியும்?"

"நீங்க என்ன சொல்றீங்க மாப்ள...?"

"எங்க இரண்டு பேர் கல்யாணத்துக்கும் காசு, பண, ஜாதி, அந்தஸ்து, வியாதி, வெக்கைன்னு எதுவுமே தடையில்லை. இதுல எது குறுக்கிட்டாலும் நான் அதை தூக்கி எறிய தயாரா இருக்கேன். ஆனா உன் அப்பா விஷயம் அப்படி இல்லை. அவர் ஒண்ணு இறந்துருக்கணும். அவர் இறந்துட்டதா நீங்க ஒத்துக்கிட்டாலும் ஒரு பிரச்சினையும் இல்லை. அதை யாரும் கேள்வியா கேட்க முடியாது. ஆனா அவர் உயிரோடதான் இருக்கார்னு சொல்லும் போது, நிச்சயமா அதுக்கு ஒரு தெளிவான பதில் தேவை."

"நீங்க என்ன சொல்ல வர்றீங்க மாப்ளை... எங்க தெளிவான பதில் எப்பவும் ஒரே பதில்தான். எங்கப்பா உயிரோட தான் இருக்கார். நிச்சயம் ஒருநாள் எங்கள பார்க்க வருவார்..."

"எப்பவோ அவர் வந்து பார்த்து என்ன பாலு புண்ணியம், எங்க கல்யாணத்துக்கு அவர் வரணும். வருவாரா?"

"மாப்ளை."

"தப்பா எடுத்துக்காதே... இருந்தா அவர் எங்க கல்யாணத்துக்கு வரணும். இல்லேன்னா உடனே கல்யாணம் பண்ணிக்க

மாட்டேன்னு நான் சொல்லிடப் போறதா நினைச்சு பயந்துடாதே... இந்த ஜென்மத்துல வித்யாதான் எனக்கு மனைவி... அதை மாற்ற யாராலும் முடியாது."

"நீங்க இப்படியும் பேசறீங்க... அப்படியும் பேசறீங்க... தெளிவா என்னதான் சொல்ல வர்றீங்க?"

"ஒரே விஷயம்தான். உங்கம்மா சுமங்கலின்னா உங்கப்பா கட்டாயம் எங்க கல்யாணத்துக்கு வரணும். இல்லேன்னா உங்கம்மா சுமங்கலியா கல்யாணத்துல எல்லார் முன்னாடியும் வரக்கூடாது..."

மோகன்தான் சொல்ல வந்ததைப் போட்டு உடைக்க, அவ்வளவு பேரிடமும் ஸ்தம்பிப்பு. லலிதா மட்டும் ஒரு புது தெம்பு வந்துவிட்டது போல திரும்ப தையல் மிஷினை மிதிக்கத் தொடங்கியிருந்தாள்.

எல்லோரது மன உளைச்சலையும் எதிரொலிப்பது போல அதுவும் லொட லொடவென்று ஓட, மங்களம் மட்டும் மோகனின் கருத்தைத் தாள முடியாதவளாக மயங்கியே விழுந்துவிட்டாள். வித்யா வந்து அவளைத் தாங்கி மடியில் வைத்துக்கொள்ள, பாரதி தண்ணீர் எடுக்க ஓட, பாலு கைகளைப் பிசைந்து கொண்டான்.

அமைதியாக அவ்வளவையும் கேட்டுக் கொண்டிருந்த பொன்னி, அருகே வந்து குனிந்து அவன் தலையின் தாவாக்கட்டையை தொட்டு உயர்த்த மோகனும் நிமிர்ந்தான். அவனைப் பார்த்து சிரித்தபடியே பேசத் தொடங்கினாள்.

"மாப்ள சார்...

உங்க கல்யாணத்துல பாலு அண்ணாவோட அப்பா கட்டாயம் கலந்துக்குவார். அவரை அன்னிக்கு எல்லோரும் பார்ப்பாங்க. அவர் உயிரோடதான் இருக்காரு. அதுமட்டுமில்ல... அவர் இங்க, அப்புறம் உங்க வீட்டுக்கெல்லாம் வந்துட்டும் போய்ட்டாரு... அவருக்கும் உங்களை தெரியும், உங்களுக்கும் அவரைத் தெரியும்..." என்றாள்.

பாலுவுக்கு அவன் தலைமேல் சர்க்கரை மூட்டையே அவிழ்த்துக் கொண்டு கொட்டியது போல இருந்தது.

“பொன்னி... நிஜமாவா சொல்றே?”

“ஆமாம் பாலு அண்ணா... கவலைப்படாதீங்க... கல்யாண காரியத்தைப் பாருங்க...”

“அப்புறம் என்ன... பொன்னி சொன்னா கட்டாயமா நடந்தே தீரும்...” என்றான் பாலுவும் உற்சாகமாக..

மோகனுக்கும் அதற்குமேல் அங்கிருக்க பிடிக்கவில்லை.

“சரி பாலு... நீ ஆக வேண்டியதை பார். நான் கிளம்பறேன்” என்று எழுந்தவன் வித்யாவை ஒரு பார்வை பார்த்து கண்களாலேயே சொல்லிக் கொண்டு விறுவிறுவென்று வெளியேறினான். சிறிது நேரத்தில் பாலுவும் பைக்கை எடுத்துக் கொண்டு புறப்பட்டான். அவனை தொடர்ந்து பாரதியும் பொன்னியும் கூட மார்க்கெட்டுக்கு கிளம்பினர்.

வீட்டிற்குள் மங்களமும் வித்யாவும் மட்டும்தான்...

லலிதாவும் தைத்த துணிக்கு மேட்சாக பட்டன், நூல் என்று வாங்கி வர கிளம்பிவிட்டாள்.

கலகலவென்று காட்சியளித்த அந்த வீடு, நிசப்தத்தில் மூழ்கிப் போனது. வாழ்க்கை என்பதே எப்பொழுதும் ஏராளமான மாற்றங்கள் கொண்ட ஒன்றுதான்... அந்த மாற்றங்களை சில மணி நேரங்களில் சந்திக்கும் போதுதான் ஆச்சரியமாகவும் அதிர்ச்சியாகவும் உள்ளது.

பாலு வீட்டிலும் அந்த ஆச்சரிய அதிர்ச்சி வீடு முழுக்க பரவிக் கிடந்தது. வித்யா மௌனமாக சமையல் வேலை பார்க்க, மங்களம் சோர்ந்து போய் உட்கார்ந்து விட்டாள். அவளுக்குள் மோகன் பேசிய பேச்சு ஊர்வலமாக வந்து வந்து போனபடியே இருந்தது. வித்யாவும் கவனித்தவளாக மங்களத்திடம் வந்தாள்.

“அம்மா...”

“உம்!”

“என்னம்மா யோசனை... அதான் எல்லாம் நல்லபடியா நடக்க ஆரம்பிச்சிடுச்சேம்மா.”

“நல்லபடியா மட்டுமா நடக்குது. கூடவே கேட்கக் கூடாததை எல்லாம் நான் கேட்டுட்றேன்...”

“அவர் பேசினதை சொல்றியா...”

“அவர் பேசினதை மட்டும் சொல்லல... அவர் நியாயமாதான் பேசினாரு.. அவர் பேசும்படி உங்கப்பா பண்ணிட்டாரேங்கறதுதான் என் கவலை...”

“இதுக்கு முந்தி நாம இருந்ததுக்கு இப்ப எவ்வளவோ தேவலையேம்மா... அதை நினைச்சுப் பார்...”

“உண்மைதான்... எங்கிருந்தோ வந்திருக்கிற அந்த சின்னப் பொண்ணும் நம்பிக்கையா என்னென்னமோ சொல்லுது. அதேபோல நடக்கவும் செய்யுது. அது சொன்ன மாதிரியே உங்கப்பா கல்யாணத்துக்கு வந்துட்டா ரொம்ப நல்லா இருக்கும்...”

மங்களம் தன் நம்பிக்கையை வெளிப்படுத்திய அந்த தருணத்தில் வாசல்புறமாய் ஒரு வயதான பெண்மணி! அவள் முகத்திலும் பதட்டம்... குரலிலும் ஒருவித வேகம்.

“இங்க மங்களம்கறது யாரு...?” என்று அவள் வாசல்புறம் இருந்தே குரல் கொடுக்க, மங்களமும் வித்யாவும் எட்டிப் பார்த்தனர்.

“யாருங்க நீங்க?”

“நான் யாருங்கறது இருக்கட்டும்... உங்க மகன் தானே பாலுங்கறது?”

“ஆமாம்... ஏன் என்ன விஷயம்?”

“சொல்றேன்... மனசை திடப்படுத்திக்குங்க, விதி உங்களை இப்படி சோதிக்கக் கூடாது.”

"என்னம்மா.. என்ன சொல்றீங்க?"

"பதறாதீங்கன்னு சொன்னேன்ல..."

"என் மகனுக்கு என்ன... முதல்ல அதைச் சொல்லுங்க?"

"சொல்றேன்... உங்க மகன் என் வீட்டு முன்னால மோட்டார் பைக்ல வரும்போது லாரிமோதி தூக்கி எறிஞ்சிடிச்சு. நல்லவேளை உயிருக்கு எதுவும் இல்லை... பெரிய ஆஸ்பத்திரிக்கு தூக்கிட்டுப் போயிருக்காங்க..."

அந்தக் கிழவி பீடிகையோடு சொன்னதுதான் தாமதம், "ஐயோ பாலு" என்று வாசலை நோக்கி ஓடினாள் மங்களம். வித்யாவுக்குகள் ஒரே குழப்பம்... தவிப்பு.

"நீயும் போம்மா... போ... நான் வீட்டைப் பார்த்துக்கறேன். அடிபட்ட நிலையிலையும் பாலு உங்களுக்கு தகவல் கொடுக்க சொல்லிட்டுதான் மயங்கினான்."

கிழவி வித்யாவையும் பிடித்துத்தள்ள, அவளும் ஓடினாள். பக்கத்தில் சுவற்றில் கண்ணாடி, அந்தக் கண்ணாடியில் மட்டும் கிழவி உருவம் ஒரு பாம்பாக தெரியவும், அதை யதார்த்தமாக பார்த்த வித்யா பயத்தில் வீல் என்று அலறி விழ, மங்களமும் தெருவில் இறங்கி விட்டிருந்த நிலையில், கிழவி முகத்தில் ஒரு குரூரம் வெளிப்பட்டது. பின் அந்தக் கிழவி உருவம் இச்சாதாரி பரணியாக மாறவும் தான் அவ்வளவும் பரணியின் தந்திரம் என்பது புலனாயிற்று!

————

அத்தியாயம்

13

தெய்வீகமான பூஜைகளில் தனிச்சிறப்பு, வாய்ந்த பூஜைகள் மொத்தம் ஆறாகும். அதில் ஒரு மஞ்சளைப் பிடித்து அதை கணபதியாகக் கருதி செய்யும் பூஜை ஓர் எளிய பூஜை. ஆனாலும் அது வலிமை மிக உடையது. குறிப்பாக, அந்த மஞ்சள் பிள்ளையாரை அருகம்புல்லால் அர்ச்சிப்பது மிக விசேடமானதாகும்.

அடுத்து வேலுக்கு செய்யப்படும் பாலாபிஷேகம் பூஜை... இந்த வேல் முருக அம்சம். இதை சண்முக சக்கரத்தின் நடுவில் பிரதிஷ்டை செய்து வணங்கி வழிபடுவது மிக விசேஷமானது. மஞ்சள் பிள்ளையார் பூஜை தடைகளை உடைத்தெறிந்தால், வேல் பூஜை எதிலும் வெற்றியைத் தரும்.

அடுத்து சாளக்ராம பூஜை... சாளக்ராம் பூஜை என்பது விஷ்ணு வழிபாடு ஆகும். இது கல்வி, ஞானம், செல்வம் என்கிற மூன்றையும் தருகின்ற ஒன்றாகும். இதை முறைப்படி தினம்தோறும் செய்கின்ற வீட்டில் அருட்செல்வமும் சரி, பொருட்செல்வமும் சரி... வற்றாமல் திகழும். அதேசமயம் இந்த பூஜையை செய்பவர்கள் ஆச்சார அனுஷ்டானத்தில் கவனமாக இருக்க வேண்டும்.

இதை அடுத்து ஸ்ரீயந்திர வழிபாடும் தனித்தன்மை உடையது. ஸ்ரீயந்திர பூஜையும் எல்லா நலன்களையும் அளிக்கும்.

குறிப்பாக பெண்களுக்கு தாலி பலத்தையும், ஆண்களுக்கு உடல் ஆரோக்கியத்தையும், பிள்ளைகளுக்கு கல்வி ஞானத்தையும் தரும்.

இவ்வளவு பூஜைகளும் ஒரே புள்ளியில் புரிந்திட இடமளிப்பதுதான் லிங்க பூஜை! லிங்கத்தை மட்டும் தெரிந்து வழிபட்டாலும் தெரியாமல் வழிபட்டாலும் கிடைக்கும் பலனுக்கு ஓர் அளவில்லை!

உருமாறிவிட்ட நாகாபரணி சாதுர்யமாக பாலுவின் வீட்டில் நுழைந்தது மட்டுமின்றி மங்களத்தைச் சாதுர்யமாக வெளியேற்றி விட்டு, வித்யாவையும் மயங்கி விழ வைத்தவனாக அந்த வீட்டை முழுவதுமாக பார்க்க ஆரம்பித்தான்.

நடுத்தட்டு குடும்பங்களுக்கே உண்டான ஓட்டுக்கூரை வீடு. தரை முழுக்க சிமெண்ட் பூச்சு. அதிலும் கூட அங்கங்கே விரிசல்... பரணியின் பார்வை மொத்த வீட்டையும் கண்களால் அளந்தபடியே தன்னுடைய நாகமாணிக்கம் எங்கே என்று தேடியது.

அதற்கு தோதாக பூஜை அறையும் கண்ணில் பட்டது. அந்த அறையில் காலகாலமாக மங்களம் வழிபட்டு வரும் சிவலிங்கம் முன்னால் நாகமாணிக்கம் உள்ள குங்குமப் பெட்டி....! அந்தப் பெட்டி கண்ணில் படவும் பரணியின் கண்கள் மேலும் அகண்டு விரிந்தது. மார்பும் உள்ளடங்கி பொங்கி நிமிர்ந்தது. ஓர் ஒளி கண்களுக்குள் நுழைந்து பளபளப்போடு மின்னத் தொடங்கியது.

பரணியும் அந்த பூஜையறை வாசலில் போய் நின்றான். இருபது வருடத்திற்கு மேலாக தேடிவரும் அவன் சொத்து அது... இன்று அகப்படப் போகிறது!

அதற்கு தோதாக உள்ளே கால் எடுத்து வைக்கவும், குங்குமப் பெட்டியைச் சுற்றி ஒரு தீவளையம் தோன்றத் தொடங்கியது. காரணமல்லாமல் சொர்ண சித்தர் அதை குங்குமத்துக்குள்

வைத்து கொடுக்கவில்லை. அந்தக் குங்குமமும் சக்தி அம்சம்... நாகவாடை படும்போது அங்கே அக்னி வளையம் தோன்றும் விதத்தில் அது மந்திரிக்கப்பட்டிருந்தது.

கொழுந்து விட்ட அந்த ஜ்வாலை வளையம் பரணியை கூட எட்டிப் பிடிக்கப் பார்த்தது. அடுத்த நொடி பூஜை அறைக்குள் இருந்து வெளியே வந்து விழுந்த நாகபரணி கைகளை குத்திக் கொண்டான். அப்போது பார்த்து வித்யாவிடமும் மயக்கம் நீங்கும் ஒரு முனகல்.

பரணிக்கு இனி அங்கே நிற்பது ஆபத்து என்பது புரிந்துவிட்டது. வந்ததற்கு அடையாளமாக வித்யாவையாவது கொத்தி அவள் உயிரை எடுத்துவிட்டுப் போவோம் என்று க்ஷணத்தில் பாம்பாகி கொத்துவதற்கு நிமிர்ந்தவன், ஒரு பலமான சிரிப்பு சப்தம் கேட்டு அப்படியே திரும்பினான். கொல்லைப்புரத்தில் குரங்கு சித்தர்.

“ஏ இச்சாதாரி... உன் கடியால் அவளுக்கு எதுவும் ஆகாது... அவள் சிவன்மலை சஞ்சீவி மூலிகையே சாப்பிட்டவள்...” என்று அவர் சிரித்தவாறே சொன்னதும் காதில் விழுந்தது.

வித்யாவும் முனங்கியவாறு எழுந்து நிற்க, பரணியும் தழைந்தே பக்கவாட்டில் உள்ள ஒரு இடுக்கில் சரசரவென்று புகுந்து மறைந்தான். அங்கும் இங்குமாய் அலைந்து தோட்டத்துப்புரம் வந்து மீண்டும் உருவத்தை எடுத்தவன், குரங்கு சித்தரைப் பார்த்து முறைத்தான்.

“முறைக்காதே... உன் பருப்பு இந்த வீட்ல யார்கிட்டேயும் வேகாது... அப்படியே ஓடிப்போயிடு...” என்று அவர் தொடர்ந்து சிரித்தார். அவர் பேசும் சப்தம் கேட்டு வித்யா கொல்லைப்புறம் வந்தாள். அவள் வந்ததும் அப்படியே காற்றில் கரைந்தது போல மாயமாகி விட்டான் நாகபரணி.

வித்யா குரங்கு சித்தரை கலக்கமுடன் பார்த்தாள்.

“பயப்படாதேம்மா... உன் தம்பிக்கு ஓர் ஆபத்தும் இல்லை... விபத்துன்னு தகவல் சொன்னவ ஒரு திருட்டு கிழவி.. அப்படி

சொல்லி வீட்ல இருக்கற எல்லாரையும் அனுப்பிவிட்டு அகப்பட்டதைச் சுருட்டிக்கிட்டு ஓடறதுதான் அவள் வழக்கம்... நல்லவேளை நான் வந்து கொல்லைல நின்னு குரல் கொடுத்தேன். என்னை பார்க்கவும் ஓடிட்டா..." என்று ரத்னசுருக்கமாக நடந்து முடிந்ததை கூறி வித்யாவையும் தேற்றினார்.

“அப்படியா சாமி... நான் பதைச்சு போனேன்... பாவம் அம்மா... ஆஸ்பத்திரிக்கு போயிருக்காங்க...”

“அதான் இல்ல... அங்க பார்.”

குரங்கு சித்தர் கைநீட்டி காட்ட, வீட்டு வாசல் முன் பாலுவின் பைக் தேங்கி நின்றது. பின்னால் இருந்து மங்களம் இறங்கினாள்.

“அம்மா...” என்று வித்யா உள்ளே ஓடினாள். பாலுவும் மங்களத்துடன் சற்று கவலையான முகத்துடன் நுழைந்தான்.

“என்னக்கா நீ... யாரோ வந்து எனக்கு ஆக்சிடெண்டுன்னா உடனே நம்பிடறதா... நல்லவேளை அம்மாவை நான் ஆஸ்பத்திரிக்குப் போய்கிட்டிருக்கிற வழியில தெருவுல வெச்சு பார்த்தேன்... இல்லேன்னா ஆஸ்பத்திரிக்கே போயிருப்பாங்க” என்றான் பாலு.

“நல்ல நேரம்தான் பாலு... உனக்கு ஆக்சிடெண்ட்டுன்னு சொன்ன கிழவி ஒரு திருடியாம். இப்படி சொல்லி எல்லாரையும் ஆஸ்பத்திரிக்கு அனுப்பிட்டு வீட்ல கிடைக்கறத சுருட்டிக்கிட்டு போயிடுவாளாம் அவ...” என்று வித்யாவுக்கு குரங்கு சித்தர் சொன்னதையே சொல்லி நின்றாள்.

“சரிக்கா... இனியாவது கவனமாக இருங்க. எனக்கு இன்னும் எவ்வளவு வேலை இருக்கு தெரியுமா?” என்று சடைத்துக் கொண்டே கிளம்பினான் பாலு. தாடியை தடவியபடியே அதைப் பார்த்து சிரித்தார் குரங்கு சித்தர்.

வித்யாவின் பார்வையும் அவர் மேலேயே தான் இருந்தது. அவர் ‘நான் இருக்கிறேன் கவலைப்படாதே’ என்பதுபோல கையை உயர்த்திக் காட்டிவிட்டு திரும்பி நடக்கத் தொடங்கினார்.

***

சிவன்மலைக்காடு!

முத்து தாத்தா கையில் பூக்கூடையோடு ஆகாசலிங்க சன்னதி நோக்கி நடந்து கொண்டிருந்தார். நடுநடுவே 'மகாலிங்கத்துக்கு அரோகரா... ஆகாசலிங்கத்துக்கு அரோகரா' என்றும் சொல்லிக் கொண்டார்.

அங்கங்கே நிறையவே மேடு பள்ளங்கள். அவைகளைத் தாண்டும்போது கொஞ்சம் இளைப்பெடுத்தது. ஓர் இடத்தில் ஒரு வயதானவரை ஒரு வாலிபன் முதுகில் உப்பு மூட்டைபோல சுமந்தபடி நடந்து கொண்டிருந்தான். பேண்ட் சர்ட் என்று நவீனமாக தெரிந்தவன் வயதானவரை முதுகில் சுமந்தபடி செல்வது முத்து தாத்தாவுக்கே சற்று ஆச்சரியமளித்தது. முத்து தாத்தாவை பார்க்கவும் அவனும் முதுகில் இருந்த பெரியவரை ஒரு பாறைமேல் அமரவைத்துவிட்டு, பெருமூச்சுடன் நிமிர்ந்தான்.

"யாரு தம்பி நீங்க?"

"ஐயா என்பேர் சரவணன். இவர் என் அப்பா, பேர் குமாரசாமி. எங்க சொந்த ஊர் தஞ்சாவூர் பக்கம் ஒரு கிராமம்."

அவன் தங்களைப் பற்றி சுருக்கமாகக் கூறி முடித்தான்.

"அப்பாவால நடக்க முடியாதோ?"

"ஆமாங்க... வாதத்துல விழுந்து பத்து வருஷமாச்சு..."

"இங்க எங்க... ஆகாசலிங்க தரிசனத்துக்கு வந்தீங்களா?"

"ஆமாங்கய்யா... அப்பாவோட நெடுநாள் கனவு அது. நான் சாகறதுக்குள்ள ஒரு தடவையாவது ஆகாசலிங்கத்தை தரிசனம் பண்ணிடணும்னு சொல்வாரு. நானும் ஆகாசலிங்கம் பற்றி நிறையவே கேள்விப்பட்டிருக்கிறேன். இவரை எப்படி கூட்டிக்கிட்டு போறதுன்னு தான் யோசிச்சுக்கிட்டு இருந்தேன். அப்பதான் சில சிவனடியார்கள் தலையால நடந்தே சிவ தரிசனம் செய்த கதைகள்லாம் காதுல விழுந்தது. அப்பவே முடிவு பண்ணிட்டேன். நம்ம அப்பாவை முதுகுல சுமந்துக்கிட்டாவது போய் தரிசனம் பண்ணிடணும்னு..."

“ரொம்ப சந்தோஷம்... உண்மையான பக்திங்கறது இதுதான். பக்திக்கு முயற்சி மட்டும்தான் கணக்கு. மத்த எல்லாத்தையும் அவன்கிட்ட விட்டுடனும், அவன் பார்த்துப்பான்...”

முத்து தாத்தாவும் நெகிழ்ந்துபோய் பதில் சொன்னார்.

சரவணன் என்கிற அந்த இளைஞனின் அப்பாவான குமாரசாமி என்பவரும் அதைக்கேட்டு நெகிழ்ந்தவராக “இன்னும் எவ்வளவு தூரங்க இருக்கு?” என்று கேட்டார்.

முத்து தாத்தாவுக்கு கொஞ்சம் சுருக்கென்றது. ஏன் என்றால் கிட்டத்தட்ட மூன்று மைல் தொலைவு செல்லவேண்டும். அதைச் சொன்னாலே அவர்களுக்கு மலைப்பாக இருக்கலாம். எனவே இந்த விஷயத்தில் பொய் சொன்னால் தப்பில்லை என்று “கிட்டக்க தாங்க” என்றார். அப்படியே “வாங்க... நானும் அங்கதான் போறேன்...” என்று முன்னால் நடந்தார்.

அவரளவுக்கு சரவணன் என்கிற அந்த இளைஞனால் நடக்க முடியவில்லை. ஓர் இடத்தில் கால் மடக்கி தடுக்கியும் விழுந்துவிட, அந்தப் பெரியவரும் மூட்டை போல் பிரண்டு விழுந்து உடம்பெல்லாம் அடி.

அவர்களுக்கு பட்ட அடியை அருகே இருந்த ஒரு விலாவடி மரத்தின் உச்சியில் அமர்ந்திருந்த ஒரு சித்தர் மேலிருந்தபடியே பார்த்து ஒரு சிரிப்பு சிரித்தார். அது ஓர் அர்த்தமுள்ள சிரிப்பாகத்தான் இருந்தது.

தாடியைத் தடவிக் கொண்டவர் அங்கிருந்து ஒரு பூ உதிர்வது போல கீழே விழுந்தார். தரைமேல் லகுவாக விழுந்து நின்றவர், பார்க்க பக்கிரியாட்டம் தான் இருந்தார்.

முத்து தாத்தாவோ சிவ நாமத்தோடு வெகுதூரம் போய் விட்டிருக்க, அந்த பக்கிரி சித்தர், கீழே விழுந்த நிலையில் எழுந்து அமர்ந்திருக்கும் சரவணனிடமும், குமாரசாமி எதிரிலும் வந்து நின்றார். ஸ்டைலாக தாடியை நீவிக்கொண்டே திரும்பவும்

சிரிப்பு. சரவணனின் கைமுட்டியில் ரத்தக் கசிவு. பெரியவர் குமாரசாமி நெற்றியிலும் புடைப்பு.

“யாருப்பா நீங்க... எங்க இந்தப் பக்கம்?” பக்கிரி சித்தர் குரல் அதட்டும் தொனியில் அமைந்திருந்தது. சரவணன் அவருக்கு பதில் சொல்ல பிரியமில்லாதவனாக திரும்ப தன் தந்தையை முதுகில் கட்டித் தூக்கிக்கொள்ள முயன்றான். உடனேயே அந்த பக்கிரி சித்தர் பகபகவென்று சிரித்து விட்டார். சரியான கேலிச்சிரிப்பு... சிரிப்பு மட்டுமல்ல... கூடவே கிண்டலும் சேரத் தொடங்கியது.

“ஏய்... உனக்கு அறிவில்ல... ஒரு சரியான பாதை கூட இல்லாத வனாந்தரத்துல இப்படி முதுகுல உப்பு மூட்டை மாதிரி தூக்கிட்டு வர்றியே... எப்படியாவது அந்த லிங்கத்தை நீ போய் கும்பிடணுமாக்கும்?” என்றவரை சரவணன் வெறித்தான்.

“முறைக்காதே... நான் சொல்றத நல்லா யோசி. சாமி எல்லா இடத்துலையும் இருக்கு ஒரு கூழாங்கல்லுகூட சாமிதான். அதுக்குள்ள கடவுள பார்க்க முடிஞ்சவன்தான் புத்திசாலி. இப்படி மலைக்காட்டுக்குள்ள ஒரு குறிப்பிட்ட இடத்துலதான் அது இருக்கறதா நினைச்சு அதை தேடிவர்றது எல்லாம் எவ்வளவு முட்டாள்தனம் தெரியுமா? அதுலயும் கால் கை நல்லா இருந்தாலும் பரவாயில்லை... நீயோ ஒரு நொண்டி.”

பக்கிரி சித்தர் திரும்பவும் சிரித்தார்.

சரவணன் ஏதோ கேட்கக் கூடாததைக் கேட்டுவிட்டவன் போல காதைப் பொத்திக் கொண்டான். அவன் அப்பா குமாரசாமியும் “ஐயா பெரியவரே... இப்படி எல்லாம் பேசாதீங்க” என்றார்.

“என்ன பேசாதீங்க... என் கேள்விக்கு பதில் சொல்லுங்க... சாமிதான் தூண்லயும் இருக்கு, துரும்புலயும் இருக்குல்ல.”

“உண்மைதான்... இந்த உடம்புல உயிர்கூட உடம்பு முழுக்க எல்லா பாகத்துலையும் தான் இருக்கு... இருந்தாலும் பேசறது

வாயால... பாக்கறது கண்ணால, கேக்கறது காதாலன்னு அது, அதுக்கான இடத்துலதானே நடக்குது."

"நான் உன்னை கேட்டா நீ என்னையே திருப்பி கேக்கறியா... இந்த நொண்டிக் காலோட அந்த ஈஸ்வரன் உன்னை வரச் சொன்னானா?"

"ஆமாய்யா... அவன் வரச் சொன்னான்..." பெரியவர் குமாரசாமிக்கு பக்கிரி சித்தர் சற்றும் எதிர்பாராத ஒரு பதிலை சொன்னார்.

"என்னது... அவன் வரச் சொன்னானா?"

"ஆமாம்... அவன் என்னை மட்டுமல்ல, எல்லாரையும் தான் தன்கிட்ட வரச்சொல்றான். தன்னை சரண் புகுந்தா போதும், மிச்சத்தை நான் பார்த்துக்கறேன்னு சொன்னவனும் அவன்தான்...

அவன் எப்பவோ வரச் சொல்லிட்டான். ஆனா நான்தான் என் உடம்பு ஆரோக்கியமா இருந்தப்பல்லாம் அவனை நினைக்கத் தவறிட்டேன். இந்த உலக வாழ்க்கையும், இதுல கிடைக்கிற சந்தோஷங்களையும் நான் ரொம்பவே பெரிசா நினைச்சுட்டேன். அப்ப அவனை நினைக்கவேயில்லை. இப்ப காலும் கையும் போன நிலைலதான் எது சாஸ்வதம், எது சாஸ்வதமில்லைன்னு தெரிய வந்தது.

இங்க நான் வரலேன்னா என்னா செய்திருப்பேன்? பேசாம உக்காந்து டி.வி. தான் பாத்துக்கிட்டிருப்பேன். அப்படி உக்காந்து இருக்கிற புத்திசாலித்தனத்தைவிட, இப்படி கஷ்டப்பட்டாவது அவனை தரிசிக்கிற முட்டாள்தனத்தை நான் பெரிசா நினைக்கிறேன்.

ஆரோக்கியமா இருந்தப்ப செய்யத் தவறினதுக்கு இது நான் செய்யற பிராயச்சித்தம். என்னை சுமக்கிற புண்ணியம், நான் தரிசனம் பண்ணா கிடைக்கிற சந்தோஷம் எல்லாம் பையனுக்காவது போய் சேரட்டும். எனக்கு அந்தக் கடவுள் எதையும் தரவேண்டாம். பொறுப்பில்லாம மாயவாழ்க்கையை

பெருசா நினைச்ச என்னை அவர் மன்னிச்சா போதும். அதுதான் என் பிரார்த்தனை..."

பெரியவர் குமாரசாமி தனக்குத் தெரிந்த விதத்தில் தன் உணர்ச்சிகளை எல்லாம் கொட்டி முடித்தார். அப்பொழுதும் அந்த பக்கிரி சித்தர் அடங்கவில்லை.

"நீ அசட்டுத்தனமா பேசறே... கடவுள் ஒன்னும் தன்னை கும்பிட்டாதான் அருள் செய்வேன்னு எல்லாம் சொல்லலை. அப்படி சொன்னா அது கடவுள் இல்ல. ராஜாதான் தன்னை துதிக்கறவங்களுக்கு பொற்காசு, முத்துமாலைன்னு பரிசா தருவான். திட்றவங்களை ஜெயில்ல தூக்கிப் போட்டு தண்டிப்பான். நீ கடவுளையே சரியா புரிஞ்சுக்கல. உன் வாழ்கைல நீ உண்மையா இருந்தா போதும்."

"இந்த உலகத்துல எவ்வளவோ ஜீவராசிகள். சிங்கம், புலியெல்லாம் பிற உயிர்களை அடிச்சுத் தின்னுதான் உயிர் வாழுதுங்க... அதுங்கள எல்லாம் கடவுள் தண்டிக்கிறாரா என்ன... இல்ல அதுங்கதான் நான் பாவம் பண்றேன்னு சாமியை கும்பிட இப்படி நடந்து வருதா?"

பக்கிரி சித்தரின் கேள்விகளுக்குள் சூட்சுமமான உட்பொருள்! பெரியவர் குமாரசாமிக்கு அதற்கு என்ன பதில் சொல்வது என்று தெரியவில்லை. ஆனால் சரவணன் தான் இனியும் மௌனமாக இருப்பதில் அர்த்தமில்லை என்பதுபோல ஒருவித பாய்ச்சலோடு அவர்முன் நின்றான்.

"ஐயா பெரியவரே... நாங்க பாட்டுக்கு போய்க்கிட்டிருக்கோம், நீங்க என்னடான்னா சம்மன் இல்லாம ஆஜராகி தேவையில்லாம கண்ட கேள்விகளைக் கேட்டுக்கிட்டிருக்கீங்க. உங்களை பிடிச்சுதள்ளிட்டு எங்கப்பாவை கூட்டிக்கிட்டு போய்கிட்டே இருக்க தெரியும். இருந்தாலும் உங்களுக்கு என் மனசுல பட்டதை சொல்லிட்டே போறேன்.

எந்த சாமியும் எங்களை வரச்சொல்லலை. ஆகாசலிங்கத்தைத் தேடி நாங்கதான் வந்துருக்கோம், நாங்க கும்பிட்றதால சாமிக்கு

எதுவும் கிடைச்சுடப் போறதில்லை... இது அவர் படைச்ச உலகம். நாங்களும் அவர் படைச்ச மனிதர்கள். இங்கே எல்லாமே அவருடையது... அவருடையதை எடுத்து அவருக்கு கொடுக்க நாம யார்? அது ஏமாத்து வேலை. இருந்தாலும் அவரை எப்பாடுபட்டாவது நாங்க கும்பிட விரும்பறோம். இப்படி கும்பிடறதன் மூலம்தான் நான் என்கிற கர்வத்தை ஜெயிக்க முடியும்கிறது என் கருத்து. அடுத்து இந்த முயற்சிதான் மனிதனோட மேலான விஷயம். நீங்க சொன்ன சிங்கம், புலிக்கு ஆறாவது அறிவு இல்ல. ஆனா மனுஷன் அப்படி இல்ல... அவன் தன் ஆறாவது அறிவை எப்படி பயன்படுத்தறான்கறதுல தான் அவனோட மேன்மை இருக்கு.

நாத்திகம் பேசிக்கிட்டு எல்லாம் நான்தான்னு இருக்கறது ஒரு வகை. அதை தன்னம்பிக்கை, பகுத்தறிவுன்னு எப்படி வேணா சொல்லிக்குங்க.

என்வரைல புத்திங்கறதே உள் புகுந்த ஒரு தீ மாதிரி. வெளிச்சமானதுங்கறது தான் உட்பொருள். அந்த வெளிச்சம் எனக்கு, நமக்கு மேல ஒரு சக்தி இருக்குன்னு சொல்லாம சொல்லுது.

எல்லாம் என் புத்தில தான் இருக்குன்னாலும் இந்த நிமிஷம் என் தலைமேல ஓர் இடி விழுந்தா நான் அவ்வளவுதான்! எனக்குள்ள எவ்வளவுதான் கூர்மையான புத்தி இருந்தாலும் அந்த இடிபாயும் போது தப்பிச்சு வெளிய வர்ற ஆற்றலும் எனக்கு கிடையாது.

இயற்கை முன்னால என் புத்தி ஒரு புள்ளியில மடங்கிப் போயிடுது. ஆனா நான் அறிஞ்ச வரைல எவ்வளவோ சித்தர்கள், முனிவர்கள் பக்தியால இயற்கையை ஜெயிச்சு வாழ்ந்திருக்காங்க. அவங்க நாத்திகம் பேசியிருந்தா அது சாத்தியம் இல்லை.

எனவே எனக்கு மேல உள்ள அந்த சக்தியை நான் தேடிப் போறேன். எனக்கு மேலான சக்தியை நான் சாதாரணமால்லாம் அடைஞ்சுட முடியாதுங்கறது தான் உண்மை. அதை அடைய

தியாகம், ஒழுக்கம், அசராத நம்பிக்கைன்னு எவ்வளவோ விஷயங்கள் வேணும். இத்தனை நாள் இந்த பூமியில வாழ்ந்ததுல தான் ஒரு பயனும் இல்லை. இனியாவது இயற்கையை வெல்ல வழி பார்ப்போம்னுதான் அப்பாவோட கிளம்பி வந்திருக்கேன்.

எங்க செயல்பாடு உங்களுக்கு பைத்தியக்காரத்தனமா பட்டா, உங்க பேச்சு, அகங்காரம் எனக்கு ரொம்ப கேவலமாபடுது. கேவலத்துக்கு பைத்தியக்காரத்தனம் மேல். வழிய விடுங்க..."

சரவணன் ஒரு கோடை மழைபோல கொட்டி முடித்தான். அந்த பக்கிரி சித்தரும் சிரித்தபடியே. "உளர்றே... நல்லா உளர்றே... சரி சரி போ... நீ போற வழியில சிங்கமும் புலியும் வரும், அப்ப உன் பக்தியும் முயற்சியும் உனக்கு எவ்வளவு தூரம் உதவி செய்துன்னு பாக்கறேன்." என்றபடி ஒரு புதருக்குள் புகுந்தார். அதன்பின் சப்தமேயில்லை.

சரவணனுக்கும் அவன் அப்பாவுக்கும் சற்று ஆயாசமாகக் கூட இருந்தது.

சரவணன் சட்டென்று சுதாரித்தவனாக, "அப்பா... நீங்க தைரியமா இருங்க. புலியாவது சிங்கமாவது நமக்கு முன்னால ஒருத்தர் போனாருல்ல..." என்று அவரைத் திரும்ப முதுகில் தூக்கிக் கொண்டான்.

ஒரு புதுதெம்பு வந்தவன்போல நடக்க ஆரம்பித்தான். சில நூறு அடிகள் நடந்திருப்பான். ஓர் இடத்தில் அப்படியே தேங்கி நின்றான். அந்த பக்கிரி சித்தர் சொன்னதுபோலவே அவன் நடந்து சென்ற பாதை ஒன்றின் நடுவில் ஒரு வேங்கைப் புலி. அதன் கண்களில் பசியின் தீர்க்கம்.

அவனுக்கு சர்வநாடியும் ஜில்லிட்டு விட்டது. அப்படியே ஸ்தம்பித்து நின்றுவிட்டான். அந்தப் புலியும் படுத்திருந்த நிலையில் இருந்து எழுந்தது. ஒட்டிப் போயிருந்த அதன் அடி வயிற்றுப் பக்கம் அலை அலையாக சதை மடிப்பு.

பெரியவர் குமாரசாமிக்கும் சர்வநாடியும் ஒடுங்கிவிட்டது.

"ஈஸ்வரா இது என்ன சோதனை..." என்று அவர் வாய்விட்டு அலறினார். அந்தப் புலியும் பாய, சரவணனும் பதிலுக்கு அதன்மேல் பாய்ந்து அப்படியே பக்கவாட்டில் விழுந்தான். அதுவும் உறுமலுடன் அவனை பிய்த்துத் தின்னுவதற்காக தன் கோரைப் பற்களுடன் வாயைப் பிளந்தது. சரவணனும் அதன் வாயை இறுகப் பிடித்துக்கொண்டு திரும்பி உருண்டான். அதேசமயம் இரண்டாவதாக ஒரு புலி. அது பெரியவர் குமாரசாமியை குறிவைத்து ஓடிவந்தது.

"ஈஸ்வரா..." என்று அலறிய பெரியவர் குமாரசாமியும் தன்னை மறந்து எழுந்து நின்றார். பின் பயத்துடன் ஓடத் தொடங்கினார். ஓட்டமென்றால் ஓட்டம், அப்படி ஓர் ஓட்டம்.

கட்டிப் புரண்டபடி இருந்த சரவணனும் தன்னைப் பிடித்த புலியை பிடித்து கிறுகிறுவென்று சுற்றி எறிந்தவனாக எழுந்து ஓடத் தொடங்கினான்.

அவனிடமும் கண்மண் தெரியாத ஓட்டம். இருவருடைய ஓட்டமும் ஒரு புள்ளியில் தான் முடிந்து நின்றது. அவர்கள் நின்ற இடத்துக்கு நூறு அடி உயரத்தில் ஆகாசலிங்கம்!

அந்த லிங்கத்துக்கு தான் கொண்டு வந்திருந்த மாலையை சூட்டியபடி இருந்த முத்து தாத்தாவும் கீழே இருவரையும் பார்த்தார்.

சற்றுமுன் பார்த்த சரவணனின் முதுகில் இருந்த பெரியவர் குமாரசாமி, இப்போது ஆகாசலிங்க குன்றின் மேல் ஏறத் தொடங்கிவிட்டார். அவரிடம் ஒரே பரவசம்... உதடிரண்டும் "மகாலிங்கமே... ஆகாசலிங்கமே... காசிலிங்கமே... ஞானலிங்கமே... சர்வேஸ்வரா..." என்று உச்சரிக்க, அப்படியே உச்சிக்கு வந்து ஆகாசலிங்கத்தைப் பார்த்தபடியே பொத்தென்று தரைமேல் விழுந்தார். பின்தொடர்ந்து வந்த சரவணனும் அப்போது தான் புலிகள் எதற்காக துரத்தின என்பதையே புரிந்து கொண்டிருந்தான்.

முத்து தாத்தா விழிகளில் ஒரே ஆச்சரியம், ஆனந்தக் கண்ணீர். அந்த நொடியில் அங்கிருந்த கல் நந்தியின்

கண்ணிரண்டும் உயிர்பெற்று இமைகளைத் திறந்து கொண்டு அந்த மூவரையுமே பார்த்தது.

ஒரு சில நொடிகள்தான்!

ஆகாசலிங்கத்துக்கு நேர்மேலே கருடவட்டமும் போடப்பட்டிருந்தது.

* ——————— *

அத்தியாயம்

14

லிங்கத்துக்குச் செய்யப்படும் பூஜை, இந்த உலகில் ஒருவனை பெரிதும் கடைத்தேற்றக் கூடியது. லிங்க வடிவம் ஓர் உயரிய தத்துவம்.

ஒரு காட்டில் பயணம் செய்த நாடோடி ஒருவன் இரவு நேரம் தூங்கப் போனபோது, தலைக்கு தலையணை போல லிங்க வடிவுடைய ஒரு கூழாங்கல்லை வைத்துக் கொண்டான். அதை அவன் லிங்கமாகவே பார்க்கவில்லை. உருண்டையான ஒரு கல்லாகத்தான் பார்த்தான். ஆனால், உறக்கத்தில் அவன் கனவில் சிவ பூஜையின் சக்தியை ஒரு முனிவர் அவனுக்குப் புரியும் விதத்தில் கூறிவிட்டுச் சென்றார். அதற்கு காரணம் பல சித்தர்கள் பூஜித்த லிங்கக் குழவியையே நீ தலையணையாக வைத்திருக்கிறாய், ஒரு கோணத்தில் அது தவறாக இருந்தாலும் நீ தெரிந்து அதை செய்யவில்லை. எனவே மன்னிக்கப்படுகிறாய். அதேசமயம், அதன் சக்திதான் உனக்குள் சிவபூஜை பற்றிய உண்மைகளை உணர்த்தக் காரணம் என்று கூறிச் செல்கிறார்.

கண் விழிக்கும் அவனும் அந்தக் குழவியை அதன் பிறகு லிங்கமாகப் பார்த்து வணங்கத் தொடங்கி, பின்னாளில் பெரும் ஞானியாகத் திகழ்ந்தான்.

லிங்க வடிவ குழவி தலையணையாக இருந்தாலும் தடுத்தாட்கொள்ளும் என்பதற்கு இது ஒரு சான்றாகும்!

நந்தி தேவனின் நேத்ர நோக்குபட்ட நிலையில் வானத்திலும் கருடவட்டம் அடித்தபடி இருக்க, அந்த இளைஞன் சரவணன் உணர்ச்சி மிகுதியோடு போய் ஆகாசலிங்கத்தை அப்படியே கட்டிப்பிடித்துக் கொள்கிறான். அன்று மார்க்கண்டேயன் எமனுக்கு பயந்து கட்டிக்கொண்டது போலவே அவனும் கட்டிக்கொண்டிருந்தான். அவன் தந்தை குமாரசாமியும் இன்னொரு பக்கமாய் போய் லிங்கத்தைக் கட்டிக்கொண்டு கண்ணீர் உகுத்தார்.

பார்த்துக் கொண்டேயிருந்த முத்துப்பிள்ளையும் இந்த மாதிரி அனுபவங்கள் எல்லாம் இந்த சிவன்மலைக் காட்டில் நிகழாவிட்டால், வேறு எங்கு நிகழும் என்கிற மாதிரி நின்றார்.

பரவசத்தில் இருக்கும் அவர்களையும் ஆற்றுப்படுத்தத் தொடங்கினார்.

“தம்பி... இளவயசு உனக்கு இந்த வயசுல ஆழமான பக்திக்கு வாய்ப்பு ரொம்ப குறைவு. இந்த காலத்துல பக்தின்னாலே அது ஒருவித பலவீனம்னும் பொருள் இருக்கு. அப்படி இருக்கைல நீ பக்தியோட இருந்ததோட, உன் அப்பாவை முதுகுல கட்டி தூக்கிட்டு வந்தே பார், அதுக்கு என் சாமி சரியான பரிசு தந்துட்டாரு. இந்த மலைல இந்த மாதிரி நான் எவ்வளவோ பார்த்திருக்கேன். இன்னிக்கு உங்களைப் பார்த்ததுல ரொம்ப சந்தோஷம். இனி உசுர் இருக்கற காலத்துக்கும் சாமியை வந்து கும்புட்டுட்டு போங்க” என்று தனக்கு தோன்றியதை சொல்லவும் செய்தார். அவர்களும் ஆமோதித்தனர்.

“ஐயா... நீங்க யாரோ எவரோ? ஆனா நீங்க சொன்ன ஒவ்வொரு சொல்லும் அட்சர லிங்கம் பெறும். என்னால உட்காரகூட முடியாது... அந்த அளவு என் முதுகுத் தண்டு பாதிக்கப்பட்டிருந்துச்சு. படுத்தேதான் கிடப்பேன். இப்படி படுத்தே கிடக்கறதுக்கு செத்துடலாம்னுகூடத் தோணும். நிஜத்துல தற்கொலை செய்துக்கக்கூட தயாராயிட்டேன். தற்கொலைங்கறது ஒரு பாவம்கறது எனக்கு நல்லாத் தெரியும். ஆனா, என்னால

எவ்வளவு பேருக்கு கஷ்டம்? அதனால துணிஞ்சிட்டேன். சாகறதுக்கு முந்தி இந்த சாமி நினைப்பு வந்துச்சு. எப்பாடுபட்டாவது கும்புட்டுட்டு செத்துடுவோம்னுதான் வந்தேன். ஆனா, இங்க வந்த பிறகுல்ல தெரியுது... எனக்கு இனிமேல்தான் நல்ல காலம்னு..."

அந்தப் பெரியவரின் பேச்சை ரசித்தார் முத்துப்பிள்ளை.

"அப்பா, பேசினது போதும்ப்பா... புறப்படுங்க. நீங்க நடந்து வர்ற அழகை அம்மால இருந்து உங்க பேரன் பேத்திங்க வரை பார்த்தா பூரிச்சு போயிடுவாங்க" என்று அவர் மகன் சரவணன் படபடத்தான்.

அவரோடு மேலிருந்து தடதடவென்று சரிவில் இறங்கி அவன் ஓடிவிட்டான். ஆனால், அவன் பேச்சு முத்துப்பிள்ளையைத் தான் சற்று சலனப்படுத்திவிட்டது. பேரன், பேத்தி என்று அவன் பேசவும், முத்துப்பிள்ளைக்கும் தன் பேத்தி பொன்னி நினைப்பும் மனதுக்குள் எழும்பிவிட்டது.

ஒரு பூங்கொத்து போல அவரைச் சுற்றியே வளைய வந்த பெண்குழந்தை. இன்று அவருடன் இல்லை. அவருக்குள் பொன்னியின் நினைப்பு கண்களைக் குளமாக்க தொடங்கியது. அப்படியே ஆகாசலிங்கத்துக்குக் கீழே அமர்ந்துகொண்டு கண்ணீர் விடத் தொடங்கினார்.

ஈசன் பூக்களை மட்டும் அர்ச்சனைக்காக ஏற்றுக் கொள்பவனில்லை. கண்ணீரையும் அவன் பெரிய பூவாக கணக்கில் எடுத்துக் கொள்பவன். அதை வேடிக்கை பார்க்காதவன். முத்துப்பிள்ளைக்கு ஆறுதலாக அங்கே சொர்ண சித்தர் மூலம் உதவ வந்துவிட்டான்.

"முத்து..." குரல் கேட்டு நிமிர்ந்தார் முத்துப்பிள்ளை. எதிரில் சொர்ண சித்தர்.

"சாமி நீங்களா?"

"நானேதான்... என்ன இது? கண்ணீரால அர்ச்சனையா?"

"இல்லை சாமி... பொன்னி நினைப்பு வந்துடுச்சி. இது சோகக் கண்ணீர்..."

"கண்ணீர்னாலே சோகம்தானே முத்து. அதுலையும் ஈசன் முன்னால கண்ணீர் விடலாமா? நீ அழுற காட்சி என் மனசுல தெரிஞ்சு, உடனே கிளம்பி வந்தேன்."

"ரொம்ப ரொம்ப சந்தோஷம் சாமி... என் சாமிதான் அற்புதத்துக்கே அற்புதம் பண்றவராச்சே, இபபதான் ஒரு முடவனை நடக்க வெச்சார். எனக்காக உங்களை அனுப்பியிருக்காரா?"

"ஆமாம்... இப்ப உனக்கு உன் பேத்தியை பார்க்கணுமாக்கும்?"

"ஆமாம் சாமி. கீழ இறங்கின உடனேயே கிடைக்கற வண்டியப் பிடிச்சு பட்டணத்துக்குப் போய், பேத்திய பாத்துடலாம்னு தோணுது. ஆனா, நாளைக்குள்ள திரும்பி வர முடியாதேன்னும் வருத்தமா இருக்கு..."

"அதனால என்ன... ஒரு பத்து நாள் உன் பேத்தியோட சந்தோஷமா இருந்துட்டு வா. அங்க இருக்கற பாண்டியன் உனக்கு பெரிய உதவியா இருப்பார்."

"அவர் மட்டுமா? எல்லாரும்தான் உதவியா இருப்பாங்க. ஆனா, நான் தினமும் நாள் தவறாம கும்பிட்டுகிட்டு, வரேனே இந்த ஆகாசலிங்கத்தை... அது கெட்டுப் போயிடுமே."

"ஓ, உனக்கு இப்படி ஒரு கவலையா?"

"ஆமாம் சாமி... அங்க என் பேத்தியும் என்னை நினைச்சு என்ன பண்ணிகிட்டிருக்கோ..."

முத்துபிள்ளை பேசப் பேச, அவரை மேலும் மேலும் ஆழம் பார்க்கும் ஆசை தான் சொர்ணசித்தரிடம் ஏற்பட்டது.

"முத்து... இந்த ஈஸ்வரன் எல்லா இடத்துலையும் இருக்கான், சிவன் இல்லாத இடம் எது? பட்டணத்துலையும் மயிலாப்பூரில் கபாலியா இருக்கான். நீ அங்கபோய் தரிசனம் பண்ணிக்கலாம். ஒண்ணும் தப்பு இல்லை..."

“தப்புன்னு யார் சாமி சொன்னது...? நீங்க சொல்றபடி பார்த்தா இந்த ஆகாசலிங்கத்தையும் யாரும் எங்கே இருந்தும் தேடி வரத் தேவையே இல்லை. அவங்கவங்க அங்கங்க ஒரு குழவிக் கல்லுல கூட சிவனை பார்த்துடலாம். நானும் அப்படிப் பார்த்த ஒருத்தன் தானே?”

“நீ என்ன சொல்ல வர்றே?”

“எல்லா இடத்துலையும் சிவனை பார்க்கறது ஒரு பார்வை... அதேசமயம் எல்லையில்லாம விளங்கற ஒரு ஆகாசலிங்கமா சிவனைப் பார்க்கறதும், அதுவும் சிவன் இருக்கற இந்த இடத்துல அதுக்கு ஒரு முக்கியத்துவம் கொடுத்துப் பார்க்கறதும் ஒரு சாதாரண விஷயமில்லையே...”

“அப்ப நீ பட்டணத்துக்கு போகப் போறதில்லையா?”

“ஆமாம் சாமி. எங்க இருந்தாலும் என் பேத்தி நல்லாதான் இருப்பா. ஏன்னா அவ உங்க அருளால உருவானவ. பாச மயக்கத்துல நான் பக்தியை கொஞ்சம் தூக்கி தூர வைக்க விரும்பலை. வைராக்கியம்கறது ஒருத்தன் எப்பவும் ஒரே மாதிரியர் மாறாம இருக்கறதுலதான் இருக்கு. இன்னிக்கு இந்த ஆகாசலிங்கத்தை கபாலியா மயிலாப்பூர்ல கும்புட்டுக்கலாம்னா, நாளைக்கு இன்னொரு ஊர்ல வேற வடிவத்துல கும்புட்டுக்கறதும் ரொம்பவே சுலபம்னு ஆயிடும். இப்படித்தான் வளைஞ்சு கொடுக்க ஆரம்பிச்சு, கடைசியில இன்னிக்கு இந்த உலகத்துல ரொம்ப பேர் சொல்லிக்கிற மாதிரி... சாமி என் மனசுக்குள்ளேயே இருக்கார். அதேசமயம் நான் எதைச் செய்தாலும் அதுவும் சாமி செஞ்ச மாதிரிதான்னு தர்க்கவாதம் பண்ண நானும் தயார் ஆயிடுவேன்.

நாலு பேரோட சேர்ந்து வாழ்ந்தா, நகரத்துல கிடந்தா, புத்தி இப்படி எல்லாம் தான் பண்ணும்கறதனால தானே நீங்கள்ளாமும் நாடு நகரத்தை விட்டுட்டு இப்படி காட்டுக்குள்ள திரியறீங்க. உங்களை எல்லாம் பார்த்தும், நான் சராசரி மனுஷங்க மாதிரி நடந்துக்கிட்டா நல்லவா இருக்கும்?”

முத்துப்பிள்ளையின் கேள்வியை சொர்ணசித்தர் ரசித்தார். அவர் வந்த நோக்கம் ஈடேறிவிட்டது. முத்துப்பிள்ளையின் மனதுக்குள் பழைய வைராக்கியம் சுடர்விடத் தொடங்கவும் அதை உணர்ந்தவராக,

“முத்து அப்பப்ப உன்கூட பேசணும்னு நான் அடிக்கடி நினைச்சுக்குவேன். உன்கூட பேசிகிட்டிருந்தா மனசுக்குள்ள ஒளிஞ்சிருக்கற அழுக்கெல்லாம் வெளியேறிடும். இப்ப பார்... நீ போட்ட போடுல எனக்குள்ளேயும் இப்ப எவ்வளவு தெளிவும் தெம்பும் தோன்றியிருக்கு தெரியுமா?”

சொர்ண சித்தர் முத்துப்பிள்ளையை உயர்வாகப் பேசிவிட்டு அப்படியே ஆகாசலிங்கத்தையும் வலம் வந்தவராகக் கிளம்பினார். முத்துப்பிள்ளையும் “இருங்க சாமி நானும் சேர்ந்துக்கறேன்” என்று அவரோடு சேர்ந்து கொண்டு நடக்கத் தொடங்கினார்.

அத்தியாயம் 15

"ஒரு காட்டில் ஓர் அம்மிக் குழவி மேல் சில ஈக்கள் தேன்கூட்டை கட்டின. அந்தக் குழவியே தெரியாத அளவுக்கு தேன்கூட்டால் குழவியையே மூடிவிட்டன. மொத்தத்தில் அந்தக் குழவியும் தேனால் மூழ்கிப் போனது! இது தேனபிஷேகம் செய்த பலனை அந்த தேனீக்களுக்கு அளித்திட காரணமாயிற்று.

ஈசனுக்கு தேனாபிஷேகம் புரிகின்றவர்கள் இனிய குரல் வளம் உடைய பாடகர்களாக உருவாகி, பெரும்புகழ் பெறுவார்கள். இசை அவர்களுக்கு வசப்படும்.

உலகின் உன்னதமான கலைகளில் இசைக் கலையே முதன்மையானது. இசையை அனுபவிக்க ஒருவருக்கு கல்வியறிவோ, அனுபவ அறிவோ எதுவும் தேவையில்லை. காது கேட்பது என்கிற ஒரே ஒரு விஷயம் மட்டும் போதுமானது. ஆண்டி முதல் அரசன் வரை எல்லோரையும் ஒரே மாதிரி பரவசப்படுத்த இசையால் மட்டுமே முடியும்.

அந்த இசையை ஒருவருக்கு வழங்குவதில் ஈசனுக்கு புரியும் தேனாபிஷேகம் முதன்மையானது."

மூன்று நாட்கள் கடந்துவிட்ட நிலையில் விடியும் பொழுதே சகஜமாகப் புரண்டு படுத்தார் மோகனின் அப்பா அருணாச்சலம்.

எப்பொழுதும் போல எழுந்து பரபரவென்று கைகளைத் தேய்த்துக்கொண்டு, தன் இரு கைகளையும் தன் கண்ணாரப் பார்த்து மகிழ்ந்தார். அப்போதுகூட அவருக்கு தன் வாதம் முற்றாக குணமாகி... தான் பழைய அருணாச்சலமாகி விட்டதே தெரியவில்லை. யதார்த்தமாக கையில் பேப்பருடன் வந்த மோகன்தான் அவரைப் பார்த்து ஆச்சரியப்பட்டுப் போனான்.

"அப்பா... நீங்க இப்ப பழைய மாதிரியே எழுந்து உக்காந்துக்கிட்டிருக்கீங்க..." என்று உற்சாகமாகக் கூவினான். அப்போதுதான் அவரும் தன்னை உணர்ந்தார். மேலிருந்து கீழும், கீழிருந்து மேலுமாய் கையையும், காலையும் அசைத்துப் பார்த்தவர், கண்களை அகல விரித்து மோகனைப் பார்த்தார். முகத்தில் பிரகாசம் சுடர் விட்டது.

"அப்பா... அந்தக் கண்ணன் கொடுத்த சித்த மருந்து எப்படிப்பட்டதுன்னு இப்பதான்ப்பா எனக்கும் தெரியுது..."

"ஆமாம் மோகன்... அவர் அசாதாரணமான ஆள்தான். நிச்சயமாக உன் வருங்கால மனைவியான அந்த வித்யாவோட காக்கா வலிப்பும் குணமாகியிருக்கும், எனக்கு சந்தேகமேயில்லை."

"அப்பா, இதை சந்தோஷமா சத்தம் போட்டு சித்தி காதுல விழற மாதிரி சொல்லுங்க... சித்தியை கூப்பிடுங்க." அவரும் உற்சாகமாக "சகுந்தலா..." என்று பதில் குரல் கொடுத்தார். அப்படி அதட்டலாக அவர் கூப்பிட்டு பலப்பல வருடங்கள் ஓடிவிட்டது.

எப்பொழுதும் இரண்டாம் தாரம் என்று ஒருத்தி வந்தாலே அவள் கை ஓங்கியிருப்பதுதான் எங்கேயும் உள்ள ஒரு விஷயமாக உள்ளது. ஓர் ஆணும், தனக்கு இரண்டாவதாகக் கிடைத்த பெண்ணின் ஆதரவும் தன்னை விட்டு போய்விடக் கூடாது என்கிற பயத்தில் அவர்கள் எதைச் சொன்னாலும் கேட்பது என்று மாறிவிடுகிறான்.

அருணாச்சலம் மட்டும் விதிவிலக்கா என்ன?

அவரது அதட்டலான குரல் கேட்டு சகுந்தலாவும் அலறி அடித்துக்கொண்டு வந்தாள். கம்பீரமாக ஊர் எல்லையில் நிற்கும்

அய்யனார் சிலை போல அருணாச்சலம் நிற்பதைப் பார்த்து ஆச்சரியப்பட்டாள்.

“பாத்தியா சகுந்தலா... எனக்கு பூரணமா குணம் ஆயிடிச்சு” என்று ஒரு குங்ஃபூ வீரனைப் போல, கைகளை இப்படியும் அப்படியும் உதறிக் காட்டினார்.

“என்ன சித்தி பாக்கறீங்க. அந்த சித்த வைத்தியர் கண்ணன் சொன்னபடியே செய்து காட்டிட்டாரு. அப்பாவுக்கு பூரணமா குணமாயிடுச்சு பாருங்க...” என்றான் மோகனும்.

அப்போது அவனுக்கு அவன் மாமன் ராமச்சந்திரன் நினைப்பும், அவர் வர்ம அடிபட்டு கைகால் இழுத்துக்கொண்டு கிடப்பதும் தான் நினைவுக்கு வந்தது...

“சித்தி... கவலைப்படாதீங்க, அவரை நான் எங்க இருந்தாலும் பிடிச்சு இழுத்துக்கிட்டு வரேன். உங்கண்ணன் ஒருத்தர் வாயை கொடுத்து வாங்கிக் கட்டிக்கிட்டு இருக்காரே... அவரையும் முதல்ல குணப்படுத்தற வழியை பார்ப்போம்” என்ற மோகன் அப்போதே கண்ணனைப் பார்த்து அழைத்துவரக் கிளம்பி விட்டான்!

சித்தி சகுந்தலாவுக்குள்ளே எல்லாமே அவள் கையை மீறிப் போய்க் கொண்டிருப்பது நன்றாகத் தெரிந்தது. அடுத்த சதித்திட்டம் பற்றி அப்போதே யோசிக்க ஆரம்பித்து விட்டாள்.

***

நடுச்சாலையில் கிடந்தது நீலம் பாய்ந்த அந்த பிணம். முதல்நாள் இரவில் இச்சாதாரி பரணியை பாம்பாக பார்த்த அந்த நபரின் பிணம்தான் விடிந்து நெடுநேரமாகியும் போலீஸ் வரவில்லை. ஜனக்கூட்டம் மட்டும் நாங்கள் வேடிக்கை பார்ப்பதற்காகவே ஜென்மம் எடுத்தவர்கள் என்பதுபோல் பார்த்துக் கொண்டு நின்று கொண்டிருந்தனர்.

மொத்த உடம்பும் அப்படி ஒரு நீலம்!

ஆளையே அடையாளம் காணமுடியவில்லை.

ஒரு வழியாக இரண்டு போலீஸ்காரர்கள் சைக்கிளில் வந்து சேர்ந்தனர். சைக்கிளை ஓரம் கட்டிவிட்டு, பெரிய வீர சூரர்கள் “எல்லாரும் ஒதுங்குங்கப்பா... ஒதுங்குங்கப்பா...” என்று சப்தமிட்டனர். நீலம் பாரித்த உடம்பைப் பார்த்து முகம் சுளித்தனர்.

“எலே ஏழுமலை... என்னய்யா இது? விஷத்தைக் குடிச்சு தற்கொலை பண்ணிக்கிட்டிருப்பானோ?”

“அடப்போய்யா நீ ஒண்ணு தற்கொலை பண்ணிக்கறவன் எதுக்கு நடுத்தெருவுக்கு வரணும்?”

“அதுவும் சரிதான்... ரொம்ப பெக்கூலியரா தெரியுதே” முணுமுணுப்போடு கணுக்காலைப் பார்த்தபோது இச்சாதாரியின் பல்பட்ட தடயங்கள்!

“எலேய் இங்க பாரு... பாம்பு கடிச்ச மாதிரி இல்ல...”

“பாம்பா... எங்க?”

“கால்கிட்ட பாரு.”

“அட ஆமாம்... பாம்பேதான்! ஆனா இப்படி ஒரு ரோட்ல பாம்பு எங்க இருந்து வந்துருக்கும்? சான்ஸே இல்லையே...”

“நான் என்ன நினைக்கறேன்னா அது எங்கையாவது இருந்து கடிச்சிருக்கும். கடிபட்ட இவன் அங்க இருந்து டாக்டர்கிட்ட போக முயற்சி பண்ணி இவ்வளவு தூரம் வந்துருப்பான். ஆனா, வழியிலையே விஷம் தலைக்கு ஏறி சுருண்டு விழுந்து செத்துட்டான்னு எனக்கு தோணுது.”

அவர்கள் இருவரும் அங்கேயே ஆராய்ந்து அலசத் தொடங்கிவிட்டனர். நல்லவேளையாக அந்த பக்கமாக ஜீப்பில் போய்க் கொண்டிருந்த எஸ்.ஐ. செல்வராஜ் ஜீப்பை ஓரம்கட்டிவிட்டு வந்து எட்டிப் பார்த்தார். இரு கான்ஸ்டபிள் போலீசும் அவரைப் பார்த்து சல்யூட் அடித்தனர்.

“என்னய்யா இது... தற்கொலை கேஸா?”

“அப்படி தெரியல சார்... பாம்பு கடிச்சு செத்த மாதிரி தெரியுது.”

“இந்த ரோட்ல ஏதுய்யா பாம்பும் தேளும்?”

“கால்ல பாம்பு கடிச்ச தடயம் இருக்கு சார்... அதோட உடம்பும் நீலம் பாரிச்சு கிடக்கு பாருங்க...”

“சரி சரி... நீங்களே போஸ்ட்மார்ட்டத்தையும் இங்கேயே பண்ணிடாதீங்க. ஆம்புலன்சுக்கு சொல்லிட்டீங்களா?”

“இல்ல சார்... இனிமேதான் சொல்லணும்.”

“முதல்ல சொல்லுங்க... ரொம்ப நேரமா உடம்பு கிடக்குதாட்டம் இருக்கு. காதுக்குள்ள எறும்புங்க போய்க்கிட்டு இருக்கு பார்.,”

செல்வராஜ் அவர்களை முடுக்கி விட்டுவிட்டு வேகமாக ஜீப்பில் ஏறிக் கொண்டார். ஓர் அசாதாரண மரணத்தை எப்பொழுதும் போலீஸ் முதலில் சாதாரணமானதாகத்தானே கருதும்?

***

கண்ணன் வீடு!

கனகவல்லி அன்றைய சித்த வழிபாட்டில் மூழ்கியிருந்தாள். பூஜை அறையில் பதினெட்டு அகல் விளக்குகள். பதினெட்டு அகல் விளக்கும் பதினெட்டு சித்தர் பெருமக்கள்! குளித்து முடித்துவிட்டு ஆடைமாற்றிக் கொண்டு வந்திருந்த கண்ணன் வடிவத்தில் உள்ள சுந்தர்ராஜன் கனகவல்லியின் பக்தி மிகுந்த அந்த பூஜையைப் பார்த்து நெகிழ்ந்து கொண்டிருந்தார்.

அவளது பக்திக்கு பரிசாகத்தான் சித்தர்கள் சொர்ண சித்தர் தலைமையில் தன்னையே அனுப்பியிருப்பதும் அப்போது அவருக்கும் புரிந்தது.

ஆனால், எவ்வளவு நாளைக்கு இந்த நாடகம்? சுந்தர்ராஜன் மனதுக்குள் அர்த்தமுள்ள அந்தக் கேள்வியின் தாக்கம் அவரை என்னவோ செய்தது.

இந்த உலகம் எவ்வளவோ அதிசயங்களைப் பார்த்திருக்கிறது. ஆனால் வேறு ஒருவர் உடம்புக்குள் இன்னொருவரின் ஆத்மா புகுந்துகொண்டு வந்து, உடம்புக்காக ஒரு குடும்பத்தையும், ஆத்மாவுக்காக இன்னொரு குடும்பத்தையும் வழிப்படுத்தும் ஓர் அதிசயத்தை அது பார்த்திருக்க வாய்ப்பே இல்லை.

அதை நினைக்கும்போது சுந்தர்ராஜனுக்குள் ஒரு நெகிழ்ச்சி கலந்த பரவசம் ஏற்பட்டது. பலப்பல வருடங்களுக்கு பிறகு, நகர சஞ்சாரத்துக்குள் வந்தும் தன் குடும்பத்துடன் சேரமுடியாத அவஸ்தையும் அவரை கொஞ்சம் போல வருத்தியது.

அந்த நேரம் பார்த்து அப்பா ராகவன் வந்தார்.

“என்ன கண்ணா... அம்மா பூஜை பண்றதை என்னமோ புதுசா பாக்கற மாதிரி பாக்கறே?” என்று ஆரம்பித்தார்.

‘என் வரைல புதுசுதானே?’ என்று கேட்க நினைத்த கண்ணனும் அடக்கிக்கொண்டு, “அம்மாவோட இந்த பக்திதான்பா அந்தக் காட்டுல என்னை மீட்டு உங்க முன்னால நிறுத்தியிருக்கு...” என்றான்.

“அதுல என்ன சந்தேகம்...? இந்த உலகத்துல ஒவ்வொருத்தர் வாழ்க்கைக்கு பின்னாலேயும் ஒரு காரணம் இருக்கு. உங்கம்மா பின்னால பக்திங்ற ஒரு காரணம் இருக்கு. அவ பிறந்திருக்கறதே பக்தி செலுத்தத்தான். ஆனா, அவ செலுத்தற இந்த பக்திக்கு கடவுள் அவளை இன்னும் சந்தோஷமா வெச்சிருக்கலாம்” என்று ராகவன் வருத்தத்தைச் சற்று வெளிக்காட்டினார்.

“அம்மா சந்தோஷமாதான் இருக்காங்க. இன்னும்கூட சந்தோஷமா இருக்கப் போறாங்க.”

“அது என்னவோ வாஸ்தவம்தான். உனக்கு கல்யாணம் ஆகி, ஒரு மருமக வீட்டுக்கு வந்துட்டா அவ இன்னும் சந்தோஷப்படுவாளோ என்னவோ?”

ராகவன் கல்யாணம் என்று சொன்ன விஷயம் கண்ணனுக்குள் ஓர் ஊசி முள்ளாய் ஏறியது.

"கல்யாணமா... எனக்கா?" என்று கேட்டவன், 'கடவுளே இந்தச் சிக்கலை எப்படிச் சமாளிக்கப் போகிறேன் என்று தெரியவில்லையே' என்று உள்ளுக்குள்ளேயே சொல்லிக் கொண்டான்.

கனகவல்லியும் பூஜை முடித்து கற்பூர தட்டுடன் வந்தாள். இருவரும் கண்களில் ஒற்றிக் கொண்டனர். கண்ணனும் இனியும் அங்கே இருந்தால் பேச்சு கல்யாணம் அது இது என்று செல்லும் எனக் கருதியதால், "அம்மா நான் கொஞ்சம் வெளியே போய்ட்டு வந்துட்றேன்" என்று வெளியே புறப்பட ஆயத்தமானான்.

"வெளியேன்னா எங்கப்பா?"

"பாலு வீடு வரைக்கும்மா."

"சரி போய்ட்டு மதியம் சாப்பிட வந்துடு. இன்னிக்கு உனக்கு பிடிச்ச சமையலா அம்மா பண்ணி வைக்கறேன்."

"சரிம்மா..." கண்ணனுக்கு அந்த நொடிப்பொழுது தப்பித்தால் போதும் என்று இருந்தது.

✻ ———— ✻

அத்தியாயம் 16

சிவபூஜையின் மகத்தான சிறப்புகளில் ஒன்று சிவனடியார்களுக்குத் தொண்டு செய்வதாகும்!

அந்த நாளில் பல உண்மை சிவத் தொண்டர்கள் சிவனடியார்க்குத் தொண்டு செய்த பிறகே தாங்கள் சாப்பிடுவது என்று ஒரு சங்கல்பம் செய்து கொண்டிருந்தார்கள். இதை அறிந்த ஒரு பிச்சைக்காரன் குறுக்கு வழி ஒன்றைக் கண்டுபிடித்தான். தன்னை ஒரு சிவடினயார் போல மாற்றிக்கொண்டு, தான் அது நாள்வரை பிச்சைகேட்டு சென்ற சிவத்தொண்டர் வீட்டுக்கும் சென்றான். அந்த சிவத்தொண்டரும் வந்திருப்பது வேஷம் போட்டிருக்கும் பிச்சைக்கார்ன என்பதை உணராமல், அவனை பெரிதும் உபசரித்து அவனுக்கு விருந்தளித்து, உறங்கி எழ பஞ்சணையும் கொடுத்து உதவினார். அப்படியே காலையும் அமுக்கிவிட்டார். அந்தப் பிச்சைக்காரனுக்கு, 'அடடா இப்படி ஒரு வாழ்க்கை இருப்பது தெரியாமல் இவ்வளவு நாளாக பிச்சை எடுத்து வாழ்ந்தோமே' என்று எண்ணினான்.

அதன்பிறகு அந்த சுகமும் உபசரிப்பும் கிடைப்பதற்காக நிஜமான சிவனடியாராக மாறிய அந்த பிச்சைக்காரன், 'வேடம் போட்டதற்கே தனக்கு இப்படி ஒரு வாழ்க்கை கிடைத்ததே, நிஜமான சிவனடியாராக இருந்திருந்தால் இதைவிட உயரிய வாழ்க்கை கிடைத்திருக்குமே' என்று எண்ணிட அந்த உயரிய

வாழ்க்கையும் காலப்போக்கில் அவனுக்கு வாய்த்தது. பின்னாலில் 'பிச்சைக்கார சிவனடியார்' என்றே அவரை பலரும் அழைத்தனர்.

பாலுவின் ஒர்க்ஷாப்!

டப்பா பார்ட் பார்ட்டாக பைக் ஒன்றின் பாகங்களை கழற்றிக் கொண்டிருக்க, கச்சிதமாக அங்கே வந்து நின்றது மாப்பிள்ளை மோகனின் கார்.

"அடடே மாப்ள சாரா... வாங்க சார்."

"நான் வர்றது இருக்கட்டும். எங்க பாலு?"

"இப்பதான் ஆயில் வாங்கிட்டு வர கிளம்பிப் போனாரு."

"வரதுக்கு ரொம்ப நேரமாகுமா?"

"பத்து நிமிசம் சார்... பஜாஜ் பல்சர்ல பறந்துல்ல போயிருக்காரு..."

"சரி வெயிட் பண்றேன்" என்று காரை ஓரம் கட்டும்போதே கண்ணனும், அதாவது கண்ணன் வடிவத்தில் சுந்தர்ராஜனும் அங்கு வந்து சேர, அவனைப் பார்க்கவும் மோகனிடம் குபீர் உற்சாகம்,

"ஹலோ மிஸ்டர் கண்ணன். உங்களைப் பார்க்கத்தான் நான் இங்கேயே வந்தேன். எனக்கு உங்க வீடு தெரியாதா, அதான் பாலுவை கூட்டிக்கிட்டு வருவோம்னு வந்தேன்."

"நானும் உங்களைப் பாக்கத்தான் வந்தேன். நான் கொடுத்த மருந்து எப்படி வேலை செய்திருக்கு?"

"எப்படியா...? சரிதான் போங்க... அப்பா இப்போ நல்லா துள்ளிக் குதிக்கிறாரு. சித்தி வாயடைச்சு போய்ட்டாங்க. மாமா வேற பாவம். வாயை கொடுத்து உங்களால இப்ப முடங்கில்ல கிடக்கறாரு... வாங்க... வந்து அவரையும் குணப்படுத்துங்க."

“நான் வர்றது இருக்கட்டும். இனியாவது உங்களுக்கும் வித்யாவுக்கும் கல்யாணம் நடக்கறதுல சிக்கல் இல்லையே?”

“ஒரு சிக்கலும் இல்லை. நான் வித்யா கழுத்துல தாலி கட்டப்போறது நிச்சயம். அதேசமயம் ஒரே ஒரு விஷயம் மட்டும் எங்க சித்தி எதிர்பார்க்கற மாதிரி நடந்துட்டா போதும்.”

“என்ன சார் அது?”

“எங்க கல்யாணத்துக்கு வித்யா அப்பா சுந்தர்ராஜன் கட்டாயம் வரணும்.”

மோகனின் பதில் கண்ணனாகிய சுந்தர்ராஜனை ஓர் இடி இடித்தது.

“அவர் மட்டும் வந்துட்டா என் சித்தி வாயை நான் ஊசி நூல் போட்டு தெச்சிடுவேன்.”

“ஏன் சார் அதை இப்ப செய்தா என்ன... நீங்க வித்யா அப்பாவையா கல்யாணம் பண்ணிக்கப் போறீங்க. வித்யாவைத் தானே?”

“அது சரிதான் மிஸ்டர் கண்ணன். அவளோட அப்பா விஷயம் ஒரு புரியாத புதிரா, அப்படியேல்ல இருக்கு.”

“அப்ப உங்களுக்கு அந்தப் புதிருக்கு விடை கிடைக்கணுமா?”

“நிச்சயமா... இதை நான் சித்திக்காக மட்டும் சொல்லலை. ஊருக்காகவும் தான்... என் மாமியாரா வரப் போறவங்க, தன் புருஷன் உயிரோட தான் இருக்கார்னு நினைக்கற நினைப்பு எந்த அளவுக்கு உண்மையானது, இல்ல பொய்யானதுன்னு தெரியணும்ல...”

“அவங்க உயிரோட இருக்கறதா நினைச்சா அதுதான் உண்மை. இதுல என்ன சந்தேகம் உங்களுக்கு?”

“அவங்க நம்பிக்கையை ஒரு தடவை நிரூபிக்கறது எனக்கு மட்டும் இல்ல. அவங்களுக்குமே ரொம்ப நல்லதுங்கறது என் எண்ணம்.”

“அப்ப நீங்க உங்களுக்காக மட்டுமில்லாம அவங்களுக்காகவும், வித்யா அப்பா வரணும்கறீங்களா?”

“நிச்சயமா... என் கல்யாணம் அதுக்கு ஒரு காரணமா இருக்கறதுக்காக நான் சந்தோஷப்படறேன். என் மாமியாரா வரப்போறவங்களும் எவ்வளவு நாளைக்கு தான் நம்பிக்கை நம்பிக்கைன்னு நம்பிக்கையோட மட்டுமே இருப்பாங்க, அந்த நம்பிக்கைக்கு ஒரு தடவையாவது உயிர் வரட்டுமே.”

“நான் தெரியாமத்தான் கேக்கறேன். ஒருவேளை வித்யா அப்பாவால வர முடியாம போய்ட்டா என்ன பண்ணுவீங்க?”

“பயப்படாதீங்க. என் மாமியாரா வரப்போற மங்களத்தம்மா கிட்ட, தயவுசெய்து இனியும் உங்களை நீங்களே ஏமாத்திக்காம மஞ்சள் குங்குமத்தை எடுத்துடுங்கன்னு சொல்லிடுவேன்” மோகன் மிகத் தெளிவாக சொன்ன பதில், கண்ணனாகிய சுந்தர்ராஜனையும் சற்று யோசிக்க வைத்தது.

சரி எவ்வளவு நாளைக்குத்தான் இப்படி கண்ணாமூச்சி விளையாடிக் கொண்டே இருப்பது... எல்லா விஷயத்துக்கும் ஒரு முடிவு வரத்தானே செய்யும்.

அவர் தனக்குள் ஒரு முடிவுக்கு வந்த அந்த சமயத்தில். பாலுவும் தன் புதிய பல்ஸர் பைக்கில் புயல்போல வந்து இறங்கினான்.

மோகனையும், கண்ணனையும் ஒருசேர பார்த்து உச்சி குளிர்ந்து போனான். கண்ணனுக்கும் தன் மகனை, வளர்ந்த ஒரு இளைஞனாகப் பார்ப்பதில் அப்படி ஒரு சந்தோஷம்!

“வாங்க மாப்ளை சார்... வாங்க கண்ணன்”

“நாங்க எப்பவோ வந்துட்டோம். ஆமா எங்க போய்ட்டே பாலு?”

“கடைக்கு ஆயில் வாங்க போய்ட்டேன் மாப்ளை சார். ஆமா என்ன சாப்பிட்றீங்க?”

“சாப்பிடறதெல்லாம் அப்புறம். பாலு முதல்ல பைக்கை ஓரம் கட்டிட்டு என்கூட கார்ல எங்க வீட்டுக்கு வரே.”

“ஐயோ என்ன சார் இது திடுதிப்னு?”

“திடுதிப்னுதானே அதிசயங்கள் நடக்குது. வித்யாவுக்கும், எனக்கும் அடுத்த முகூர்த்தத்துலையே கல்யாணம், அதுக்காக இருந்த எல்லா தடைகளும் நீங்கிடிச்சு. என் அப்பாவும் பரிபூரணமா குணமாயிட்டாரு.”

“அப்படியா?”

“ஆமாம் பாலு... என்னோட முதல் நன்றி கண்ணன் சாருக்குத்தான். இவர்தான் அப்பாவை குணப்படுத்தினவர். உங்க அக்காளையும் குணப்படுத்தினவர். ஆகையால, முதல் பத்திரிகையும் இவருக்குத்தான்...” மோகன் உற்சாக மிகுதியில் ஒரு நீரூற்றுப் போல பீறிட்டான்.

அதேசமயம்... “கண்ணன் சார் என் மாமாவோட கைகாலை சரிசெய்யுங்க. பாவம் உங்கக்கிட்ட அவர் வாயை கொடுத்துட்டு பாடாப்பட்டுகிட்டு இருக்காரு” என்றவனை கண்ணனாகிய சுந்தர்ராஜனும் பார்த்து சிரித்தான். பின் மூவரும் காரிலேயே மோகன் வீட்டுக்குப் புறப்பட்டனர்.

***

மோகனின் பங்களா!

கார் வரும் சப்தம் கேட்டு ஒரு சிறு குழந்தைபோல துள்ளிக் குதித்தபடி வெளியே வந்தார் அருணாச்சலம், “வாங்க... வாங்க...” என்று வாய் கொள்ளாதபடி வரவேற்றார். உள்ளே இருந்து கொண்டே அரைமனதாய் கண்ணனை வரவேற்றாள் சகுந்தலா. உடன் பாலுவை சேர்த்துப் பார்க்கவும் கொஞ்சம் மிளகாயை கடித்தது போல உணர்ந்தாள்.

“சாமி... நீங்க கொடுத்த மருந்து அபாரம். இனி என் வாழ்க்கை அவ்வளவுதான்னு நினைச்சேன். ஆனா இப்ப நான் ரொம்பவே

நல்லாயிட்டேன். என் தொழில்களையும் நான் திரும்ப ஒரு ரவுண்ட் வருவேன்" என்று அருணாச்சலம் காய்ச்சிய பால் போல பொங்கி வழிந்தார். கண்ணனாகிய சுந்தர்ராஜன் பார்வையோ எங்கே ராமச்சந்திரன் என்று தேடியது. அவர் பெட்ரூமில் கட்டிலில் ஒரு மரவட்டை புழுபோல சுருண்டு படுத்திருந்தார்.

கண்ணன் நேராக அவரருகே சென்று அவரைப் புரட்டவும், வலித்த முகத்தோடு அவனை ஏறிட்டார். கண்ணனும் அப்படியே கைகளால் பின்பிடரியை வருடியவனாக வெடுக்கென்று ஒரு குத்து... ஒரே ஒரு குத்துதான். ராமச்சந்திரனின் மொத்த உடம்பும் நேராக அடுத்த நொடியே எழுந்து விட்டார். உடம்பிலும் எந்த வலியுமில்லை.

மோகனுக்கும் அப்பாடா என்று இருந்தது.

"மாமா... உங்களுக்காகவே நேர்ல போய் சாரை கூட்டிக்கிட்டு வந்தேன். இனி தப்பா எதுவும் பேசி வைக்காதீங்க." என்று மோகனும் அங்கேயே அவருக்கு ஒரு அட்வைஸ் கொடுத்துவிட்டு, ஹால் பக்கம் கண்ணனை அழைத்துச் சென்றான். அருணாச்சலம் பாலுவிடம் அடுத்து க்ஷேம லாபங்களை விசாரிக்கத் தொடங்கிவிட்டார்.

"இனி ஒரு பிரச்சனையும் இல்ல தம்பி. வர்ற முகூர்த்தத்துலையே உங்கக்காவுக்கும், என் மகனுக்கும் கல்யாணத்தை வெச்சிடலாம். நீ போய் மற்ற ஏற்பாடுகளை செய்" என்றார்.

"அப்பா, இப்பவே இங்கையே நீங்க கண்ணன் சாரை கூப்பிட்டுடுங்க. அப்படியே உங்க வியாதியை குணப்படுத்தினதுக்காக இவருக்கு நாம ஏதாவது நல்ல மரியாதை பண்ணனும்" என்றான் மோகன்.

"சரியா சொன்னே... உள்ள போய் பீரோவுல இருந்து பத்து பவுன் சங்கிலி ஒண்ணு எடுத்துக்கிட்டு வா. சாருக்கு என்னோட அன்பளிப்பாக கழுத்துலையே போட்டு விட்றேன்" என்றார் அருணாச்சலம்.

கண்ணனிடம் திகைப்பு.

“ஐயோ அதெல்லாம் வேண்டாங்க. நான் இப்ப ஒரு சித்த யோகி. தங்கம் வைரம்லாம் ஆசையா இருக்கறவங்களுக்கு, எனக்கு அதெல்லாம் எதுவும் வேண்டாம்” என்றான் கண்ணன்.

“அப்படிச் சொல்லக் கூடாது. என் மனத்திருப்திக்கு நீங்க வாங்கிக்கத்தான் வேணும்.”

“என் மனதிருப்தி, நீங்க தர விரும்பற பத்து பவுன் சங்கிலில இல்லைங்க. பாலுவோட அக்கா வித்யா இங்க சந்தோஷமா வாழறதுலதான் இருக்குது.”

“இனி இவங்களுக்கென்ன குறை... அமோகமா இருப்பாங்க” அருணாசலத்தின் பேச்சு ராமச்சந்திரனை சஞ்சலப்படுத்தியது. கலங்கிய விழிகளுடன் சகுந்தலாவை பார்த்தார்.

“என்னண்ணே பாக்கறே... எல்லாம் அந்தப் பக்கம். அவங்களுக்கே சாதகமா இருக்கிற மாதிரி தெரியுதா?”

“ஆமாம்மா... என் மக லட்சுமியை நினைச்சா கவலையா இருக்கு எனக்கு.”

“கவலையே படாதே... முதல்ல கல்யாணம் நடக்குதான்னு பார்ப்போம். இத்தனை வருஷமா வராத அப்பன்காரன் இனிதானா வரப்போறான்.”

“ஒருவேளை வந்துட்டா?”

“அந்த வித்யா இங்க நாய் படாதபாடு படுவா... அவளை இந்த வீட்ல வெச்சு பாடாபடுத்தி, அவளே வீட்டை விட்டு ஓடும்படி செய்வேன். ரெண்டாம் தாரமாவாவது மோகன் லட்சுமியை கட்டிக்கற மாதிரி பண்ணுவேன், பார்த்துக்கிட்டே இரு...”

சகுந்தலாவும், ராமச்சந்திரனும் பேசிக்கொள்வது கண்ணனாகிய சுந்தர்ராஜன் காதுகளிலும் விழத்தான் செய்தது. யோக வாழ்க்கை அவருக்கு மிகச் சிறிய சப்தத்தைக்கூட உணரக் கூடிய ஆற்றலைத் தந்திருந்தது. சகுந்தலாவின் துர்புத்தியை எண்ணி

சிரித்துக் கொண்டவர். "என் மக இங்க வாழ்க்கைப்பட்டு வந்தவுடன் பாடாபடப்போறது அவ இல்லை, நீதான்" என்று மனதுக்குள் சொல்லிக் கொண்டார்.

* ——— *

அத்தியாயம் 17

சிவலீலைகளில் சிவன் புலித் தோலையே தனது ஆடையாக அணிந்திருக்கும் லீலை ஆழ்ந்த பெரும் தத்துவத்தை தன்னிடம் கொண்டதாகும்!

இவ்வுலகில் உயிர்கள் வாழ்ந்திட உணவு தேவை. மனிதன் ஒருவனே தாவரங்களில் இருந்து உணவுபெற்று அதை உண்டு வாழ்பவன். சமயம் என்றால் மதம் என்று பொருள். அதாவது அது ஒரு வழிகாட்டுகிற அம்சமாகும். சமையல் என்றால் பக்குவப்பட்ட உணவு தயாரிக்கும் வழிமுறையாகும். எனவேதான் மனிதன் பிற உயிரினங்களுக்கு யாதொரு பாதிப்பும் இன்றி தாவர உணவை பயிரிட்டு, அதை வாங்கி சமைத்து உண்டு உயிர் வாழ்கின்றவனாகத் திகழ்கிறான். ஆனால், பிற உயிரினங்களுக்கு இந்த சமைத்த வழிமுறை கிடையாது. அது தெரியவும் தெரியாது. அது கிடைப்பதை உண்ணும். அவ்வகையில் ஓர் உயிரினம் இன்னொரு உயிரினத்தின் வயிற்றில் அடங்கும். பாம்பு தவளையை விழுங்கும், தவளையோ பூச்சிகளை விழுங்கும், பாம்பை கருடன் விழுங்கும், கருடனை முதலை விழுங்கும், முதலையை சில சுறா மீன்கள் விழுங்கும். இப்படி ஒன்றுக்குள் ஒன்று அடங்கும். இந்த வகையில் புலியானது மற்றவற்றை அடித்து தன்னுள் அடக்கிக் கொள்வதாகும். புலி என்பது அடக்குவது. மான்

என்பது அடங்குவது. எனவே தான் புலித்தோலை ஆடையாக அணிந்த ஈசனும் தன்னுள் அனைத்தும் அடங்கிவிடுவதை மறைமுகமாகக் கூறுகிறான். இதுவே புலித்தோல் தத்துவமாகும்.

வீட்டிற்குள் நுழைந்த பாலு முகத்தில் ஒரே மகிழ்ச்சி. கையில் ஏராளமான புதிய துணிப்பைகள். மோகன் எல்லோருக்கும் புதுத்துணி எடுத்துக் கொடுத்திருந்தான். அவ்வளவையும் கீழே வைத்துவிட்டு வித்யாவை பார்த்த பாலு, "அக்கா இப்பதான் மாப்ளை வீட்டுக்கு போய்ட்டு வரேன்" என்று ஆரம்பித்தான். எல்லோரும் சரேரென்று அவனையே பார்த்தனர்.

"நானா ஒண்ணும் போகலை, மாப்ளை சார்தான் ஒர்க்ஷாப்புக்கே வந்துட்டாரு. அப்படியே வீட்டுக்கும் கூட்டிக்கிட்டு போனாரு அங்க மாப்ளையோட அப்பா பரிபூரணமா குணமாயிருந்தாரு, எல்லாம் நம்ம கண்ணன் சார் மருந்தோட கைவண்ணம் தான்.

அதை பார்த்த எனக்கே ஆச்சரியம். எதுக்கெடுத்தாலும் குற்றப் பத்திரிகை வாசிக்கிற சித்தியம்மாவே வாயை மூடிக்கிட்டாங்கன்னா பார்த்துக்குங்களேன்."

"பாலு நிஜமாவா சொல்றே... நீ சொல்வதைப் பார்த்தா வித்யாவுக்கு இனி எந்தக் காலத்துலையும் வலிப்பு வராதா?"

"ஆமாம்மா... அக்கா இனி வேணும்னு ஆசைப்பட்டாலும் அந்த வியாதி வராது. அதனாலதான் மாப்ளை சாரும் இனி ஒரு நாளைக்கூட வேஸ்ட் பண்ண நான் தயாரா இல்லைன்னு கல்யாணத் தேதிய குறிக்கச் சொல்லிட்டாரு."

பாலுவின் உற்சாகமான பேச்சு அந்தக் குடும்பத்தையே குதூகலப்படுத்திக் கொண்டிருக்க, வீட்டுக்கு வெளியே உள்ள மரக்கிளையில் உடம்பை வளைத்தபடி படுத்திருந்த இச்சாதாரி அவ்வளவையும் பார்த்துக்கொண்டே இருந்தது. அதன் பார்வையில் அப்படி ஒரு குரூரம்!

'இந்தக் கல்யாணம் எப்படி நடக்குதுன்னு பாக்கறேன்' என்கிற வைராக்கியமான கோபம் அதன் கண்களில் அனலாய் வெளிப்பட்டுக் கொண்டிருந்தது. அந்த நொடிகளில் மாப்பிள்ளை என்று ஒருவன் இருப்பதால் தானே இவ்வளவு கொண்டாட்டமும். தெருவில் பார்த்தவன் கடிபட்டு பரலோகம் போனதுபோல, மாப்பிள்ளை மோகனையும் பரலோகத்துக்கு அனுப்பி விட்டால்?

இச்சாதாரிக்குள் புதுவிதமான முடிவு. அப்படியே மனித உருவில் பரணியாக மாறிய இச்சாதாரி, மரத்தில் இருந்து கீழே குதித்தான். மோகனைப் பார்க்க அப்போதே புறப்பட்டும் விட்டான்!

***

மோகனின் பங்களா!

வெளியே கார் போர்டிகோவில் தயாராக நின்று கொண்டிருந்தது... அதில் அவன் ஏறிக்கொள்ள, அருணாச்சலமும் வந்து ஏறிக்கொண்டார். கார் அவர்களுக்குச் சொந்தமான நகைக்கடையை நோக்கி கிளம்பியது. கார் பங்களாவை கடக்கவும்... பரணி கேட் முன் வந்து நிற்கவும் சரியாக இருந்தது. தனது நீல விழிகளால் காருக்குள் மோகனும், அருணாச்சலமும் இருப்பதையும் ஒரு மாதிரியாகப் பார்த்து விட்டான். கேட்டை இழுத்து மூடப்போன வாட்ச்மேனிடம் "அவர்கள் இருவரும் எங்கே கிளம்பி விட்டார்கள்?" என்று கேட்கவும், வாட்ச்மேன் பதில் சொல்லாமல் முறைத்தான்.

"கேக்கறேன்ல... சொல்ல மாட்டியா நீ?"

"நீ யாரு... எங்க முதலாளியைப் பத்தி எதுக்கு கேக்கறே. அதுக்கு முதல்ல பதிலைச் சொல்..."

"நான் அவங்களுக்கு வேண்டியவன்..."

"அப்ப உள்ள போய் முதலாளியம்மாகிட்ட கேள். என்கிட்ட கேட்காதே."

வாட்ச்மேன் பதில்... பரணியை சற்று தேங்கச் செய்தது.

"என்ன யோசனை... உள்ள போறதா இருந்தா போ. இல்ல வழியை விடு. நடு ரோட்டுல நிக்காதே."

"அப்ப நீ அவங்க கார்ல எங்க போறாங்கன்னு சொல்ல மாட்டே... அப்படித்தானே?"

"என்ன மிரட்டறே... நீ யாருன்னு சொல்லாமலே அவங்க எங்கேன்னு கேட்டுக்கிட்டு இருக்கியே? இருந்திருந்து எங்க பெரிய முதலாளி இன்னிக்குதான் சிவன்மலை சாமி ஒருத்தரால பரிபூரணமாக குணமாகியிருக்காரு. இன்னிக்குப் போய் இங்க வந்துகிட்டு, அவங்க எங்க போறாங்கன்னு கேட்டா என்ன அர்த்தம்?"

வாட்ச்மேன் சொன்னது ஓர் ஊசியாக பரணிக்குள் ஏறிற்று.

"என்ன சொன்னே நீ... சிவன்மலை சாமி இங்க வந்து உங்க பெரிய முதலாளியை குணப்படுத்தினாரா?"

"ஆமாம். நீ வாயைப் புடுங்காம புறப்பட்ற வழியைப் பார்."

"நானும் சிவன்மலை இருந்து வர்ற ஒரு சாமிதான். என்னை அந்த சாமி முந்திகிடிச்சா?"

பரணி சொன்னதைக் கேட்டு சிரித்த வாட்ச்மேன், "யோவ் நல்ல நேரத்துல இடத்தை காலி பண்ணுய்யா. ஜோக் அடிக்காதே. பாக்க இளவயசு வடநாட்டுக்காரன் மாதிரி இருந்துக்கிட்டு... சிவன்மலை சாமின்னு என்கிட்ட புளுகறியா?"

"இல்ல... நானும் சிவன்மலை தான். நான் சாமி கூட இல்ல, இச்சாதாரி."

"நீ யாரா இருந்தா என்ன... இடத்தை காலி பண்ணு..."

"நம்பமாட்டியா... இப்ப பார்." பரணி அடுத்த சில நொடிகளில் அவன் முன் தன் அசலான பாம்பு ரூபத்தைக் காட்டியபடி நிற்க, வாட்ச்மேன் பதறிப் போனான். ஓடிப்போய் கைத்தடி ஒன்றை

எடுத்துக் கொண்டவன், பாம்பை அடித்து விடுவது போல் பார்க்க, பரணி திரும்பவும் தன் மனித வடிவத்தை அடைந்தான்.

கண்களிலும் ஒரு சிவப்பு, மூச்சுக்காற்றில் வேகமும் உஷ்ணமும், வாட்ச்மேனுக்கு உடம்பு நடுங்கத் தொடங்கிவிட்டது. அவன் இந்த மாதிரி ஒரு காட்சியை சினிமாவில்கூட பார்த்ததில்லை.

“டேய் நீ யாரோ ஒரு சித்து வேலைக்காரன்... அதான் இப்படி பாம்பால்லாம் காட்சி தரே.. உன்னை நான் விட்டா நீ என்ன வேணா செய்வே. இரு இப்பவே என் முதலாளிக்கு தகவல் தரேன்” - வாட்ச்மேன் திரும்பிச் சென்று தன் கூண்டுக்குள் இருக்கும் தொலைபேசியை கையில் எடுத்து, எண்களை வேகமாகச் சுழற்றத் தொடங்கினான். சில எண்களைத் தான் சுழற்றியிருப்பான். அதற்குள்ளாகவே ‘ஆ’ என்று அலறியவனின் காலடியில் பரணியின் அசல் சொரூபம்.

அவனது விஷம், அந்த வாட்ச்மேன் கால் வழியாக விறுவிறுவென்று மேலேறத் தொடங்கியது. அப்படியே கூண்டை விட்டு தடுமாறிக் கொண்டே வெளியே வந்தவன் சுருண்டு விழுந்தான்.

பரணியும் நிமிர்ந்து மனித வடிவில் எழுந்தவன், இனி அங்கே இருப்பது தனக்கு ஏற்றதில்லை என்கிற மாதிரி நடக்க ஆரம்பித்தான்.

ஒரு அரை மணிநேரம் கழிந்திருக்கும்.

பால்கனிப் பக்கமாக வந்த சகுந்தலா, யதார்த்தமாக பங்களா மெயின் கேட் பக்கம் பார்த்தாள். கேட்டுக்கு அருகில் வாட்ச்மேன் விழுந்து கிடப்பதைப் பார்த்தவளுக்கு பகீரென்றது.

“அண்ணே” என்று ராமச்சந்திரனை அழைத்தபடி மேலிருந்து இறங்கி மெயின்கேட் நோக்கி ஓடத் தொடங்கினாள்.

கேட்டை நெருங்கியவளுக்கு தூக்கிவாரிப் போட்டது. விசுவாசமிக்க வாட்ச்மேன் நீலத்தில் தோய்த்து எடுக்கப்பட்டவன் போல, பிணமாகத் தரையில் கிடந்தான். பின்னாலேயே வந்த

ராமச்சந்திரன், பார்த்த மாத்திரத்தில் “வாட்ச்மேனை நல்ல பாம்பு கடிச்சிருக்கு சகுந்தலா... அதான் உடம்பு நீலம் பாரிச்சிருக்கு” என்றார்.

“என்னண்ணே இது... இங்க எங்க வந்துச்சு பாம்பு?”

“வராமலா செத்து கிடக்கறான்.”

“இப்ப என்ன பண்ண?”

“தப்போ சரியோ போலீசுக்கு தகவல் கொடுக்கறதுதான் நமக்கு நல்லது.”

“போலீசுக்கா?”

“ஏன் பயப்பட்றே... இது சாதாரணமான மரணமா இருந்தா போகத் தேவையில்லை. உடம்பு நீலம் பாரிச்சு இருக்கறத பார். சுடுகாட்ல எரிக்கறதுக்கு முந்தி டாக்டர் சர்ட்டிபிகேட் கேட்பாங்க.”

“அது சரிண்ணே... போலீஸ் நம்பளைப் போட்டு குடைஞ்சா.”

“நம்மை குடைய என்ன இருக்கு... நடந்ததைச் சொல்வோம். காவல் காத்துக்கிட்டு இருக்கும்போது பாம்பு வந்து கடிச்சதுக்கு நான் என்ன செய்யமுடியும், இல்ல நீதான் என்ன செய்யமுடியும்?”

ராமச்சந்திரன் கொஞ்சம் கூட தயக்கமோ நிரடலோ இன்றி பேசினார். அவரே அங்கிருந்து போனும் செய்தார். போலீசுக்கு சொன்ன கையோடு மோகனுக்கும் அருணாச்சலத்துக்கும்கூட தகவல் தந்தார்.

அவர்களும் வாரிச் சுருட்டிக்கொண்டு வந்தனர். அவர்கள் வரவும், ஒரு ஜீப்பில் போலீஸ்காரர்கள் வரவும் சரியாக இருந்தது.

உடம்பை சுற்றி வந்து பார்த்தவர்கள் மார்க் செய்துகொண்டு, போஸ்ட்மார்ட்டத்திற்கு ஏற்பாடு செய்தனர். பின், பங்களா தோட்டத்தை ஒரு பார்வை பார்த்தனர். அருணாச்சலம் வாட்ச்மேனின் நீலம் பாரித்த உடம்பைப் பார்த்து கண்களை கசக்கிக் கொண்டார். அவருக்கு ஜீரணிக்கவே சிரமமாக இருந்தது. போலீஸ்காரர்களில் ஒருவர் மட்டும், “நேத்து தான் இதே மாதிரி

ஒரு பொணத்தை நடுரோட்ல இருந்து அகற்றினோம். இப்ப இங்க... அந்த பொணம் எவ்வளவு நீல நிறமா இருந்ததோ அதே அளவுக்கு இதுவும் இருக்கறத பார்த்தா பயங்கரமான ஒரு விஷப்பாம்பு சிட்டிக்குள்ள நடமாடிக்கிட்டிருக்கற மாதிரிதான் எனக்கு தோணுது" என்றார். நல்லவேளை மோகனையோ இல்லை அருணாச்சலத்தையோ சந்தேகப்பட்டு குடையவில்லை."

அத்தியாயம் 18

சிவலிங்கத்தை மனிதர்கள் மட்டுமின்றி ஏனைய ஜீவராசிகளும் பூஜித்திருக்கின்றன. சிவலிங்கத்தின் மேல் வலை கட்டிய ஒரு சிலந்தி, லிங்கத்தின் மேல் பூச்சிகள் வந்து எச்சமிடாதபடி பார்த்துக் கொண்டது. அதன் பயனாக அது அடுத்த ஜென்மத்தில் ஒரு நாட்டுக்கே அரசனாக பிறந்தது.

ஒரு மரக்கிளையில் அமர்ந்திருந்த குரங்கு சும்மா இராமல் மரத்து இலைகளை ஒவ்வொன்றாகப் பிய்த்து கீழே போட்டபடி இருந்தது. அப்படி அது கீழே போட்ட இடத்தில் ஒரு சிவலிங்கம் தற்செயலாக இருந்ததுதான் அது செய்த புண்ணியம். அது பறித்துப் போட்ட இலைகள் வில்வ இலைகளாக இருந்ததால், அதன் செயல் லிங்கத்தை அர்ச்சித்தது போல் ஆயிற்று. இதனால் அந்த குரங்கும் தனது அடுத்த ஜென்மத்தில் ஞானமும் செல்வமும் மிக்க ஓர் அரசனாய் பிறந்து நாட்டையே ஆண்டிடும் பாக்யத்தைப் பெற்றது!

ஆசாரி வீடு!

பாலு தன் சகோதரி லலிதாவுடன் வந்திருந்தான். அவன் கைகளில் பரிசாக அவனுக்குக் கிடைத்த ஒரு கிலோ தங்கம். அதை ஒரு கட்டியாகவே அவனுக்கு அளித்திருந்தனர். ஆசாரி

பொன்னுரங்கம் வெளியே சென்றிருக்க, அவர் மனைவி தர்மாம்பாள்தான் வீட்டில் இருந்தாள். கூடவே அவள் தம்பியான அல்டாப் ரத்னம் ரத்தினத்தின் பார்வை லலிதாவை வெறிக்க, தர்மாம்பாள் பாலுவைப் பிடித்து உலுக்க ஆரம்பித்திருந்தாள்.

“யாரப்போய் அது... மங்களத்தின் மவனும், மவளுமா?”

“ஆமாங்க, ஆசாரி இல்லையா?”

“அது வெளிய போயிருக்கு. ஆமா உனக்கு என்ன வேணும்?”

“அக்காளுக்கு வர்ற முகூர்த்தத்துல கல்யாணம். அதுக்கு தாலில இருந்து சங்கிலி வரை எல்லாத்தையும் செய்யணும்.”

“ஓ... உங்கக்காளுக்கு கல்யாணமா. அப்படி போடு. முந்திகூட யாரோ ஒரு மாப்ளை பொண்ணு பார்க்க வந்தான். அப்ப பாத்து உங்கக்காக்கு வலிப்பு வந்துடுச்சின்னுல்ல கேள்விப்பட்டேன்.”

தர்மாம்பாள் மிடில் கிளாஸ் பெண்களின் பிரதிநிதி நான் என்று சொல்லாமல் சொன்னாள்.

லலிதாவுக்கு அவள் அப்படி சொன்னது சுரீர் என்றது!

“அக்காவுக்கு வலிப்பு வந்தது மட்டும்தான் உங்களுக்கு தெரியுமா? அப்புறம் அதுக்கு மருந்து சாப்பிட்டு குணமான விஷயமெல்லாம் தெரியாதா?” என்றாள் கோபமாக...

“மருந்து சாப்பிட்டு குணமாகற வியாதியா அது?”

“சரி குணமாகலை... உங்களுக்கெதுக்கு இப்ப அதெல்லாம்? டேய் பாலு கிளம்புடா. இந்த ஊர்லையே இவர் ஒருத்தர் தான் இருக்காரா... வாடா... நாம இன்னொரு இடம் பார்ப்போம்.”

லலிதா ஆவேசப்பட, ரத்தினமும் அவளோடு சேர்ந்து கொண்டான்.

“யக்கா... என்னக்கா நீ? கஸ்டமர்கிட்ட இப்படியா பேசுவே. அதுவும் கல்யாணமாகப் போற பொண்ணு பத்தி சந்தேகப்பட்டு பேசறதெல்லாம் தப்புக்கா. ஹலோ நீங்க இருங்க, மாமா

வந்துடுவார். எங்கக்கா எதையும் மனசுல வெச்சுக்காம பேசிடும். அதையெல்லாம் தப்பா எடுத்துக்காதீங்க..."

ரத்தினத்தின் திடீர் பல்டி, தர்மாம்பளையே அதிர வைத்தது. அவள் அவனை வெறிக்க, இருவருக்கும் தெரியாதபடி சைகை காண்பித்த ரத்தினம், லலிதாவை பார்த்து ஜொள்ளு விடுவது தெரியாமல் ஜொள்ளு விட்டான். நல்லவேளை அது பெருகி ஆறாவதற்குள் பொன்னுரங்க ஆசாரி வந்துவிட்டார்.

அவர் வரவும், தர்மாம்பாள் தானும் விலகிக் கொண்டாள்.

"வாப்பா பாலு... என்ன திரும்ப தங்கத்தோட வந்திருக்கியா. உரசிப் பாக்கணுமா?"

"இல்ல ஆசாரி... ஒரு கிலோ தங்கம் இருக்கு. அதுக்கு எங்கக்கா சொல்ற மாதிரி காசுமாலை, மிளகுவடம், கைவளை, மோதிரம்னு நாலாவிதமா நகைங்க செய்யணும். அதுவும் வேகமா செய்யணும். அக்காவுக்கு வர்ற முகூர்த்தத்துல கல்யாணம்."

"அதுக்கென்ன செய்துட்டா போச்சு. ஆமா ஒரு கிலோ தங்கத்தை நீ எப்படி வாங்கினே?"

"நான் எங்க வாங்கினேன். அது எனக்கு பரிசால்ல கிடைச்சிச்சு."

"பரிசாவா... ஒரு கிலோ தங்கமா?"

"ஆமாம் ஆசாரி."

"ஹும்... நீ கொடுத்து வெச்சவன்ப்பா... எப்ப உன் கடைக்கு அந்த குரங்கு சித்தர் வந்தாரோ அப்பவே நான் நினைச்சேன்."

"அவர் வந்ததுக்கும், எனக்கு தங்கம் கிடைச்சதுக்கும் என்ன ஆசாரி சம்பந்தம்?"

"என்ன சம்பந்தமா? குரங்கு சித்தர் பாக்கறதுக்கு தான் பக்கிரி. ஆனா அவர் கால் பட்ற இடம் அப்படி விளங்கும். கண் பட்ற இடத்துல மகாலட்சுமி குடிவருவா. அவரை யாருன்னு நினைச்சே... குபேரனோட அம்சம் அவர்..."

ஆசாரி சொன்னது பாலுவைவிட லலிதாவை அதிகம் பாதித்தது. வீட்டுக் கொல்லைப்புறத்தில் தான் ஒரு பிச்சைக்காரனைப் போல பார்த்திடும் ஒருவரின் பின்புலத்தில் இவ்வளவு சிறப்புகளா என்றும் அவளுக்குள் வியப்பேற்பட்டது.

பாலு பேச்சோடு தங்கக் கட்டியை எடுத்து அதன் சிகப்பு நிற கிலாக்ஸோ பேப்பரை நீக்கி, ஆசாரி எதிரில் காட்டினான். முத்திரை தங்கம்.

அதைப் பார்த்த மாத்திரத்தில் திரும்பவும் ஆசாரியிடம் ஒரு நீண்ட பெருமூச்சு.

"என்ன ஆசாரி?"

"உலகத்தையே ஒண்ணு படுத்தற ஒரே உலோகம் இது. இதோட தான் என் வாழ்க்கையே நடக்குது. ஆனா, எனக்குன்னு குந்துமணி தங்கத்துக்கு விதி இல்லை. அதை நினைச்சேன். அதுதான் பெருமூச்சா வருது."

ஆசாரி எதையும் மறைக்காமல் பேசினார். ரத்தினமோ மேலே இருந்து, கீழே அமர்ந்திருந்த லலிதாவை... விழுங்குவதைப் போல பார்த்துக் கெண்டிருந்தான். லலிதா எப்போதும் நாலு பேர் தன்னைப் பார்க்க வேண்டும் என்பதற்காகவே தூக்கலாக மேக்கப் போட்டுக் கொள்பவள். அப்படி ஓர் ஆண்மகன் தன்னைப் பார்த்து விட்டால், அதை எண்ணி எண்ணி தனக்குள்ளேயே ரசித்துக் கொள்பவள். ரத்தினத்தையும் வெகுவாகவே ரசித்தாள். அவன் ரசனையோ வரம்புமீறி இடுப்பு மடிப்பை எல்லாம் கடந்து மேலேறிக் கொண்டிருந்தது.

ரத்தினம் ஒரு முடிவே செய்து விட்டான்.

'லலிதா உன்னை இனி விடவே மாட்டேன்!' நடுவில், ஆசாரி தங்கத்துடன் பாலுவையும் அழைத்துக்கொண்டு ஓர் அறைக்குச் சென்றார். அங்கேதான் தங்கத்தை எடை போட்டு பார்ப்பார் அந்த அறைக்குள் காற்றழுத்தம் குறைவு. எனவே எடை துல்லியமாக இருக்கும். அந்த இடைவெளியில் லலிதாவே ரத்தினத்திடம் அவனைப் பற்றி கேட்க ஆரம்பித்தாள்.

“என்ன சார்... விட்டா பார்வையாலேயே என்னை விழுங்கிடுவீங்க போல இருக்கு...”

“என்ன பண்றது, நீங்க அவ்வளவு அழகால்ல இருக்கீங்க?”

“நான் அழகா இருக்கேனா... என்ன ஐஸ் வைக்கறீங்களா?”

“ஐஸ் வைக்க எல்லாம் எனக்குத் தெரியாதுங்க. மனசுல பட்டதை பளிச்சின்னு பேசிட்ற ஜாதி நான்...”

“சரி ஐயாவுக்கு என்ன வேலை?”

“என் வேலையை நான் பளிச்சின்னு வெளிய சொல்ல முடியாதுங்க.”

“சொல்ல முடியாதபடி ஒரு வேலையா... என்ன கள்ளக் கடத்தலா?”

“அட... உங்களுக்கு நல்லா ஜோக் அடிக்கற திறமைகூட இருக்கே?”

“எனக்கு பதில் சொல்லுங்க. என்ன வேலை பாக்கறீங்க?”

“சொல்றேங்க.... ஆனா வெளிய யார்கிட்டேயும் சொல்லக் கூடாது.”

“முதல்ல சொல்லுங்க... பிறகு நான் சொல்றதா வேண்டாமான்னு முடிவெடுக்கறேன்.”

“அப்ப நான் சொல்லத் தயாரில்லை.”

“சரி... வெளிய சொல்லலை... போதுமா?”

“வார்த்தைல சொன்னா போதாது. கைல அடிச்சு சத்தியம் பண்ணுங்க.”

“அட என்னங்க இது... அப்படி என்ன வேலைங்க பாக்கறீங்க?”

“உங்க காதை கிட்ட கொண்டு வாங்க.”

அவன் காற்றுக் குரலில் சொல்ல, அவளும் தனது அவரைப்பிஞ்சு காதினை அவன் உதட்டருகே கொண்டு செல்ல, ரத்தினமும் வெகு அழகாகச் சொன்னான் அந்தப் பொய்யை!

“நான் ஒரு சி.பி.ஐ. ஆபீசர் ஒரு கேஸ்ல துப்பு துலக்கறதுக்காக இங்க வந்துருக்கேன். என் அக்கா மாமாகிட்டல்லாம் கூட நான் பம்பாய்ல பிசினஸ் பண்றதாதான் சொல்லி இருக்கேன்... ப்ளிஸ் உங்களுக்குள்ள இருக்கட்டும்” என்றான்.

லலிதா வாயைப் பிளந்து விட்டாள்!

அவன் அவள் வரையில் போட்ட நங்கூரம், அவள் இதயத்தின் மையப் பகுதியிலேயே விழுந்துவிட்டது.

***

கண்ணன் வீடு!

கண்ணனின் தாய் கனகவல்லி, கண்ணனுக்கு சாப்பாடு போட்டுக் கொண்டிருந்தாள். விதம் விதமான பதார்த்தங்கள்... கண்ணனுக்கே சாப்பிட முடியவில்லை. ஒரு சித்த யோகிக்கு உணவுக் கட்டுப்பாடு மிக முக்கியம். அதிலும் சுந்தர்ராஜன் போன்ற கூடு விட்டு கூடு மாறி வந்திருக்கும் ஒரு யோகிக்கு, இந்த உணவு தான் சாப்பிடலாம் என்று ஒரு வரையறை உண்டு. ஏனென்றால் உணவுக்கும் உணர்ச்சிக்கும் நெருங்கின தொடர்பு உண்டு.

வெங்காயம் ரத்தத்தைச் சுத்திகரிக்கும். அதேசமயம் அது மிதமான உஷ்ணத்தை உருவாக்கி சுக்லத்தையும் சூடுபடுத்தும். சுக்லம் சூடாக ஆரம்பித்தாலே உச்சந்தலையிலும் உஷ்ணம் ஏறிவிட்ட நிலையில்... சமத்காரமான எண்ணங்களை மனது எண்ணாது. அவ்வேளையில் காமாந்தகமான காட்சிகளோ, பேச்சோ ஏற்பட்டால்... மனது அதை கெட்டியாகப் பற்றிக்கொண்டு விடும். அதன்பின் அந்த எண்ணம் வளர்ந்து பெரிதாகி தன்னிலை இழக்க வைக்கும். தன்னிலை இழக்கும் போதுதான்

ஒரு மனிதன் செய்யக்கூடாத அவ்வளவு தவறுகளையும் செய்பவனாக ஆகிறான்.

எனவேதான் உணவு விஷயத்தில் சித்த யோகிகள் இதைத்தான் சாப்பிட வேண்டும், இதை சாப்பிடக் கூடாது என்கிற வைராக்கியத்தில் இருந்தனர்.

குறிப்பாக, இனிப்பு உணவு வகைகளை அவர்கள் உட்கொள்ளவே மாட்டார்கள். இனிப்பு என்றாலே சுக்ரன் என்னும் கிரகத்தின் ஆதிபத்யம் உடம்புக்குள் ஏற்பட்டு விடும். சுக்ரன் எப்பொழுதும் போககாரகன். ஆசையை தூண்டுபவன். எவ்வளவுக் கெவ்வளவு ஓவர் இனிப்பை அதிகம் உட்கொள்கிறாரோ அவர் அவ்வளவுக்கவ்வளவு ஆசைகளுக்கு அடிமையாகப் போகின்றவராக இருப்பார். அதேபோல அரிசி உணவு, பால் உணவு உண்கின்றவர்களை சந்திரன் எனும் கிரகம் அதிகம் ஆட்கொள்ளும். கோதுமைக்கு சூரியன், பச்சைப்பயறு வகையறாக்கள் என்றால் புதன், பழவகைகள் என்றால் குருவும் சுக்கிரனும் இணைந்த நிலை.

நவதானியங்களை இதை வைத்தே நவக்கிரகங்களுக்கு வகைப்படுத்திப் பிரித்தனர். எனவே சித்த யோகிகள் உணவு விஷயத்தில் மிக மிக கவனமாக இருந்தனர். உடம்பை உணவின் வசம் ஒப்புக் கொடுத்துவிட்டு, பின் அதைக் கட்டுப்படுத்த நினைப்பதும், அதோடு போராடுவதும் முட்டாள்தனமான செயல் என்பது அவர்கள் முடிவு.

கண்ணனாகிய சுந்தர்ராஜனுக்கும் அதெல்லாம் தெரிந்திருந்தும் தாயின்பால் இருந்து விடுபட்டு செயல்பட முடியவில்லை.

சில பதார்த்தங்களை நாசூக்காக ஒதுக்கியபோது, கனகவல்லி அவைகளை எடுத்து வாயில் திணித்தாள். எப்படியோ சாப்பிட்டு முடித்தாயிற்று. கைகழுவிக் கொண்டு கொல்லைப்புறம் சென்றபோது, கண்ணனின் பார்வை கொல்லைப்புறத்து வேப்பமரத்துக் கிளையில் சரிந்தபடி படுத்திருக்கும் இச்சாதாரி பரணியை பார்த்து விட்டது!

அதைப் பார்த்த நொடி உடம்பெங்கும் காந்துவது போல ஒரு கோபம்!

நின்று பதிலுக்கு வெறித்தார் சுந்தர்ராஜனாகிய கண்ணன்.

"என்ன சுந்தர்ராஜா... என்னை இங்க நீ எதிர்பார்க்கல இல்ல..."

"ஆமாம்... எதுக்காக இப்படி இந்த வீட்டையே சுத்தி சுத்தி வரே?"

"தெரியாத மாதிரி கேட்டா எப்படி? எனக்கு என் மாணிக்கம் வேணும். அப்புறமா உன் உயிர்"

"ரெண்டும் உனக்கு இந்த ஜென்மத்துல கிடைக்கப் போறதில்லை..."

"கிடைக்கும். நீயே கொண்டு வந்து மண்டியிட்டு என்கிட்ட ஒப்படைப்பே. உன்னை வேணும்னா நான் தீண்ட முடியாதபடி நீ சஞ்ஜீவி உண்ட சித்த யோகியா இருக்கலாம். ஆனா, உன்னைச் சுத்தி யாரும் அப்படி கிடையாது..." பரணி சொன்னதன் உள்ளர்த்தம் உடனேயே சுந்தர்ராஜனுக்கு புரிந்துவிட்டது.

"வேண்டாம் இச்சாதாரி... ஓடிப்போயிடு..."

"ஓட்றதா... இது இருபத்தி இரண்டு வருஷ பகை. அப்படி எல்லாம் உன்னை விட்டுடமாட்டேன்."

"இச்சாதாரி..." சுந்தர்ராஜன் ஓங்கலாகக் கத்த, சப்தம் கேட்டு கனகவல்லி கொல்லைப்பக்கம் வந்தாள்.

"கண்ணா என்னப்பா சத்தம், இங்க யார் கூடப்பா பேசிக்கிட்டிருக்கே?"

"அம்மா அது வந்தும்மா..."

"சொல்லு... இங்க யாரையும் காணோமே?" அவள் நாலாபுறமும் பார்த்தபடியே கேட்க, அந்த நொடிப் பொழுதில் அவள் காலடியில் வந்து விழுந்த பரணி, அதன்பின் ஒரு நொடிப் பொழுதை கூட வீணாக்கவில்லை! அவள் காலில்

ஒரே போடு! அவளும் "அம்மா" என்று அலறிக்கொண்டு கீழே விழுந்தாள். அதன்பின் நொடிப் பொழுதில் பரணியும் மறைந்து விட, கண்ணனின் அப்பா ராகவன் சப்தம் கேட்டு உள்ளே இருந்து ஓடி வந்தார்.

அதற்குள்ளாகவே கனகவல்லியின் வாயில் நுரை கக்கத் தொடங்கிவிட்டது.

"கண்ணா என்னப்பா இது?"

"அப்பா... அம்மாவை பாம்பு கடிச்சிடிச்சிப்பா..."

"பாம்பா... இங்கையா..." அவரும் சுற்றிலும் பார்த்தார்.

"அது கடிச்சிட்டு ஓடிச்சுப்பா... நீங்க முதல்ல அம்மாவை தூக்குங்க... ஆஸ்பத்திரிக்குப் போவோம்."

"ஐய்யோ.. என்னடா இது கொடுமை? கனகவல்லி... கனகவல்லி" ராகவன் கனகவல்லியின் கன்னத்தைத் தட்டி, தலையை ஆட்டி என்னவெல்லாமோ செய்து பார்த்தார்.

ஊஹூம், அவள் உயிர் பிரிந்து விட்டிருந்தது!

***

ரங்கநாயகி காய் நறுக்கிக் கொண்டிருந்தாள். அழகிய சிறிய கிச்சனில் அவளது கைமணம் அந்த வீடு முழுக்க வளைய வந்து கொண்டிருக்க, பாண்டியன் தன் கல்யாணப் பத்திரிகையில் மிகத் தெரிந்த நண்பர்கள், உறவினர்கள் பெயரை எழுதிக் கொண்டிருந்தார். அருகிலேயே தொலைபேசி. இன்விடேஷனை எழுதியபடியே எடுத்து காதைக் கொடுத்தவர் விக்கித்துப் போனார்.

கனகவல்லி இறந்த செய்தியை கண்ணனாகிய சுந்தர்ராஜனே சொல்லியிருந்தார்.

"கண்ணன் எப்படி இது நடந்தது?"

“அவங்களுக்கு அல்பாயுசு பாண்டியன். நான் வேற என்ன சொல்ல...?”

“சரி கண்ணன் நீங்க தைரியமா இருங்க. நான் இப்பவே வரேன்...”

பாண்டியன் அப்பொழுதே கண்ணன் வீட்டுக்குக் கிளம்ப தயாராகி விட்டார். பதட்டத்தோடு பாண்டியன் புறப்பட எதிரில் வந்தாள் ரங்கநாயகி, பாண்டியன் முகத்தை வைத்தே ஏதோ விபரீதம் என்பதைப் புரிந்து கொண்டு விட்டாள்.

“என்னங்க எதாவது விபரீதமா?”

“ஆமா ரங்கநாயகி. கண்ணனோட அம்மா இறந்துட்டாங்களாம்!”

“ஐய்யய்யோ... நல்லாதானே இருந்தாங்க...”

“அவங்க உடம்புக்கு ஒண்ணும் இல்லை. ஆனா வேற ஏதோ நடந்திருக்கு... நான் போனா தெரியவரும்...”

பாண்டியன் பேச்சுக்கு பேச்சு, செயலுக்கு செயல் என்று சட்டையை மாட்டிக் கொண்டு பைக் சாவியையும் தேடி எடுத்தார்.

அடுத்த சில நொடிகளில் அவரது பைக் அங்கிருந்து பறக்க ஆரம்பித்தது. அவர் அகன்ற மறுநொடியே ஒரு கொரியர் பார்சல். கறுப்புநிற காகிதம் ஒட்டிய செவ்வகப் பார்சல் வந்தது. ரங்கநாயகி கையெழுத்து போட்டு வாங்கினாள். சுமாரான பாரத்துடன் இருந்தது. பிரித்துப் பார்க்க முதலில் ரங்கநாயகிக்கும் ஆசையாகத் தான் இருந்தது. ஆனால் பாண்டியனே வந்து பார்த்துக் கொள்ளட்டும் என்று அதைத் தூக்கி ஓர் ஓரமாக வைத்துவிட்டு தன் வேலையைப் பார்க்க ஆரம்பித்தாள்.

❋ ——— ❋

அத்தியாயம்

19

உலகில் உள்ள வழிபாடுகளில் மிக எளிய ஒரு வழிபாட்டு முறை உண்டென்றால் அது லிங்க வழிபாடுதான்.

லிங்க வழிபாடு புரிய மலர்கள் வேண்டும்; பால், பன்னீர் போன்ற அபிஷேக சாமான்கள் வேண்டும்; பூஜை முறைகள் தெரிந்திருக்க வேண்டும் என்கிற அவசியம் கிடையாது. வணங்க வேண்டும் என்கிற மனம் இருந்தால் போதும். அதற்கு எவ்வளவோ சான்றுகள்! ஒரு நாயன்மார் சிவமாகிய லிங்கத்தை கல்லால் அடித்தே வழிபட்டிருக்கிறார். அவருக்கு அர்ச்சிக்க பூக்கள் கிடைக்கவில்லை. கற்கள்தான் கிடைத்தன. அதை எடுத்து "ஓம் நமச்சிவாய" என்று கூறி கற்களாலேயே அர்ச்சனை புரிந்திருக்கிறார். பார்ப்பதற்கு கல்லால் அடிப்பதுபோல காட்சி தரும் இந்த விஷயம், அந்த ஈசனால் மிக மேன்மையானதாக ஏற்றுக்கொள்ளப்பட்டது. அவருக்கு முக்தியும் கிடைத்தது. இதாவது பரவாயில்லை... கண்ணப்ப நாயனார் என்பவர் தான் வேட்டையாடிய இறைச்சியையே ஈசனுக்கு பிரசாதமாக நிவேதித்தார்!

நீலநிறமாக விஷம் பாரித்துக் கிடந்த கனகவல்லியின் சடலத்தைப் பார்த்து கதறிக் கொண்டிருந்தார், கண்ணனின் அப்பா ராகவன்.

"ஐயோ அம்மா... உனக்கு இப்படி ஒரு முடிவா? பாழும் பாம்புக்கு உன் உயிர்தான் கிடைச்சதா... இது என்ன கொடுமை... நீ வணங்கின சித்தர்கள் எல்லாம் எங்க போயிருந்தாங்க? உன் பக்திக்கு இணங்கித்தான்... செத்துட்ட நம்ம மகனுக்கு உயிர்ப்பிச்சை போட்டதா நான் கர்வத்தோட இருந்தேனே... இப்ப உன் உயிரே போயிடிச்சே! இனி நான் எந்த தைரியத்துல இந்த பூமில வாழுவேன்?"

ராகவன் புலம்பி அழுவது சுற்றி இருப்பவர்களை எல்லாம் நெகிழ்த்தி விட்டிருந்தது! மனிதராய் பிறந்துவிட்டால் மரணம் நிச்சயம். ஆனால், அது எப்படி வரவேண்டும் என்று ஒரு நியதி இருக்கிறது. சாவுகளைக் கூட நம் முன்னோர்கள் பல கூறுகளாகப் பிரித்துள்ளனர். அறியாச் சாவு, அற்பச் சாவு, அநியாய சாவு, அதமச் சாவு, அழகான சாவு என்று அதை ஐந்து விதமாகப் பிரித்தும் வைத்துள்ளனர். பஞ்ச பூதங்களால் ஆன உடம்பிற்கு பஞ்சமத்திலேயே முடிவு நிலைகளைக் கண்டறிந்தும் வைத்துள்ளனர்.

அறியாச் சாவு என்பது கர்ப்பத்திலேயே கரைந்து போய் விடுவது... அற்பச் சாவு என்பது பிறந்த குழந்தையாய் முழு உலகைப் பற்றியும் தான் யார் என்பதே தெரியாத நிலையில் மடிந்து போவது... அநியாயச் சாவு என்பதுதான் கொடுமையானது. விபத்தினாலும், விஷத்திலும் துடிதுடித்து இளமையிலேயே முடிந்து போவது... அதமச் சாவு என்பது, ஐம்பது, அறுபது வயதில் மூன்றாவது தலைமுறையைப் பார்க்காமல் இறந்து போவது... அழகான சாவு என்பது, எண்பது வயதுக்கு மேல் எப்பொழுது வேண்டுமானாலும் உயிர் பிரிவது.

ஒருவரது மரணம் அவர் வாழ்ந்த வாழ்வை நினைத்துப் பார்க்கத் தூண்ட வேண்டும். முதியவர்களின் மரணத்தில் தான் கண்ணீரைவிட கனமான சிந்தனைக்கு இடம் இருக்கும். நல்ல மரணம் என்பது சாவை நினைத்து நம்மை பயப்பட வைக்காது. மரணமென்றால் நமக்கும் இப்படித்தான் வரவேண்டும் என்று மரணத்தின் மேல் ஆசைப்பட வைக்கும்.

கண்ணனின் தாய் கனகவல்லியின் சாவு, அநியாய ரகத்தைச் சேர்ந்துவிட்டது. வந்தவர்களுக்கெல்லாம் துக்கம் நெஞ்சையடைத்தது. அடுத்து பக்தி செலுத்தி பண்போடு வாழ்வதனில் ஓர் அர்த்தமும் இல்லை என்கிற ரகமாயும் சிலரை சிந்திக்க வைத்தது. குறிப்பாக, கண்ணன் அப்பா ராகவன் அப்படித்தான் நினைத்தார். அப்போதே அவர், இனி இந்த உலகில் உயிர் வாழ்வதில் அர்த்தமேயில்லை என்கிற முடிவுக்கு வந்துவிட்டார்.

இச்சாதாரியின் இதயமில்லாத இந்தக் கொடிய செயல் கண்ணனுக்குள் இருக்கும் சுந்தர்ராஜனைத் தான் மிகவே பாதித்து விட்டிருந்தது!

ஓர் அறைக்குள் கதவைத் தாழிட்டுக்கொண்டு சொர்ண சித்தரை எண்ணி தியானத்தில் உட்கார்ந்து விட்டார். சித்தர்களை தரிசனம் செய்ய மிக எளிய உபாயம்தான் தியானம், சீரான எண்ணத் துடிப்போடு சுவாசத்தைச் சரியான அங்குல அளவோடு விடுவதில் தான் செய்திப் பரிமாற்றமும் இருக்கிறது. இதே முறையை உலோகங்களைக் கொண்டு சப்தம் மூலம் செய்கையில் அது தந்தி முறையாகிறது.

அந்த மரண வீட்டிற்குள் சொர்ண சித்தரும் தோன்றியது தான் அதிசயம். தான் பிரசன்னமாகி விட்டதை தோள்தொட்டு உணர்த்திய சொர்ண சித்தர், கண்விழித்த சுந்தர்ராஜனாகிய கண்ணனின் கண்களில் கண்ணீரைப் பார்த்து சிரிக்கத்தான் செய்தார்.

“சாமி... என்னைப் பார்த்தா சிரிக்கிறீங்க?”

“பைத்தியக்காரா... உன்னைப் பார்த்துதான் சிரிச்சேன். பட்டணம் வரவும் ஆசாபாசங்கள் உன்னையும் பாதிச்சிடிச்சோ?”

“என்ன சாமி கேள்வி இது?”

“பின்ன... ஒரு சித்த யோகி கண்கள்ள கண்ணீர் வரலாமா? உன் உடம்புல பற்றுன்னு ஒண்ணு இருந்தாதானே கண்ணீரே

இருக்க முடியும். ஒரு யோகிக்கு தெளிவு ஏற்பட்டதை உணர்த்தற முதல் விஷயமே அவன் கண்கள்தான். அதுல கலக்கமோ, செவ்வரிகளோ, ஈரப்பசையோ, பீளையோ அறவே கூடாது. அப்படி இருந்தாலும் அவன் ஸ்தூலத்துல நிறையவே வியாதிகளும், நாடித்துடிப்புல கோளாறும் இருக்குன்னு அர்த்தம். பார்வை ஒளிதான் யோகியாக முதல் சிறப்பு..."

"சாமி இது தெரியாதவனா நான்... நான் அழறது எனக்காகவோ, என் மனைவி மக்களுக்காகவோ இல்லை. என்னை பரிபூரணமா நம்பின ஒரு தாய் அநியாயமா இறந்துட்டா. மகன் திரும்ப உயிரோட வந்துட்டான், அவனோட காலாகாலத்துக்கும் வாழப் போறதா அவங்க கற்பனை செய்ததெல்லாம் வீணாப் போயிடிச்சு சாமி. நான் இந்த உடம்புக்குள்ள புகுந்து வந்ததே தப்புங்கற மாதிரி ஆயிடிச்சு... ஏன்னா என்மேல இருக்கற கோபத்தைத் தான் அந்த இச்சாதாரி அம்மா மேல காட்டியிருக்கான். அவன் இன்னும் யாரை எல்லாம் எப்படி எல்லாம் பழிவாங்கப் போறானோ தெரியல. இதுக்கு நான் இங்க வராம காட்டிலேயே இருந்திருக்கலாம்..."

சுந்தர்ராஜனின் பேச்சு நியாயம் சொர்ண சித்தரை திரும்பவும் சிரிக்க வைத்தது.

"என் சிரிப்பு இளக்கார சிரிப்பு கிடையாது. இந்த உலகத்து மாயை படுத்தற பாட்டை நினைச்சுத்தான் நான் சிரிக்கறேன். உன் வருத்தம் அவ்வளவும் மிக சரியானது, அதேசமயம் இந்த விஷயத்துக்கு இன்னொரு பக்கமும் இருக்கு. அந்தப் பக்கத்தை சராசரி மனிதர்களால பார்க்க முடியாது. ஆனா பக்குவப்பட்ட உன்னால பார்க்க முடியும். முடியும்னும் நான் நினைக்கறேன்.

நல்லா கேட்டுக்கோ... இங்க இறந்து கிடக்கற இந்த தாயோட ஆயுள், ஏற்கெனவே வரையறை செய்யப்பட்ட ஒண்ணு... உன் ஆயுளும், என் ஆயுளும்கூட பிறக்கும்போதே முடிவான ஒண்ணுதான். ஆயுளோட நீள அகலத்தைக் கூட்டவோ குறைக்கவோ இதுவரை யாரும் பிறக்கலை, இனி பிறக்கப்

போறதுமில்லை. இச்சாதாரி வந்து கடிக்கலேன்னாலும் அந்தத் தாய் இன்னொரு பாம்பால கடிபட்டு உயிரை விட்ருப்பாங்க. அதுதான் அவங்க தலையெழுத்து. அதேசமயம் புத்ர சோகம்கறது அவங்க ஜாதகத்துல இல்லை. அவங்க வினைப்பயன் அதற்கு இடம் தராததால அவங்க மகன் நிஜமாவே இறந்திருந்தாலும், சித்த அனுக்கிரகத்தால... இப்ப உன் ஆன்மாவால இயக்கம் பெற்று அவங்க முன் வந்து சேர்ந்துட்டான்.

நீதான் இப்ப அவங்களுக்கு ஒரு பிள்ளையா கர்மம் பண்ணப் போறே! ஒரு ரத்த சம்மந்தமில்லாத தேகத்துக்கு கர்மம் பண்ணனும்னு உன் விதியிலயும் ஒரு கணக்கு இருக்கு.

பக்தி சிரத்தையா அவங்க இருந்ததால அவங்களுக்கு நூறு வருஷ ஆயுசைத்தான் கொடுக்கணும்கறது கட்டாயம் இல்லை. அவர்களோட பாவக்கணக்கு பாம்புக் கடியால பரிபூரணமா சரியானது. புண்ணியக் கணக்கு அவங்களுக்கு நல்ல முக்தியைக் கொடுத்து, அவங்க ஆத்மாவை இறைவன்கிட்ட சேர்த்தாச்சு.

இறப்புக்கு முன்னும் பின்னும் உள்ள கணக்குகளை எல்லோராலையும் போட முடியாது சுந்தர்ராஜா!

நீ உன் குடும்பத்தை சீர்படுத்த மட்டும் இந்தக் கூடு மாறி வரலை... இந்தத் தாய்க்கு கர்மம் செய்யவும் தான்!"

சொர்ண சித்தர் அளித்த விளக்கம் சுந்தர்ராஜனை சிறிய அளவில் சாந்திப்படுத்தினாலும், அவருக்குள் திரும்பவும் ஏராளமான கேள்விகள்.

"சாமி நீங்க சொன்ன மாதிரி இறப்புக்கு முன்னும் பின்னும் எவ்வளவோ கர்மக் கணக்கு இருக்குதான். அதை சராசரி மக்களால எல்லாம் புரிஞ்சுக்க முடியாதுதான். இருந்தாலும் ஒரு கேள்வி. இந்த சாவு அவங்க மனசுல நம்பிக்கையை கெடுக்காதா?"

"யார் மனசுல எல்லாம் நம்பிக்கை கெடணும்னு இருக்கோ, அவங்க மனசுல எல்லாம் கெட்டுத்தான் தீரும். ஏன்னா நம்பிக்கை வைச்சா ஒரு பாதை. நம்பிக்கை இழந்தா வேற

பாதை. நம்பிக்கை வச்சுப் போற பாதை சுகமானது, நல்லதே நடக்கும். அந்த சுகமும் நல்லதும் எனக்கும் கிடைக்கணும்னு விதி இருந்தாதானே நான் நம்புவேன். கூடாதுன்னு இருந்தா நான் நம்பாமதானே போவேன்...”

“இங்கேயுமா விதிக்கணக்கு... என்ன சாமி இது?”

“இங்க மட்டுமில்லை... எங்கேயும் விதிதான் கணக்கு, விதி இல்லைன்னா எதுவுமில்லை. தினமும் காலைல சூரிய உதயம்ங்கறது விதி, மாலையில அஸ்தமங்கறதும் அதோட விதி. இதை மாத்த முடியுமா? மாத்தினா உலகம்தான் சீரா இயங்க முடியுமா?”

“சரி சாமி... இவ்வளவு பெரிய கொடுமையை செய்த இச்சாதாரிக்கு என்னதான் தண்டனை?”

“இப்பதான் நீ சரியான கேள்வியே கேட்டிருக்கே... இச்சாதாரி ஒரு ராவணன் மாதிரி. ராவணன்கற அசுரன் தீமையோட உருவம் மட்டுமில்ல. அவன் நிறைய நல்லதும் செய்திருக்கான். அதுக்கு காரணம் அவன் சிவபக்தி. சிவனோட பக்தர்கள்ல ராவணனுக்கும் ஒரு பவித்ரமான இடம் உண்டு. அப்படிப்பட்ட ர்ாவணனையும் அவன் பொல்லாத விதி விடலை. சீதை வடிவத்துல அது அவனை ஆட்டி வைத்தது. சீதைக்காக அவனும் எல்லா தர்ம நியாயங்களையும் மீறினான். மீறி மீறி அவன் நடக்க நடக்கத்தான்... அவன் நல்ல செயல்களால் அவன் சேர்த்து வைத்திருந்த புண்ணியம் செலவழியத் தொடங்கியது. அது இருந்தவரை அவனை யாராலையும் நெருங்க முடியலை. அவனை நேருக்கு நேர் சந்திக்கிற அனுமன்கூட ஓர் இடத்துல, உன் புண்ணியக் கணக்கு தீர்ற வரையிலும் தான் நீ ஆட்டம் போட முடியும். அது காலாவதி ஆன மறுநொடியே உனக்கு வீழ்ச்சி ஆரம்பமாயிடும் ஞாபகம் வெச்சுக்கோன்னுதான் சொல்றார்.

இங்க இச்சாதாரிக்கும் இதுதான் பதில், இப்படியெல்லாம் தவறுகளை செய்தாத்தான் இச்சாதாரியோட முடிவும் வேகமா

நெருங்கும். நாம யாரும் நம்ம கோபதாபங்களால அவனை தண்டிக்க தேவையே இல்லை. புண்ணிய பலம் நீங்கின மறுநொடியே அவன் தடுமாறத் தொடங்கிடுவான். அதையும் நீ பார்க்கத்தான் போறே.

இச்சாதாரியோட கோபமும், பழி உணர்வும் ஒரு விதத்துல உன் குடும்பத்தை பெரிய அளவுல பலப்படுத்தப் போறதை நீ கூடிய சீக்கிரம் பார்ப்பே... குரங்குச் சித்தன் உன் மொத்தக் குடும்பத்துக்கும் சஞ்ஜீவியைத் தரப்போறான். அதன் பிறகு உன் குடும்பத்துல யாருக்கும் வியாதி ஏற்படாது. இருபத்திரண்டு வருட உன் தவப்பயன், உன் குடும்பத்துக்கும் சஞ்ஜீவினியா போய் சேரப் போகுது. இதுக்காக நீ அந்த இச்சாதாரிக்கு நன்றிதான் சொல்லணும்."

சொர்ண சித்தரின் திவ்யமான அந்த விளக்கம், சுந்தர்ராஜன் கண்களில் கண்ணீரையே வரவழைத்து விட்டது. அதேசமயம், கர்ம காரியங்களுக்காக எங்கே கண்ணன் என்று தேடிவந்த ராகவன், ஒரு தனியறையில் சொர்ண சித்தரோடு தன் மகன் பேசிக் கொண்டிருப்பதையும், உருவம்தான் தன் மகன், உள்ளம் சுந்தர்ராஜனுடையது என்பதையும் அப்போதே தெரிந்து கொண்டு விட்டார். அவர் வரையில் இரட்டை அடி!

முதல் அடி உயிரோடு வந்த மகன் உண்மையில் வரவில்லை. அவன் இறந்தவன் இறந்தவனே என்பது.

அடுத்து, மனைவியும் போய்விட்டாள்!

அப்படியானால் இனி தான் ஓர் அனாதை!

அந்த எண்ணத்தையே அவரால் சுமக்க முடியவில்லை.

"சாமி... என்ன சாமி இது கொடுமை. நான் அவ்வளவு பெரிய பாவியா?" என்று கேட்டபடி கதவுக்குப் பின்னால் இருந்து வெளிப்பட்ட ராகவனைப் பார்த்த சொர்ண சித்தர், "இப்ப நீ பாவி இல்லப்பா... பாவங்களை நீங்கினவன். உன் கணக்கு அவ்வளவும் சரியாப் போச்சு" என்றார்.

“சாமீ... இந்த சமாதானத்தை என் மனசால ஏத்துக்க முடியலையே சாமி...” ராகவன் கண்களில் இருந்து கண்ணீர் பீறிட்டது. குரலும் தழுதழுத்தது.

“ஏத்துக்காதே... அழு... நிறையவே அழு! அந்தக் கண்ணீர் அவ்வளவும் வெளியேறட்டும். நீ விரும்பினாலும் நாள் பூரா அழ முடியாது. ஒரு கட்டத்துல அழறதே வீண் அப்படின்னு மனசு நினைக்கும். இது மாறிக்கிட்டே இருக்கற மனசுதானே. ஆகையால இப்ப நீ என் வார்த்தைகள்ல சமாதானமாகாதே. ஆனா, போகப் போக ஆயிடுவே.

எவ்வளவோ பேரோட ஆத்மாக்கள் போனப்ப எல்லாமும் இப்படித்தான் எல்லாரும் நடந்துக்கிட்டாங்க. இந்த உலகம் தோன்றின நாள்ல இருந்தே இதுதான் நிலை, மாயையை பந்தாட்ற என் போன்ற சித்தர்கள்கூட சூட்சும உடம்போட தான் திரியறோம். ஸ்தூலத்துக்கு ஓர் எல்லை இருக்கு. அதை மீற முடியாது... மீறவும் கூடாது.”

சொர்ண சித்தர் தன் கருத்தைக் கூறிய கையோடு “அப்பனே... உன் மிச்ச காலம் இனி சிவன்மலைதான். உன் மனைவியோட காரியங்கள நல்லவிதமா முடிச்சி, அவ அஸ்தியை கங்கைல கரைச்சிட்டு, அப்படியே அங்கேயே ஒரு கஷாயத்தை வாங்கி கட்டிக்கிட்டு சிவன்மலைக்கு வா. உன் ஆத்மாவுக்கு அமைதியும் ஆனந்தமும் அங்க நீ வந்துசேர்ந்த நொடியிலேயே கிடைக்கத் தொடங்கும்.”

ராகவனுக்கும் ஒரு வழிகாட்டிய நிலையில் சொர்ண சித்தர் பின்கதவை திறந்து கொண்டு வெளியேறினார். சில நொடி இடைவெளியில் அவரை பின்னாலேயே தேடிச் சென்றபோது, அவர் வந்துபோன சுவடுகூட அங்கே இல்லை.

வீட்டு முன்னால் பாண்டியன் நின்றிருக்க, தகவலறிந்து பாலுவும் வந்திருந்தான்.

“சார், என்ன சார் இது கொடுமை? அம்மா எவ்வளவு நல்லவங்க தெரியுமா?” என்று கேட்டவனை பாண்டியனும் தட்டிக்கொடுத்து சமாதானம் செய்தார்.

"பாலு... இந்த உலகத்துல பல கேள்விகளுக்கு நமக்கு கடைசிவரை பதிலே கிடைக்கறதில்லை. அந்த மாதிரி கேள்வில ஒண்ணுதான், நீ இப்ப இங்க கேட்டிருக்கற கேள்வி" என்றார். பேச்சு அப்படியே கல்யாண ஏற்பாடுகள் பக்கம் திரும்பியது.

"பாலு, எந்த அளவு இருக்கு உங்கக்கா கல்யாணம்?"

"இப்ப ஒரு சிக்கலும் இல்லை சார். நகை நட்டுக்கும் குறைவில்லை. கண்ணன் கொடுத்த மருந்து அக்காவை மட்டுமல்ல, மாப்பிள்ளை சார் அப்பாவையும் குணப்படுத்திருச்சு."

"அப்ப வர்ற முகூர்த்தத்திலேயே கல்யாணமா?"

"ஆமாம் சார்... அப்படித்தான் மாப்ளை மோகனும் சொன்னார். ஆனா அவர் வீட்லையும் ஓர் அசம்பாவிதம் சார்."

"என்ன பாலு?"

"இங்க எப்படி கண்ணன் அம்மா பாம்பு கடிபட்டு உயிரை விட்டாங்களோ, அதேமாதிரி அங்கேயும் மாப்ளை வீட்டு வாட்ச்மேனும் பாம்பு கடிச்சு இறந்து போயிட்டான்."

"மைகாட்!"

"பாம்பு கடிச்சு இறந்தது அந்த வாட்ச்மேன் மட்டுமல்ல, மெயின்ரோட்ல போய்கிட்டிருந்த ஒரு பொதுஜனமும் கூட, இந்த விஷயம் எனக்கு பேப்பர் பார்த்து தெரிய வந்தது."

"அப்ப ஒருத்தருக்கு மூணு பேரை பாம்பு கடிச்சிருக்கு. அப்படித்தானே?"

"ஆமாம் சார். இதுல என் வீட்டுக்குள்ள வேற பாம்பு வந்துட்டுப் போனதா அக்கா சொல்றாங்க..."

"வாட்!"

"அதை ஏன் சார் கேக்கறீங்க? யாரோ ஒரு கிழவி ரூபத்துல. என் வீட்லயும் ஒரு தப்பான சம்பவம் நடக்க இருந்தது. நல்லவேளை யார் செஞ்ச புண்ணியமோ தப்பிச்சோம். குறிப்பா, அந்த நாகமாணிக்கக்கல் உள்ள மரப்பெட்டிகிட்ட போனப்போ,

அதுல இருந்து அக்னி வெளிப்பட்டு துரத்தியிருக்கு. இதெல்லாம் அசம்பாவிதம் நடந்த பிறகு, அங்க பார்த்தப்ப தெரியவந்தது. மரப்பெட்டி கணகணன்னு நெருப்பா சுட்டுக்கிட்டு இருந்துச்சின்னா பார்த்துக்கோங்களேன்."

பாண்டியனிடம் பாலு பேசிய ஒவ்வொரு வார்த்தையும் அவருக்குள் ஏதேதோ கணக்குபோட வைத்துவிட்டன. ஒரு பக்கம் சாவு காரியங்கள் நடந்தபடி இருக்க, மறுபுறம் சற்று ஒதுங்கியவர், சப்-இன்ஸ்பெக்டர் செல்வராஜை தன் செல்போனில் அழைத்தார்.

"சொல்லுங்க பாண்டியன், கல்யாண ஏற்பாடெல்லாம் எந்த அளவுல இருக்கு?"

"இப்ப அது விஷயமே இல்லை செல்வராஜ், நான் இப்ப ஒரு துக்க நிகழ்ச்சியில் இருக்கேன். பாம்பு கடிச்சு ஓர் அம்மா இறந்துட்டாங்க, கடுமையா விஷம் பரவி மொத்த உடம்பே நீலம் பாரிச்சிடிச்சு."

"என்னது இன்னொரு பாம்புக் கடியா?"

"இன்னொண்ணுன்னா?"

"நேத்துல இருந்து இப்ப உங்ககூட பேசிக்கிட்டு இருக்கற இந்த நொடி வரை, மூணுபேரை சிட்டில பாம்பு கடிச்சிருக்கு. அதுவும் சாதாரண பாம்பா தெரியல. ராஜநாகம் மாதிரி ஒரு ஜாதி. அவ்வளவு பேரும் நீலம் பாரிச்சுதான் இறந்துருக்காங்க."

"கரெக்ட்... இதுக்காகத்தான் நான் உங்களை இப்ப கூப்பிட்டேன். மற்ற இரண்டு சாவைப்பத்தி நானும்கூட கேள்விப்பட்டேன். ஆகையால உங்க டிபார்ட்மெண்ட் கொஞ்சம் முழிச்சிக்கிறது நல்லது..."

"நாங்க எப்பவோ முழிச்சிக்கிட்டாச்சு பாண்டியன். பாம்புங்கறது தானா வந்தெல்லாம் கொத்தாது. சிட்டில, அதுவும் டிராஃபிக் நடுவுல, யார் கண்ணுலையும் படாம அதால நடமாடவும் முடியாது."

“அதனால...?”

“யாரோ அந்த பாம்பை தன் வசம் வெச்சுக்கிட்டு கொலையா இதை செய்துக்கிட்டு வரலாம்...”

“உங்க யூகம் பாதிதான் சரி... செத்துப்போன மூணு பேரும் எந்தத் தொடர்பும் இல்லாதவங்க. எந்தப் பொருளையும் இவங்க இழக்கவும் இல்லை. கொலை நோக்கத்துக்கு இடம் இருக்கற மாதிரியே தெரியலியே...”

“அதுவும் சரிதான்... நீங்க நேர்ல வாங்க பேசுவோம்.”

செல்வராஜ் அதோடு பேச்சை முடித்துக் கொண்டார். அங்கே நடக்கின்ற அவ்வளவையும் எதிர்மரத்துக் கிளையில் சுருண்டு படுத்திருந்த நிலையில் இச்சாதாரி பரணி பார்த்துக் கொண்டேயிருந்தான். குறிப்பாக, பாண்டியன் தன்னைப் பற்றிப் பேசாமல் பேசியதை எண்ணியவனுக்குள்... அடுத்து இனி யாரையும் அவசரப்பட்டு தீண்டிவிடக்கூடாது என்கிற தீர்மானம்!

அதேசமயம், அடுத்த பிணம் பாலு வீட்டில்தான் என்றும் தீர்மானித்து விட்ட பரணிக்கு, சுந்தர்ராஜன் இங்கே இந்தக் காரியமாக இருக்கும்போதே, அங்கே மங்களத்தின் கதையை முடித்தால், அது பெரிய அடியாக இருக்கும்... சுந்தர்ராஜனையும் கதற வைக்க முடியும் என்று தோன்றிற்று. நைசாக யார் கண்ணிலும் படாதபடி நழுவ ஆரம்பித்து விட்டது.

அத்தியாயம் 20

லிங்க வழிபாட்டில் எச்சிலையும் இறைச்சியையுமே வைத்து வழிபட்ட கண்ணப்பனின் பக்தி, இறைபக்திக்கு இதய சுத்திதான் கணக்கு என்பதை உலகுக்கு உணர்த்திய ஒரு பக்திச் சிறப்பாகும்.

கண்ணப்பன் ஒரு வேடன்! மிருகங்களை வேட்டையாடி... அதை வேகவைத்துப் புசிப்பது தான் அவன் தொழில். தொழில் தர்மம் என்று ஒன்று உள்ளது. தவறு என்று தெரியாத நிலையில் செய்யப்படும் எந்தப் பாவமும் ஒருவரைப் பெரிதாக பாதிக்காது. பரிகாரச் செயல்களால் அவை கழுவப்பட்டு விடும். கண்ணப்பன் விஷயமும் அப்படித்தான். காட்டில் வேட்டைக்குச் செல்லும் கண்ணப்பன், மலைமேல் ஒரு சிவலிங்கத்தை முனிவர் ஒருவர் பயபக்தியுடன் வழிபடுவதைப் பார்த்தான். லிங்க சொரூபம் அவனுக்குள்ளே பக்தியைப் பெருக்கியது. அவனுக்கு அந்த முனிவர் போல மூச்சை அடக்கவோ, முறையாக பூஜை செய்யவோ தெரியவில்லை. எனவே, தான் வேட்டையாடிய இறைச்சித் துண்டுகளையே லிங்கம் முன்னால் வைத்து வழிபட்டான். அதற்கு முன் லிங்கத்துக்கு அபிஷேகம் செய்ய தேவையான தண்ணீரைக் கூட கையால் எடுத்து வர இயலாதபடி கைகளில் இறைச்சி இருந்ததால்... வாயாலே

நிரப்பிக் கொண்டு வந்து, அதை அப்படியே லிங்கம் மேல் உமிழ்ந்து அபிஷேகித்தான். அதில் இறைவனும் ஒரு குறையும் காணவில்லை என்பதுதான் விந்தை!

வித்யாவின் விரலுக்கு மருதாணி அரைத்துப் பூசிக் கொண்டிருந்தாள் பாரதி. வீட்டில் கல்யாண களை வந்துவிட்டது. மங்களம்கூட வீட்டை சுத்தம் செய்து வெள்ளையடிக்க ஏற்பாடு செய்து கொண்டிருந்தாள். அதேசமயம், கொல்லைப்புறமாய் குரங்கு சித்தர் கிணற்றடியில் சாவு காரியத்துக்குப் போய்விட்டு, தலை முழுக்கு போட வந்த பாலுவை. குரங்கு சித்தரும் பார்க்க, அவனும் கவனித்தான். அவன் முகவாட்டம் அவன் சாவு காரியத்திற்குப் போய் வந்ததைக் கூறிவிட்டது.

“என்னப்பா சோகமா இருக்கே?”

“ஆமாம் சாமி... எங்களோட வந்து காட்டுல செத்துப் போயி... திரும்ப உசுரோட வந்த கண்ணனோட அம்மா செத்துப் போயிட்டாங்க.”

“வயசானா யாரா இருந்தாலும் போகத்தானே செய்யணும்?”

“என்ன சாமி நீங்க... அதுக்கும் ஒரு சரியான காரண காரியம் வேண்டாமா?”

“நீ சொல்றத பார்த்தா?”

“பாவம் சாமி, கண்ணன் அம்மா... அநியாயமா பாம்பு கடிச்சு செத்துப் போயிட்டாங்க... எங்கையோ காட்டுப்பக்கம் போனாங்க, தெரியாம பாம்பை மிதிச்சிட்டாங்க, அதுவும் தன்னை தற்காத்துக்கொள்ள திரும்பி கடிச்சிடிச்சு, அதனால உயிர் போச்சின்னாலும் பரவால்ல... இதை என்னன்னு சொல்றது?”

“கொடுமைதான்... நீ ஒரு விஷயத்தை கவனிச்சியா? நம்ம மனசுகூட எப்பவும் ஒப்பிட்டுப் பார்த்தே எதையும் ஏத்துக்குது. இங்க கூட பார், பாம்பு கடிக்கறதுகூட தப்பு இல்லை. ஆனா

அது வீட்டுக்குள்ள நுழைஞ்சு கடிச்சது தான் தப்புங்கற மாதிரி பேசினே!"

"என் வரைல அந்தம்மா உயிர் போனதே ஜீரணிக்க முடியாத விஷயம் சாமி. அவங்க ரொம்ப நல்லவங்க சாமி..."

"அது உனக்கு எப்படி தெரியும்?"

"இது என்ன கேள்வி சாமி... ஒருத்தரை பார்த்தால்லாம் தெரியாதா?" பாலுவின் கேள்வி முன் கேலிச்சிரிப்பு சிரித்தார் குரங்கு சித்தர்.

"என்ன சாமி சிரிக்கிறீங்க... பதில் சொல்லுங்க?"

"சொல்றேன். நல்லது கெட்டதைப் பார்த்துல்லாம் தெரிஞ்சிக்க முடியாது பாலு. இதை முதல்ல நல்லா மனசுல படிய வெச்சுக்கோ. இப்படி நான் சொல்றதால கண்ணன் அம்மாவை நான் குற்றம் சொல்றதா அர்த்தம் இல்லை. நிஜமாலுமே அவங்க ரொம்ப நல்லவங்களாக இருக்கலாம். அவங்க நல்லவங்களா இருக்கறதுக்கும், இந்த பூமில நூறு வயசு வாழறதுக்கும் ஒரு சம்பந்தமும் இல்லை. இந்த ஜென்மத்துல நாம எப்படி இருக்கோம்கறது வேற... முந்தைய கர்மக் கணக்கு வேற... உங்கம்மாகூட தான் ரொம்ப நல்லவங்க. ஆனா, அவங்க ஏன் உங்கப்பாவைப் பிரிஞ்சு கஷ்டப்படணும்?"

"எனக்கு மட்டுமில்ல சாமி... இங்க ரொம்ப பேருக்கு இந்த இடத்துல தான் குழப்பமே... நல்லவங்க நல்லாவும் இருக்க மாட்டேங்கறாங்களே. அவங்களுக்கு தானே எல்லா கஷ்டமும் வருது. அதேசமயம், கெட்டவன் ராஜா மாதிரி திரியறானே, இந்த பூமில தப்பு பண்ணாத்தான் நல்ல விதமா வாழமுடியும் போல இருக்குன்னு நினைக்காதவங்களே இல்ல சாமி."

"இதைத்தான் மாயைன்னு சொல்வோம். மாயையை புரிஞ்சுக்க நிறைய அனுபவப்படணும். அதைப்பத்தி நான் இங்க பேசப்போனா... மேலும் நேரம்தான் கழியும். அடுத்து, நான் ஓர் அர்த்தத்துல சொல்றத நீ வேற அர்த்தத்துல எடுத்துக்குவே.

கொடுமைல பெரிய கொடுமை இப்படி தப்பா எடுத்துக்கறது. இதுக்கு நான் மௌனமா இருந்துட்டா இன்னிக்கோ, இல்ல நாளைக்கோ நான் உனக்கு விளங்க வைக்க நினைச்சதை நீ சரியா விளங்கிக்க ஒரு சந்தர்ப்பம் இருக்கு இல்லையா. ஆகையால இந்தப் பேச்சை இத்தோட விடு. இப்ப நான் சொல்லப் போறத நல்லா கேட்டுக்கோ. எப்ப ஒரு பாம்பு வீடு தேடிவந்து கடிக்கற ஒரு காலமா இந்த கலிகாலம் மாறிப்போச்சோ, அப்பவே அதுக்குத் தகுந்த மாதிரி நாமும் மாறிடணும், பாம்பு மட்டும் இல்ல. எந்த விஷ ஜந்து கடிச்சாலும் உயிர் போகாத ஒரு நிலைக்கு நாம நம்ம உடம்பை வெச்சக்கணும்."

"அது உங்கள மாதிரி சித்த சன்யாசிகளுக்கு சாத்தியம். என் மாதிரி மனுஷங்களுக்கு எப்படி சாமி சாத்தியம்?"

"எல்லாருக்கும் அது சாத்தியம்தான்ப்பா... எதுக்கு இருக்கு மூலிகைகளும், கீரைகளும்..."

"கீரை தெரியும் சாமி... மூலிகைகள் பத்தி எங்களுக்கு எப்படித் தெரியும்?"

"தெரிஞ்சுக்கோ... வானத்துல இருக்கற சந்திர மண்டலத்துக்கு ராக்கெட்ல ஏறிப்போகத் தெரியும். பூமியில் உன்னோட சேர்ந்து வளர்ந்து கிடக்கற மூலிகைகளைத் தெரிஞ்சிக்க முடியாதா?"

"என்னை மாதிரி ஒரு மெக்கானிக்குக்கு அதை எப்படி சாமி தெரிஞ்சிக்க முடியும்?"

"இப்படி ஒரு எதிர் கேள்வியை கேக்கத் தெரியுமா? என்ன மாதிரி ஒரு மெக்கானிக் அதை எப்படி சாமி தெரிஞ்சிக்கறதுன்னு கொஞ்சம் மாத்தி கேட்டா என்ன?"

"அட ஆமால்ல..."

"இதைத்தான் மனோபாவம்னு சொல் வாங்க. மனோபாவம்கறது எப்பவும் சமத்காரமா நடுவுல இருக்கணும். ஒரு விஷயத்துக்கு நடுவுல நீ நின்னு பார். கெட்டதும் சரி, நல்லதும் சரி. சமதூரமா தெரியும். அதுவே நீ கெட்டதுல இருந்தா, முதல்ல அந்த கெட்ட

தூரத்தைக் கடந்து, பிறகு நல்லதுல நுழைஞ்சு, அப்புறம் அதுல பயணத்தைத் தொடங்கணும்கற மாதிரி வருது."

"சாமி... யோசிக்க யோசிக்க இந்த மாதிரி எவ்வளவு விஷயங்கள் இருக்கு சாமி. இது தெரியாம வாழ்க்கையை அதன் போக்குல போகவிட்டு போய்க்கிட்டே இருக்கோமே...?"

"இப்பதான் நீ அர்த்தத்தோட சிந்திக்கத் தொடங்கியிருக்கே... ரொம்ப நல்லது. இதே சிந்தனைல இனி போ. உனக்கு நான் ஒரு மூலிகையை தர்றேன். இதை உன் வீட்ல எல்லாரும் சாப்பிடற மாதிரி பண்ணிடு. நல்லா தெரிஞ்சுக்கோ, இது உன் குடும்பத்தைச் சேர்ந்தவர்களுக்கு மட்டும் தான் பயன்படும். இதை சாப்பிட்டுட்ட உங்களை எந்த பாம்புக் கடியும் எதுவும் செய்ய முடியாது."

குரங்கு சித்தர் தன் இடுப்பில் இருந்து ஓர் இலைப் பொட்டலத்தை தந்தார். அதனுள் பஸ்பம் போல பொடி,

"சாமி இது...?"

"சஞ்ஜீவி மூலிகைப்பொடி. ஜீவின்னா வாழ்தல்னு பொருள். சஞ்ஜீவின்னு சொன்னா எப்பொழுதும் வாழ்தல்னு பொருள், அதாவது இது ஒருவர் உடம்புல கலந்துட்டா, இதோட சக்தி எப்பவும் செயல்பட்டுக்கிட்டு இருக்கும். விஷத்துக்கு எதிரா இது செயல்படக் கூடியது. இதனால எல்லாரும் ஆயிரம் வருஷம் வாழுவீங்கன்னு அர்த்தமில்லை. விஷம் மட்டும் உங்களை எதுவும் செய்ய முடியாதுன்னு அர்த்தம். அடுத்து விஷம் போன்ற கிருமிகளும் எதுவும் செய்யாது. அதாவது இதை உண்டவங்களுக்கு நோயற்ற வாழ்க்கையும் நிச்சயம்..."

குரங்கு சித்தர் சொன்னதைக் கேட்ட பாலுவுக்கு உடம்பெல்லாம் சிலிர்த்தது.

"சாமி... அப்ப என் குடும்பத்துக்கு இனி வியாதி வெக்கையே கிடையாதா சாமி..."

"ஆமாம்ப்பா."

“இவ்வளவு நல்ல விஷயத்தை நீங்கள்ளாம் ஏன் சாமி ஊருக்கு பொதுவா வைக்கமாட்டேங்கறீங்க?”

பட்டென்று பாலு அப்படி ஒரு கேள்வியை கேட்பான் என்று குரங்கு சித்தர் எதிர்பார்க்கவில்லை.

“என்ன சாமி நான் ஏதாவது தப்பா கேட்டுட்டேனா?”

“தப்பா இல்லை.. ஆனா, புரியாம கேட்டுட்டே.”

“புரியாமலா... நீங்க இப்ப இப்படி சொல்றதுதான் புரிய மாட்டேங்குது.”

“தம்பி... இந்த மருந்தை நான் ஒண்ணும் சும்மா தரலை. இதை நான் உங்களுக்கு தரக் காரணமே உங்கப்பாதான்.”

அவர் பதிலால் அவனிடம் மின்வெட்டியது போல ஓர் அதிர்வு.

“சாமி..”

“ஆமாம்பா... இதுக்குப் பின்னால உடம்பை ஒடுக்கின இருபது வருட தவம் இருக்குது. அதை நல்லா புரிஞ்சுக்கோ. அடுத்து, ஊர்ல ஒருத்தர் ராஜாவாகறார்னு வெச்சுப்போம். உடனேயே எல்லாரும் ராஜாவானா எப்படி இருக்கும்னு ஒரு கேள்வி வரும். அப்படி ஆசைப்படலாம். தப்பு இல்லை. ஆனா, எல்லாரும் ராஜாவாயிட்டா, வேலை செய்ய மக்களே இல்லாம போயிடுவாங்க. சொல்றது புரியுதா?”

“ஆ... ஆமாம் சாமி... நல்லாவே புரியுது. எல்லாரும் சஞ்ஜீவி சாப்பிட்டு வியாதியை ஜெயிச்சுட்டா அப்புறம் எல்லாருக்கும் மரணம்ங்கறது தூக்குக் கயிற்றாலையோ, இல்லை கத்திக்குத்து காயங்களாலையோன்னு மாறிடும். அப்புறம் இந்த நாடே கொலைகார நாடாயிடும். எல்லாத்தையும் விட வியாதியை ஜெயிச்சது மனுஷனுக்கு தெரிய வந்தா அவன் கண்டதையும் சாப்பிட ஆரம்பிச்சு... ஆசைக்கு அடிமை ஆகிவிடுவான். இப்ப எய்ட்ஸ் மாதிரி வியாதிகள் இருக்கும்போதே சிலர் ஆடுற

ஆட்டத்தை சகிக்க முடியலை. இதுல சஞ்சீவி கிடைச்சிட்டா அவ்வளவுதான்..."

"பரவாயில்லை... நான் கோடுதான் போட்டேன். ஆனா நீ அதுல ரோடு போட்டுட்டே. எதுவும் ஒரு முயற்சிக்குப் பிறகு கிடைக்கணும். எதற்கு பின்னாலையும் ஒரு கடின உழைப்பு இருக்கணும். இந்த மருந்து உங்கப்பா தன் தவத்தால் சம்பாதிச்ச சொத்து. அப்பா சொத்து பிள்ளைகளுக்கு. இந்தா பிடி!"

குரங்குச் சித்தர் கொடுக்கவும் அவர் காலில் விழப்போனான். அவர் தடுத்தார்.

"போய் முதல்ல தலை முழுகு. இந்த உலகத்துல எல்லாமே அஞ்சோட கலப்பு. அது பிரேதம் மட்டும்தான் அஞ்சும் செயலிழந்த ஒரு இடம். செயலிழந்ததை தொட்ட உன் உடம்புலையும் அந்த செயலிழந்த கதிர்களின் தாக்கம் இருக்கும். பூதங்கள்ளயே ஊருக்கும் பாருக்கும் பொதுவான பெரும் பூதம் தண்ணி. இது எப்பவும் பூமியோட தொடர்புல இருக்கும். இல்லே ஆகாயத்தோட தொடர்புல இருக்கும். தண்ணி எப்பவும் தனியொரு பூதம் கிடையாது. எப்பவும் இரண்டா இருக்கற ஒண்ணு... ஆகையாலதான் இதுல மூழ்கும்போது பல நன்மைகள் நம்ம உடம்புக்கு ஏற்படுது. அதுல மூழ்கி பிரேத தீட்டுங்கற செயலிழந்த கதிர்களை தண்ணீர்ல போகவிடு. பிறகு இந்த மருந்தை எல்லாருக்கும் சாப்பிடக் கொடு.

திரும்பச் சொல்றேன். இது உன் குடும்பத்தவர்களுக்கு மட்டும் தான் பயன்படும்" என்றார்.

பாலு கைகளைக் கூப்பி நன்றியோடு பார்த்தான். "என் அப்பா எங்க கண்ணுல படலேன்னாலும், அவர் மூலமா இப்படி ஒரு உதவி கிடைச்சதுக்காக நான் கடவுளுக்கு நன்றி சொல்லிக்கிறேன்" என்றான். குரங்கு சித்தர் சிரித்தபடி திரும்பினார். அடுத்த நொடியே மாயமாகி விட்டார்.

* ——— *

அத்தியாயம் 21

ஈசனை வழிபடுவதற்கு நம்பிக்கையும் உள்ளார்ந்த பக்தியும்தான் அடித்தட்டாகும். ஆடம்பரமான பூசனைகள், அபிஷேக ஆராதனைகள் எல்லாம் ஈசனை நெருங்கிட ஒரு விதத்தில் தடையானவை என்றுகூட கூறலாம். இதற்கு சான்றாக கூட ஒரு சம்பவம் உண்டு.

அறுபத்து மூவர் நாயன்மார்களில் பூசலார் நாயனார் என்று ஒருவர். இவர் ஈசனுக்கு மனத்தாலேயே கோவில் கட்டியவர். இவர் வாழ்ந்த காலத்தில் காடவர் கோமான் என்கிற அரசன் காஞ்சியிலே ஈசனுக்கு மாபெரும் ஆலயம் ஒன்றை வடிவமைத்தான். அவனோ அரசன். அவனிடம் பொன்னும் பொருளும் குவிந்து கிடந்தன. அதனால் அவன் பெரும் பொருட்செலவில் பார்த்துப் பார்த்து ஆலயத்தை வடிவமைத்தான். அப்படி ஓர் ஆலயத்தை கட்ட வேண்டும் என்பதே பூசலார் நாயனாருக்கும் விருப்பம். ஆனால் இவரிடம் பொருளேது... ஆண்டியாயிற்றே?

இருப்பினும் பூசலார் நாயனார் மனதுக்குள் தன் கற்பனை ஆற்றலால், ஈசனுக்கு பெரும் ஆலயம் ஒன்றை கட்டத் தலைப்பட்டார். அது காடவர் கோமானின் ஆலயத்தைவிட எல்லா சிறப்புகளுடன் விளங்கிற்று.

தன்னால் முடியாது என்று அவர் வாளாதிருக்கவில்லை.

தன்னால் முடியும் என்று மனதுக்குள் கோயில் எழுப்பினார். கற்பனையில் கட்டிய கோயில்தானே. இதனுள் யார் சென்றுவர முடியும் என்கிற கேள்வி எழுகிறதா?

அங்கேதான் இறைவனின் திரு உள்ளம் பெரும் லீலை செய்தது!

பாலு கிணற்றில் தண்ணீர் இறைத்து குளித்து முடித்தான். ஈரம் சொட்ட சொட்ட அப்படியே அந்த சஞ்ஜீவிப் பொடியை எடுத்துக்கொண்டு உள்ளே நுழைந்தான். மங்களம் அன்று பௌர்ணமி என்பதால் சர்க்கரைப் பொங்கல், தயிர் சாதம், எலுமிச்சை சாதம் என்று சித்ரான்னங்கள் செய்திருந்தாள். அவைகளை பிரசாதமாக அவள் எல்லோருக்குமே தருவாள். எனவே, அதில் சஞ்ஜீவியை கலந்து விட்டால் எல்லோருக்கும் அதுபோய்ச் சேர்ந்து விடும் என்று ஒரு கணக்கினைப் போட்டவன், மளமளவென்று மூன்று சித்ரான்னப் பாத்திரத்திலும் சஞ்ஜீவி பொடியை கலந்தவன் அப்படியே கைகளை கூப்பிக்கொண்டு அண்ணாந்து வானத்தைப் பார்த்தான். அவன் கண்களில் பனிப்பு. மங்களமும் பூஜை அறையில் இருந்து வந்து பிரசாத பாத்திரங்களை எடுத்துச் சென்றாள்.

“ஈரத்தலையைகூட துவட்டாம இங்க என்ன பண்றே. போய் தலையை துவட்டிகிட்டு சாமி கும்பிட வா” என்று அவனுக்கு சொல்லிக் கொண்டே போன மங்களம், அடுத்து எல்லோரையும் அழைத்தாள்.

பௌர்ணமி பூஜையானால் இது வாடிக்கை என்பது அவர்களுக்குத் தெரியும். பாலுவும் சந்தோஷமாக அறைக்குள் நுழைந்துகொண்டு தலையை துவட்டிக் கொண்டான். இனி தன் குடும்பத்தில் எவருக்கும் வியாதி வெக்கையே வராது என்கிற அந்த எண்ணமே தேன் தடவினாற்போல அவன் மனதில் தித்தித்தது. அந்த க்ஷணத்தில் சட்டென்று மோகனின் நினைப்பும்

அவனுக்குள் துளிர்த்தது. மோகனும் இனி தன் குடும்பத்தில் ஒருவன் தானே... சொல்லப் போனால் தலை மாப்பிள்ளை வேறு... வீட்டு மாப்பிள்ளை சந்தோஷமாக நன்றாக இருந்தால் வீட்டுப் பெண் நன்றாக வாழ்கிறாள் என்று பொருள். எந்த வீட்டுப்-பெண் மகிழ்ச்சியோடு வாழ்கிறாளோ அந்த வீடும் எல்லா செல்வங்களையும் பெற்றிருக்கும். எனவே இந்த பிரசாதத்தை மோகனும் சாப்பிட்டால் நன்றாக இருக்கும் என்று மனதுக்குள் பட்ட நொடியே மோகனை நேரிலேயே போய் அழைத்து வந்து விடுவோம் என்று கிளம்பி விட்டான்.

“அம்மா நான் போய் நம்ம மாப்பிள்ளையை கூட்டிகிட்டு வரேன். இன்னிக்கு பௌர்ணமி பிரசாதத்தை அவரும் கட்டாயம் சாப்பிடணும்” என்று பேச்சோடு பேச்சாக மோட்டார் பைக்கை நோக்கி ஓடியவனை மங்களம் சற்று நெகிழ்ச்சியோடு பார்த்தாள். வித்யாவுக்கும் மோகன் வரப்போகிறான் என்ற உடனேயே முகத்தில் வெட்கம் வந்து பந்தல் போட்டு விட்டது. எப்பொழுதும் போல லலிதாவுக்கு மட்டும் சற்று காய்ச்சலெடுத்தது. அந்த நேரத்தில் அவளுக்குள் ஏனோ ரத்தினத்தின் நினைப்பு தோன்றி, உனக்கு ஒருவன் என்றால் எனக்கும் ஒருவன் என்று மனதுக்குள் நினைத்துக் கொண்டாள்.

***

ஆசாரி வீடு!

ஆசாரி ஒரு ஆல்பத்துடன் வெளியே கிளம்புவதைப் பார்த்துவிட்டு அருகே வந்தான் ரத்தினம். வாய் நிறைய பான்பராக். அவன்கிட்டே வருவதற்கு முன் அந்த வாடை ஆசாரியை முகம் சுளிக்க வைத்தது.

“மாமா ஆல்பத்தோட எங்க கிளம்பிட்டீங்க?”

“ஏன் அவசியம் உனக்கு சொல்லணுமோ?”

“அட என்ன மாமா நீங்க... உங்களுக்கு கொஞ்சம் ஒத்தாசையா இருக்கலாம்னுதானே கேக்கறேன்.”

“உன் ஒத்தாசையை தூக்கி ஒடைப்புல போடு. இந்தாடா... நான் மானத்தோட தொழில் பண்ணிக்கிட்டிருக்கறவன். நீ மானம்னா வீசை என்ன விலைன்னு கேக்கற ஜாதி. தயவுசெய்து என் வழில குறுக்க வந்து என் பெயரை கெடுக்கப் பார்க்காதே...”

ஆசாரி பேசிக்கொண்டே தெருவில் இறங்கிவிட்டார். அவனுக்கும் அவர் பாலுவை பார்த்து பேச அவன் வீட்டுக்குத்தான் போகிறார் என்பது தெரிந்துவிட்டது. அதனால்தான் போய் ஒட்டிக்கொண்டு கூடவே போய் லலிதாவுக்கு பிராக்கெட் போட விரும்பினான். ஆனால், ஆசாரி இடமே தராததால் அவன் முகத்தில் ஏமாற்றம் வந்து பரவியது. ஆனாலும், அவனுக்கு சற்று அதிர்ஷ்டம் இருந்தது. எதிரியிலேயே ஒரு பார்ட்டி, “எங்க ஆசாரி கிளம்பிட்டீங்க?” என்று வந்து நின்றார்.

“ஒரு நகை டிசைனை காட்டி சம்மதம் வாங்கிட்டு வரணும். அதுக்காக ஒருத்தரைப் பார்க்க போய்கிட்டிருக்கேன். கொஞ்சம் காத்திருக்கீங்களா?”

“அடடே... எனக்கு காத்திருக்க நேரமில்லை. நீங்க கொஞ்சம் இப்பவே என்னை பார்த்துட்டா தேவலை.”

வாடிக்கையாளரிடம் ஆசாரியால் அதற்குமேல் வாதாட முடியவில்லை.

“சரி வாங்க... உங்க விசயத்தைப் பாத்துட்டே கிளம்பறேன்” என்றார். ரத்தினம் பார்த்துக்கொண்டே இருந்தான். திரும்பி வந்த ஆசாரி, அவர் விஷயத்தை முடித்துக்கொண்டு கிளம்ப கால் எடுக்கவும், வானில் இடி இடித்தது... பெரிய மழை வருவதற்கான அறிகுறிகள் ஆசாரியே சற்று தயங்கினார். ரத்தினமும் அதுதான் சமயம் என்று கப்பென்று பிடித்தான்.

“மாமா... எதுக்கு மாமா பிடிவாதம். என்கிட்ட கொடுங்க. ஒரு வாடகை சைக்கிள் எடுத்துக்கிட்டு பத்து நிமிஷத்துல போய்ட்டு வந்துடறேன். எந்த டிசைனை காட்டி சம்மதம் வாங்கணும்னு மட்டும் சொல்லுங்க. மிச்சத்தை நான் பார்த்துக்கறேன்.”

தன்மையாக... உகந்த ஏற்ற இறக்கங்களுடன் அவன் பேசியது ஆசாரியிடமும் நன்றாகவே வேலை செய்தது. அவனை மேலும் கீழும் பார்த்தவர், அரைமனதாய் ஆல்பத்தை அவன் கையில் கொடுத்து, அதில் இரு நெக்லஸ் டிசைன்களையும் சுட்டிக் காட்டி, "இந்த டிசைன் பிடிச்சிருக்கான்னு கேட்டுக்கிட்டு வா. இதே மாதிரி பண்ணித்தர நாலு நாள் ஆகும்னு சொல்லு" என்றார்.

ரத்தினம் மனதிற்குள் லலிதா சுண்டி இழுத்தாள்.

ஆல்பத்துடன் சிட்டாகப் பறக்கத் தொடங்கினான். பாலுவின் வீட்டு வாசலை அடைந்தபோது, மோகனின் கார் நின்று கொண்டிருக்க... உள்ளே தடபுடலான உபசரிப்பு வேறு. இந்த நிலையில் கையில் ஆல்பமுடன் மெல்ல உள்ளே நுழைந்தவனை முதலில் யாருமே பார்க்கவில்லை. லலிதாகூட தாமதமாகத்தான் பார்த்தாள். பார்த்தவளுக்கு நிஜமாலுமே பக்கென்றது! அவள் கொஞ்சம்கூட எதிர்பார்க்காத காட்சி அது.

"நீங்களா?"

"நானேதான்... நெக்லஸ் டிசனை காட்டி ஓ.கே. வாங்கிட்டுப் போக வந்தேன்."

"ஒரு சி.பி.ஐ. ஆபிசர் நெக்லஸ் டிசைன் காட்ட வர்றதா?"

"உஸ்ஸ்... அது ஒரு ரகசியம், உன்னைத் தவிர யாருக்கும் தெரியக்கூடாது. இங்க நான் என் மாமாவுக்கு உதவி செய்ய வந்திருக்கேன். அதோட இது எங்க குலத்தொழில், இதை விட்டுடக் கூடாதுங்கறது என் எண்ணம்."

"வாவ்!" லலிதா வாய்பிளந்தாள். அவள் ரத்தினத்திடம் வழிவதைப் பார்த்துவிட்டு பாலு ஓடிவந்தான். அப்போது அந்த பிரசாதத்தை மாப்பிள்ளை மோகன் சாப்பிட்டபடி இருக்க, வித்யா வெட்கத்தோடு நின்று பார்த்துக் கொண்டிருந்தாள்.

பாலு ரத்தினத்தைப் பிடித்து உலுக்கத் தொடங்கி விட்டான்.

"யாருங்க நீங்க?"

“அட என்னங்க... என்ன தெரியலியா... பொன்னுரங்க ஆசாரியோட மச்சினன் நான்...”

“என்ன விஷயம்?”

“நெக்லஸ் டிசைனை காட்டி மாமா ஓ.கே. வாங்கிட்டு வரச் சொன்னார்” ரத்தினம் டிசைனையும் காட்டினான், பாலு அதை எடுத்துக்கொண்டு வித்யாவை நெருங்கிட, எல்லோர் கவனமும் அந்தப் பக்கமாய் திரும்ப, ரத்தினம் லலிதாவையே வெறிப்பதுபோல பார்த்தான்.

“என்ன இது விழுங்கற மாதிரி பார்த்துகிட்டு...”

“என்ன செய்யட்டும்... நீ அவ்வளவு அழகா இருக்கியே?”

“போதும் ஐஸ் வைக்காதீங்க.”

“சத்தியமா எனக்கு ஐஸ் வைக்கவெல்லாம் தெரியாது. உன் அழகுதான் என்னை இங்க இழுத்துக்கிட்டு வந்துச்சு.”

“அப்ப குலத்தொழில், ஈடுபாடு அப்படி இப்படின்னு சொன்னதெல்லாம்.”

“அதுவும் உண்மை... இங்க நான் மயங்கிட்டே நிக்கறதும் உண்மை.”

“சரி சரி... இருங்க. அந்த டிசைனை நானும் பார்க்கணும்” என்று தற்காலிகமாகக் கத்தரித்துக்கொண்டு லலிதாவும் அந்த இடத்தை விட்டு அகன்றாள்.

அழகான டிசைன்... பாரதிக்கு மிகப் பிடித்திருந்தது, வித்யாவுக்கும். லலிதாவும் பார்த்துவிட்டு “பிரமாதம்” என்றாள். அப்போது மங்களம் “அம்மாடி, தம்பிக்கும் பிரசாதத்தைக் கொடு” என்று ரத்தினத்துக்கும் பிரசாதத்தை ஒரு தொன்னையில் போட்டு கொடுத்து விட்டாள். அதைப் பார்த்த பாலுவிற்கு ஒரு வினாடி பகீர் என்றது. அவனுக்கெல்லாம் கொடுக்காதே என்று சொல்லவும் வாய் வரவில்லை. லலிதாவும் பிரசாதத்தை எடுத்துப்போய் அவனிடம் தந்தாள்.

“என்ன இது?”

“பௌர்ணமி பிரசாதம், சர்க்கரைப் பொங்கல்.”

“எனக்கும் நல்ல பசி...” என்றபடியே அந்த தொன்னையை வாங்கும்போது, கை தவறி அது கீழே விழுந்து அவ்வளவு சாதமும் சிதறியது. அதைப் பார்த்த பாலுவுக்கும் குரங்கு சித்தர் சொன்னதுதான் நினைவுக்கு வந்தது.

கிடைக்க வேண்டும் என்றால்தான் கிடைக்கும்!

லலிதா குனிந்து அந்த சாதத்தைப் பொறுக்கி எடுத்து வாசல் பக்கமாய் போய் குப்பைத் தொட்டி அருகே போட்டு விட்டு வர, ஒரு தெருநாய் ஒன்று ஓடிவந்து வாயை வைத்தது. அதன் உடம்பெல்லாம் சொறியும், சிரங்கும்! அதுவோ தெருவில் பிள்ளையார் கோயில் உண்டியல் முன் படுத்துக் கிடக்கும். ஒருமுறை திருடன் ஒருவன் அந்த உண்டியலைத் திருட வந்தபோது, அதுதான் குரைத்து, திருடன் பிடிபட காரணமாக இருந்தது. இன்று அந்த நாய்க்கும் போய் சேர்ந்து விட்டது குரங்குச் சித்தர் அளித்த சஞ்ஜீவிப் பிரசாதம்!

லலிதாவோ உள்ளே போய், வேறு தொன்னையில் பிரசாதம் எடுத்து வரப் பார்த்தாள். ஆனால், அது தீர்ந்து விட்டிருந்தது. அதற்கு பின்னே ஒரு கணக்கு இருப்பது அவளுக்கு எங்கே தெரியப் போகிறது. ஏதோ சுந்தர்ராஜன் மகளாகப் பிறந்துவிட்டதற்காக அவளுக்கு பிரசாதம் கிடைத்தது.

அந்தப் பிரசாதத்துக்காவே மோகனை அழைத்து வந்திருந்தாலும், மோகன் வேறு எதற்காகவோ தான் பாலு தன்னை அழைத்து வந்திருப்பதாகக் கருதினான். இருந்தபோதிலும் எல்லோருக்கும் நடுவில் அதைக் கேட்க தருணம் வாய்க்கவில்லை.

ரத்தினத்துக்கு பிரசாதத்துக்குப் பதிலாக எலுமிச்சம் பழ ஜூஸ்தான் கிடைத்தது. ரசித்துக் குடித்தபின் ரகசியமாக அவள் காதில், நாளை மாலை பார்க்கில் சந்திப்பதாகக் கூறிவிட்டு ஆல்பமுடன் புறப்பட்டான்.

மோகனும் கைக்கடிகாரத்தைப் பார்த்துக்கொண்டே. பாலுவை அருகில் அழைத்து, "பாலு நானும் கிளம்பறேன்" என்றான்.

"ஆஹா தாராளமா... இனி நீங்க எங்க வேணா போகலாம். ஒரு கவலையுமில்லை" என்றான் பாலு, அந்த பதிலே அவன் எதற்கோ கவலைப்பட்டதைக் காட்டிக் கொடுத்துவிட்டது.

"என்ன பாலு... பிரசாதம் சாப்பிட்றதுக்காக மட்டும் நீ என்னை கூப்பிட்டிருக்க சான்ஸ் இல்லை. நான் கேக்கறேன்னு தப்பா எடுத்துக்காதே... கல்யாணம் நல்லபடியா நடக்குமா, நடக்காதாங்கற கவலையா உனக்கு..."

"அதெல்லாம் இல்லை மாப்ளை சார்."

"இல்ல... ஒரு சக்கரைப் பொங்கல், தயிர்சாதம் சாப்பிடவா நீ என்னை கூட்டிக்கிட்டு வந்தே."

"இல்ல மாப்ள சார்... நீங்க சாப்பிட்டது பிரசாதம், சாதாரண பிரசாதம்கூட இல்லை. அதுக்கு மதிப்பே கிடையாது. அது என்னங்கறத நீங்க போகப் போக புரிஞ்சுக்குவீங்க. நிஜமா பிரசாதம் சாப்பிடணும்னுதான் கூட்டிக்கிட்டு வந்தேன்."

"ரொம்ப சந்தோஷம். இப்பகூட உன்கிட்ட ஒரு விஷயத்தை நான் தெளிவா சொல்லிக்க விரும்பறேன். கல்யாணத்துக்கு உன் அப்பா கட்டாயம் வரணும். நீ இப்ப வீட்டுக்கு வந்து என்னை கூப்பிட்டப் போ, என் சித்தியும் மாமாவும் என்ன பேசிக்கிட்டாங்கன்னு உனக்கு தெரியாது. உங்கப்பா எங்க இருக்கார்னே தெரியாத நிலையில, அவர் கல்யாணத்துக்கு வரப் போற சந்தர்ப்பமும் குறைவுதான். ஆகையால, அது விஷயமா நீ எக்ஸ்யூஸ் கேட்கத்தான் கூப்பிட்றதா சித்தியும், மாமாவும் பேசிக்கிட்டாங்க. அப்படி எல்லாம் எதுவும் இல்லையே..."

மோகன் வாசற்படிவரை நடந்தபடி பாலுவிடம் கேட்ட அந்தக் கேள்வி, பாலுவை நிஜமாலுமே சில வினாடிகள் ஸ்தம்பிக்க வைத்துவிட்டது. மோகன் கேட்ட தொனியே ஒருவேளை அப்பா வராமல் போய்விட்டால் என்ன செய்வது? என்கிற கேள்வியை

அவனுக்குள் எழுப்பிவிட்டது. அவன் தயக்கமும், மோகனின் கேள்வியும் எப்படித்தான் பொன்னிக்குத் தெரிந்ததோ... இருவரையும் நோக்கி சரசரக்க ஒரு குட்டி தேவதையாக வந்தவள், “மாப்ள சார் நீங்க கவலையேபடாதீங்க... பாலுவோட அப்பா எப்பவோ இந்தப் பட்டணத்துக்கு வந்துட்டார். கல்யாணத்தின் போது டாண்ணு வந்துடுவார்...” என்றாள். மோகனுக்கே ஒரு வினாடி என்ன சொல்வது என்று தெரியவில்லை. பொன்னியை கொஞ்சம் அசடு வழிய பார்த்தவன், “நான் வரேன் பாலு...” என்று தெருவில் நின்று கொண்டிருந்த காரை நோக்கி நடந்தான், கார் அருகே சென்றான். கதவுக் கண்ணாடியில் தெரிந்த வித்யாவின் பிம்பத்தைப் பார்த்து அப்படியே திரும்பினான். வித்யா வாசற்படியில் அவனையே பார்த்தபடி நின்று கொண்டிருந்தாள், ஒரு புன்முறுவலுடன் காரில் ஏறிக் கொண்டான். காரும் புறப்பட்டது. எல்லோரும் கார் மறையும் வரை பார்த்துவிட்டு, அப்படியே உள்ளே திரும்பினார்கள்.

பொன்னி மட்டும் ஓசைப்படாமல் கொல்லைப்பக்கம் சென்றாள். கொல்லையில் உள்ள மரக்கிளை ஒன்றில் சுருண்டு படுத்திருந்த பரணியை துல்லியமாகப் பார்த்தவள். “என்ன இச்சாதாரி... இங்க இன்னும் உனக்கு என்ன வேலை?” என்று கேட்டாள். பரணியும் உருமாற்றம் இன்றி மெல்ல படம் விரித்து கீழே நின்று கொண்டிருந்த அவளைப் பார்த்தான்.

“பார்க்காதே... ஓடிப்போயிடு! ஆனா, ஒரு விஷயத்துக்காக உனக்கு இந்தக் குடும்பம் நன்றி சொல்லணும். நீ மட்டும் இங்க வராம போயிருந்தா, இவங்களுக்கெல்லாம் சஞ்ஜீவினியே கிடைச்சிருக்காது... இந்தக் குடும்பத்தையே அம்மட்டுல நீ காப்பாத்திட்டே...”

பொன்னியின் பதில் பரணியை ஊசியாகக் குத்தியது. மெல்ல உருமாறியவன், அவள் எதிரில் கண்களை இமைக்காதபடி நின்றான்.

“என்ன பார்வை. ஓடிப்போயிடு. உன் பழி உணர்வை மாத்திக்கோ. அதுதான் உனக்கும் நல்லது. இல்லேன்னா உன்னோட அழிவு நிச்சயம்...”

பொன்னியின் சவால் பரணியை பற்கள் நரநரக்கச் செய்தது.

“ஏ மூலிகைப் பெண்ணே... என் கஷ்டமும், வேதனையும் உனக்கு தெரிய வாய்ப்பு இல்லை. நாக ஜாதிக்கு எப்பவும் ஒரே எண்ணம்தான். இந்தப் போராட்டத்துல நான் ஜெயிச்சே தீருவேன். இல்ல உயிரை விடுவேன். இந்த வீட்ல இருக்கறது என்னோட மாணிக்கம். அதைத் திருடி வெச்சுக்கிட்டு இருக்கறவங்களுக்கு நீ வக்காலத்து வாங்கி பேசக்கூடாது. இப்ப சொல்றேன். நான் இவ்வளவு நாளா உன்னை என் எதிரியா நினைச்சது இல்லை. ஆனா, இப்ப என் பட்டியல்ல உனக்கு தான் முதல் இடம். ஒண்ணு மட்டும் நிச்சயம், நீ திரும்பி காட்டுக்கு நல்லவிதமா போகமாட்டே...!”

பரணியின் எச்சரிக்கையான பேச்சு பொன்னியை ஒன்றும் பெரிதாக பாதிக்கவில்லை. அவள் பரணியை பரிதாபமாகத்தான் பார்த்தாள். பொன்னி பேசிக் கொண்டிருப்பதைப் பார்த்துவிட்டு பின்னால் வந்த லலிதாவுக்கு ஏமாற்றமாக இருந்தது. அவள் கண்களுக்கு இச்சாதாரி பரணி தெரியவில்லை. அவள் வருவதை வைத்து அருகில் உள்ள கிணற்றுத் திட்டின்மேல் உள்ள குறுக்கு மரத்தில் சரேலென்று ஏறிக் கொண்டான்.

“யார் கூட தனியா பேசிகிட்டிருக்கே?” என்று கேட்டபடி வந்த லலிதாவும், கிணற்றுத் திட்டின் மேல் இருந்த வாளியில் கையை விட்டு தண்ணீர் அள்ளி ஒருவாய் கொப்பளித்தாள். பின் யதார்த்தமாய் கிணற்றுக்குள் பார்த்தவளுக்கு பகீர் என்றது. கிணற்று நீரில் பரணியின் முகம் நிழலாடியது.

“ஐயோ யாரோ உள்ள இருந்து பாக்கறாங்க” என்று பதறிக்கொண்டு உள்ளே ஓடினாள். பொன்னிக்கு அவள் செயல் சிரிப்பாகவும் இருந்தது, வருத்தமாகவும் இருந்தது.

உள்ளே ஓடியவள் மங்களம், வித்யா, பாலு என்று அவ்வளவு பேரோடும் வந்து பார்ப்பதற்குள் பரணி வெகுதூரம் போய் விட்டான். கிணற்றை எட்டிப் பார்த்த பாலுவும் லலிதாவை பார்த்து,

"எதையாவது பார்த்துட்டு எல்லாரையும் பாடு படுத்தறதே... உனக்கு வழக்கமா போச்சு" என்றபடியே திரும்பிச் சென்றான்.

பொன்னி அதைக் கேட்டு தனக்குள் சிரித்துக் கொண்டாள்.

* ——————— *

அத்தியாயம் 22

காடவர் கோமான், தான் கட்டிய ஆலயத்துக்கு ஒரு நல்ல நாளைப் பார்த்து, அன்று குடமுழுக்கு செய்ய தீர்மானித்தான். அந்த நாளைவிட்டால் ஒரு நல்ல நாள் அதன்பின் பல மாதங்களுக்குப் பிறகே வருகிறது. எனவே அந்த நாளையே குடமுழுக்குக்கு தீர்மானித்து விட்டான். பூசலார் நாயனார் தானும் தன் மனதுக்குள் கட்டிய இறைவனின் ஆலயத்துக்கு அன்றைய தினத்தைதான் குடமுழுக்கிற்கு என்று தீர்மானித்தார். அதேசமயம், தன் குடமுழுக்கிற்கு இறைவன் வருவானோ மாட்டானோ என்றும் கவலைப்பட்டார். ஏனென்றால் அரசன் காடவர் கோமான் கட்டிய ஆலயம் பெரிதினும் பெரிது.

நூற்றியெட்டு வேத பண்டிதர்களை அழைத்து யக்ஞமெல்லாம் புரிந்து அவன் குடமுழுக்கு செய்ய இருக்கிறான். ஆனால் தன் மனக்கோவிலிலே ஒருவரும் வர இயலாது. இப்படி பூசலார் நாயனார் வருந்தினாலும் இறைவன் அவரது உள்ளார்ந்த அன்பினுக்கே முக்கியத்துவம் அளித்தான்.

காடவர் கோமானின் கனவில் பிரவேசம் செய்த இறைவன், “அரசனே... நீ நிச்சயித்த நாழிகையில் நான் உன் ஆலயத்துள் எழுந்தருள இயலாத நிலையில் உள்ளேன். அதே நேரத்தில் நான் தன் மெய்யன்பில் பூசலன் கட்டியிருக்கும் ஆலயத்தில் எழுந்தருளிடத் தீர்மானித்துள்ளேன். அவன் உனக்கு முன்பே

ஆலயத் திருப்பணியை தொடங்கிவிட்டவன்” என்று கூறிட, காடவர் கோமானுக்கு திகைப்பு. கண்விழித்த அந்த அரசனும், பூசலார் நாயனார் தனக்குத் தெரியாமல் எங்கே கோயில் கட்டியுள்ளார் என்று நாடெங்கும் சென்று தேடினான்!

சிவன்மலை!

லேசாக சாரல் மழை பெய்து கொண்டிருந்தது. ஒரு ஆசை வேகத்தோடு சிவன்மலைக்குள் நுழைந்துவிட்டு, உள்ளிருக்கவும் பிடிக்காமல், வெளியேறவும் முடியாமல் தத்தளிப்போடு இருக்கும் சிவசாமியும், மோகனும் கிட்டத்தட்ட பக்கிரிகளைப் போல உருமாறியிருந்தனர். தோளில் புரளும் தலைமுடி, மார்பை வருடும் தாடி, உதடு தெரியாதபடி மூடிக்கிடக்கும் மீசை என்று அவர்களைப் பார்ப்பவர்கள் அதிர்ந்து தான் போவார்கள்!

நாலு பேராக வந்துவிட்டு இரண்டு பேராகச் சுற்றிக் கொண்டிருக்கின்றார்கள். எதாவது ஒன்று என்றால் அவ்வப்போது கண்ணில்பட்ட நாகபரணியையும் காணமுடியவில்லை. காட்டுக்குள் சித்தர்களும் அவர்கள் கண்களுக்கு பட்டிராத நிலையில் அவர்களுக்கே ஓர் இலக்கின்றி அலைகிற மாதிரி இருந்தது.

இருவரும் களைத்துப்போய் ஒரு பாறை மேல் உடம்பைக் கிடத்தினர். அணிந்திருந்த காவி உடுப்பும் கன்னாபின்னாவென்று கிழிந்து போயிருந்தது. அதற்கு மாற்று உடுப்பு வாங்கக்கூட கையில் காசில்லை. மலைக்குள் நுழையும் காணியர்கள் போல கடுக்காய் பொறுக்கி விற்றால் கொஞ்சம் பணம் கிடைக்கும். அதேபோல மலை நெல்லியும் மிக சுவையானது. ஓயாத ஜலதோஷம் கொண்டவர்கள் மலை நெல்லியை தேனில் கலந்து சாப்பிட்டு வர, ஒரு மாதத்தில் ஜலதோஷம் பறந்துவிடும். அதுமட்டுமல்ல, ஒரு புது தெம்பும் உடம்பில் ஏற்பட்டு முகத்தில் ஓர் ஒளி தெரியும்.

அந்தக் காட்டில் அபரிமிதமாகக் கிடைக்கும் அவைகளைச் சேகரித்து அடிவாரத்தில், வன இலாகா அலுவலகத்தை ஒட்டிய வெளிக்குச் சென்றால் லிங்கப்பட்டியைச் சேர்ந்தவர்கள் வந்து வாங்கிச் செல்வார்கள். அவர்கள் தரும் பணத்தைக் கொண்டுதான் காவி வேட்டியோ இல்லை கதர்த்துண்டையோ வாங்கியாக வேண்டும். மல்லாந்து படுத்து கிடக்கும் அந்த வேளையில்... அதெல்லாம் இருவர் நினைவிலும் வந்து முட்டிற்று. அந்த நொடியில் காட்டுக்குள் சில நாய் குரைக்கும் சப்தம் உரக்கவே கேட்டது. அப்படி நாய் குரைக்கும் சப்தம் கேட்டாலே பிரம்ம சித்தர் வருகிறார் என்பது அவர்களுக்கும் தெரிந்திருந்ததால், அவர்கள் இருவர் முகத்திலும் ஒருவித அதிர்ச்சி பரவத் தொடங்கியது. சிவசாமி படுத்த நிலையில் இருந்து வாரிச்சுருட்டிக் கொண்டு எழுந்திருந்தார். மோகனும்...

மோகனுடைய முழுப்பெயர் மோகனசுந்தரம். அதைச் சொல்லித்தான் சிவசாமியும் அழைப்பார்.

“மோகனசுந்தரம் பிரம்ம சித்தர் வர்ற மாதிரி தெரியல?”

“ஆமாம் சிவசாமி. இப்ப என்ன பண்ண?”

“வாங்க ஏதாவது மரத்துக்குப் பின்னால ஒளிஞ்சிக்குவோம்.”

இருவரும் வேகமாக அங்கிருந்து நகர்ந்து, அருகில் உள்ள பருத்த பிள்ளமருது மரத்தின் பின்னால் போய் ஒளிந்து கொண்டனர்.

“ஹக் ஹக்...” என்று இளைப்பெடுத்த நிலையில் நாய்கள் அருகில் வரும் சப்தம் கேட்கவும், கண்களைக் கூட மூடிக் கொண்டனர். நாய்களும் அவர்களை நெருங்கிவிட்டது. அவையிரண்டும் நின்று குலைக்கும் சப்தமும் கேட்க இருவருக்குமே மனது பதறத் தொடங்கியது.

“என்ன சாமிங்களா.. எதுக்கு இப்படி கண்ண மூடிக்கிட்டு இருக்கீங்க. நாங்க என்ன... நீங்க பாக்க கூடாத அளவுக்கு ராட்சஸங்களா?” என்று ஒரு குரல் ஒலிக்கவும், மெல்ல கண்

திறந்தார் சிவசாமி. அவர் எதிரில் காக்கி பேண்ட்டும் சட்டையுமாக வேட்டைக்கார உடையில் இரண்டு பேர். இடுப்பிலும் தோளிலும் துப்பாக்கிகள்.

அவர்களைப் பார்க்கவும் அவருக்கே சற்று வெட்கமாக இருந்தது. இவர்களுக்கா இபபடி பயந்தோம் என்றும் தோன்றியது.

"ஆமா நீங்க யாரு?" சிவசாமியே அவர்களிடம் பேச ஆரம்பித்தார்.

"எங்களைப் பார்த்தா தெரியலியாக்கும்... நாங்க வேட்டைகாரங்க."

"வேட்டைக்காரங்களா... இந்தக் காட்டுக்குள்ளேயா?"

"ஏன் காட்டுல வேட்டையாடாம நாட்டுலையா வேட்டையாடுவாங்க?"

"அதுக்கில்ல. இது சிவன்மலை! இங்க மிருகங்களை வேட்டையாட்றது பெரிய பாவம்னு சொல்வாங்க, அதான்."

"உங்களை மாதிரி சாமியாருங்க இப்படித்தான் சொல்வீங்க. இப்படி சொல்லி சொல்லியே யாரையும் உள்ள நுழையாம பண்ணீட்டீங்க. அதனால இந்தக் காட்டுக்குள்ள இருந்து காட்டுப் பன்னிகளும், எருமைகளும் சுத்துப்பட்டு கிராமத்துக்குள்ள புகுந்து, அங்க இருக்கற பயிர் பச்சையை நாசம் செய்ய ஆரம்பிச்சிடுச்சு. அந்த ஊர்க்காரங்களும் அரசாங்கத்துக்கிட்ட புகார் கொடுத்ததுல... அரசாங்கத்துல இருந்துதான் இப்ப எங்களை அனுப்பியிருக்காங்க..."

அவர்கள் சொன்ன பதில் சிவசாமியையும், மோகன சுந்தரத்தையும் ஒரு புதிய பார்வை பார்க்க வைத்தது.

"இந்தக் காட்டுல மிருகங்க அதிகமாகி அதனால பக்கத்து கிராமத்துக்கு பாதிப்பா... நம்பவே முடியலியே."

"சரி சரி நீங்க நம்புங்க, நம்பாம போங்க. நாங்க இன்னிக்கு எப்படியும் பத்து காட்டு பன்னி, பத்து காட்டு எருமையையாவது

போட்டுத்தள்ளாம விடப் போறதில்லை. யோவ் வின்செண்ட்டு... நடய்யா..."

அதில் ஒருவர் இன்னொருவரைத் தூண்ட, அவரும் நாய்களை விரட்ட, அவர்கள் அங்கிருந்து நகரத் தொடங்கினர். சிவசாமியும், மோகனசுந்தரமும் ஒருவரை ஒருவர் பார்த்து வெறித்துக் கொண்டனர். ஆனால், உண்மை வேறு என்பது அவர்களுக்குத் தெரியவில்லை.

"சிவசாமி... என்ன இது? இத்தனை வருஷத்துல இப்படி ஒரு காட்சிய நான் பார்த்ததே இல்லையே..."

"என்னாலையும் நம்ப முடியல... ஒண்ணு பண்ணுவோமா?"

"என்ன?"

"நாம இவங்க கூடவே போவோம். என்ன நடக்குதுன்னும் பார்ப்போம்.."

"நீ சொல்றத பார்த்தா?"

"நிச்சயமா இவங்க ஒழுங்கா திரும்பி வீடுபோய் சேரப் போறதில்லை. நமக்கும் அடுத்து என்ன செய்யறது, ஏது செய்யறதுன்னு தெரியல. ஆகையால பின்னால போய் தான் பார்ப்போமே..."

"சரி வா... அவங்க அதுக்குள்ள ரொம்ப தூரம் போய்ட்டாங்க."

சிவசாமியும், மோகன சுந்தரமும் அவர்கள் போன திசையில் வேகமாக நடக்கத் தொடங்கினர். தோளில் தொங்கிக் கொண்டிருந்த பையில் பல வருட அழுக்கு. உள்ளே ஒரு குயர் நோட் ஒன்றும், ரீஃப்பிள் தீர்ந்து போன பேனா ஒன்றும் இருந்தது. மை தீர்ந்து விட்டதால் கையை காலை அறுத்துக் கொண்டு... அதில் ரத்தம் துளிர்க்கும் போது, அந்த ரத்தத்தை எடுத்து எழுதிய சில பக்கங்களும் அதில் இருந்தன. அவை அவ்வளவு அற்புதமான மருத்துவக் குறிப்புகள். ஒரு சித்த வைத்தியனாக அந்தக் காட்டில் சிவசாமிக்கு எவ்வளவோ அனுபவங்கள். அதில் முக்கியமானதை மறந்துவிடாமல் இருக்க வேண்டி,

அப்படி ரத்தத்தாலேயே எழுதி வைத்திருந்தார். எனவே, ரத்தம் சிந்தி எழுதியதை கையிலேயே வைத்துக் கொண்டு சுற்றுவதைத் தவிர, அவருக்கு வேறு வழி தெரியவில்லை.

காட்டுக்குள் அந்த இரண்டு பேரும் வெகுதூரம் போய்விட்ட நிலையில், நாய் குரைப்பு சப்தமும் அடங்கிவிட்டிருந்தது. ஓர் அசாத்ய அமைதி!

சிவசாமிக்கும், மோகன சுந்தரத்துக்கும் அது லேசான குழப்பத்தை ஏற்படுத்தியது.

"என்ன மோகனசுந்தரம் சத்தம் நின்னு போச்சு?"

"ஒருவேளை இங்கையே எங்கையாவது நின்னு ரெஸ்ட் எடுக்கறாங்களோ?"

"அவங்க ரெஸ்ட் எடுக்கறதுக்கும் நாய் கத்தக் கூடாதுங்கறதுக்கும் சம்பந்தம் ஒண்ணும் இல்லையே..."

கேள்வியும் பதிலுமாக நடந்தவர்களுக்கு அதிர்ச்சி காத்திருந்தது. நாய்களுடன் அந்த இருவரும் ஒரு புதைகுழியில் விழுந்து மூழ்கிப் போயிருந்தனர். புதைகுழிக்கு வெளியே ஒரு மரத்தில் அவர்கள் இனி தப்பிக்க முடியாது என்று கருதி தூக்கி எறிந்த துப்பாக்கிகளும், டைரி ஒன்றும் கிடந்தன.

"அடடா... இவங்களுக்கு இப்படி ஒரு முடிவா?"

"இதைத்தான் சிவன்மலைக் காட்டு சக்தின்னு சொல்றது."

"போகட்டும், அந்த துப்பாக்கியை எடுத்துக்கோ, டைரில என்ன எழுதியிருக்குன்னு பார்ப்போம்..."

வேகமாக டைரியைப் புரட்டியவர்களுக்கு அடுத்தகட்ட அதிர்ச்சி... அதில் தமயந்தியின் மாறுபட்ட புகைப்படம் ஒன்று மிக நவீனமாக ஜீன்ஸ் பேண்ட், டி ஷர்ட், பாப் தலையுடன் தமயந்தி!

"சிவசாமி... இது இந்தக் காட்டுல திரியற தமயந்தி இல்ல..."

"அவளேதான்... உள்ள ஒரு மெஸ்ஸேஜும் இருக்கு."

“என்னன்னு வேகமா படி.”

“படிக்கறேன். விரைவில் உலக ஆன்மீகத் தந்தை ஆனந்தர், சிவன்மலை வருகை, உரிய ஏற்பாடுகள் செய்க. நாயிரண்டும் அவர் காவலுக்காக...”

“அட! அப்ப இவங்க நம்மகிட்ட சொன்னதெல்லாம் கட்டுக்கதை.”

“ஆமாம்... அப்பதானே நாம அவங்களை அநாவசியமா எதுவும் கேக்கமாட்டோம்.”

“பைத்தியக்காரங்க... இந்தக் காடு பத்தி தெரியாம வந்து இப்படி செத்து வெச்சிருக்காங்களே...”

“போகட்டும். இந்தச் செய்தி தமயந்திக்குன்னு தெரிஞ்சு போச்சு. இதோட நாம அந்த பொண்ணைப் போய் பார்ப்போம்.”

“பார்த்து?”

“இந்த ஆனந்தர் யார்னு தெரிஞ்சுப்போம். உலக ஆன்மீக தந்தையாம்ல... சிரிப்பா வரலை?”

“நான் இந்த ஆனந்தர் பத்தி கேள்விப்பட்டிருக்கேன். இந்த நபருக்கு இந்தியாவுல விட, உலக நாடுகள்ல நிறையவே சிஷ்யர்கள் உண்டு. நம்ம யோகாசனமும், பிராணாயாமும் தான் இப்ப உலகம் பூரா நாறிக்கிட்டிருக்குதே...”

“சரி... ஆனந்தர் எதுக்கு இந்தக் காட்டுக்கு வரணும்?”

“அதைவிட முக்கியமான கேள்வி ஒண்ணு இருக்கு. இந்த மாடர்ன் கேள் தமயந்தி, இங்க தன்னந்தனியா பல வருஷமா இருக்காளே. இவளுக்கு எவ்வளவு நெஞ்சழுத்தமும், தில்லும் இருக்கணும்.”

“சிவசாமி... இந்த விஷயத்தால ஒருவேளை நாம பாதை மாறிப் போறோமா?”

“பாதை மாற இனி என்ன இருக்கு? கூட வந்தவங்கள்ள ஒருத்தன் போயாச்சு. ஒருத்தன் தொலைஞ்சே போயிட்டான்.

ஏமாற்றத்தோட ஊர் திரும்பிப்போனா உறவுக்காரங்க காறித்துப்பு வாங்க... நமக்கும் இங்க தங்கறதுல இருந்து துணிமணி வரை எல்லாமே பிராப்ளம். ஆகையால இந்த ஆனந்தரோட நாம சேர்றதுதான் நல்லது..."

"அதுசரி... ஆனா நமக்கு இடம் கிடைக்குமா?"

"ஏன் கிடைக்காம? அந்த தமயந்திகிட்ட டைரியை காட்டும்போதே.. அவ நம்பளைப் பாத்து பயப்படத் தொடங்கிடுவா... நாமளும் வெளிப்படையாவே பேசுவோம்."

"மொத்தத்துல இனி நம்ம இடம் தமயந்தி குடிசை. அவ மூலமாவே வாய்க்கு ருசியாவும் சாப்பிடலாம்."

"நிச்சயமா... நெல்லிக்காயையும், பூமிக்கிழங்கையும் எவ்வளவு நாள்தான் ஒரு மனுஷன் சாப்பிட முடியும்?"

அலுப்பும் சலிப்புமாக பேசிக்கொண்டே துப்பாக்கிகளையும் தோளில் மாட்டிக்கொண்டு நடக்கத் தொடங்கினர். அவர்கள் பேசியதை எல்லாம் கேட்ட நிலையில் அருகில் ஒரு மரத்தின் கிளை உச்சியில் ஒரு சித்தர் அமர்ந்திருந்தார். அவர் முகத்தில் மட்டும் ஒரு மர்மப் புன்னகை!

அத்தியாயம் 23

காடவர் கோமானின் கட்டளையை ஏற்று நாலாபுறமும் காஞ்சிபுரம் முழுக்க அரண்மனை சேவகர்கள் அந்த ஆலயத்தைத் தேடிச் சென்றனர். எங்கும் அது அவர்களுக்கு தென்படாத நிலையில் திரும்பி வந்து, அப்படி ஓர் ஆலயமே சுற்றிலும் இல்லை என்றனர். அரசனுக்குள் பெரும் வியப்பு. ஒருவேளை தான் கனவு கண்டது பொய்யாய், வெறும் நினைப்பாய் இருக்குமோ என்று தோன்றிற்று. இருந்தும் இறைவனே வந்து கூறியதை சந்தேகப்படுதல் தவறு என்று, பூசலார் நாயனாரிடமே கேட்டுவிடத் தீர்மானித்தான். ஒருநாள் நேரிலேயே அவர் குடிசைக்கே சென்று விட்டான்.

மன்னனே தேடிவந்து தன் எதிரில் நிற்கவும், பூசலார் நாயனாருக்குள்ளும் ஒரு பதட்டம்.

“ஸ்வாமி தாங்கள் ஒரு ஆலயம் கட்டிவருவதாக அறிந்தேன்” என்று எடுத்த எடுப்பில் மன்னன் ஆரம்பிக்கவும், பூசலார் நாயனார் நடுங்கிவிட்டார்.

“மன்னா, உனக்கு யார் சொன்னது?”

“யார் சொன்னதா... அதை பிறகு கூறுகிறேன். நீங்கள் கோயில் கட்டுவது உண்மையா?”

“அது... அது...”

“தயவுசெய்து உண்மையை சொல்லுங்கள்.”

“அது... அது... ஆம் மன்னா!”

“நல்லது. அந்த ஆலயத்தை எங்கே கட்டி வருகிறீர்கள்?”

“எங்கே என்றால் நான் என்ன சொல்வேன்? எனக்கு இந்த மண்ணில் இந்தக் குடிசைகூட சொந்தமில்லை.”

“அப்படி இருக்க, எப்படி உம்மால் அந்த ஈசனுக்கு ஆலயம் கட்ட முடிகிறது என்பதே இப்போது என் கேள்வி?”

“மன்னா என்னைத் தவறாக எண்ணாதே. சத்தியமாக நான் உனக்கு போட்டியாகவெல்லாம் கட்டவில்லை. இப்படி ஓர் ஆலயம் கட்டி, அதில் அந்த ஈசனுக்கு தினம்தோறும் அர்ச்சனையும், அபிஷேகமும் செய்து பார்க்கவேண்டும் என்பதெல்லாம் என் விருப்பங்கள்.”

“தவறே இல்லை. நீங்கள் இடத்தைச் சொல்லுங்கள்.”

“இடத்துக்கு நான் எங்கே போவேன் மன்னா? என் மனவெளியில் அவனுக்கு கோயில் கட்டி வருகிறேன்.”

“என்ன உங்கள் மனவெளியிலா?” அரசன் அப்படி கேட்டுவிட்டு ஸ்தம்பித்து நிற்க, மௌனமாக பூசலாரும் ஆமோதிக்க, அப்படியே அவர் காலில் விழுந்த மன்னன் காடவர் கோமான் கண்களில் ஆனந்தக் கண்ணீர் பெருக எழுந்து நின்றான்.

“மன்னா, என்னை மன்னித்து விடு. நான் என் மனவெளியில் கோயில் கட்டி வருவது ஒருவருக்குமே தெரியாது. அப்படியிருக்க நீ அதை எப்படி அறிவாய்?”

“எப்படியா... உங்கள் மனக்கோவிலில் தான் முதலில் குடியேறப் போகிறேன். பிறகு வெளிக் கோவிலுக்குள் வரப்போகிறேன் என்று அந்த ஈசனல்லவா என் கனவில் வந்து சொன்னான்...”

அரசன் உண்மையை போட்டு உடைக்க, பூசலார் நாயனார் ஸ்தம்பித்துப் போகிறார்.

"என்ன அந்த இறைவனேவா வந்து கூறினானா? அவன் என் மன ஆலயத்தில் தான் முதலில் எழுந்தருளப் போகிறானா? ஆஹா... என்ன ஓர் அற்புதம்... நான்தான் எத்தனை பாக்கியசாலி... இறைவா... நீ இவ்வளவு கருணை உடையவனா?"

பூசலார் நாயனார் அதன்பின் ஆனந்தக் கண்ணீரில் விழுந்தார். அரசனும் அவர் திருவடியில் விழுந்தான். சிவபக்தியில் பகட்டுக்கு இடமே கிடையாது. உள்ளன்பும் உண்மை பக்தியும் தான் கணக்கு என்பதற்கு இந்த நாயன்மார் வரலாறே ஒரு சான்று!

சாரல்மழை சற்று வலுவடையவும், சிவசாமியும், மோகனசுந்தரமும் நடையை எட்டிப் போட்டனர். அவர்கள் நடை தமயந்தி குடிசை நோக்கி இருந்தது. நடையிலும் ஒரு தனித்தெம்பு!

தமயந்தி குடிசைக்கு வெளியே உரலில் எதையோ இடித்துக் கொண்டிருந்தாள். சற்றுத் தள்ளி அவள் குடிசை முகப்பில் ஒரு வரையாடும் கட்டப்பட்டிருந்தது. நிமிர்ந்து பார்த்தவளுக்கு துப்பாக்கியும் கையுமாக சிவசாமியும், மோகனசுந்தரமும் வரவும்... சற்று அதிர்ச்சியாககூட இருந்தது. இருவரும் அவள் முன் வந்து ஒரு பெருமூச்சுடன் நின்றனர்.

"என்ன சாமிங்களா... உங்க கைலயா துப்பாக்கி?"

"துப்பாக்கி மட்டும் இல்ல. இதோ இந்த டைரி, போட்டோவும் தான்!" மோகனசுந்தரம் டைரியையும் போட்டோவையும் காட்ட, அவளுக்கு முகம் வெளிற ஆரம்பித்து விட்டது.

"என்ன தமயந்தி பார்க்கறே... எங்களை நீ அப்பப்ப காட்டுக்குள்ள பார்த்திருக்கே ஞாபகம் இருக்கா?"

"உம்."

“உன்னை நாங்களும் அசல் மலைஜாதிப் பொண்ணுன்னு நம்பி ஏமாந்துட்டோம்.”

“சரி... இப்ப உங்களுக்கு என்ன வேணும்? முதல்ல அந்த டைரியை கொடுங்க.”

“கொடுக்கறோம். இது உனக்குத்தான். இந்தத் துப்பாக்கியும் டைரியுமா வந்தவங்க புதைகுழில விழுந்து செத்து போயிட்டாங்க, பிரம்ம சித்தரை பார்த்தாதான் சாவு வரும்னு கேள்விப்பட்டோம். பிரம்ம சித்தர் மாதிரி நடிச்சாகூட சாவு வரும்னு இப்ப தெரிஞ்சுக்கிட்டோம்...”

“என்னது... இதைக் கொண்டு வந்தவங்க புதைகுழியில் விழுந்து இறந்துட்டாங்களா?”

“சந்தேகமா இருந்தா புதைகுழிக்குள்ள நீயே கூட இறங்கி பார்த்து தெரிஞ்சுக்கோ.”

“பொய்... அவங்க மூழ்கிட்டாங்கன்னா அவங்க துப்பாக்கியும், டைரியும்ல சேர்ந்தே மூழ்கியிருக்கணும்?”

“நல்ல கேள்வி. அவங்க பாதி மூழ்கின நிலையில இதை தூக்கி கரைப்பக்கம் போட்டிருந்தாங்க. நாங்க கொஞ்சம் தாமதமா அவங்க பின்னால வந்தவங்க. அவங்கள பார்த்தப்போ அவங்க முழுசா மூழ்கியிருந்தது தெரிஞ்சது.”

“இதை என்னை நம்பச்சொல்றீங்களா?”

“அப்படின்னா நாங்க அவங்களை கொன்னுட்டதா நினைக்கறியா நீ...”

“ஆமாம்.”

“சரி அப்படியே நினைச்சுக்கோ, உண்மைல இந்தத் துப்பாக்கிய எப்படி சுட்றதுன்னு கூட எனக்கு தெரியாது. அதுதான் நிஜம்.”

“சரி நீங்க சொல்றத நான் நம்பறேன். நீங்க எதுக்கு அவங்களை பின்தொடர்ந்தீங்க?”

“சந்தேகப்பட்டோம். பின்தொடர்ந்தோம். அதுல என்ன தப்பு? அதனாலதான் உன்னைப்பத்தி தெரிஞ்சுக்க முடிஞ்சது...”

“சரி இனி உங்க அடுத்தகட்டம்...?”

“அது உன் கைலதான் இருக்கு.”

“என் கைலயா?”

“ஆமாம்... நாங்க ஒண்ணும் இந்தக் காட்டுல திரியற சித்தர்கள் இல்ல. நீ எப்படி இங்க நாடகம் போட்டுக்கிட்டு இருக்கியோ, அப்படிதான் நாங்களும்.”

சிவசாமி ஆசையில் கண்கள் விரிய சொன்னதைக் கேட்டு, தமயந்தி ஆச்சர்யமாக அவர்களைப் பார்த்தாள்.

“போகட்டும்... யாரும்மா அந்த ஆனந்தர்?”

“அவர்தான் என் ஞானகுரு.”

“அந்த குரு காட்டுக்குள்ள வரவேண்டிய அவசியமென்ன?”

“இதே கேள்வியை நான் உங்களை கேட்கறேன். நீங்க இந்த காட்டுக்குள்ள வரவேண்டிய அவசியமென்ன?”

“ரசவாதம்...”

“ஓ... தங்க ஆசை புடிச்ச நபர்களா நீங்க?”

“உனக்கென்னமோ அப்படி ஒரு ஆசை இல்லாத மாதிரி பேசறே...”

“தங்கம் எல்லாம் என் குருநாதருக்கு தூசு, அவருக்கு தேவை அஷ்டமா சித்திங்கற எட்டு பெரிய சக்திகள்!”

❋ ———— ❋

அத்தியாயம் 24

சிவ வழிபாட்டில் மந்திர வழிபாடும் தனிச் சிறப்பு கொண்டது. அறுபத்து மூன்று நாயன்மார்களில் ருத்ரபசுபதி நாயனார் என்பவர் நாள்தவறாமல் ருத்ரம் ஜெபித்தவர். ருத்திரன் என்ற சொல்லுக்கு துன்ப விடுதலை தருபவன் என்பதே பொருளாகும். எனவே பசுபதி நாயனாருக்கு அவர் ஜெபித்த ருத்ரமே நல்வழி காட்டி அருளியது. அதனாலேயே அவரை ருத்ரபசுபதி நாயனார் என்று இன்றும் உலகம் கொண்டாடுகிறது.

ருத்ரத்தை ஒருமுறை ஜெபிப்பது என்பது சிவாலயத்தை ஒருமுறை வலம் வந்து வணங்கும் சிறப்புக்கு உரியது. அதையே நூற்றியெட்டு முறை ஜெபிப்பது, சிவாலயங்கள் அவ்வளவிற்கும் சென்ற சிறப்பினைத் தரும். ஆயிரத்தெட்டு முறை ஜெபிப்பது என்பது ஜெபித்தவர்களுக்கு அவர் எடுக்கும் பிறவி தோறும் காரிய சித்தியை தரும், பத்தாயிரத்து எட்டு முறை ஜெபித்தவரோ சிவனின் அந்த உற்ற திருவடியில் மோட்ச கதி எய்துவார் என்கிறது சிவபுராணம்!

“தங்கம் எல்லாம் என் குருநாதருக்கு தூசு, அவருக்கு தேவை அஷ்டமா சித்திங்கற எட்டு பெரிய சக்திகள்...!” என்று தமயந்தி சொன்னாள்.

“எட்டு பெரிய சக்திகளா...!” சிவசாமி வாயை பிளக்க, தமயந்தியும் உதட்டுச் சுழிப்போடு ஆமோதித்தாள்!

“இந்தக் காட்டுல அந்த மாதிரி சக்திகளை அடையவும் வழி இருக்கா?”

“நீங்கள் எத்தனை வருஷமா இந்தக் காட்டை சுத்தி வந்துக்கிட்டு இருக்கீங்க?”

“இப்ப அந்தக் கேள்வி எதுக்கு?”

“இல்ல... இதுகூட தெரியாமலா இந்தக் காட்டுக்குள்ள நீங்க சுத்திக்கிட்டு இருக்கீங்க?”

“எட்டு பெரிய சக்திகளைப் பத்தி நாங்க கேள்விப்பட்டிருக்கோம். ஆனா அதெல்லாம் நடைமுறைல சாத்தியம் இல்லாத விஷயங்கள்னு நினைச்சுக்கிட்டிருந்தோம்.”

“ரசவாதம் மட்டும் எப்படி நடைமுறை சாத்தியமாகும்?”

“அது... அது...”

“இன்றைய விஞ்ஞான உலகமே மறுத்துப் பேசிக்கிட்டிருக்கற விஷயம் ரசவாதம். ஆனா இன்றைய விஞ்ஞானிகள்கூட ஓரளவு நம்பற விஷயம் அஷ்டமா சித்தி... அதுதெரியுமா உங்களுக்கு?”

தமயந்தி தாக்கிய தாக்கு, சிவசாமியை கூசவைத்தது. மோகனசுந்தரம் முகத்தில்கூட அசடு வழிந்தது.

“அம்மா தாயே... நீ வயசுக்கு மீறின அறிவோட பேசறே. உன் வயசுப் பொண்ணு ஒருத்தி இந்த மலைக்காட்டுல தனியா இருக்காங்கறதே எங்களுக்கெல்லாம் ரொம்ப ஆச்சரியம். அந்த தைரியத்தை தான் நாங்க இரண்டு பேரும் வியக்கிறோம்.”

“இதுலையும் ஆச்சரியப்பட எதுவுமில்லை. இந்தக் காட்டுல பெண்களுக்கு, குறிப்பா கன்னிப் பெண்களுக்கு ஓர் ஆபத்தும் நேராது. இந்த சிவன்மலைக்கு கன்னிவனம்னும் ஒரு பேர் உண்டு. என்னால் வேணும்னா யாருக்காவது ஆபத்து வரலாம்.

எல்லாத்துக்கும் மேல என் குருநாதர் எனக்கு எப்பவும் பக்கபலமா இருக்காரு..."

தமயந்தி பேசிக் கொண்டே போய், குடிசைச் சுவர் ஒன்றில் குறிப்பிட்ட இடத்தில் மூன்று தட்டு தட்டினாள். ஓர் அதிசயம் போல அந்தச் சுவர் அப்படியே இருபக்கமும் திறந்து கொண்டது. சுவர் இருந்த இடத்துக்கு மறுபக்கத்தில் இன்னொரு சுவர். அதில் ஆனந்தரின் படம். அதற்கு மாலையிடப்பட்டிருந்தது. படத்துக்கு கீழே தூபதீபம் போடுவதற்கு தோதாக ஒரு சிறு பலகை மேடை!

"அட... குடிசைச் சுவத்துல இப்படி ஓர் அதிசயமா?"

"ஓர் அதிசயமும் இல்ல... எல்லாம் எலக்ட்ரானிக்ஸ் பேட்டரிகளோட வேலை. மூன்று முறை தட்டினது அதுக்கான ரிமோட் சிஸ்டம், இங்க இருக்கற ரிமோட் சவுண்டுல ஆபரேட் ஆகக்கூடியது."

தமயந்தி விட்டால் அங்கிருந்து விண்வெளிக்குச் சென்று வருவதற்காகக்கூட வழியமைத்திருப்பாள் என்று தோன்றிற்று.

"அடேயப்பா... என்ன ஒரு சிஸ்டம்."

"அதுதான் எங்க குரு ஆனந்தரோட சாதனை..."

"ஆனந்தரோட வழி ஆன்மீகம். ஆனா பயன்படுத்தறது விஞ்ஞானத்தையா?"

"எங்க குருவோட ரொம்ப தெளிவான ஒரு கருத்து, எல்லாமே விஞ்ஞானம்தான். ஆனா அதை எவ்வளவு தூரம் நம்மால விளங்கிக்க முடியுதுங்கறதுல தான் எதுவும் வசப்பட்றது இருக்கே..."

"புது கருத்தா இருக்கே?"

"ஆமா, விளங்கற எல்லாமே விஞ்ஞானம். விளங்க முடியாத, உணர முடிஞ்ச எல்லை கொண்டது மெய்ஞானம்!"

"தமயந்தி அற்புதம்... நாங்களும் இனிமே உங்க குருவோட பாதைல நடக்க விரும்பறோம்."

“இதை மனசாரத்தான் சொல்றீங்களா?”

“அதுல என்ன சந்தேகம்?”

“அப்படி இல்ல... எங்க குரு ஒருத்தரை அவ்வளவு சீக்கிரமா சிஷ்யனா சேர்த்துக்க மாட்டார். ஏன்னா இந்த இயக்கத்துல காலம் பூரா அவரை பின்தொடர அசாத்திய மன உறுதியும், நம்பிக்கையும் இருக்கணும்.”

“அப்ப எங்கக்கிட்ட அது இல்லேங்கறது உன் எண்ணமா?”

“அது எனக்கு தெரியாது. இப்பவே... நான் அவர் கூட பேசி உங்க விருப்பத்தைச் சொல்றேன். பதிலுக்கு அவர் உங்களுக்கு ஒரு பரிட்சை வைப்பார். அதுல நீங்க தேறினா நீங்க எங்க அமைப்புல உறுப்பினராகலாம்...”

“இல்லேன்னா...”

“மன்னிக்கணும்... எங்க இயக்கம் பத்தி தெரிஞ்சுக்கிட்ட உங்களுக்கு இனி இருக்கறது இரண்டே வழிகள்தான்... ஒண்ணு செத்துப்போறது... அடுத்தது எங்க இயக்கத்துல அடிமையா இருக்கறது...”

“ஐய்யோடா... என்ன தமயந்தி குண்டைத் தூக்கிப் போட்றே...”

“நான் எங்க போட்டேன், நீங்கதான் தேடிவந்து மாட்டிக்கிட்டிருக்கீங்க...”

“தமயந்தி நாங்க நிஜமா உங்க இயக்கத்துல சேர்ந்து உங்க குருநாதர் வழில நடக்கத் தயாரா இருக்கோம்.”

“நீங்க தயாரா இருக்கலாம். இப்ப இருக்கற மனநிலைக்கு நீங்க இப்படி சொல்றீங்க. நாளைக்கே உங்க மனசு மாறலாம் இல்லையா?”

“இல்லை... நிச்சயம் மாறாது. எங்களுக்கு குடும்பம் இருக்கு, குழந்தைங்க இருக்காங்க, தொழிலும் இருக்கு. சொஸைட்டில எங்களுக்குன்னு ஒரு பேரும் இருக்கு. இருந்தும் நாங்க அதை எல்லாம் விட்டுட்டு இந்தக் காட்டுல அலைஞ்சுகிட்டிருக்க

எங்களுக்கு எவ்வளவு லட்சிய வெறி இருக்கணும்னு யோசிச்சுப் பாரு..."

"ஒத்துக்கறேன். உங்க லட்சிய வெறிக்குப் பின்னால தங்கம்கற ஒரு விஷயம் இருக்கு. தங்கம் செய்ய கத்துகிட்டா, நீங்க இந்தக் காட்டுலபட்ட கஷ்டத்தை எல்லாம் பல மடங்கு சுகமா மாத்திக்குவீங்க. ஆனா எங்க இயக்கத்துல சேர்ந்துட்டா, இங்க குருதான் எலலாம்..."

"தமயந்தி உன் குரு எங்களுக்கு தன் வழியை காட்டுவார் தானே?"

"அவரை பின்தொடர்றவங்களுக்கு நிச்சயம் அவர் தனக்கு தெரிஞ்சதெல்லாம் கத்துத்தருவார்."

"அதுபோதும் எங்களுக்கு..."

"அப்படின்னா நான் இப்ப அவர்கிட்ட பேசறேன். அவர் உங்களுக்கு வைக்கற பரிட்சைல முதல்ல நீங்க தேர்ற வழியை பாருங்க."

"அது எப்படிப்பட்ட பரிட்சைன்னு கொஞ்சம் சொல்லிடேன்."

"எனக்கு நிஜமா தெரியாது. அது எதுவா வேணா இருக்கலாம்."

"சரி உனக்கு எந்த மாதிரி பரிட்சை வைச்சார்?"

"பாம்புப் புத்துக்குள்ள அவர் பேரை சொல்லிக்கிட்டே கை விடச் சொன்னார்."

"அடக்கொடுமையே... பாம்பு உன்னை கடிக்கலையா?"

"கடிக்கலையாவா? ஒரு பாம்புக்கு மூணு பாம்பு என் கைய கடிச்சுது. நானும் கிட்டத்தட்ட மரணத்தை நெருங்கிட்டேன்."

"அப்புறம்?"

"அவர்தான் என்னை காப்பாத்தினார். அதன்பிறகு அவர் என்னை தன் சிஷ்யையா முழு மனசோட ஏத்துக்கிட்டார்."

"அப்ப உயிருக்கு துணிஞ்சாதான் உன் இயக்கத்துல இருக்க முடியும்... அப்படித்தானே?"

"ஆமாம். அதேசமயம் அவர் தரும் இன்பமும் இந்த உலகத்துல யாரும் யாருக்கும் தரமுடியாததாச்சே."

தமயந்தியின் பேச்சு, இருவரையும் ரொம்பவே யோசிக்க வைத்தது. குழப்பவும் செய்தது. பேசாமல் அந்த இரண்டுபேர் போல, புதைச் சேற்றுக்குள் மூழ்கி செத்துப் போயிருக்கலாம் என்றும் தோன்றியது.

"என்ன யோசனை... ஏண்டா இங்க வந்தோம், என்னையும் பார்த்தோம்னு இருக்கா?"

"ஆமாம். ஒரு பக்கம் பார்த்தா அற்புதமா தெரியற உன் குருநாதர் விஷயம், இன்னொரு பக்கத்துல ரொம்ப அடிமைத்தனமாவும் தெரியுது."

"சில பெரிய விஷயங்களே அப்படித்தான்..."

"சரி... இது விஷயத்துல நாங்க உடனடியா முடிவு எடுக்கக்கூடிய ஒரு மனநிலைல இப்ப இல்லை. யோசிச்சு சொல்றோம்..."

"தாராளமா... அதேசமயம் நீங்க இந்த இடத்தை விட்டுப் போகக்கூடாது."

"இது என்ன விநோதமான கட்டுப்பாடு...?"

"என்ன செய்ய எங்களைப் பத்தி உங்களுக்குத் தெரிஞ்சுபோச்சே... குறிப்பா, என் குருநாதர் இந்த சிவன்மலைக்கு வரப்போறது தெரிஞ்ச இரண்டு பேராச்சே நீங்க."

"அது என்ன அவ்வளவு பெரிய ரகசியமா?"

"கிட்டத்தட்ட அப்படித்தான்..."

"சரி, நான் தைரியமாதான் கேக்கறேன்... உன்னால எங்களை என்ன பண்ண முடியும்?"

"இங்க எதுவும் பண்ணமாட்டேன். அதேசமயம் நீங்க காட்டுல நடமாடும்போது உங்களை எந்த வகைலயாவது மரணம் தேடிவரும்..."

"தமயந்தி இது என்ன பயமுறுத்தல்?"

"உள்ளதைச் சொல்றேன்."

"இல்ல... நீ எங்களை மிரட்டிப் பாக்கறே?"

"அட, அதுல என்ன சந்தேகம். இங்க நான் இருக்கறதே அதுக்குத்தானே?"

தமயந்தியிடம் பேச ஆரம்பித்த அவர்கள் இருவர் பேச்சும் எப்படி எப்படியோ சென்று இறுதியாக ஒரு பெருமூச்சில் முடிந்தது. தனியே ஒதுங்கிய இருவரும் குசுகுசுக்க ஆரம்பித்தனர்.

"சிவசாமி... வம்பை தேடிவந்து வாங்கிட்டோம்யா."

"ஆமாம். ஆனா இவளுக்குப் பின்னால இப்படி ஓர் உலகம் இருக்கறது யாருக்குத் தெரியும்?"

"போகட்டும். இந்தக் கூட்டத்துல பத்தோட பதினொன்னா இருக்கறதுக்கு நாம நம்ம பாதைல போறதுதான் சரி."

"நானும் மறுக்கல. ஆனா நம்மை மரணம் துரத்தும்னு சொல்றாளே..."

"அப்படியா சொல்றே?"

"ஆமாம். நாம இவளுக்கு எந்த வகையையும் குறைஞ்சுடல. அதோட இவகிட்ட சிக்கி இவ கூட்டத்து ஆளா இருக்கறதுக்கு இந்தக் காட்டு சித்தர்கள் கால்ல விழுந்து நாம உதவி செய்யும்படி கேட்போம்."

"நம்ம கண்ணுக்கே படாதவங்களா நமக்கு உதவி செய்வாங்க."

"நிச்சயமா செய்வாங்க. இவகிட்ட இனி என்ன பேச்சு. இங்க இருந்து முதல் வேலையா ஆகாசலிங்க சன்னதிக்குப் போவோம். அங்க ஒரு சித்தராவது கண்ணுல படுவாங்க. அவங்க கால்ல விழுவோம். இப்படி கிழிசல் உடையோட இனியும் திரியறதுக்கு இதுதான் மேல்..."

மோகனசுந்தரத்தின் கருத்துக்கு சிவசாமியும் ஒப்புதலளித்துவிட்டு தமயந்தியிடம் திரும்பி வந்தார்.

“அம்மாடி... நீயும் உன் இயக்கமும் உங்களுக்கு தெரிஞ்ச எல்லா வித்தைகளையும் காட்டுங்க. நாங்க இந்தக் காட்டு சித்தர்கள்கிட்ட சரண் புகுந்துட்றதுங்கற முடிவுக்கு வந்துட்டோம். வர்றோம்...”

சிவசாமி மிகுந்த துணிவோடு பேசிவிட்டு நடக்கவும் தமயந்திக்கு உடம்பெல்லாம் தகிக்கத் தொடங்கியது. அங்கேயேகூட அவர்களைத் துப்பாக்கியால் சுட்டு விடலாமா என்கிற அளவுக்கு கோபத்தில் கொந்தளித்தவள், கஷ்டப்பட்டு அடக்கிக் கொண்டாள்!

***

பாண்டியன் வீடு. பாண்டியனும், ரங்கநாயகியும் பட்டுவேட்டி, பட்டுசட்டை, பட்டுப்புடவை, பட்டு ரவிக்கை என்கிற கல்யாண கோலத்தில் தயாராக இருந்தனர்.

நேராக ரிஜிஸ்தர் ஆபீசுக்குப் போய் அங்கே பதிவாளர் முன்னிலையில் திருமணம், சாட்சிக் கையெழுத்தை எஸ்.ஐ. செல்வராஜும், பாலுவுமே போடுவதாக ஏற்பாடு, எனவே அதற்காக வேண்டி பாலுவும், தன் குடும்பத்தினர் அவ்வளவு பேரோடும் ஒரு வேனில் ரிஜிஸ்தர் ஆபீசுக்கு வருவதாகக் கூறிவிட்டான். எஸ்.ஐ. செல்வராஜ் மட்டும் வந்து தன் போலீஸ் ஜீப்பிலேயே இருவரையும் அழைத்துச் செல்வதற்காக வந்திருந்தார்.

வாசலில் ஜீப் நின்று கொண்டிருந்தது.

ரங்கநாயகிக்கு நடப்பது அவ்வளவும் கனவா இல்லை, நனவா என்று தோன்றியது. தனக்கும் ஒரு நல்ல வாழ்க்கை அமையும் என்றெல்லாம் அவள் கற்பனை செய்துகூட பார்த்ததில்லை. ஆனால் அப்படி அவள் கற்பனைகூட செய்திராத வாழ்க்கை அவளை நோக்கி...

கடிகாரத்தில் நேரத்தைப் பார்த்த செல்வராஜ் பாண்டியனிடம் புறப்படலாமா என்று கேட்க, பாண்டியனும் ரங்கநாயகியை பார்த்தார். அவள் கலங்கிய விழிகளுடன் பதிலுக்குப் பார்த்தாள்.

பின் இருவருமாக ஜீப்பில் ஏறி அமர்ந்திட, ஜீப்பும் புறப்பட்டது. சிறிது தூரம் கூட சென்றிருக்காது... எதிரில் ஒரு சாமி ஊர்வலம். எனவே தேங்கி நின்றது...! மேளதாளமுடன் நாதஸ்வர ஓசையும் கேட்டது.

"பாண்டியன் அற்புதமான சகுனம்னு நினைக்கறேன்" என்றார் செல்வராஜ், ஊர்வலமும் மெல்ல அவர்களைக் கடக்க ஆரம்பித்தது. பல்லக்கில் சிவபார்வதி இருவரும் கல்யாணக் கோலத்தில்... அன்று ஆனித்திருமஞ்சன நாள்!

அந்த ஊர்வலத்தில் எப்பொழுதோ ரங்கநாயகி கைகொடுத்த செட்டியாரும் இருந்தார். கோவில் பணத்தைத் தொலைத்துவிட்டு தடுமாறிக் கொண்டு நின்றவருக்கு ரங்கநாயகிதான் கை கொடுத்திருந்தாள். அவர் நின்று நிதானமாக ரங்கநாயகியை உற்றுப் பார்த்துவிட்டு அவளருகே வந்தார்.

"அம்மா நீ?"

"ரங்கநாயகிதான் செட்டியார்... சொல்லுங்க என்ன விஷயம்?"

"என்னம்மா இது கல்யாண கோலம்?"

"நான் கல்யாணம் பண்ணிக்கப் போறேன். இவர்தான் என் வருங்கால கணவர், பதிவுத்திருமணம் பண்ணிக்க போய்க் கிட்டிருக்கோம்."

"ஆஹா... என்ன ஒரு நல்ல செய்தி. அன்னிக்கு நீ கொடுத்த பணத்தால நான் தப்பிச்சேன். சாமி காரியம் அன்னிக்கு தொடங்கி இன்னிக்கு வரை அமோகமா நடந்துக்கிட்டிருக்கு. இன்னிக்குகூட கோவில் சார்பா ஒன்பது ஏழை ஜோடிகளுக்கு கல்யாணம் பண்ணி வைக்கத் திட்டமிட்டிருந்தோம். அதுல ஒரு ஜோடி எதனாலயோ வரலை. எட்டு ஜோடிகளுக்கு கல்யாணம் பண்ண கமிட்டில தயங்கிக்கிட்டிருந்தாங்க. இன்னும் ஒரு ஜோடி கிடைச்சா தேவலைன்னு நாங்க தேடாத இடம் இல்லை. அதேசமயம் எதிர்லையே நீங்க. அம்மா உனக்கு ஆட்சேபணை இல்லேன்னா எங்க ஜோடியா நீயே வந்து கோயில் சார்பாவே கல்யாணம் செய்துக்கலாமே?"

செட்டியார் கரும்பு தின்ன கூலி கொடுப்பதாக கூறியது கேட்டு, ரங்கநாயகி கண்களில் கண்ணீர் திரண்டு விட்டது. பாண்டியன் தனக்கு அதில் சம்மதம் என்று கூறாமல் கூறியவராக ஜீப்பில் இருந்து குதித்துக் கொண்டு இறங்கினார்.

“பாண்டியன்.. நாம திருமணத்தைத் தேடிப்போறது ஒருவிதம். நம்மையே திருமணம் தேடிவர்றது இன்னொரு விதம், பாருங்க ஒரு சிவாலயத்துல இருந்து உங்களுக்கு அழைப்பு. விட்றாதீங்க.”

“அதனாலதான் செல்வராஜ் ஜீப்பில இருந்து இறங்கினேன். உண்மைல இப்படி நடக்க நாங்க கொடுத்து வெச்சிருக்கணும்.”

பாண்டியன் பரவசத்துடன் ரங்கநாயகியும் இணைந்து கொண்டாள். அப்படியே அந்த சாமி ஊர்வலத்துடன் இருவரும் மாப்பிள்ளை பெண்ணாகச் சேர்ந்தே நடந்தனர்.

என்றோ புரிந்த தர்மம்... அன்று ரங்கநாயகியை ஒரு முக்கிய தருணத்தில் தேடியே வந்து ஆதரிப்பதுதான் இறைவன் அருளா?

பாண்டியனும் ரங்கநாயகியும் கோவிலை நோக்கிச் செல்லும் தகவல் செல்வராஜாலேயே பாலுவுக்கும் சொல்லப்பட்டு, பாலுவும் சிவன் கோவில் நோக்கி வரத்தொடங்கினான்.

சாமி ஊர்வலம் முடிந்து கல்மண்டபத்தில் ஒன்பது ஜோடிகளுக்குமான கல்யாண நிகழ்ச்சியும் தடபுடலாகத் தொடங்கியது. சாட்சியாக இறைவனும், இறைவியுமே நந்திமேல் அமர்ந்த நிலையில் பார்த்துக் கொண்டிருக்க, சாஸ்திர பங்கம் துளியும் இல்லாமல், அக்னி வளர்த்து, அம்மி மிதித்து அருந்ததியை பார்த்திட பாண்டியனிடம் தங்கத்தாலியும் வந்து சேர்ந்தது. கச்சிதமாக பாலு முதல் எல்லோரும் வந்து சேர்ந்தனர். அவர்களில் பொன்னியும் இருந்தாள். பட்டுப்பாவாடை சட்டையில் குட்டி தேவதை போல விளங்கினாள். பாண்டியனுக்கு அவளைப் பார்க்கவும் ஒரே குஷியாகிவிட்டது.

மங்களமும், பாரதியும் பாண்டியனுக்கு வெகு அருகில் நின்றுகொள்ள, வித்யா பாண்டியனுக்கு சகோதரி ஸ்தானத்தில் நின்று, தாலிகட்டும் நேரம் பாண்டியன் சார்பாக ரங்கநாயகி

கழுத்தில் மூன்று முடிச்சுப் போட்டாள். அதன்பின் அவளும் பரவசமான பரவசத்தோடு எல்லோர் கால்களிலும் விழுந்து எழுந்திட, அந்த நொடிகளில் பொன்னியிடம் மட்டும் நெற்றிப் பொட்டில் ஒரு குறுகுறுப்பு.

அந்தக் கல்யாணக் கூட்டத்தில் யாரோ இரண்டு பேர் பாண்டியனில் உயிரை வாங்குவதற்காக ஆயுதங்களோடு வந்திருப்பது போல...

சிலர் வரிசையில் நின்று மற்ற கல்யாணத் தம்பதிகளுக்கு பரிசுப் பொருட்களை வழங்கத் தொடங்கியிருக்க, இரு இளம்பெண்கள் ஒரு பெரிய அட்டைப் பெட்டியுடன் பாண்டியனை நோக்கி வந்தபடி இருந்தனர். அவர்களைப் பார்த்த நொடிகளில் பொன்னியின் இமைகளும் மிக வேகமாகத் துடித்தன!

அந்தப் பரபரப்பான கல்யாணக் கூட்டத்தில் பாண்டியனை நோக்கி வந்த அந்த இளம்பெண்கள் புன்னகை மாறாத முகத்துடன் தாங்கள் கொண்டு வந்த பரிசுப் பொருளை ஒரு பெரிய அட்டைப் பெட்டி வடிவில் பாண்டியன் மற்றும் ரங்கநாயகியின் கைகளில் கொடுத்தனர்.

அந்தச் சூழலில் அவர்கள் இருவரும்கூட எந்த ஐயுறவும் இன்றி அதைப் பெற்றுக் கொண்டனர். பொன்னியிடமோ பயங்கர குறுகுறுப்பு. அதை பாலுவும் கவனித்தான்.

“என்ன பொன்னி... ஏன் என்னவோ மாதிரி இருக்கே?”

“பாலுண்ணா... அந்த அட்டைப் பெட்டிக்குள்ள தப்பா என்னவோ இருக்குது.”

“தப்புன்னா...?”

“அது தெரியாது. நீங்க உடனே அதை எடுத்துக்கிட்டு இங்க இருந்து வெளிய வாங்க. அப்பதான் நான் சொன்னது உங்களுக்கும் புரியும்.”

பாலு அதற்குமேல் பொன்னியிடம் வாதம் பண்ணிக் கொண்டிருக்க விரும்பவில்லை. பலமுறை அவளை

சந்தேகப்பட்டும், அவளே ஒவ்வொரு முறையும் ஜெயித்திருந்த அந்த பழைய அனுபவங்கள் அவனை வேகமாக முடுக்கிவிட்டன. அதேசமயம் அந்தப் பரபரப்பான கல்யாணக் கூட்டத்தில் அட்டைப் பெட்டிக்குள் தப்பாக ஏதோ இருக்கிறது என்று சொல்லி ஒரு சலசலப்பையும் ஏற்படுத்த அவன் விரும்பவில்லை.

மிகவும் விவேகமாக பாண்டியனுக்குப் பக்கத்தில் இருந்த அந்த அட்டைப் பெட்டியை எடுத்துக்கொண்டு எங்கோ போவது போல நடந்தான். சப் இன்ஸ்பெக்டர் செல்வராஜுக்கு கழுகுக் கண்கள். அவர் பாலுவின் போக்கை கவனித்தபடியே இருந்தார். அவரும் நைசாக நழுவி அவனைப் பின்தொடர்ந்தார்.

கோவிலின் பின்புறம் தெப்பக் குளத்தை ஒட்டி ஒரு மரத்தடி. அங்கேதான் அவ்வளவாக ஜனநடமாட்டமில்லை. பொன்னியும் அந்த மரத்தடியில் காத்துக் கொண்டிருந்தாள். பாலு அவளை நெருங்கி பெட்டியை உடைக்கத் தொடங்கவும் செல்வராஜும் வந்துவிட்டார்.

“என்ன பாலு... என்ன பண்றீங்க?”

“வாங்க சார்... இந்த பாக்ஸ்ல தப்பா ஏதோ இருக்குன்னு பொன்னி டவுட் பண்றா...”

“ஐ.சி. எங்க?” செல்வராஜும் அவனுக்கு உதவிட, பெட்டியின் மேல்பாகம் திறந்து கொண்டது. உள்ளே ஓர் ஆணும் பெண்ணும் கை கோர்த்துக் கொண்டு மேல்நாட்டுப் பாணியில் நடனம் ஆடுவது போன்ற பொம்மை!

பொம்மை பார்ப்பதற்கு வெகு அழகாக இருந்தது. அதை வெளியில் எடுத்த நொடி, டிக்டிக் என்கிற சத்தமும் கேட்டது.

செல்வராஜிற்கு புரிந்துவிட்டது.

பொம்மையின் பின்பக்கம் பார்த்தவருக்கு பகீர் என்றது. டைம்பாம்!

அதிலும் ஐந்து நொடிகள்தான் இருந்தது.

“மைகாட்...” படபடப்பிற்கு மாறிய செல்வராஜ் சுற்றும் முற்றும் பார்த்தார். குளத்தை ஒட்டி ஒரு கோவில் கிணறு, அது ஒரு பாழடைந்த கிணறு. அடுத்த நொடி செல்வராஜ் அந்தக் குளத்தை நோக்கித்தான் அந்த பொம்மையை வீசி எறிந்தார். உள்ளே விழுந்த வேகத்தில் வானமே தரைதட்டி விழுந்த மாதிரி ஒரு வெடி சப்தம். செல்வராஜும் பாலுவும் தங்கள் காலடியில் ஒரு வினாடி பூமி குலுங்குவதை உணர்ந்தனர். கோவில் முன்புறத்திலும் சப்தம் எதிரொலித்து பலர் ஓடிவரத் தொடங்கினர். கிணற்றுக்குள் இருந்து கருங்கும்மென்று வெடிமருந்துப் புகையும் வானில் ஏறத் தொடங்கியது.

மாப்பிள்ளை பெண்ணாக நின்று கொண்டிருந்த பாண்டியனுக்கும், ரங்கநாயகிக்கும்கூட ஏதோ அசம்பாவிதம் நடந்திருக்கிறது என்பது தெரிந்துவிட்டதும், பாண்டியன் கழுத்து மாலையை கழற்றி ரங்கநாயகியிடம் கொடுத்துவிட்டு பின்பக்கமாக ஓடிவந்தார்.

செல்வராஜும் பாலுவும் ஓரளவு புகை நீங்கிய கிணற்றை எட்டிப் பார்த்தபடி இருந்தனர். அந்தக் கிணற்றுக்குள்ளே ஒரு அதிசயமும் நடந்திருந்தது. வெடித்த வெடியில் கிணற்றுக்குள் ஊற்றுத் தோன்றி தண்ணீர் பீறிட்டபடி இருந்தது.

தீயதிலும் ஒரு நன்மை!

பாலு ஓடிப்போப் பொன்னியை கட்டிக் கொண்டான்.

“பொன்னி நீ மட்டும் இல்லேன்னா... இந்த இடத்துல அவ்வளவு பேரும் பீஸ் பீஸா போயிருப்போம். என் குடும்பமே அழிஞ்சிருக்கும்” என்று கண்ணீரும் வடித்தான். செல்வராஜும் ஸ்தம்பித்துத்தான் போயிருந்தார்.

❋ ——————— ❋

அத்தியாயம் 25

சிவபக்தியை விடவும் சிவத்தொண்டு மிக மேலானதாகக் கருதப்படுகிறது. பக்தியே துளியும் இல்லாதவர்கள்கூட சிவனடியார்களை உபசரித்து பெரும்பேறு பெற்றுள்ளனர். இங்கே சிவனடியார்கள் என்று குறிப்பிடும்போது சிவனடியார் என்பதற்கு என்ன இலக்கணம் என்று கேட்கத் தோன்றும். அந்த சிவபெருமானை நெஞ்சுக்குள் நிரப்பி, மூச்சுக்கு மூச்சு எல்லாம் சிவமயம், எல்லாம் சிவத்தின் செயல். இந்த உலகின் ஒவ்வொரு அணுத்துகளும் கூட சிவமே என்று எவரெல்லாம் நினைக்கின்றனரோ, அவரெல்லாம் சிவடினயார்கள் தான்.

அவ்வளவு எதற்கு?

ஒரு நாடகத்தில் சிவனடியார் போல் வேடமிட்டிருப்பவர்கூட நிஜத்தில் சிவடினயார்தான். இவர்களுக்கு உதவுவது, சோறிடுவது, இவர்களது பாதங்களை வணங்குவது, இவர்களுக்கு இவர்கள் விரும்பும் வண்ணம் சேவை செய்வது என்று எதைச் செய்தாலும் அதெல்லாமும் சிவத்தொண்டே...

அவ்வகையில் திருக்கடவூர் அமிர்தகடேஸ்வரர் ஆலயத்தில் கலயனார் என்று ஒரு சிவத்தொண்டர். இவர் புரிந்த சிவத்தொண்டு இவரை அறுபத்து மூன்று நாயன்மார்களில் ஒருவராகவே ஆக்கியது. அது என்ன தெரியுமா?

போலீஸ் கமிஷனரில் இருந்து ஏரியா போலீஸ் இன்ஸ்பெக்டர்கள் வரை எல்லோருமே குழுமியிருந்தனர்.

டி.ஐ.ஜியின் விசேஷ அழைப்பு.

வேகமான அழைப்பு கூட...

விபரம் தெரிந்து பத்திரிகையாளர்களும்கூட வந்து விட்டிருந்தனர்.

அவர்களில் ஷாலினியும் இருந்ததுதான் ஆச்சரியம்.

சிவன்மலையில் ஏற்பட்டிருந்த வித்தியாசமான அனுபவங்களில் இருந்து விடுபட்டும், விடுபடாமலும் அவள் இருந்தாள். அந்தக் கூட்டத்திற்கு பாண்டியனும் அழைக்கப்பட்டிருந்தார்.

கல்யாண மாப்பிள்ளையான பாண்டியன் ரங்கநாயகியுடன் ஹனிமூன் போவதற்கு பதிலாக டி.ஐ.ஜி அலுவலகத்திற்கு வந்திருப்பது பத்திரிகையாளர்களையும் குடைந்து கொண்டிருந்தது.

உள்ளே டி.ஐ.ஜி தலைமையில் அவசரக் கூட்டம் ரகசியமாக நடந்தபடி இருக்க, வெளியே அழைப்பிற்காக பாண்டியன் காத்துக் கொண்டிருந்தார்.

ஷாலினி மெல்ல அவரருகில் சென்று, "ஹாய் பாண்டியன்" எனறாள்.

"ஹாய் ஷாலினி."

"என்ன பாண்டியன், கல்யாணம் ஆயிடிச்சின்னு கேள்விப்பட்டேன்."

"உம்"

"உம்னு ஒத்துக்கிட்டா ஆச்சா... என்னையெல்லாம் உங்களுக்கு மறந்து போச்சா."

"சாரி ஷாலினி. இந்தக் கல்யாணம் ரொம்ப சிம்பிளான ஒரு கல்யாணம். நான் இதை பெருசாவும் நினைக்கலை."

“உங்களுக்கு இது பெருசில்லைதான். ஆனா ஒரு கால்கேர்ளுக்கு நீங்கள் லைஃப் கொடுத்திருக்கிறது எவ்வளவு பெரிய விஷயம் தெரியுமா?”

பாண்டியன் பதிலுக்கு நெற்றி சுருங்க ஷாலினியைப் பார்த்தார்.

“என்ன பாண்டியன்... நான் தப்பா ஏதாவது பேசிட்டேனா?”

“என் மனைவியோட கடந்த காலம் பத்தி யாரும் ஒரு வார்த்தை பேசறத கூட நான் விரும்பல...”

“ஓ... நான் கால்கேர்ள்னு சொன்னதை சொல்றீங்களா?”

“போதும். ஷாலினி உங்களுக்கு இங்கிதமே தெரியலை. பத்திரிகைக்காரங்களுக்கு செய்திதான் கணக்குங்கறது சரியா இருக்கு, எப்பவும் பரபரப்பா எங்க என்ன செய்தி கிடைக்கும், அதை எப்படி எப்படி எல்லாம் வெளியிடலாம்னு தான் உங்களுக்கு புத்தி போகுது... ஆனா அதனால எவ்வளவு பேர் எப்படி எல்லாம் பாதிக்கப்பட்றாங்க, படுவாங்கன்னு நீங்க யோசிக்கறதே இல்லை...”

“பாண்டியன் எதுக்கு இந்தக் கோபம்? நீங்க செய்திருக்கறது ஒரு தியாகம். அதை பத்திரிகைல ஒருவேளை நான் எழுதினா அதனால நல்லது தானே?”

“ஒரு நல்லதும் இல்லை. என்னைப் பார்த்துட்டுல்லாம் எந்த ஆணும் ஒரு விபசாரிக்கு வாழ்க்கை தரமாட்டான். வேணும்னா என் மனைவி விபச்சாரியா இருந்தப்போ யார் யார்கூட போனா வந்தான்னு வேண்டாத ஆராய்ச்சி வேணும்னா பண்ணுவாங்க. இது தேவையா?”

பாண்டியன் அப்படி ஒரு கோபப்பட்டு ஷாலினி பார்த்ததேயில்லை, அவளுக்கு முகமெல்லாம் சிவந்துவிட்டது. மேற்கொண்டு எவ்வளவோ விஷயங்களைப் பாண்டியனிடம் பேச ஆசைப்பட்ட ஷாலினிக்கு பாண்டியனின் கோபமும், கேள்வியும் ஏமாற்றத்தைத்தான் தந்தது. அப்போது உள்ளே இருந்து ஒரு போலீஸ் ஆபீசர் வந்து, பாண்டியனை டி.ஐ.ஜி

உள்ளே அழைப்பதாகக் கூறி அழைத்துச் சென்றார். பாண்டியனும் அவர் பின் நடந்தார்.!

உள்ளே ஏ.சி. கான்ஃப்ரென்ஸ் ஹால்!

டி.ஐ.ஜி பாலகுமார் நடுநாயகமாக அமர்ந்து கொண்டிருக்க, ரவுண்ட் டேபிள் போடப்பட்டு அதில் சென்னையின் ஒட்டுமொத்த போலீஸ் ஆபீசர்களும் அமர்ந்திருந்தனர். பாண்டியனை அழைத்துச் சென்ற அதிகாரி, அவருக்கான இடத்தைக் காட்டி அமரச் சொன்னார்.

பாண்டியன் எதைப் பேச விரும்பினாலும் உட்கார்ந்த இடத்தில் இருந்தபடியே பேசுவதற்கு தோதாக மைக் பொருத்தப்பட்டிருந்தது.

பாண்டியன் அமரவும் அந்தக் கூட்டத்தில் செல்வராஜ் எழுந்து நின்று பேசத் தொடங்கினார்.

"வெல்கம் மிஸ்டர் பாண்டியன். வெரிஃபர்ஸ்ட் டைம் ஒரு போலீஸ் கான்ஃப்ரன்சுக்கு, அதுவும் சீக்ரெட் கான்ஃப்ரன்சுக்கு போலீஸ் இல்லாத ஒருவர் அழைக்கப்பட்டிருப்பது இதுதான் முதல்முறை. தமிழ்நாடு போலீஸ் சார்பா உங்களை வரவேற்கறதுல பெருமைப்பட்றேன்." என்று செல்வராஜ் இடைவெளி விடவும்... மற்ற அதிகாரிகள் கைதட்டி வரவேற்றனர்.

பாண்டியன் எழுந்து நின்று அவர்களின் வரவேற்புக்கு நன்றி கூறினார்.

செல்வராஜ் தொடர்ந்தார்:

"மிஸ்டர் பாண்டியன்... இந்தக் கூட்டத்துல நீங்க சிவன்மலைல உங்களுக்கு ஏற்பட்ட அனுபவங்களைப் பேசணும்கறது எங்களோட விருப்பம், பொதுவா சிவன்மலை ஒரு புண்ணிய ஸ்தலம், சித்தர்கள் நடமாட்டம் உள்ள ஒரு காட்டுப் பகுதிங்கறது தான் எல்லாருடைய அபிப்ராயமும்...

வன இலாகா அதிகாரிகளும் இந்தக் கருத்தை தான் உறுதிப்படுத்திக்கிட்டு வர்றாங்க... அந்த மலைல சமுதாய

விரோதமான எந்தச் செயல்பாடுகளும் இல்லைங்கறதும் ஒரு நம்பிக்கை...

இருந்தாலும் மாறிக்கிட்டு இருக்கற வேகமான இந்த விஞ்ஞான உலகத்துல, நாம பவித்ரமா நினைக்கற பல விஷயங்கள் தப்பா போயிட்ட சம்பவங்களுக்கும் பஞ்சமில்லை. அதுலேயும் மதவெறியும், இனவெறியும் தலைவிரிச்சாடற இந்தக் காலகட்டத்துல இந்திய நாட்டுல உள்ள கோயில்களை, அந்தக் கோயிலுக்குள்ள இருக்கற தெய்வங்கள் ஒண்ணும் பாதுகாத்துக்கலை, போலீஸ்தான் அங்க பாதுகாத்துக்கிட்டிருக்கு, உலகத்தையே காப்பாத்தற கடவுளை போலீஸ் காப்பாத்தறதுங்கறது ஒரு வேடிக்கையான விஷயமாகவும் விஞ்ஞானப் பார்வை உள்ளவங்களால பார்க்கப்படுது.

இதெல்லாம் பாக்கறவங்க பார்வையைப் பொறுத்த விஷயம்... இதுக்கு நடுவுல போலீஸ் டிபார்ட்மெண்ட் எப்படி பாக்குதுங்கறதுதான் ரொம்பவே முக்கியம். சுருக்கமா சொல்லிக்கறேன்... யாரையும் எப்பவும் சந்தேகப்படறதுங்கறது தான் போலீஸ் புத்தி, பல நேரங்கள்ல அது தப்பா போனாலும் சில நேரங்கள்ல அது சரியா இருந்து பல விபரீதங்கள் நடப்பதைத் தடுத்திருக்கு... இன்ஃபாக்ட் உங்களுக்கு வந்த பார்சல் வெடிகுண்டை சந்தேகப்பட்ட சம்பவத்தையும் சொல்லலாம். இதையெல்லாம் இங்க நான் விபரமா சொல்லக் காரணம் இருக்கு!

சில மாதங்களா எங்க போலீஸ் டிபார்ட்மெண்ட்டுக்கு கிடைத்த தகவல்கள் சிவன்மலை மேல ஒரு தப்பான பார்வையே ஏற்படுத்திடிச்சு. அந்த மலைக்குப் போன ஒரு நாலுபேர் இந்தச் சமுதாயத்துல பெரிய பொறுப்புல இருக்கறவங்க. அவங்களுக்கு குடும்பம், குழந்தைகள்னு பந்த பாசங்கள் இருந்தும் அவங்க அந்த மலைக்காட்டை விட்டு திரும்பி வரலை.

அவர்களைத் தேடிப்போன போலீசுக்கும் எந்தத் தகவல்களும் பெருசா கிடைக்கல. ஆனா அவங்க அங்க சாமியாரா மாறி நடமாடிக்கிட்டிருக்காங்கன்னு ஒரு கருத்தும் இருக்கு.

அதுமட்டுமில்ல, வன இலாகா அதிகாரி ஒருத்தரே அந்த மலைக்காட்டுல காணாம போயிருக்கார். அவர் காணாம போனாரா இல்லை, இறந்துபோயிட்டாராங்கற கேள்விக்கும் இதுவரை தெளிவான விடை இல்லை.

இதெல்லாம் ஒரு பக்கம்!

அதேசமயம் அந்த மலைக்காட்டுல இருக்கற ஆகாசலிங்கத்தைத் தரிசிக்க போன ஒரு குருடர், ஒரு முடவர் பரிபூரணமா குணமாகி திரும்பி வந்திருக்காங்க, குறிப்பா, முடவரை நானே பார்த்திருக்கேன். அவர் இப்போ என்னைவிட வேகமா ஓடறார். அது எப்படின்னும் தெரியல.

ஒரு பக்கம் இந்த மாதிரி நம்பமுடியாத விஷயம். மறுபக்கம் பயங்கரமா அங்க ஏதோ நடக்குதுங்கறது மாதிரியான சமூக விரோத விஷயம்னு சிவன்மலை ஒரு புதிராத்தான் இருக்கு.

அதிர்ஷ்டவசமா அந்த மலைக்குப் போய்ட்டு வந்துருக்கற உங்களை நாங்க ஒரு நல்ல நேர்மையான அனுபவசாலியா நினைக்கறதால இங்க கூப்பிட்டிருக்கோம். உங்களையும் கொல்ல ஒரு கூட்டம் அலைஞ்சுக்கிட்டிருக்கறதும் ஒரு நம்ப முடியாத உண்மை. இல்லேன்னா உங்களுக்கு எதுக்காக வெடிகுண்டு பார்சல் வரணும்?

ஆகையால, நீங்க நான் எழுப்பின கேள்விகளுக்கு மட்டுமில்ல, மேற்கொண்டு உங்களுக்குத் தெரிஞ்ச எல்லா விஷயங்களையும் இங்க பகிர்ந்துகிட்டா அது எங்களுக்கு பெரிய உதவியா இருக்கும்..."

செல்வராஜ் நீண்ட தன் பேச்சை முடித்துக்கொண்டு அமர்ந்தார்.

பாண்டியனும் ஒரு தயார் நிலையோடு எழுந்து நின்றார். எல்லோரையும் ஒரு பார்வை பார்த்துவிட்டு பேச்சை ஆரம்பித்தார்.

"எல்லாருக்கும் என் வணக்கம்!

உங்க பர்சனல் மீட்டிங்ல என்னையும் கூப்பிட்டு பேசச் சொன்னதுக்கு முதல்ல என்னோட நன்றி. செல்வராஜ் பேசினதோட சுருக்கம் என்னன்னா 'சிவன்மலைல என்னதான் நடக்குது?' அங்க நிஜமாலுமே நல்லது மட்டும்தான் இருக்கா... இல்ல, அந்த போர்வைல தப்பு நடக்குதாங்கறது தான் அவர் கேள்வி.

நம்ம நாட்டுல மட்டுமில்ல... உலக நாடுகள்ளையும் ஆன்மீகப் போர்வைல நடக்கற தப்புகள்தான் ஏராளம். தொட்டதுக்கெல்லாம் நாம உதாரணம் காட்ற ஜப்பான்ல கூட ஷோகோன்னு சொல்ற ஒரு சன்னியாசி மிகப் பெரிய குற்றவாளியா உலகுக்கு உணர்த்தப்பட்டிருக்கான். அவன் யார், எப்படின்னு மீடியா மூலமா தோலுரிச்சுக் காட்டின பிறகும் அவனை இப்பவும் கடவுளா நம்பறவங்க இருக்கத்தான் செய்யறாங்க... இதை எதுக்கு குறிப்பிடறேன்னா, ஆன்மீகத்துல நம்பிக்கைக்கு சாதகமான விஷயங்களை விட எதிரான விஷயங்கள்தான் அதிகம் இருக்கு.

ஆனா உண்மைல ஆன்மீகம் ரொம்ப ரொம்ப அற்புதமான ஒரு விஷயம். இந்த உலகத்துல எவ்வளவோ அதிசயங்கள். ஆனா என் வரைல அதிசயத்துக்கெல்லாம் அதிசயம் ஆன்மீகம் தான். அது ஓர் அற்புதமான விஷயமும் கூட...

அவ்வளவு ஏன்...? என் வரைல உண்மையான பகுத்தறிவே ஆன்மீகம்தான். இந்த ஆன்மீகம் ஒரு தனிமனிதனுக்குள்ள, அவனை தாங்கிப் பிடிக்கற நம்பிக்கை எல்லைல இருக்கறவரை ஒரு பிரச்சினையும் இல்லை. ஆனா இது ஒரு கூட்டத்தை வழி நடத்தறேன்னு புறப்படற இடத்துலதான் தவறுகள் ஆரம்பமாகுது.

நான் இப்ப சிவன்மலை விஷயத்துக்கு வரேன். அது உண்மைல ஓர் அற்புதமான மலை. நாம ரொம்ப பெருமிதத்தோட கவனமா பாதுகாத்து வெச்சுக்க வேண்டிய ஒரு பொக்கிஷம் தான் மலை. அங்க சித்த புருஷர்கள் இருக்கறது சத்தியம். அவங்களால தான் அந்த மலைக்கும் பெருமை. நானும் அங்க

சில சித்தர்களை தரிசனம் செய்தேன். எனக்கும் அங்க சில அதிசயங்கள் நடந்தது.

உங்க டிப்பார்ட்மெண்ட் சந்தேகப்பட்ற மாதிரி அங்க சில தப்பானவங்களும் இருக்கத்தான் செய்யறாங்க. ஆனா அவங்களால எதுவும் சாதிக்க முடியாது. அவங்கள அங்க இருக்கற சித்த சன்னியாசிகளே பார்த்துக்குவாங்க. போலீஸ் இலாகா அந்த மலையைப் பத்தி மட்டும் கவலைப்பட வேண்டாம்கறது தான் என்னோட கருத்து..."

பாண்டியன் பதில் டி.ஐ.ஜி முகத்தில் ஒரு குழப்பமான உணர்வைத் தோற்றுவித்திருந்தது. அதை கமிஷனர் ஆனந்தனும் கவனித்தார்.

"மிஸ்டர் பாண்டியன்... வாட் டு யூ மீன்? போலீஸ் டிபார்ட்மெண்ட்டை வாயை மூடிக்கிட்டு வேடிக்கை மட்டும் பார்க்கச் சொல்றீங்களா?"

"கிட்டத்தட்ட அப்படித்தான் சார்..."

"உங்களுக்கே இப்படி சொல்ல சங்கடமா இல்லையா?"

"நிச்சயமா இல்லை சார்."

"நீங்க புரிஞ்சுதான் பேசறீங்களா பாண்டியன். சிவன்மலை சிக்கலோட எதிரொலி உங்க கல்யாணத்துலையே குண்டு வெடிக்கத் தெரிஞ்சது. ஒருவேளை வெடிச்சிருந்தா இன்னொரு மும்பை குண்டு வெடிப்பு சம்பவம் போலத்தான் ஆகியிருக்கும்... இதை ஒத்துக்கறீங்களா?"

"சார், அந்த சம்பவங்களுக்கும் இதுக்கும் முடிச்சு போடாதீங்க. இதுல எதிரி எவ்வளவுதான் பெரிய அளவுல தப்பு செய்ய முயன்றாலும் கடைசில அவன் தோத்து ஒண்ணுமில்லாம தான் போவான். என்னா அவன் மோதறது சத்தியமே வடிவான சித்தர்கள்கிட்ட... என் கல்யாண வெடி விபத்துலகூட யாருக்கும் எதுவும் நடக்கலையே..."

“என்ன உளர்றீங்க நீங்க... சிட்டில வரிசையாக ஒருத்தருக்கு மூணு பேர் பாம்பு கடிச்சு செத்துப் போயிருக்காங்க, கடிச்சிருக்கற பாம்பு விஷமும் அசாதாரணமானது... ராஜநாகத்தை விட கொடிய பாம்போட விஷம்னு போஸ்ட்மார்ட்டம் ரிப்போர்ட் சொல்லுது... உங்க கல்யாணத்துல வேணும்னா எதுவும் நடக்காம இருந்துருக்கலாம், இதுக்கு என்ன சொல்றீங்க?”

“அதான் சொல்லிட்டீங்களே... ராஜநாகத்தைவிட கொடிய பாம்புக் கடின்னு. அதைப் பிடிச்சு கொல்லப் பாருங்க. அதோட சிவன்மலையை முடிச்சுபோட்டா எப்படி?”

“இறந்தவர்கள் ஏதோ ஒரு வகைல சிவன்மலைல தொடர்புள்ளவர்களா இருக்காங்களே.”

“இருக்கலாம்... ஆனா என்னால சிவன்மலை விஷயத்துல குற்றம் சொல்ல முடியலை...”

“உங்க நம்பிக்கையை ஒரு பக்கம் வையுங்க. பொறுப்புள்ள ஒரு போலீஸ் ஆபீசரா நீங்க இருந்தா என்ன செய்வீங்க?”

“நல்ல கேள்வி... நிச்சயமா இப்படி விலாவரியா பேசற ஒரு மீட்டிங்ல நான் பங்கெடுத்துக்க மாட்டேன். என செயல்பாடுகள் எப்பவும் ரகசியமாவே இருக்கும்.”

“இங்க அன்னியர்கள் யாரும் இல்லை பாண்டியன். எல்லாரும் போலீஸ்காரங்கதான். சென்னைல எங்க எது நடந்தாலும் எல்லாரும் அலர்ட்டா இருக்கவும், ஒருத்தருக்கு ஒருத்தர் உதவி செய்துக்கவும் தான் இப்படி கூடிப் பேசிக்கறோம்.”

“இருக்கலாம் சார்... ஒன்ஸ் எகெய்ன்... நான் திரும்ப உங்களுக்குச் சொல்லிக்கறேன். போலீஸ் டிபார்ட்மெண்ட் சும்மா இருந்தா போதும். கொஞ்சநாள்ளயே சிவன்மலை பற்றின எல்லா புதிர்களுக்கும் விடை கிடைச்சிடும்.”

“வெரி சாரி மிஸ்டர் பாண்டியன். நீங்க போலீஸா இல்லாம இருக்கலாம். ஆனா நீங்களும் ஒரு டிடெக்டிவ். நீங்க இப்படி பேசறது எங்களுக்கு ரொம்ப வேதனையைத் தருது.”

“சரி... நான் என்ன செய்யணும்னு நீங்க எதிர்பார்க்கறீங்க?”

“என் கேள்விக்கு பதில் சொல்லுங்க... காட்டுல நீங்க காணாம போன அந்த நான்கு பேரை பார்த்தீங்களா?”

“இல்லை... ஆனா அவங்க சன்னியாசிகளா சுத்திக்கிட்டிருக்கறது உண்மை.”

“அது எப்படி குடும்பம் பிள்ளை குட்டிகளை எல்லாம் மறந்துட்டு அப்படி சுத்தமுடியும்?”

“இது அவங்கக்கிட்ட கேட்க வேண்டிய கேள்வி.”

“சரி... உங்களுக்கு அடிக்கடி எச்சரிக்கை கடிதமும் பார்சல்களும் வந்திருக்கா?”

“நிறையவே வந்திருக்கு...”

“நீங்க யாரை டவுட் பண்றீங்க?”

“இப்ப நிஜமாலுமே என்னால சொல்ல முடியல...”

“அதாவது உங்களுக்கே அவங்க யார்னு தெரியலியா?”

“ஆமாம் சார்...”

“ஆர் யூ ஷ்யூர்.”

“ஹண்ட்ரட் பர்சண்ட் சார்.”

“சரி... உங்களுக்கு போலீஸ் உதவி தேவைப்படுமா?”

“இப்போதைக்கு தேவையில்லைன்னுதான் நினைக்கறேன்...”

“நாளைக்கே தேவைப்பட்டா கேட்பீங்களா?”

“அதுல என்ன சந்தேகம்? நான் உங்க டிபார்ட்மெண்ட்டோட வெல் விஷர். உங்களுக்கு ரொம்ப கடமைப்பட்டவன். என் மனைவிக்கு உங்க டிபார்ட்மெண்ட் பெரிய உதவி செய்திருக்கு.”

“அப்ப சிவன்மலை தொடர்பா போலீஸ் டிபார்மெண்ட் பெருசா எந்த நடவடிக்கையும் எடுக்க வேண்டாம்னு சொல்றீங்களா?”

“நான் யார் சார் அப்படி சொல்ல...? நீங்க நான் சொன்னா கேக்கப் போறதும் கிடையாது. உங்களுக்கு எது சரியோ அதன்படி செயல்படுங்க. ஆனா ஒண்ணு... நீங்க ஆரம்பிச்ச இடத்துலதான் இருப்பீங்க. பெரிய முன்னேற்றங்களை அதுல பார்க்க முடியாதுங்கறது என் கருத்து.”

“ரைட் மிஸ்டர் பாண்டியன். நீங்க உங்க வழில போங்க. நாங்க எங்க வழில போறோம். நீங்க சொல்ற மாதிரி நடக்குதா இல்லையாங்கறதையும் தான் பிராக்டிக்கலா பார்ப்போமே...”

கமிஷனர் ஆனந்தன் முற்றுப்புள்ளி வைத்தார். பாண்டியனும் ஒரு வணக்கத்தை எல்லோருக்கும் கூறிவிட்டு வெளியே செல்லத் தொடங்கினார்.

❋ ———————— ❋

அத்தியாயம் 26

கலயனார் ஒரு நல்ல சிவத்தொண்டர். பிராமணரான இவர் வார்த்தைக்கு வார்த்தை கூறுவது அந்த சிவனின் பஞ்சாட்சர மந்திரமான 'ஓம்நமச்சிவாய' என்கிற மந்திரத்தை தான். திருக்கடவூரில் வாழ்ந்து வந்த இவர் சிவபெருமானுக்கு தினமும் ஏதாவது ஒரு சிறு தொண்டாவது செய்ய எண்ணினார். தான் புரியும் தொண்டானது எல்லோருக்கும் பயன்பட்டு, அதனால் அந்த ஈசனின் புகழ் மணக்க வேண்டும் என்று எண்ணிய அவர், மணக்கின்ற விஷயமாகவே தொண்டு புரியத் தயாரானார்.

திருக்கடவூர் ஆலயத்தில் ஆறு கால பூசையின் போது மேளதாளம் முழங்கும். கோவில் மணி ஒலிக்கும். திருச்சன்னதியில் ஓதுவார்கள் பாசுரங்களை ஓதியபடி நிற்பார்கள். சன்னதி கருவறைக்குள் ஆலயபட்டர்பிரான்கள் ருத்ரம் முதலான மந்திரங்களைக் கூறி மலர் கொண்டு அர்ச்சிப்பார்கள். இப்படி ஆளுக்கு ஒரு பணிபுரியும்போது, தானும் ஒரு திருப்பணியை இதனூடே புரிந்திட எண்ணம் கொண்டார். அதன்படி அபிஷேக நீரினை குளத்தில் இருந்து எடுத்துச் சென்று தருவது என்று முடிவு செய்த அவருக்கு அந்த வாய்ப்பை கோவில் பட்டர் தரவில்லை. அது தன் கடமை என்று கூறிவிட்டார்.

குறைந்தபட்சம் திருக்கோவிலைக் கூட்டி சுத்தம் செய்து தூய்மையை பேண உதவலாம் என்று எண்ணியபோது,

அதற்கும் திருக்கோவிலில் ஆட்கள் போடப்பட்டிருந்தனர். அவர்கள் கலயனாரை அருகிலேயே விடவில்லை.

அப்போதுதான் அவருக்கு அந்த உபாயமும் தோன்றியது. அதாவது மணக்க மணக்க திருச்சன்னதியில் குங்கலியம் எனப்படும் சாம்பிராணி புகை போடுவதுதான் அது. குங்கலியம் எனப்படும் பொருளானது தாவர வகை சார்ந்தது. அது ஒரு மரத்தின் பிசின் போன்றது. அதை நெருப்பில் இடும்போது கிளம்பும் புகையானது மிகுந்த வாசம் உடையதாக இருக்கும். அது மட்டுமின்றி அது தான் பரவுகின்ற சூழலையே தெய்வீக நறுமணத்திற்கு ஏற்ப மாற்றிவிடும்... அது பரவுகின்ற இடத்தில் தீய சக்திகளின் கதிர்கள் இருந்தால் அவையும் செயலிழந்து போகும். எனவே கலயனாரும் குங்கலிய தூபம் போடுவதை தன் வாழ்நாளில் முழு முதல் கடமையாகவே கருதினார்.

எப்பொழுதும் இதுபோன்ற தூய பக்தி படைத்தவர்களுக்கு சோதனைகளை அளிப்பதில் அந்த ஈசனும் பேர் போனவன் அல்லவா?

கலயனாருக்கும் வந்தது ஒரு சோதனை!

அது...?

வெளியே வந்த பாண்டியன் பத்திரிகையாளர்கள் தன்னை நோக்கி வருவதைப் பார்த்து சிரித்தார். சிலர் பேனாவும் கையுமாக நிற்க, சிலர் மைக்கை நீட்டி அவர் கூறப்போவதைப் பதிவு செய்துகொள்ளத் தயாராயினர்.

"சார்... நீங்க ஒரு பிரைவேட் டிடெக்டிவ். ஆனா இங்க போலீஸ் டிபார்ட்மெண்ட்டோட மீட்டிங்ல கலந்துக்க வந்துருக்கீங்க. எதுக்கு வந்திருக்கீங்க. என்ன பேசினீங்கன்னு தெரிஞ்சிக்கலாமா?"

"சாரி... நான் எதையும் சொல்ற நிலைல இப்ப இல்லை."

“உங்க கல்யாணத்தின்போது தான் பெரிய அளவுல குண்டுவெடிப்பு நடந்திருக்கு. நீங்க அதுக்கு யார் காரணம்னு நினைக்கறீங்க?”

“நிஜமா இப்ப என்னால சொல்ல முடியலை. ஆனா ஒண்ணு, அந்த நபரை நான் நிச்சயமா கண்டுபிடிச்சே தீருவேன்.”

“உள்ள மீட்டிங்ல அதைப்பத்திதான் பேசினீங்களா?”

“அதைப்பத்தியும் பேசினோம்.”

“எக்ஸ்யூஸ் மீ சார்... சமீபகாலமா சிவன்மலைல நிறைய தவறுகள் நடக்கறதாவும், அதை கண்டுபிடிக்க நீங்க அந்த மலைக்குப் போனதாவும் கேள்விப்பட்டோம் அது உண்மையா?”

“நான் சிவன்மலைக்குப் போனது உண்மை. அது அங்க உள்ள ஆகாசலிங்கத்தை வணங்கறதுக்காக, அவ்வளவுதான்...”

“அப்ப அங்க எந்தத் தவறுகளும் நடக்கலையா சார்...?”

“எனக்கு தெரிஞ்சு இல்லை... தயவுசெய்து இதுக்குமேல என்னை எதுவும் கேட்காதீங்க. நான் அவசரமா போகணும்.”

பாண்டியன் அந்தக் கூட்டத்தைப் பிய்த்துக்கொண்டு தன் பைக்கை நோக்கி ஓடினார். அதன்மேல் தாவி ஏறினார். அதுவும் சீறிக்கொண்டு புறப்பட்டது. அவர் போவதைப் பலரும் பார்த்தபடி இருந்தனர். அவர்களில் இச்சாதாரி பரணியும் இருந்ததுதான் ஆச்சரியம்.

அவன் பார்வை பாண்டியன் மறையவும் சோர்வாக இருந்த ஷாலினியின் பக்கம்தான் திரும்பியது. ஷாலினியும் சிவன்மலைக்கு வந்தவள் தானே? இவளோடு வந்த கண்ணன் உடம்பில் தானே இப்பொழுது சுந்தர்ராஜனும் இருக்கிறார். அதெல்லாம் கலந்தடித்த எண்ணம் இச்சாதாரிக்குள் ஓடியபடி இருந்தது.

மெல்ல ஷாலினி அருகே வந்த இச்சாதாரி பரணி, ஷாலினி போல ஒரு துணை தனக்கிருந்தால் தான் இனி தான் நினைப்பதுபோல நடந்துகொள்ள முடியும் என்று தோன்றவே,

அது ஒரு புன்னகையாக, அதாவது வசியப் புன்னகையாக வெளிப்பட்டது.

இச்சாதாரிகளின் எவ்வளவோ சக்திகளில் வசிய சக்தியும் ஒன்று. அது ஷாலினியிடம் நன்றாகவே வேலை செய்தது. அவளுக்கு இச்சாதாரி எதிரில், தான் யார் என்பதே மெல்ல மறந்து போகத் தொடங்கியது. அப்படியே கையிரண்டும் உயர்ந்து பரணியைப் பார்த்து கும்பிடு போட்டது.

பரணியும் சிரித்தபடியே “ஷாலினி... நான் இனி உன் குரு நான் சொல்றதை எல்லாம் நீ இனி கேட்கணும்” என்றபோது ஷாலினியிடம் மறுபேச்சில்லை.

“நாம இப்போ ஒரு ரகசிய இடத்துக்குப் போகணும். அதுக்கு நீதான் ஏற்பாடு செய்யணும்” என்று பரணி கூறவும் ஷாலினிக்கு கடற்கரையோரமாக பூட்டிய நிலையில் இருக்கும் தன் அமெரிக்க மாமாவின் பங்களாதான் நினைவுக்கு வந்தது.

“குருவே. கடற்கரை ஓரமா என் மாமாவுக்கு ஒரு பங்களா இருக்கு. அவர் அமெரிக்காவுல இருக்கார், இந்தியா வரும்போது தங்கறதுக்காக அவர் வாங்கிப் போட்ட சொத்து அது. அங்க ஒரே ஒரு வேலைக்காரன் மட்டும்தான் இருக்கான், அவன்தான் அந்த மொத்த பங்களாவையும் பார்த்துக்கறான். நாம அங்க போகலாமா?”

ஷாலினி பவ்யமாகக் கேட்கவும் பரணி மேற்கொண்டு பேச ஏதுமில்லை என்கின்ற மாதிரி அவளது மொபட்டின் பின்னால் ஏறி அமர்ந்தான். அதுவும் ஓட ஆரம்பித்தது.

***

பொன்னிக்கு திருஷ்டி சுற்றி போட்டதில் அடுப்பில் அவ்வளவு சப்தம் பாரதி அவளை ஓர் ஆச்சரியமான பார்வை பார்த்தபடியே இருந்தாள். பொன்னியின் லட்சணம், அவளது பேச்சு, குறிப்பாக எதிர்காலம் பற்றி கூறுவது எல்லாம் பாரதிக்கு நம்பமுடியாத புதிராகவே இருந்தது.

மங்களத்திடமும், பொன்னியிடம் நிறைய கேள்விகள் கேட்க வேண்டும் என்கிற ஓர் உள்ளுணர்வு. லலிதாகூட தனக்கும் ரத்தினத்துக்கும் எந்த இடையூறும் இல்லாமல் கல்யாணம் நடக்குமா? என்று கேட்க வேண்டும் போல் இருந்தது. வித்யாவுக்குள்ளேயும் தனக்கு முதலில் ஆண் குழந்தை பிறக்குமா, இல்லை பெண் குழந்தை பிறக்குமா என்று கேட்கும் ஒரு கேள்வி.

ஆளாளுக்கு பொன்னியைப் பிடித்து அவளை உலுக்கி எடுத்து விடுவது என்பதுபோல் இருக்க, வாசலில் ஆட்டோ ஒன்று நிற்கும் சப்தம்.

அதனுள்ளிருந்து கண்ணன் உருவில் சுந்தர்ராஜன் இறங்கிக் கொண்டிருந்தார்.

சுந்தர்ராஜனைப் பார்க்கவும் பொன்னிக்கும் ஒரு பரவசம், "வாங்க சாமி..." என்றாள். கண்ணனும் மெல்ல உள்ளே வந்தார். முகத்தில் தாயைப் பறிகொடுத்த துக்கம், அது மங்களத்தை வெகுவாகவே பாதித்தது. கிட்டே வந்து அவன் அருகே சென்று கைகளைப் பற்றிக் கொண்டாள்.

வயதுப்படி பார்த்தால் பாலுவின் வயதுதான் கண்ணனுக்கு... எனவே ஒரு தாய் தன் மகனைத் தொடுவது போன்றது தான் அது. அதேசமயம் கண்ணனுக்குள் ஆத்ம சொரூபமாய் இருப்பது சுந்தர்ராஜன். அவ்வகையில் கணவன் உறவு. அதாவது ஒரே சமயத்தில் மங்களம் கழுத்துப்பிள்ளை, வயிற்றுப்பிள்ளை என்று இருவரையும் தொட்டதுபோல் இருந்தது.

கண்ணனுக்குள் இருந்த சுந்தர்ராஜனுக்கு நெடுநாட்களுக்கு பிறகு இல்லையில்லை, பலப்பல வருடங்களுக்குப் பிறகு மனைவியின் ஸ்பரிசம் படவும் மயிர்க்கால்களெல்லாம் சிலிர்த்துக் கொண்டது. அதனால் கண்ணிரண்டிலும் கண்ணீர் திரளத் தொடங்கியது.

பார்க்கின்றவர்களுக்கோ, அது கண்ணன் தன் தாயை இழந்துவிட்டதற்கான கண்ணீர் போலத்தான் இருந்தது.

பொன்னி மட்டும் அங்கு நடப்பதை நன்கு உணர்ந்தவள் போல ரசித்தாள். அப்படியே மங்களத்தைக் கலைத்தும் விட்டாள்.

“அம்மா... நல்ல காரியம் நடக்கப்போற வீடு. அது கொள்ளி போட்ட கை...” என்று எடுத்துக் கொடுக்கவும் வெடுக்கென்று விலக்கிக் கொண்டாள்.

“தம்பி மனசை தேத்திக்குங்க... உங்களுக்கு நாங்க ரொம்பவே கடமைப்பட்டிருக்கோம். எப்படி ஆறுதல் சொல்றதுன்னே தெரியல...” என்றாள்.

“அம்மா... அந்தப் பேச்சை விடுங்க. கண்ணன் சாமி எங்க வந்தீங்க?” என்று பேச்சையும் மாற்றினாள்.

“கல்யாண ஏற்பாடெல்லாம் நடந்துக்கிட்டிருக்கு தானே?”

“உம்... அதெல்லாம் தடபுடலா நடந்துகிட்டிருக்கு... அதுக்கெல்லாம் ஒரு குறையும் இல்லை.”

“அப்படியா?”

“ஆமாம்... இவங்கள்லாம் என்னை கிட்டத்தட்ட சாமி ஆக்கிட்டாங்க. அவங்கவங்க கையை நீட்டி எங்கிட்ட என்னென்னமோ கேட்டாங்க...”

“அவங்க கேட்கறது இருக்கட்டும் பொன்னி... நீ என்ன சொன்னே?”

“என்ன உண்டோ அதைச் சொன்னேன்...”

“அது என்னன்னு நானும் தெரிஞ்சுக்கலாமா?”

கண்ணனுக்குள் ஓர் அப்பாவுக்கே உண்டான ஆவல் மற்றும் எதிர்பார்ப்பு. பொன்னிக்கா அது புரியாது...

“சரி சாமி... உங்களுக்கும் சொல்லிட்றேன். வித்யாக்காவுக்கு மோகன் மாமா மாதிரியே, லலிதா அக்காவுக்கும் அவங்க மனசுக்கேத்த ஒரு மாப்ளை வரப் போறாரு, அவர் பேர் நவரத்னங்கள்ல ஒண்ணா இருக்கும்...”

பொன்னி அந்த பதிலோடு லலிதாவை பார்க்கவும், அவளும் ரத்தினத்தின் பெயரை தனக்குள் நினைவுபடுத்திக்கொண்டு அப்படியே திக்குமுக்காடிப் போனாள்.

“அதுமட்டுமில்ல... பாரதி அக்காவுக்கும் ஒரு நல்ல மாப்ளை வரப்போறார்... அவர் ஊருக்கெல்லாம் மருந்து கொடுக்கற டாக்டர்...”

“நிஜமாவா... பாரதிக்கு டாக்டர் மாப்ளையா?”

“ஆமாம்... பாலு அண்ணாவுக்கும் பொண்ணு ரெடியா இருக்கா...”

“அது யாரு... அது யாரு?”

“ஆங்... அதை மட்டும் நான் அப்புறமா சொல்றேன். ஒண்ணு மட்டும் உறுதி! உங்க அவ்வளவு பேருக்கும் அதிகபட்சமா ஒரு வருஷத்துல கல்யாணம் ஆகிடும். நீங்க அவ்வளவு பேரும் சந்தோஷமாவும் இருப்பீங்க. அதுல எந்த சந்தேகமும் இல்லை.”

பொன்னி முத்தாய்ப்பாகச் சொன்னது கண்ணனின் கண்களில் ஆனந்தக் கண்ணீரை வரவழைத்தது. மங்களமும் அதைக் கேட்டு அழுதாள். சட்டென்று அழுகையை அடக்கிக்கொண்டு, “இதை எல்லாம்விட முக்கியமான விஷயம் ஒண்ணு நான் கேட்கணும். கேக்கட்டுமா?” என்றாள்.

“அது என்னன்னு நீங்க கேக்காமலே எனக்கு தெரியும்” என்றாள் பொன்னி.

“எங்கே சொல் பார்க்கலாம்?”

“உங்க வீட்டுக்காரர் எப்ப வருவார்... அப்படி வர்றவர் காலமெல்லாம் இனி உங்ககூட இருப்பாரா? இதுதானே உங்க மனசுல இருக்கற கேள்வி.”

அடுத்த நொடியே மங்களம் பொன்னிக்கு தன் கரங்களால் திருஷ்டி கழித்தாள்.

“அம்மாடி... நீ சாதாரணக் குழந்தை இல்லை. தெய்வக் குழந்தை... தெய்வக் குழந்தை...”

“போறும்மா போறும். அவர் எப்பவோ வந்துட்டார். ஆனா உங்களுக்குத்தான் அவரை தெரியலை” என்றவளாக, கண்ணனை குறும்புப் பார்வை பார்த்தாள். மங்களம் மட்டுமில்லை, பாலுவும் அதைக் கேட்டு விக்கித்துப் போய், “பொன்னி நீ என்ன சொல்றே?” என்று பதைத்துப் போனான்.

கண்ணனிடம் ‘நான்தான் சுந்தர்ராஜன் என்கிற சத்தியத்தைப் போட்டு உடைத்து விடாதே...’ என்கிற ஒரு தவிப்பான பார்வை.

பொன்னியும் அது புரிந்து சமாளிக்கத் தொடங்கினாள்.

“இப்பவும் சொல்றேன். அவர் வந்துட்டார். வந்தவர் இன்னும் இரண்டு நாள்ல இங்க வந்துடுவார். அவர் இப்ப ஒண்ணும் சாதாரண ஃபாரெஸ்டர் சுந்தர்ராஜன் இல்ல... அவர் இப்ப பெரிய யோகி. அவருக்குத் தெரியாத யோக ரகசியங்களே இல்லை.

அம்மா... நீங்க இனி எப்பவும் அவர்கூடவே இருப்பீங்க. என் வார்த்தையை நல்லா கேட்டுக்கோங்க. நீங்க இனி எப்பவும் அவர் கூடத்தான் இருப்பீங்க.”

என்று பொன்னி அப்போது இரு பொருளுடன் சொன்னது அவ்வளவாக யாருக்கும் புரியவில்லை.

எப்படியோ அப்பா வந்து கல்யாணம் பிரச்சினை இல்லாமல் நடந்தால் போதும் என்கிற எண்ணத்தில், மங்களத்துக்கு மனது சமாதானமானது. வித்யாவும் பாலுவும் ஒருவரை ஒருவர் பரவசமாகப் பார்த்துக்கொள்ள, வழக்கம் போலவே குமுறலுடன் கொல்லைப்புறத்து மரத்தில் இருந்து கொண்டு இச்சாதாரியும் பார்த்துக் கொண்டிருந்ததுதான் கொடுமை!

கண்ணன் பார்வையோ பொன்னிமேல் இருந்தது. அது பேசாமல் பேசியது.

“பொன்னி நான் சிவன்மலைக்குக் கிளம்பிட்டிருக்கேன். இந்த உடம்போட வாசம் முடியப்போகுது...” அவரது மௌனபாஷை அவளுக்கும் விளங்கியது.

“போய்ட்டு சுந்தர்ராஜனா திரும்பி வாங்க. அந்த இச்சாதாரிய நான் பாத்துக்கறேன்...” அவள் பதிலும் அவருக்கு விளங்கியது.

“சரி நான் கிளம்பறேன்...” என்ற கண்ணனை மங்களம் தடுத்தாள்.

“இருப்பா... ஏதாவது நீ சாப்ட்டுட்டுதான் போகணும்...” என்று சமையல்கட்டுக்குப் போனாள்.

பாலுவும் லலிதாவுடன் ஆசாரி வீட்டுக்குக் கிளம்பினான். பொன்னி மட்டும் அந்த இடைவெளியில் கண்ணனை பூஜை அறைக்குக் கூட்டிச் சென்று அறை வாசலில் நிறுத்தி வைத்து, உள்ளே பார்க்கும்படி சைகை காட்டினாள்.

உள்ளே சிவலிங்கத்தின் முன்னால் பஞ்சுதிரி போட்டு நெய் விளக்கு எரிந்தபடி இருந்தது. அதன் முன்னே நாகமாணிக்கம் உள்ள அந்த குங்குமம் நிரம்பிய மரப்பெட்டி, பக்கத்தில் சுவற்றில் குங்குமத்தில் வரிசையாக கோடுகள். அதில் நாற்பத்தைந்து நாட்கள் பூர்த்தியான கணக்கு தெரிந்தது.

“இன்னும் மூணே நாள்தான்... உங்க மனைவி இந்த பூஜையை முடிச்சிட்டா, அந்த இச்சாதாரியால உங்கக்கிட்டகூட வர முடியாது...” என்று கிசுகிசு குரலில் பொன்னி பேசினாள்.

கண்ணன் கண்களில் கண்ணீர் திரண்டது.

“விளையாட்டா நான் அன்னிக்கு செய்த தப்பால தான் எவ்வளவு விபரீதங்கள்... அது தீரத்தான் எவ்வளவு காலம்...” கண்ணனும் கிசுகிசுத்தான்.

“அது சரி... பல நேரங்கள்ள வரங்களை விட தப்புக்குதான் நல்ல பலன் கிடைக்குது. உங்க தப்பும் அப்படித்தான். அன்னிக்கு அப்படி ஒரு தப்பை நீங்க பண்ணலேன்னா சித்த சக்தி பத்தியே உங்களுக்குத் தெரியாமல்ல போயிருக்கும்.”

“அதுவும் உண்மைதான். சித்த சக்தியும், யோகசக்தியும் எல்லாத்துக்கும் மேல சிவசக்தியும் எவ்வளவு பெருசுன்னு இப்ப எனக்குதானே தெரியும்?”

"அது எனக்கும் தெரியும்..." பொன்னி குறும்பாகக் கண் சிமிட்டினாள். மங்களமும் கையில் பால் தம்ளருடன் வந்தாள்.

மனைவி கையால் பால்!

ஆசையாக வாங்கிக் குடித்தான் கண்ணன். அதே மகிழ்வோடு புறப்பட்டான்.

"கல்யாணத்துக்கு அவசியம் வந்துடணும்..." புறப்படக் காலெடுத்தவனிடம் உரிமையாகக் குறிப்பிட்டாள் மங்களம்.

"மன்னிக்கணும்மா..." கண்ணனிடம் ஒரு தேக்கம்.

"என்ன தம்பி...?"

"நான் கல்யாணத்துக்கு வரமுடியாது... நான் இன்னிக்கே காசி பக்கமா போறேன்..."

"அப்படியா?"

"ஆமாம்... அம்மாவுக்கான காரியங்களை எல்லாம் கங்கைல போய் செய்யறேன். அப்படியே ரிஷிகேஷ், பத்ரிநாத்னு போய்ட்டு நான் வர பல மாதங்கள் ஆகலாம். நான் திரும்பியும் வரலாம். வராம அங்கேயே தங்கினாலும் தங்கிடுவேன்."

கண்ணனின் எச்சரிக்கைப் பேச்சு மங்களத்துக்கு எப்படி புரியும்? கலக்கமுடன் பார்த்தாள்.

இந்த வயசுல எதுக்கு இப்படி ஒரு முடிவு என்பதுபோல் இருந்தது அந்தப் பார்வை. ஆனால் கண்ணன் அதற்குமேல் அங்கே நிற்கவில்லை. விறுவிறுவென்று வீதியில் இறங்கிவிட்டான்..!

அத்தியாயம் 27

கலயனாரை சோதிக்க எண்ணிய இறைவன் முதல் காரியமாக அவருக்கு அளித்தது வறுமையை தான். ஆம்! அவருக்குச் சொந்தமான நிலபுலன்களில் எல்லாம் தீப்பிடித்து பயிர்கள் கருகிப் போயின. வண்டிவண்டியாக வந்து குவிய வேண்டிய நெல் மூட்டைகள் சாம்பலாகிப் போயின. இதனால் கலயனார் பெரிதும் நிலைகுலைந்து போனார். இருந்தும் கையிருப்பை வைத்து சமாளித்தவர், அதில் குங்கலியத்தை வாங்கி ஆலயத்தில் தூபமிட்டார்.

எத்தனை நாட்களுக்குத்தான் அப்படியே செயல்பட முடியும்? சாப்பிடுவதற்கே குன்றிமணி நெல்கூட வீட்டில் இல்லாத நிலையில் குங்கலியத்துக்கு எங்கே போவது...?

பார்த்தார் கலயனார் மனைவி!

தன் தாலியில் உள்ள தங்கத்தைக் கொடுத்து அதற்கு நெல் மூட்டைகளை வாங்கி வரும்படி பணித்தாள். கலயனாரும் புறப்பட்டார். இறைவனா விடுவான்? அவர் எதிரில் குங்கலியம் விற்பவனாக அவனே வந்தான்.

அவனைப் பார்க்கவும் கலயனாருக்கு பசிக்கு உணவு தேவை என்பதுகூட மறந்து போனது. தாலியை அவனிடம் தந்து, "அப்பா இதற்கு எவ்வளவு குங்கலியம் தர முடியுமோ

அவ்வளவு குங்கலியம் தா" என்று கேட்டு வாங்கிக் கொண்டார். குங்கலியத்தோடு நேராக வீடு திரும்பினார்.

மனைவியிடம் குங்கலியத்தைத் தந்தவர் "இறைவன் எனக்கு கருணை செய்து விட்டான். நல்லவேளை குங்கலியம் வாங்க உன் தாலியாவது இருந்தது. இந்த வாரத்துக்கு இறைவனுக்கு நான் தூபசேவையை நிறைவேற்றி விடுவேன்" என்றார்.

மனைவியும் பசியை மறந்து அவருடன் சேர்ந்து கொண்டாள். அந்த இறைவனும் அதைப் பார்த்துக் கொண்டே இருந்தான்!

ஆசாரி வீடு!

பாலுவும் லலிதாவும் வரவும் ஆசாரி உற்சாகமாக எதிர்கொண்டார். நகை தயாராக இருந்தது. அதைக் காட்டவும் லலிதாவுக்கு ஒரே பரவசமாகிவிட்டது. அங்கேயே அவர் எதிரிலேயே எடுத்து அணிந்துகொள்ளப் பார்த்தவளை பாலு தடுத்தான்.

"லலிதாக்கா... இது வித்யாக்காவுக்கு... உன் கல்யாணத்தின் போது உனக்கும் செஞ்சு போடுவேன். அப்ப போட்டுக்க..." என்றான் பாலு. லலிதாவுக்கு முகம் சுண்டிவிட்டது.

"அட என்ன தம்பி... இது போட்டு பார்க்கறதாலதானா இந்த நகை தேஞ்சிடப் போகும்..." என்று ஆசாரியும் வக்காலத்து வாங்கிப் பேசினார். அப்போது கழுகுக்கு மூக்கில் வியர்த்ததுபோல ரத்தினமும் வந்துவிட்டான்.

அவனைப் பார்க்கவும் லலிதாவுக்குள் ஒரு சிலிர்ப்பு. பொன்னி அவன் பெயரைச் சொல்லி அவனை மாப்பிள்ளையாகக் குறிப்பிட்டது நினைவுக்கு வந்தது.

அதேசமயம் பாலுவும் ஆசாரிக்கு கூலி கொடுக்க ஆயிரம் ரூபாய் நோட்டை நீட்டவும், அவர் சில்லறை இல்லை என்றார்.

“சரி, இருங்க நானே போய் மாத்திட்டு வந்துட்றேன்” என்று அவனும் கிளம்பினான். லலிதா அதுதான் சாக்கு என்று “நான் இங்கேயே இருக்கேன். நீ போய்ட்டு வா” என்றாள்.

ரத்தினமும் ஆசாரியிடம், “மாமா... உங்களை அக்கா சாப்பிட கூப்பிட்டாங்க. நீங்களும் போய் ஒருவாய் சாப்பிட்டு வந்துடுங்க” என்றான். அவரும் அவன் எதற்கு சொல்கிறான் என்பது புரியாமல் சாப்பிடக் கிளம்பினார்.

இப்போது அவன் எதிரில் லலிதா மட்டும்!

எப்பொழுதும் படபடக்கும் பார்வை, சிடுசிடுவென்ற பேச்சு, ஏக்கப் பெருமூச்சு என்றே இருப்பவள், முதல்முறையாக நிறைய வெட்கம், ஒருவித பெருமிதம், மகிழ்ச்சி என்று அவன் முன் முகம் காட்டினாள்.

“என்ன மேடம்... உங்களுக்கு வெட்கப்படக்கூட தெரியுமா?”

“என்ன கிண்டலா?”

“இல்ல... எப்பவும் ஜான்சிராணி மாதிரியும், ராணி மங்கம்மா மாதிரியுமே பார்த்ததால இன்னிக்கு உன் முகத்து வெட்கம் எனக்கு ஆச்சரியத்தைத் தருது...”

“தரும்... தரும்...”

“இப்படி அமுக்கமா பேசறதும் புதுசா இருக்கு...”

“ஆமாம்... நான் நேத்து வரை இருந்த லலிதா இல்லை. இப்ப நான் வேற லலிதா.”

“அது எப்படி?”

“சொல்றேன். உங்களுக்கு ஜோசியத்துல நம்பிக்கை இருக்கா?”

“ஊஹும்...”

“என்னது... நம்பிக்கை இல்லையா?”

“ஆமாம்... நீ ஏன் பதட்டப்பட்றே...?”

“அட என்னங்க நீங்க. எங்க வீட்ல பொன்னின்னு ஒரு பொண்ணு இருக்கா. அவ எது சொன்னாலும் அப்படியே நடக்குமாம். அடுத்தவங்க மனசுல இருக்கறதையும் அவ அப்படியே சொல்வாளாம்.”

“அதுக்கு இப்ப என்ன?”

“என்னவா... என் மனசுல நீங்க இருக்கறத அவ அப்படியே சொல்லிட்டா..”

“அட... நிஜமாவா சொல்றே?”

“அது மட்டுமல்ல... உங்ககூடதான் எனக்கு கல்யாணம்னும் சொல்லாம சொல்லிட்டா...”

“அட்றா சக்கைன்னானாம். அப்ப அம்மணி ஐயாவோட காதலை ஏத்துக்கிட்டீங்கன்னு சொல்லுங்க.”

லலிதா வெட்கப்பட்டு பதில் கூறாமல் நெளிந்தாள். ரத்தினத்துக்கும் தனக்கும் ஒரு வாழ்க்கை வந்துவிட்டதில் ஒரே கிளுகிளுப்பாகி விட்டது.

“அது மட்டுமில்லீங்க... என் அக்காவுக்கு ஒரு தொழிலதிபர் மாப்ளை... என் தங்கைக்கு ஒரு டாக்டர். எனக்கோ ஒரு சிபிசிஐடி. ஆபீசரே மாப்ளை. அவங்களுக்கெல்லாம் இல்லாத பெரிய பவர் உங்க கைல... இது வேற யாருக்கு கிடைக்கும்?”

லலிதா அவன் பொய்யை உண்மை என்று நம்பி ஏககுஷியோடு பேசவும், அவனுக்கு அது ஊசிபோல குத்தியது. அந்த நொடி... நான் சொன்ன அந்தப் பொய்க்கு அப்படி ஒரு சக்தியா என்றுகூட தோன்றியது. திணறிப் போனான். அவளும் கவனித்தாள்.

“என்ன தடுமாற்றம்?”

“இல்ல... உனக்குத்தான் என் போஸ்ட் மேல என்ன ஒரு மதிப்பு?”

“பின்ன என்னங்க... உங்களோடது எவ்வளவு த்ரில்லான வேலை.”

“ஆமாமா... த்ரில்லுன்னா திரில், அப்படி ஒரு த்ரில்.”

“உங்கக்கிட்ட இன்னொரு கேள்வி...”

“என்ன?”

“உங்க சம்பளம் எவ்வளவுன்னு நீங்க சொல்லவே இல்லையே.”

“அவசியம் தெரிஞ்சிக்கணுமோ?”

“பின்ன... எங்க அக்காக்கிட்ட நான் என் புருஷனும் அந்தஸ்துல குறைஞ்சவர் இல்லன்னு காட்டிக்க வேண்டாம்.”

“லலிதா... சிபிசிஐடி ஆபீசர்க்கெல்லாம் ஒண்ணும் பெரிய சம்பளம் கிடையாது. அதிகபட்சமா ஒரு இருபத்தைய்யாயிரம் வந்தா அதிகம்...”

“அடேங்கப்பா... இருபத்தையாயிரமா... இது குறைஞ்ச சம்பளமா?”

அவள் கேட்க, அவனுக்கும் அவள் மனது மெல்ல புரிய ஆரம்பித்தது.

“அட என்ன லலிதா நீ... இது பிசாத்து சம்பளம். நானும் பிசினஸ் பண்ணா லட்ச லட்சமா சம்பாதிப்பேன். தெரியுமா?”

“அப்ப இந்த போஸ்ட்டிங்.”

“ரிசைன் பண்ணிடுவேன். ஏன்னா இதுல உயிருக்கு உத்தரவாதம் கிடையாது.”

“அட ஆமால்ல... நான் ஒருத்தி! ஆமாம் பிசினஸ் பண்ண லட்சக்கணக்குல பணம் வேணுமே.”

“அதைப்பத்தி எல்லாம் கவலையேபடாதே... உன் கழுத்துல நான் தாலிய கட்டின பிறகு பார்... நான் புதுப்புது அவதாரம்ல எடுக்கப் போறேன்...”

ரத்தினம் சர்வஜாக்கிரதையாக தனது பொய்யான வேலையை விட்டுவிடவும் அப்போதே ஒரு வழியை அவளிடம் ஏற்படுத்திக் கொண்டான்.

இடையில் வாசல்பக்கம் பாலு பைக் சப்தம் கேட்கவும் பேச்சை மாற்றிக்கொண்டு சற்று விலகியும் நின்று கொண்டான்.

பாவம் லலிதா!

அவள் மட்டும் அவனை விழுங்கி விடுவதைப் போலத்தான் பார்த்துக் கொண்டிருந்தாள்.

***

கண்ணன் வீடு!

அப்பா ராகவன் கிட்டதட்ட ஒரு நடைபிணம் போலத்தான் படுக்கையில் படுத்திருந்தார். கண்ணன் அவர் அருகே சென்று சோகமாக நின்றான். அவரும் பார்த்தார். முன்பு கண்ணனை தன் மகனாகப் பார்த்தவர் இப்பொழுது சுந்தர்ராஜனாகவே பார்க்கத் தொடங்கிவிட்டார்.

“ஐயா...”

“சொல்லுங்க சாமி...”

“உங்க மகன் உடம்புக்குள்ள இருந்துக்கிட்டு உங்களையே ஐயான்னு கூப்பிட்றதுக்காக மன்னிச்சிடுங்க...”

“பெரிய வார்த்தை எல்லாம் எதுக்கு. என்ன விஷயம் சொல்லுங்க...?”

“நான் வந்த கடமை முடிஞ்சிடிச்சிங்க.”

“ஓ...! ரொம்ப சந்தோஷம்.”

“என் பெரிய மகள் கல்யாணம் வர்ற முகூர்த்தத்திலேயே நடக்கப் போகுது.”

“ரொம்ப சந்தோஷம்.”

“இருபது இருபத்தைஞ்சு வருஷம் கழிச்சு என் குடும்பத்தை நான் நேர்ல பார்த்தப்போ எனக்கு ஏற்பட்ட பரவசத்துக்கு ஓர் அளவே இல்லை...”

“நீங்க உங்க குடும்பத்தைப் பார்க்கிற பாக்கியம் பண்ணியிருக்கீங்க. ஆனா நான்...”

ராகவன் என்ன சொல்ல வந்தார் என்பது சுந்தர்ராஜனுக்கும் புரிந்தது.

“ஐயா... இந்த உலக வாழ்க்கை பெரிய மாயைன்னு சொல்லுவாங்க. ஆனா அதுக்கு ஆளுக்கு ஆள் ஓர் அர்த்தம் வெச்சிக்கிட்டிருக்கோம். ஆனா எனக்குதான் அதுக்கு உண்மையான பொருள் தெரியும். யாருக்கு எப்ப என்ன நடக்கும்னு தெரியாத ஒரு நிலையில் தான் நாமல்லாம் எப்பவுமே இருக்கோம். நானெல்லாம் என் குடும்பத்தை திரும்ப சந்திப்பேன்னே நினைக்கலை.

அதேபோல அன்னிக்கு சிவன்மலைக் காட்டுல இச்சாதாரி நாகத்தை நான் சுட்டதும், என் கட்டுப்பாட்டுல நான் இல்லாத நிலையில் செய்த ஒரு செயல்தான். அது ஒரு கால் நூற்றாண்டு காலம் என்னை ஒரு யோக வாழ்க்கைக்குள்ள தள்ளும்னெல்லாம் நான் கொஞ்சம்கூட நினைக்கலை. நான் நினைக்காததும் எதிர்பார்க்காததும் எனக்கு அப்ப நடந்தது. உங்களுக்கு இப்ப நடந்திருக்கு. அவ்வளவுதான் வித்தியாசம்...”

“சரி சாமி... அடுத்த உங்க திட்டம் என்ன?”

“நான் காட்டுக்கு புறப்பட்டுட்டேன். அங்க இருக்கற என் உடம்புக்குள்ள நான் நுழைஞ்சுக்கிட்டு இந்த உடம்பை உங்கக்கிட்ட ஒப்படைக்க விரும்பேறன்...”

“ஓ... இப்பதான் என் மனைவிக்கு நான் கர்மம் செய்து முடிச்சேன். இனி நான் என் மகனுக்கும் செய்யணுமோ?”

சுந்தர்ராஜன் அதை மௌனமாக ஆமோதித்தார்.

"நல்லது... நானும் உங்களோட வரேன். நீங்க சொன்ன மாதிரி எது நாம நினைச்ச மாதிரி நடக்குது. எப்பவும் எது நடக்குதோ அதுக்குத் தகுந்த மாதிரி மாறிக்கிறவங்களா தானே நாம இருக்கோம்...?"

ராகவன் பேச்சோடு பேச்சாக தன் சகோதரிக்குப் போன் செய்தார்.

"சாவித்திரி கொஞ்சம் உன் மகனோட என்னை வந்து பாக்கறியா?"

"உடனே வர்றேண்ணே..."

போனை வைத்துவிட்டு திரும்பியவர், பீரோவை திறந்து சில ஃபைல்களை எடுத்து வெளியில் வைத்தார்.

"இதெல்லாம் என் சொத்து பத்திரம் உள்ள ஃபைல்கள். என் ஆஸ்தி பாஸ்தி அவ்வளவையும் என் தங்கைக்கு கொடுத்துடப் போறேன். பாவம் அவ சின்ன வயசுலையே கணவனை இழந்தவ. ஒரு மகன்! அவனுக்கும் அவ்வளவா சித்த சுவாதீனம் கிடையாது. துன்பத்துலையும் ஓர் இன்பம் மாதிரி அந்தக் காலத்துலையே சாவித்திரியை நாங்க நல்லா படிக்க வைச்சோம், அதனால அவளுக்கும் ஒரு நல்ல வேலை கிடைச்சது. அதுதான் இப்ப அவளுக்கு சோறு போட்டுக்கிட்டு இருக்கு. அப்படிப்பட்ட தங்கைக்கு என் சொத்தும், மற்ற சேமிப்புகளும் இனி கொஞ்சம் பக்கபலமா இருக்கும்..."

"அப்ப உங்க எதிர்காலத்துக்கு?"

"என்ன சாமி... சொர்ண சித்தர் சொன்னது மறந்து போச்சா... நான் இனி சிவன்மலைல சித்தர்களுக்கு சேவை செய்யப்போற ஒரு சிவத்தொண்டன். என் காலம் இனி அங்கேயே தொடர்ந்து அங்கேயே முடிஞ்சிடும். நான் இப்ப உங்ககூட வந்தா இனி எந்தக் காலத்துலையும் இந்த நகரத்துக்கு திரும்ப வரமாட்டேன். போதும் இந்த பாச பந்தமுள்ள நகர வாழ்க்கை..."

ராகவனின் முடிவில் ஒரு நல்ல தெளிவு. அதேசமயம் சுந்தர்ராஜனுக்குள் ஒரு கூச்சம். ஒருவர் நகர சந்தடியில் இருந்தும், உலக மாயையில் இருந்தும் விடுபட முயல்கிறார். ஆனால் காலம் தன்னை பிள்ளை குட்டிகளை நோக்கி தள்ளுகிறதே...?

அந்தக் கேள்வியும் இறுதியில் ஒரு நல்ல முடிவில் தான் போய் முடிந்தது. மங்களத்துடன் சிவன்மலைக்கே திரும்பி இல்லற மனிதர்களாய் சித்த உலகுக்கு சேவை செய்வதுதான் அது...

அன்று ராமகிருஷ்ணரும், சாரதா அம்மையாரும் செய்யவில்லையா? எத்தனை ரிஷிகள் தங்கள் பத்தினியர்களோடு ஆஸ்ரமத்தில் வாழ்ந்துள்ளனர்.

அதெல்லாம் நினைவுக்கு வந்தது.

சிறிது நேரத்திலேயே ஒரு ஆட்டோவில் ராகவன் தங்கை சாவித்திரி தன் மகனுடன் வந்து இறங்கினாள். அவன் நடந்து வரும்போதே தெரிந்தது அவன் சித்தம் எவ்வளவு கலங்கியிருக்கிறது என்று...

சித்தக் கலக்கம் என்றாலே மனதில் ஒரு சீரான எண்ண அடுக்கு இருக்காது என்பதுதான் பொருள். எண்ணங்கள் என்பது சப்தம் சார்ந்தது. சப்தம் என்பது மொழி சார்ந்தது. மொழிதான் பேச்சாகிறது. பேசும் பேச்சால் பிறர் மனதை வருடியும் தரலாம். வருத்தமும் ஏற்படுத்தலாம். அவர்கள் விடும் மூச்சுக்காற்றிலும் பெரிய அதிர்வுகள் இருப்பதில்லை. அதுவே நமது பேச்சால் பிறர் மனதை வருந்தச் செய்யும்போது, பதிலுக்கு அவர்கள் விடும் மூச்சுக் காற்றில் அதிர்வுகள் ஏற்படுகிறது. நம் எதிரிலேயே அது நிகழ்கிறது. அந்த அதிர்வுகளையே நாமும் சுவாசிக்கிறோம். சுவாசம் மூலம் நம்முள்ளே புகும் அந்த அதிர்வுகள் தனக்குண்டான பணியை நாமே அறிய முடியாத வகையில் செய்யத் தொடங்குகிறது.

ஒரு பெரிய தொட்டியில் சொட்டுச் சொட்டாக நீரானது சேமிக்கப்படுவது போன்றது இது... ஒரு கட்டத்தில் தொட்டி

நிரம்பிவிட்ட பின் எப்படி நீரானது வெளியே வழியத் தொடங்கி விடுகிறதோ, அதுபோல தப்பான அதிர்வு வினைகளும் உடம்பில் பதிந்து அப்படியே பெருகி, அது சித்தத்தையும் ஆக்கிரமித்து விடுகிறது. அந்த நொடி முதலே சித்தமானது சுய பிரக்ஞையில் இருந்து விலகி தன்னிஷ்டத்திற்கும் மாறி விடுகிறது. இதை மனநோய் என்று ஒரு வார்த்தையில் விஞ்ஞானமும் சுலபமாகக் கூறிவிடுகிறது. அதற்கு என்ன பேர் இருந்தால் என்ன...? அதன் விளைவுகள் தானே முக்கியம்...?

விஞ்ஞானம் மனநோய் என்று கூறுவதை மெய்ஞானம் கர்மவினை என்கிறது. உண்மைதானே? வினை என்றால் செயல். கர்ம வினை என்றால் நாம் நம் எண்ணங்களால் உந்தப்பட்டு செய்த செயல். உந்தப்பட்ட விதம் நல்லதாக இருந்தால் நல்ல வினை அது. தவறானதாக இருந்தால் தீய வினை.

எது எப்படியோ தீய வினையோ, நல்வினையோ அதற்குண்டான விளைவுகளை ஏற்படுத்தாமல் போவதேயில்லை. நாம் தெரிந்து செய்தாலும் சரி, தெரியாமல் செய்தாலும் சரி... இப்படித்தான் ராகவனின் சகோதரி மகனின் விஷயத்திலும் அது செயல்பட்டிருக்கிறது என்று அவனைப் பார்த்த மாத்திரத்தில் சுந்தர்ராஜனுக்குள்ளும் எண்ணங்கள் எழும்பி நின்றன. அதை ராகவனும் கவனித்தார்.

“என்ன சாமி... இந்த சித்தம் கலங்கினவனை பார்த்த உடனேயே ரொம்பவே மௌனமாயிட்டீங்களே?”

“ஆமாம் ஐயா... ஏன் இப்படி ஆச்சுங்கற கேள்விக்குள்ள புகுந்தேன். அதுக்கு நிறையவே விடைகள் கிடைச்சிச்சு.”

“அதை நான் தெரிஞ்சுக்கலாமா?”

“தாராளமா. பொதுவா ஒருத்தர்க்கு சித்த பிரமை பிடிக்கறதுக்கு அவரது கர்மவினை மட்டும் காரணமில்லை. அவங்க முன்னோர்களோட வினைகளும்தான் காரணம். எப்படி இந்த உடம்பை நம்ம அப்பாவும் அம்மாவும் சேர்ந்து தயாரிச்சாங்களோ,

அவங்கள அவங்கப்பாம்மா சேர்ந்து தயாரிச்சாங்களோ, அப்படி உடம்போட கூடி வினைகளும் தொடருது. சுருக்கமா சொல்லப்போன பல பேர் மனம் பாதிக்கும்படியா நடந்துக்கறவங்க ரொம்ப கவனமாக இதை உணரணும். அவங்களோட செயலால அவங்க சித்தமே கலங்கலாம்... இல்ல அவங்க கர்மம் மிச்சப்பட்டு அது விந்து வழியா தொடர்ந்து பல தலைமுறைகளையும் பாதிக்கலாம். இந்த பையனோட பாதிப்பும் அந்த ரகம்தான்..."

"உண்மைதான்... என் அப்பாவுக்கு வாயைத் திறந்தாலே நல்ல வார்த்தை வராது. வாடா போடாதான்... ஒரே அதட்டல் அதிகாரம் தான். என் தாத்தா அதுக்கும் மேல! அவர் வாய்ல கெட்ட வார்த்தைகள் சர்வ சாதாரணம்."

"அவங்க கர்மம்தான் பேரனுக்கு இறங்கிடிச்சு."

"என்ன சாமி இது நியாயம்... அவங்கவங்க பாரத்தை அவங்கவங்கல்ல அனுபவிக்கணும்."

"உண்மைதான்... ஆனா அவங்க கொடுத்த உடம்பு, அவங்க சம்பாதிச்ச சொத்து, அவங்களோட பரம்பரை பேரு இதெல்லாம் மட்டும் வேணும். பாவத்துல பங்கு வேண்டாம்னா எப்படி?"

"ஓ நீங்க அப்படி வர்றீங்களா?"

"நான் எங்க வந்தேன்... அதுதான் அப்படி இருக்கு...?"

"சரி சாமி... எங்க பெரியவங்க பாவத்தை மட்டும் பண்ணலை. கொஞ்சம் புண்ணியமும் பண்ணியிருக்காங்க. இதுக்கு அதுன்னு சரியாகப் போகக்கூடாதா?"

"ஐயா... ஊனமில்லாத உடம்போட அம்மா கருப்பையை விட்டு வெளியே வர்றதே ஒருவித புண்ணிய பலத்தாலதான்... அப்படி வர்ற நம்மை, நாம பிறக்கற நேரத்துக்கு ஏற்ப நட்சத்திரங்களும் கிரகங்களும் வழிநடத்தறாங்க. அவங்க எந்த அளவு லாப நஷ்டங்களோட நமக்கு அமைஞ்சிருக்காங்கறதும் புண்ணிய பலத்தாலதான்... இப்படி சொல்லிக்கிட்டே போகலாம்.

இருந்தாலும் இப்ப இந்த பிள்ளையை சித்த வைத்தியம் தெரிஞ்ச நான் பாக்கறேங்கறது கூட ஒருவித புண்ணியக் கணக்காலதான்...”

“பாக்கறதா பெருசு. இவன் குணமானா தானே என் தங்கச்சிக்கும் நல்லது?”

“என்னய்யா நீங்க... இப்படி ஒரு காட்சியை பார்த்துட்டு எந்த ஒரு சித்த யோகியும் எனக்கென்னன்னு போக மாட்டாங்க. ஒரு நிமிஷம் இருங்க...”

சுந்தர்ராஜன் தன் நூல்பைக்குள் கையைவிட்டு ஏதோ தேடினார். பின் ஒரு சிறு இலைப் பொட்டலத்தை வெளியே எடுத்தவர் அதை சாவித்திரியிடம் தந்தார்.

சாவித்திரி சுந்தர்ராஜனை தன் மருமகன் கண்ணனாகத்தான் பார்த்தாள். அவரும் அவளிடம் அத்தை உறவு போட்டுத்தான் பேசத்தொடங்கினார்.

“அத்தை... இந்தாங்க. இந்த மருந்தை ஒரு மண்டலம் தேன்ல குழைச்சுக் கொடுங்க. அதேபோல காலை சூரிய உதயத்தின்போது சூரிய நமஸ்கரத்தையும் நாற்பத்தெட்டு நாட்கள் இவன் தவறாம பண்ணட்டும். சூரிய நமஸ்காரமும், இந்த மருந்தும் இவனை பெருமளவு குணப்படுத்திடும், அதன்பிறகு நேராக விஸ்வநாதருக்கு இவன் கையால பாலபிஷேகம் பண்ணுங்க. அப்படியே காலபைரவர் கோயிலுக்குப் போய் கறுப்பு கயிறு வாங்கி மணிக்கட்டுல கட்டிவிடுங்க. அதன்பிறகு மிக அதிகபட்சம் ஒரு நட்சத்திர சுற்று முடியறதுக்குள்ள இவன் பரிபூரணமா குணமாயிடுவான்...”

அத்தை அதைக் கேட்டு ஆனந்தக் கண்ணீர் விட்டாள். காலில் விழ முனைந்தாள். கண்ணன் வடிவில் உள்ள சுந்தர்ராஜன் தடுத்துவிட்டார். ராகவனும் ஃபைல்களை எல்லாம் ஒப்படைத்தார். சாவித்திரி அவ்வேளையில் விசும்பி அழுதாள்.

“அழாத சாவித்திரி... நான் இப்ப பெரிய விடுதலை அடைஞ்ச ஒரு சுதந்திர மனுஷனா என்னை உணர்றேன். என்னைப்

பார்த்து நீ சந்தோஷம்தான் படணும். உனக்கு என்னை எப்ப பாக்கணும்னு தோணினாலும் நீ சிவன்மலை ஆகாசலிங்கம் சன்னதிக்கு பௌர்ணமி அன்னிக்கு வந்துடு. குறிப்பா, இவன் குணமான பின்னே நீ இவனோட அங்க வரணும். நானும் என் கண்ணார இவனை பார்க்கணும்... என்ன?"

ராகவன் கட்டளையிட, அவளும் ஆமோதிப்புடன் தலையை அசைத்தாள். பின்னர் இருவருமே புறப்பட்டனர். வாசல் தாண்டும் முன் இறுதியாக ஒருமுறை உள்ளே வந்து மனைவியின் புகைப்படத்தையும், அவள் பூஜை செய்த பூஜை அறையையும் ஒரு இறுதிப் பார்வை பார்த்தார். அவரையும் மீறி கண்ணிரண்டிலும் நீர் திரண்டு குடுகுடுவென்று உருண்டது. சாவித்திரியும் அதைப் பார்த்து வாய்விட்டே அழத் தொடங்கி விட்டாள். ராகவன் என்கின்ற மனிதரிடம் மாயை உடைபடுகின்ற நேரம் அது... சுந்தர்ராஜன் அமைதியாக அதை கவனித்தார். இந்த மாதிரி அழுகின்ற தருணங்களில் அப்படியே விட்டுவிட வேண்டும். எப்பொழுதுமே மிக மிக சோகமான உணர்வுக்குள் சிக்கி விம்மி வெடித்து அழுதிடும்போது, உள்ளமும் மனதும் கழுவிவிட்டது போல் சுத்தமாகும். ராகவனிடமும் ஆகிக் கொண்டிருந்தது!

✻ ———— ✻

அத்தியாயம் 28

மனைவியின் தாலியை விற்றும் குங்கலியத்தை வாங்கி அதைக் கொண்டு தூபதீபம் போட்ட கலயனாரை இறைவனும் கைவிடுவானா என்ன? இம்மட்டில் கலயனாரை விடவும் அவர் மனைவிதான் பெரிய உத்தமி. என் தாலியை விற்று எப்படியய்யா நீ குங்கலியம் வாங்கலாம் என்றெல்லாம் அவள் கேட்கவில்லை. ஆஹா... குங்கலியம் வாங்குவதற்கு எனது தாலியும் பயன்பட்டதா? என்னே நான் செய்த பாக்கியம்... என்றுதான் அவளும் எதிரொலித்தாள்.

இறைவனை அதுவே பெரிதும் மகிழ்வித்தது. இனியும் சோதனையை தொடர்ந்தால் கலயனார் அடுத்தடுத்து தன் வசம் உள்ள அனைத்தையுமேகூட விற்றுவிடக்கூடும் என்பதும் ஊர்ஜிதமாக தெரியவே, அந்த இறைவனும் கலயனாரை அதற்குமேல் சோதிக்க விரும்பாமல் ஆட்கொள்ளத் தொடங்கினான்.

தாலியை விற்று நெல் வாங்கி வரச் சொன்ன கலயனாரின் மனைவியே திகைத்துப் போகும் வண்ணம் கலயனார் இல்லத்தில் நெல் மூட்டைகளும் அரிசி மூட்டைகளும் நிரம்பி வழிந்தன. அவை மட்டுமா? பொன்னும் பொருளும்கூட அவர் இல்லத்தில் பானை பானையாகக் குவிந்தன. எல்லாம் இறைவனின் உத்தரவுக்கேற்ப குபேரன் செய்த லீலை வீடு

திரும்பிய கலயனாரும் இறைவனின் கருணையை எண்ணி கண்ணீர் விட்டார். அப்போதும் அவர் அந்தப் பொருளை எல்லாம் பார்த்து என்ன சொன்னார் தெரியுமா?

"ஆஹா... நான் மட்டுமல்ல... என் பிள்ளைகளும் தடையின்றி இறைவனுக்கு குங்கலியம் போடலாம்... அந்த அளவுக்கு பொருள் சேர்ந்து விட்டது..." என்று தான் கூறினார். என்ன ஒரு பார்வை!

அடர்ந்த காட்டுக்குள் சிவசாமியும், மோகனசுந்தரமும் மிக வேகமாக நடந்து கொண்டிருந்தனர். நடக்கும்போது திரும்பித் திரும்பி வேறு பார்த்துக் கொண்டனர். இருவருக்கும் இச்சாதாரி தொடக்கத்தில் காட்டிக் கொடுத்திருந்த குகையே சரியான ஓர் இருப்பிடமாக தோன்றியது.

தமயந்தியை மடக்க விரும்பி அவளோடு நடத்திய பேரமும் பேச்சுவார்த்தையும் தங்களுக்கே எதிராகவும் பகையாகவும் மாறி விட்டதை நினைக்கவே மனதுக்கு சங்கடமாக இருந்தது.

ஆனந்தரை குருவாக ஏற்றுக்கொள்ள, அவர் உயிரை விடச் சொன்னால் யோசிக்காமல் உயிரை விட்டுவிடும் துணிவு இருக்க வேண்டும் என்று தமயந்தி சொன்னதும், அப்படி உயிரை விட்டாவது அவரை குருவாக கொள்ளுமளவுக்கு அவர் உயர்ந்தவரா என்பதும் ஒருவித குழப்பமாக மனதுக்குள் குடைந்து கொண்டே இருந்தது...

ஒரு பாம்பு மொழுமொழுவென்று கொழுத்திருந்த இன்னொரு பாம்பை விழுங்குவதாக நினைத்துக் கொண்டு சரிபாதி விழுங்கிய பிறகே... அதற்கு தான் விழுங்கியது... தன் வாலையும், தன் உடம்பையும் தான் என்பது தெரிய வந்த மாதிரி இருந்தது அவர்கள் இருவரின் நிலையும்...

தமயந்தி எதற்கோ வெளியே போயிருந்தபோது தப்பித்தால் போதும் என்று கிளம்பி விட்டனர். அதுதான் அவர்கள் நடையில் அப்படி ஒரு வேகம்.

காட்டுக்குள் உள்ள ஒற்றையடிப் பாதை வழியாக நடக்கையில் இருவருக்குள்ளேயும் ஒருவித வெட்கமும், கூச்சமும் பிடுங்கிக் கொண்டிருந்தது. இவ்வளவு நாட்களாக இந்தக் காட்டுக்குள் இருந்தும் உண்மையான நல்லது எது? கெட்டது எது என்பதைப் பட்டுத்தான் தெரிந்துகொள்ள வேண்டியிருக்கிறதே என்கிற அந்தக் கேள்விதான் அவர்களுக்குள் கூச்சம், குழப்பத்திற்கும் காரணமாக இருந்தது!

அவளிடம் தொடர்ந்து இருந்தால் தாங்கள் அடிமைகள் போலாகிவிடும் அபாயத்தையும் உணர்ந்தவர்கள், ஏதோ ஜெயிலில் இருந்து தப்பித்து ஓடி வருவதுபோல வந்ததுதான் ஆச்சரியம்!

அதேசமயம் விதி அவர்களுக்கு சில அரிய காட்சிகளையும் காட்டுவதற்கும் அவர்களை ஓட விட்டுக் கொண்டிருந்தது.

வானிலும் கரிசல் மேகங்கள்...

திபுதிபுவென்று குப்பை புகைபோல மண்டத் தொடங்கி விட்டன. கரிச்சான் குருவிகளும், வண்ணவால் பறவைகளும் மரக்கூட்டங்களிடையே பெருமழை வரப்போகிறது, கூட்டுக்குள் அடைகிற வழிகளை பாருங்கள் என்று எச்சரிப்பது போல சளபுள சளபுள என்று குரல் கொடுத்துக்கொள்ள, காற்றும் வீச்சலெடுத்து மரக்கூட்டம் அவ்வளவையும் நீவிவிட்டது. அவைகளும் அய்யனார் கோவிலில் சாமி வந்த பெண்கள் தலைவிரி கோலமாக ஆடுவதுபோல ஆட ஆரம்பித்துவிட்டன.

சிவசாமிக்கு குகை வெகுதூரத்தில் இருப்பதாகத் தோன்றியது.

"மோகனசுந்தரம்... என்னய்யா இது? எங்கையாவது ஒதுங்க இடம் இருக்கா பாரு..."

"அதான் நானும் பாக்கறேன்... எங்க, எல்லாம் பெரிய பெரிய மரமா இருக்கு... பேசாம ஏதாவது ஒரு மரத்துல ஏறிடலாமா?"

"மழை பெய்யும்போது மரத்தடிக்கே போகக்கூடாதுன்னு சொல்வாங்க. நீ மரத்து மேலயே ஏறிக்கலாம்கறியே..."

“அடடே... சடசடன்னு தூறல் வலுக்க ஆரம்பிச்சிடிச்சு பார்...”

சொல்லும் போதே எதிரில் ஒரு காட்டு யானை வருவதும் தெரிந்தது. ஒற்றை யானை கானகங்களில் ஓர் ஒற்றை யானையும் சரி, ஓர் அணுகுண்டும் சரி... சமமான அளவு ஆபத்தானவை.

“மோகனசுந்தரம்... ஒத்தயானை...”

“அப்ப மரத்து மேல ஏறுவதைத் தவிர வேறு வழியே இல்லை...”

மோகனசுந்தரம் பேச்சோடு பேச்சாக மரத்திலும் ஏறத் தொடங்கிவிட்டார். சிவசாமியும் பின்தொடர்ந்து ஏறினார்.

திண்டு திண்டான முண்டுகள் படிபோல் கால் வைத்து ஏறிட உதவி செய்தன. அதுவும் பெரிய மருதமரம்... ஐநூறு வயசுக்கு குறைவிருக்காது. எல்லா திசைகளிலும் கிளைகள். அவ்வளவும் வானம் நோக்கி நிலவைப் பிடிக்க நீளும் கைகளை போல நீண்டிருந்தன. பச்சை பொதிந்த இலைகள். அதில் அங்கங்கே சில புழுக்கள், மரவட்டைகள்!

மரப்பட்டைகளில் எல்லாம் கறுமை ஊறிப்போய் செவ்வகமாய், சதுரமாய் பிளந்து கொண்டிருந்தன. மரத்தின் உடம்பே அப்படித்தானே? ஒரு மரம் வழவழப்பாக பட்டைகளில் பிளவில்லாமல் இருந்தால், அது வளர்ச்சியை நிறுத்திக் கொண்டு விட்டது என்று பொருள்... பிளவும் பட்டையும் கூட இருந்தால் அது செழித்து வளர்ந்து கொண்டிருக்கிறது. அதன் ஆணிவேர்கள் இன்னமும் பிள்ளை பெற்ற தாயின் முலைபோல பாலைச் சுரந்து கொண்டிருக்கின்றன என்றுதான் பொருள்.

இதை எல்லாம் அந்த மழை கொட்டும் வேளையில் சிவசாமியும், மோகனசுந்தரமும் எண்ணிப் பார்க்கும் நிலையில் இல்லை... ஆனால் அவர்களுக்கு அப்போது விபரீதமாக ஏதோ நடக்கப் போகிறது என்று மட்டும் தெரிந்தது. அது உண்மைதான் என்பதுபோல அவர்களுக்கும் மேலான ஒரு கிளையில் ஊர்ந்து கொண்டிருந்த மலைப்பாம்பு ஒன்று ஈரத்தில் பிடிப்பற்று போய்...

மேலிருந்து கீழே விழுந்தது. அதுவும் கச்சிதமாக சிவசாமியின் கழுத்து மேல். எதன் மேல் விழுந்தாலும், உடம்பை வளைத்து பிடித்துக் கொள்ளும் தன்மை கொண்ட அது, சிவசாமியையும் இறுக்கிக் கொள்ளவே, சிவசாமி விக்கித்துப் போய் விட்டார். மோகனசுந்தரத்துக்கு இதய பாகத்தில் இயக்கம் நின்றுவிட்டது போல ஓர் அடைப்பு.

என்ன செய்வதென்றே தெரியவில்லை.

“மோகனசுந்தரம்... இதை அடிச்சு வெளிய போட்ற வழியைப் பாருய்யா...” என்று அதன் கழுத்தை பிடித்துக்கொண்டு கதறினார் சிவசாமி. மோகனசுந்தரமும் கீழே குதித்து கட்டை ஏதாவது கிடைக்குமா என்று பார்த்தார். ஒரு ஒடிந்த கிளைக்குச்சிதான் கிடைத்தது. அதை எடுத்து கொண்டு அடிக்க முனையும்போது, அதே மரத்தின் மேல் இடியொன்று இறங்கி, ஓர் ஓரமாக கிளை ஒன்று பற்றிக் கொண்டு எரிய ஆரம்பித்தது. உடனேயே அந்த நெருப்பை கொண்டு பாம்பின் பிடியை விடுவிக்கத்தான் மோகனசுந்தரத்துக்கும் தோன்றியது. எரியும் கிளை அருகே போய், அதன் பகுதியை ஒடித்துக் கொண்டு திரும்பி வருவதற்குள் சிவசாமியே அதனிடம் இருந்து பெருமளவு விடுபட்டது போல நீங்கி விட்டிருந்தார். அந்த மலைப்பாம்பும் பெரிதாக எதிர்போராட்டத்தை நடத்தவில்லை. இருந்தும், அதன்மேல் நெருப்பை போட மோகனசுந்தரம் முயன்றபோது சிவசாமி தடுத்து விட்டார்.

“வேண்டாம் மோகனசுந்தரம்... அதைக் கொல்ல முயற்சிக்க வேண்டாம்...”

“ஏன் சிவசாமி...?”

“போதும்.. இந்தக் காட்டுல எந்த உயிர்களையும் கொல்ற உரிமை நமக்கு கிடையாது.”

சிவசாமியின் பதிலில் முதல் தடவையாக ஒரு முதிர்ச்சி... மோகனசுந்தரத்துக்கே அந்த பதில் ஓர் இதமான ஆச்சரியம்.

மழைத்துளிபட்டு அந்தக் கிளை நெருப்பும் அணைந்து போயிற்று. கீழே பார்த்தபோது அந்த பாம்பையும் காணவில்லை. அதுவும் மாயமாக மறைந்து விட்டிருந்தது.

"சிவசாமி... உன் பதில் எனக்கொரு ஆச்சரியம்.."

"ஆமாம்... எனக்கே இப்ப என்னை பார்க்க ஆச்சரியமாத்தான் இருக்கு..."

முகத்து மழைநீரை வழித்து விட்டபடி சிவசாமி சொன்னபோது மழையும் பெய்தது. அவ்வளவுதான் என்பதுபோல நின்றது.

"அப்பாடா!"

"இனி நாம நடக்கலாம் தானே?"

"தாராளமா... இந்த மழைல நனைஞ்சதும் நம் வரைல ஒரு குளியல்போல ஆயிடிச்சு..."

"இத்தனை நாள்ள இப்படி ஒரு மலைப்பாம்பை நாமளும் பார்க்கவேயில்லை...?"

"ஆமாம்... இதுக்கு பின்னால நிச்சயம் ஏதோ ஒரு சரியான காரணம் இருக்கு..."

சிவசாமி சொல்லி வாய்மூடவும் எங்கோ தொலைவில் கூட்டமாய் சிலர் "ஓம் நமச்சிவாய" என்று கூறுவது போலவும் காதில் கேட்டது. மோகனசுந்தரமும் கூர்மையாகிவிட,

"பக்கத்துல சாமிங்க இருந்து பூஜை செய்யறாங்க போல..."

"அட ஆமால்ல... இது பிரதோஷ நேரமாச்சே!"

"கரெக்ட்... இந்த மழையும் பூஜை மழைதான்"

"அப்படின்னா?"

"யோகிகள், சித்தர்கள், தவசிகள்னு பலரகமா உள்ளவங்க, ஆறு குளத்துக்கு போய்த்தான் குளிக்கணும்கற அவசியமில்ல. மழைல நனையறதே ஒரு குளியல்தான். அதுவும் தோஷமில்லாத தண்ணீர் மழைநீர்தான். மண் படாத தண்ணீரும் மழை தண்ணிதானே?"

“ஓ... அவங்க பூஜை செய்யபோகும்போது அவங்கள இந்த மழை தூய்மைப்படுத்துதோ...”

“அவங்க எப்பவுமே தூய்மையானவங்கதான்... இந்த மழை அவங்களை உற்சாகப்படுத்தற மழை...”

பேசியபடியே நடக்க நடக்க, சப்தமும் தெளிவாகக் கேட்டது. பக்கத்தில் ஒரு மரம். அதில் ஏறி, கிளையின் உச்சிவரை சென்று கீழே பார்த்தபோது, சற்றுத் தொலைவில் ஒரு குளம் தெரிந்தது.

குளத்தைச் சுற்றிலும் சித்த புருஷர்கள்!

அவர்கள்தான் கைகூப்பியபடி ஓம் நமச்சிவாய என்று கூறிக் கொண்டிருந்தனர்.

அற்புதமான காட்சி... அரிய காட்சியும் கூட!

சிவசாமியும், மோகனசுந்தரமும் அப்படியே கண்களை அகட்டிக் கொண்டுதான் அந்தக் காட்சியை கண்டனர். வானிலும் சூரியன் அஸ்தமித்து விட்டான். இருந்தும் மேகப் பொதிகள் விலகி பளிச் பளிச்சென்று அங்கும் இங்குமாக வைரப் பொட்டு போல நட்சத்திரங்கள் மின்னின.

அந்த நட்சத்திரங்களையும் சூழ்ந்து நிற்கும் சித்தர் பெருமக்கள் பார்த்தனர். பின், ஒருசேர நமசிவாய மந்திரத்தைக் கூறியவர்கள், பஞ்சாட்சர எழுத்துக்களை அப்படியே மாற்றிப் போட்டு ‘வாசிவாயநம... மந சிவாயவ நம...’ என்றெல்லாமும் கூறத் தொடங்கினர்.

பஞ்சாட்சர மந்திரத்தை அப்படி எல்லாம் உச்சரிக்கலாம் என்பதே சிவசாமிக்கும், மோகனசுந்தரத்துக்கும் அப்போதுதான் தெரிந்தது.

காதால் சிவநாமத்தைக் கேட்டுக் கொண்டும் கண்களால் சித்தர் பெருமக்களைப் பார்த்துக் கொண்டும் இருக்கும் போதுதான்... அந்த அதிசயக் காட்சி அவர்களுக்கெல்லாம் தோன்றத் தொடங்கியது.

குளத்து நீரின் மையத்தில் வட்டமாக நீரலைகள் தோன்றத் தொடங்கின. முதலில் மெல்லிய நீரலைகள், பிறகு அதுவே வட்ட வட்டமாகிட பெரிதாக பால்போல மையப்பகுதியில் இருந்து நுரைப்பும் ஏற்பட்டது. பாத்திரத்தில் வைத்த பால் பொங்குவது போலவே இருந்தது அந்த காட்சி.

சிவசாமிக்கும் மோகனசுந்தரத்துக்கும் தங்கள் கண்களையே நம்ப முடியவில்லை. ஒரு கட்டத்தில் அந்த பொங்கி நுரைத்த பிரவாகம் அடங்கியது. மீண்டும் நீர் வெளிமேல் எந்த சலனமுமில்லாத ஒரு நிலைப்பாடும்... சித்தர்களும், நமச்சிவாய மந்திரத்தை சற்று உரக்கவும் உச்சபட்சமாகவுமே கூறத் தொடங்கினர்.

நூல் பிடித்தாற்போல் இருந்தது அவர்கள் ஒட்டுமொத்தமாக சொன்னது... அந்தக் கூட்டு வழிபாட்டின் ஒருமித்த சப்தம் சிவசாமியையும், மோகனசுந்தரத்தையும் தங்களை மறக்கச் செய்துவிட்டது.

அவர்கள் மனதுக்குள்ளும் ஒருவித பேரமைதி தண்ணீர் விட்டு கழுவிவிடப்பட்ட ஈரத்தரை போல ஒரு சிலுசிலுப்பும் கூட... அப்போதுதான் உச்சபட்சமாக அந்த அதிசயக் காட்சி தெரியத் தொடங்கியது.

அந்தக் குளத்தின் மையத்தில் பால்போல் நுரைத்து பொங்கிய இடத்தில் ஒரு சொர்ணலிங்கம் தீப்பிழம்பு போன்ற ஜொலிப்புடன் நீருக்குள் இருந்து மேலெழும்பியிருந்தது. அதைப் பார்த்து சித்தர்கள் தங்கள் சிரசுக்கு மேல் கைகூப்பி ஒற்றைக் காலிலும் நின்று நமஸ்கரித்தனர்.

மரக்கிளை மேல் இருந்த சிவசாமியும், மோகனசுந்தரமும் கூட தங்களை மறந்து கைகளைக் கூப்பினர். மிகச் சரியாக ஒன்பது நொடிகள் அந்த லிங்கம் அப்படியே ஓர் ஒளிப்பந்து சிதறினது போல சிதறி காணாமலும் போயிற்று.

சிவசாமி கண்களைக் கசக்கிக் கொண்டார்.

மோகனும்தான்... சித்தர்களும் வழிபாடு முடிந்ததுபோல கலைந்து போயிருந்தனர். அவர்கள் அவ்வளவு பேரும் அந்த வனத்தில் எங்கே இருந்தனர், எங்கே போயினர் என்றே அனுமானிக்க முடியவில்லை. மரத்தை விட்டு இறங்கிய சிவசாமியும், மோகனசுந்தரமும் அந்தக் குளத்தை நெருங்கினர்.

மனிதர்களால் வடிவமைக்கப்படாத இயற்கையே வடிவமைத்த குளம், அதனுள் தண்ணீர் ஸ்படிகம் போல் இருந்தது. சிவசாமி அந்த நீரை கையால் அள்ளித் தெளித்துக் கொண்டார். மோகனசுந்தரத்துக்கும் தெளித்தார்.

"என்ன சிவசாமி... லிங்கம் கிளம்பி வந்த ஜலம்கற மதிப்பா?"

"அது மட்டுமில்ல மோகனசுந்தரம்... இது இப்ப கங்கை நாம இதுக்காக காசிக்கு போகத் தேவையில்லை..."

"இந்த மலைக்காட்டுக்குள்ள இன்னும் இந்த மாதிரி எவ்வளவு அதிசயங்கள் சிவசாமி..."

மோகனசுந்தரத்தின் கேள்விக்கு சிவசாமி பதில் கூறுமுன்பே அடுத்த அதிசயமாக... கண்ணன் வடிவில் உள்ள சுந்தர்ராஜனும், கூடவே ராகவனும் வந்து கொண்டிருந்தார்.

அவர்களில் கண்ணனை இதற்கு முன்பே இருவரும் பார்த்திருப்பதால், திரும்ப எங்கே வருகிறார்கள் என்கிற ஒரு கேள்வி எழும்பியது.

அவர்களும் நேராக குளம் நோக்கித்தான் வந்து கொண்டிருந்தனர். தங்களைப் பார்த்தால் அவர்கள் என்ன நினைப்பார்களோ என்று கருதும் முன்பே இருவரும் பார்த்துவிட்டனர்.

✻ ———— ✻

அத்தியாயம் 29

பூசலார் நாயனாரையும், கலயனாரையும் தொடர்ந்து சிவபக்தியாலே மிகப் பெரிய செழுமை பெற்றவர் அமர்நீதி நாயனார் ஆவார்... இவருக்கும் பூர்வீகம் தஞ்சை மாவட்டம்தான்... 'பழையாறை' எனும் ஊரில் பிறந்து வளர்ந்தவர். ஆனால் இவரை மிகவும் ஆட்கொண்ட அந்த ஈசன் திருநல்லூரில் இருந்தான். நல்லூர் ஈசனை தொழுவதும் அவன் புகழ் பாடுவதும் அமர்நீதியாருக்கு மிக மிக பிடித்த செயல்கள்.

அதுமட்டுமல்ல, அமர்நீதியார் அடிப்படையில் ஒரு வணிகர். பொன்மணிகளிலிருந்து நெல்மணிகள் வரை வாங்கி விற்பவர். வாணிபம் என்று வந்துவிட்டாலே லாப நோக்கங்களும் கூடவே வந்துவிடும். தர்மங்களில் வாணிபத்தர்மம் என்றே கூட ஒன்று உண்டு.

ஒரு பொருளை எவ்வளவுக்கு வாங்கி எவ்வளவுக்கு விற்கலாம் என்பதற்கு நடுவில் ஆளுக்கு ஆள் மாறுபட்ட வேறுபட்ட கருத்துக்கள் உண்டு... வாங்குபவரின் மன நிறைவுதான் இதில் முக்கியம். எனவே ஒரு பொன்னுக்கு வாங்கிய சரக்கை நூறு பொன்னுக்கும் விற்கலாம், ஆயிரம் பொன்னுக்கும் விற்கலாம், வாங்குபவர் திருப்தி தான் இதில் கணக்கு.

அமர்நீதி நாயனாரும் அப்படித்தான் செயல்பட்டார். உதாரணமாக ஒரு பொன் மதிப்புள்ள சரக்குக்கு ஓர் அரை பொன்

மதிப்புதான் வைத்திருக்கிறார் என்றால் அவரிடம் அமர்நீதியார் சச்சரவு செய்ய மாட்டார். அவருக்கு அவர் விருப்படியே அந்த சரக்கை கொடுத்து விடுவார். ஆனால் சிவனடியார்களிடம் மட்டும் அவர் எதையும் விற்கமாட்டார். அவர்கள் எது கேட்டாலும் இலவசமாகவே தருவார். உதாரணமாக அவர்களுக்கான கமண்டலம், தண்டம், கோவணம் போன்றவை.

இதில் கோவணம்தான் ஒரு சிவடினடியாரின் உலகப் பற்றுக்கு அளவான சான்றாகும். அப்படிப்பட்ட ஒரு கோவணத்தால் அமர்நீதியாருக்கும் ஒரு சோதனை வந்தது.

கண்ணனுக்குள் இருந்த சுந்தர்ராஜனுக்கு இருவரைப் பார்க்கவும் சற்று சுருக்கென்றிருந்தது. பேராசையோடு அலையோ அலை என்று காட்டுக்குள் அலைந்து கொண்டிருப்பவர்கள் என்கிற நிஜம் சுந்தர்ராஜனுக்கும் தெரியும்.

இருந்தும் நேருக்கு நேர் பார்க்க நேரவும், அதுவும் சிவனடியார் கோலத்திலேயே பார்க்கவும் "வணக்கம் சாமிங்களா?" என்று நமஸ்கரித்தார். சிவசாமியும், மோகனசுந்தரமும் கூட பதில் வணக்கம் செலுத்தினர்.

ராகவனுக்கு அவர்களைத் தெரியவில்லை. இருந்தும் இருவரையும் அவர் அந்த காட்டு சித்தர்களாகத்தான் கருதினர்.

"ஐயா... இவங்க சித்தர்கள்தானே?" என்று கேட்டார். கண்ணன் உதட்டில் பதிலுக்கு ஒரு சிறு ஏளனப் புன்னகை. அதை சிவசாமியும் மோகனசுந்தரமும் கூட உணர்ந்தனர்.

கண்ணனின் உருவம், அந்தச் சிரிப்பு... இருவரையுமே என்னவோ செய்தது. ஆனால் கண்ணன் அவர்களை சட்டை செய்யாமல், குளத்தில் இறங்கி கால்களை நனைத்தான். ராகவனையும் குளத்தில் இறங்கச் சொன்னான். அப்படியே அவரிடம், "ஐயா... இது விசேஷமான குளம். சிவ சூலாயுதம் பட்டு உருவான குளம்னும் சொல்வாங்க. இந்த மலைல உள்ள

இதுக்கு சிவகங்கைன்னு பேர்... இந்தக் காட்டுல உள்ள சித்தர்கள் இதுலதான் நீராடுவாங்க. அவங்க உடம்பாகிய பஞ்ச பூதத்துல நிலவர அருட் கதிர்கள் இந்தக் குளத்துல கலந்திருக்கு. இந்த நீரை தொட்டாலே பல சித்த புருஷர்கள் காலடியை தீண்டினதுக்கு சமம்" என்று விளக்கம் தந்த கண்ணனை, சிவசாமியும் மோகனசுந்தரமும் ஒரு புதுக்கேள்வியோடு பார்த்தனர்.

"தம்பி... உங்கள பார்த்தா நகரத்து இளைஞன் மாதிரி இருக்கீங்க... உங்களுக்கு எப்படி இதெல்லாம் தெரியும்...?"

கண்ணனிடம் ஒரு சிரிப்புதான் பதிலானது.

"எங்களை இவர் சித்தரான்னு கேட்டதுக்கும் சிரிச்சீங்க. இப்பவும் சிரிச்சா என்ன அர்த்தம்?"

"சில நேரங்கள்ல பொய்யான விஷயங்கள் மெய்போல தெரியும். உதாரணமா வானத்து நிலா, கீழ இந்தக் குளத்து தண்ணீல தெரியற மாதிரி... குளத்து தண்ணில இருக்கற நிலாவை நிஜம்னு நம்பி ஒருத்தர் தீண்ட முயற்சி செய்யும்போது, அவரது ஏமாளித்தனத்தை நினைத்து முதல்ல சிரிப்புதானே வரும்...?"

"இந்த உதாரணம் எங்களுக்கு எப்படி பொருந்தும்?"

"உங்களை எனக்கு பல வருஷமா தெரியும். நீங்க தோற்றத்துலதான் சித்த யோகிகள். மனசளவுல நீங்க நிறைய ஆசைகளோட உள்ளவங்க. இந்த உலகத்தையே வசப்படுத்தி, எல்லா சுகபோகங்களையும் அனுபவிச்சிடணும்கறது தான் உங்க ஆழ்மனசோட நோக்கம்... சிலர் ரொம்பவே கடுமையாக பாடுபடுவாங்க... வெளிநாட்டுக்கெல்லாம் போய் மாடா உழைப்பாங்க. பிறகு அங்க இருந்து பணத்தை மூட்டையா கட்டி எடுத்துக்கிட்டு வந்து உல்லாசமா வாழ ஆசைப்படுவாங்க. அப்படித்தானே நீங்களும் இந்தக் காட்டுக்குள்ள திரியறீங்க...?"

கண்ணன் கேட்ட கேள்வியில் அப்படி ஒரு தெளிவு. அவர்கள் இருவரின் மனதுக்குள்ளும் புகுந்து பார்த்து தெரிந்து கொண்டதுபோல இருந்தது கண்ணன் பேசியது.

கண்ணன் எங்கே பேசினான்?

உள்ளிருக்கும் சுந்தர்ராஜனல்லவா பேசினார். சிவசாமிக்கும், மோகனசுந்தரத்துக்கும் மேற்கொண்டு என்ன பேசுவது என்றே தெரியவில்லை.

கண்ணனும் ராகவனுடன் அங்கிருந்து புறப்பட்டான். ராகவன் அவனிடம் இன்னும் ரொம்ப தூரம் நடக்கணுமா என்று கேட்டார்.

"ஏன் கால் வலிக்குதா?"

"ஆமாம் சாமி..."

"ஏன் வலிக்குது சொல்லுங்க பார்ப்போம்?"

"அதிகம் நடந்தா வலிக்கத்தானே செய்யும்?"

"அதான் இல்ல..."

"பின்ன?"

"வலிங்கறது உறுப்புகள்ல ஏற்பட்ற சேதத்தாலையோ, சிதைவாலையோ மட்டும் வருவது கிடையாது. சக்தி போதுமான அளவு இல்லாம போறதும் ஒரு காரணம்."

"வாஸ்தவம்தான்... எனக்கும் வயசாயிடிச்சு இல்லியா?"

"எவ்வளவு வயசானா என்ன... உடம்பை கல்போல வெச்சுக்கலாம். இந்த இயற்கை சூழல்ல ஏற்படற எந்த பாதிப்பும் எதுவும் செய்யாது. அந்த அளவு உடம்பை வெச்சுக்க முடியும்."

"இனி அதை எல்லாம் சொல்லிக் கொடுங்க, பிடிச்சுக்கறேன். இந்த உடம்பை விட்டு உயிர் தானா போகற வரைக்கும், இதை நல்லவிதமா பாதுகாத்து தானே தீரணும்..."

"இந்தக் காட்டுல உங்களுக்கு இனி உப்பு, புளி, காரம் கிடைக்காது. பழங்கள்ள இனிப்பு வேணா கிடைக்கலாம். கிழங்குகளால கொஞ்சம் மாவுச் சத்தும் கிடைக்கலாம். பெரும்பாலும் உவர்ப்பு, துவர்ப்பு, கசப்பு இதுதான் இந்தக் காட்டு உணவு. இது உடம்புல நிரம்பி வழிய ஆரம்பிச்சுட்டாலே மனசு தானா அடங்கிடும். அது எதுக்கும் ஆசைப்படாது..."

“பரவால்ல... உங்களுக்கு நிறைய தெரிஞ்சிருக்கு. ஆனா நீங்க திரும்பி உங்க குடும்பத்தோட போய் சேரும்போது உப்பு, புளி, காரம் உங்களுக்குள்ள நுழைஞ்சு உங்க மனசு மாறிடாதா?”

“நல்ல கேள்வி... நான் சாப்பிட்டாதானே மாறுவதற்கு?”

“அப்ப நகரத்துக்கு போனாலும் யோக உணவு தானா?”

“நிச்சயமா...?”

கேள்வியும் பதிலுமாக நடந்த அவர்கள், ஒரு வழியாக சுந்தர்ராஜன் உடம்பு கிடக்கும் குகைப் பகுதியை அடைந்தனர்.

நிலத்தின் மேல் சுந்தர்ராஜன் உடம்பு கிடக்க, மார்புமேல் காவல் நாகம்...! சுற்றிலும் அகழிபோல சதுரமாக வெட்டப்பட்ட குழி. அதில் லேசாக நெருப்புத் தணலும், அது விட்டுக் கொண்டிருக்கும் புகையும்.

சுந்தர்ராஜன் உடம்பின் மேல் எண்ணெய் பூச்சு தெரிந்தது. உடம்பு சுருங்கியும், மயிர்க்கால் பாகங்கள் அடைபட்டும், தோலின் நிறமும் மாறிவிடாதபடியும் அதுவே பார்த்துக் கொண்டிருந்தது. மூலிகை எண்ணெய்!

சுந்தர்ராஜன் உடம்பை பார்த்த ராகவன் கண்ணனை சற்றுக் கலக்கமுடன் பார்த்தார்.

“என்னய்யா... இந்த உடம்பை... அதாவது நீங்க மார்லையும், தோள்ளயும் தூக்கிப்போட்டு வளர்த்த உடம்பை இழக்கப் போறோமேன்னு இருக்கா?”

“ஆமாம் சாமி... மனித இனமே இந்த மாதிரி பாசபந்த உணர்வாலதானே உயிர்த்துடிப்போட இருக்கு?”

“உண்மைதான்...” என்ற கண்ணன் கண்களை மூடி தியானத்தில் மூழ்கிட, கச்சிதமாக சொர்ணசித்தரும் அங்கு வந்தபடி இருந்தார்.

அவரைப் பாக்கவும் ராகவன் கைகள் கூப்பின.

“ஆசீர்வாதம்... ஆசீர்வாதம்...”

மாறி செயல்பட விரும்பறோம். எங்களை ஏத்துக்குவீங்களா?" என்று கேட்டனர்.

சொர்ணசித்தரிடம் எந்த மறுப்பும் இல்லை.

"எப்ப ஒரு மலைப்பாம்பு விழுங்க வந்தும் அதைக் கொல்லாம அதை அதன் போக்குல போகவிட்டீர்களோ, அப்பவே உங்க நல்வினை செயல்பட ஆரம்பிச்சிடிச்சு... அடுத்து சொர்ணலிங்க தரிசனம்!

தப்பான எண்ணத்தோடு இந்த மலைக்காட்டுல சுத்தினாலும் இறுதியில் அது சரியாதான் முடியும். இறை விஷயங்கள் எல்லாமே அப்படித்தான்.

எவ்வளவோ அசுரர்கள் தங்களோட மோசமான முடிவுக்கு பிறகு தேவர்களாதான் மாறியிருக்காங்க. நரகாசூரனால் தீபாவளி வந்தது. சூரபத்மன் முருகனோட கொடியாகவே ஆனான். அதுதான் ஆன்மீகத்தோட சிறப்பு. ஆன்மீகம்கறது சமுத்திரம்... இதுல எப்பேர்ப்பட்ட சாக்கடை வந்து சேர்ந்தாலும் அது வேணா சுத்தியாகும். சமுத்திரம் அழுக்காகாது...

உங்க வரைலயும்கூட அதுதான் நடந்திருக்கு. வாங்க போகலாம்..."

சொர்ணசித்தர் அவர்களுக்கும் ஓர் அங்கீகாரத்தை வேகமாகவே கொடுத்து விட்டார்.

சுந்தர்ராஜன் மட்டும் "சாமி... நான் போய் மிச்சம் இருக்கற கடமைகளை முடிச்சிட்டு வந்துட்றேன்" என்று புறப்பட்டார்.

சொர்ணசித்தரும் அருகில் அழைத்து, தலையை வருடி ஆசிர்வதித்தார்.

"இனியும் உனக்கு எல்லாம் வெற்றியாவே நடக்கும். நடக்கட்டும், எல்லாம் நல்லவிதமா முடியவும் அந்த நாக மாணிக்கத்தோடு நீ என்னை வந்து பார்..." என்றபடியே காட்டுக்குள் நடந்தார்.

சுந்தர்ராஜனிடம் ஆமோதிப்பு!

"சாமி நீங்க சொன்னமாதிரியே நான் இந்தக் காட்டுக்கு வந்துட்டேன். இனி நான் உங்க சீடன்..."

சொர்ண சித்தர் சிரித்தார். மெல்ல கண் திறந்த கண்ணனும் சொர்ணசித்தரைப் பார்த்து அவரது காலடிகளில் போய் விழுந்து எழுந்தார்.

"பரம ஆசீர்வாதங்கள்!"

"சாமி..."

"என்ன சுந்தர்ராஜா... உன் உடம்புக்குள்ள நுழையற வழியைப் பார்."

"என் உடம்பை நான் எடுத்துக்கறேன் சாமி... நாளையோட அந்த நாற்பத்தெட்டு நாள் கணக்கும் முடிவடைஞ்சு இச்சாதாரியால எனக்கு இருக்கற அந்தத் தாக்குதலுக்கும் இனி இடமில்லை... ஆனா...?"

"என்ன ஆனா?"

"என்னை இனி எக்காலத்திலையும் எதுவும் செய்ய முடியாதுங்கறது இச்சாதாரிக்கு தெரியவரும்போது தன்னுடைய உச்சபட்ச கோபத்தை அது யார்மேல எப்படி காட்டும்னு என்னால யூகிக்க முடியலை..."

"பயப்படாதே... அப்படி ஒரு உச்சபட்சத்துக்கு போகும்போதுதான் இச்சாதாரிக்கும் ஒரு முடிவு ஏற்படணும்கறதுதான் விதி. ஆகையால நிச்சயம் நல்லதே நடக்கும்..."

சொர்ணசித்தரும் ஆசிர்வதிக்க, சுந்தர்ராஜனும் கண்ணன் உடம்பை அருகிலுள்ள பாறைமேல் கிடத்தி, அதிலிருந்து தன் உயிர்க்காற்றை விடுவித்தவராக, பாம்பு காவல் காக்கும் தன் உடம்புக்குள் புகுந்தார். அது ஓர் அற்புதமான காட்சி!

உலகில் எவ்வளவோ காட்சிகள்... ஆனால் கூடு மாறுதலை பார்க்கும் பாக்கியம் சிலருக்கே கிட்டும்.

ராகவனுக்கு அது கிடைத்திருந்தது.

ராகவனுக்கு மட்டுமா? எப்போதும்போல யாரைப் பார்த்தாலும், அவர்களுக்குத் தெரியாமல் பின்தொடர்ந்திடும் வழக்கம் கொண்ட சிவசாமிக்கும், மோகனசுந்தரத்துக்கும் கூடத்தான்.

தொலைதூரத்தில் ஒரு மறைவில் இருந்தபடி அவர்களும் நடப்பதைப் பார்த்துக் கொண்டிருந்தனர்.

தன் உயிரை நீக்கிக் கொண்டுவிட்ட கண்ணனின் உடம்பு பாறைமேல் சடலமாகக் கிடந்தது. அதைப் பார்த்த ராகவனின் கண்களில் கண்ணீர் பீறிட்டது.

“ராகவா... இந்த உடம்புக்கு தீயை வெச்சு உன் கடமையை முடிச்சுக்கோ. இது உனக்குள்ள இருந்து வந்த பூத உடம்பு. உன் கையாலேயே இதுக்கு ஒரு முடிவு ஏற்படணும்கறதுதான் உன் விதி. இப்படி யாருக்கு நடந்தாலும் அதுக்குப் பின்னால பல சூட்சமமான விஷயங்கள் ஒளிஞ்சிருக்குன்னு அர்த்தம். ஒரு வகைல இது சாபம். உனக்கு வம்ச விருத்தி இல்லைங்கறதால தான் இப்படி ஆனது.

நீ ஒரு பரம்பரை கிளை... உன்கிட்ட இருந்து ஒரு கிளைக்கு வழி இல்லை. பிள்ளை இருந்து கொள்ளி போடறது ஒரு ரகம். கொள்ளி போடற அவனே திவசம், தர்ப்பணம்னு வரிசையா தொடர்வான். அதெல்லாமே ஜென்மாந்தர தொடர்புகளைத் தொடர்கிறவர்களுக்குத்தான்... முடிஞ்சு போறவங்களுக்கு இல்லை.

எப்ப இந்த சிவன்மலைக்கு வந்து எங்க கூட்டத்துல சேர நீ தீர்மானிச்சியோ, அப்பவே உனக்கு மனித வாழ்க்கைக்கான நீட்சி இல்லைன்னு ஆயாச்சு.

நீ அதை நினைச்சு மகிழ்ச்சியா சிவசேவை செய். நீ போடப் போற கொள்ளியைத் தொடர்ந்து உன் மகனோட ஆத்மா முக்தி அடையப் போறதையும் நீ இங்க இருந்தே பார்க்கலாம்.”

சொர்ணசித்தர் ராகவனை மிக அழகாகவே தேற்றினார்.

அதன்பின் கண்ணனின் உடம்புமேல் சுற்றிலும் கிடக்கும் மரத்துண்டுகள், சருகுகளை எடுத்து வைத்து தீ வைக்கவும், அந்த உடல் கொழுந்துவிட்டு எரியத் தொடங்கியது.

சுந்தர்ராஜனும் தனக்கான உடம்பில் இருந்துகொண்டு அந்த காட்சியை பார்த்தார். ஒரு கட்டத்தில் சொர்ணசித்தர் நன் இருட்டிவிட்ட வானத்தில் ஒரு குறிப்பிட்ட இடத்தைக் காண்பித்தா அங்கே ஒரு நட்சத்திரம் வெகுவேகமாக விரைந்து கொண்டிருந்த

பூமியில் இருந்து பார்க்கும்போது, ஒரு விமானம் ஒ ஒளிப்புள்ளியாக விண்ணில் பறப்பதுபோல இருந்தது.

“அது உன் மகனோட ஆன்மாதான்!

ஒரு சிவயோகிக்கு பயன்பட்ட புண்ணியம், சிவன்மலை தகனமான புண்ணியம், இதெல்லாம்தான் பழைய பா கணக்கை நேர் செய்து இன்னொரு ஜென்மத்துக்கும் இல்லாத நிலைல முக்திலோகத்துக்கு அவனை அழைச்சுக்கி போகுது... இதுக்காக நீ சந்தோஷப்படணும்.

ஏன்னா இப்படி ஒரு விடுதலை தான் என் லட்சியமும்கூட ஆனா, நான் இன்னும் பூமிலதான் இருக்கேன். இதை வெ பார்க்கும்போது, என்னை விடவும் உன் மகன் அதிக புண்ணிய கொடுப்பினையும் உடையவன்கறது தெரியுது தானே?”

சொர்ணசித்தரின் கேள்வி, ராகவனின் கண்களில் கண்ணீ பெருக்கிற்று.

“சாமி... இது ஆனந்தக் கண்ணீர் சாமி...” என்றார். அ எல்லாம் பார்த்துக் கொண்டிருந்த சிவசாமியும், மோகனசுந்தர கூட மறைந்திருப்பது இனி அழகல்ல என்று சொர்ணசித்த நோக்கி வந்தனர்.

“சாமி நமஸ்காரம்...” என்றனர்.

சொர்ணசித்தரிடம் வழக்கம் போலவே புன்னகை.

“சாமி... எங்க வாழ்க்கைல இன்றைய தினம் தான் ஒரு தினம். இன்னிக்கு எங்களுக்கு நல்ல நல்ல காட்சிகளா கிடைச்சது. நல்ல உபதேசங்களும் காதுல விழுந்தது. இ நாங்க திருட்டுத்தனமா இந்த வனத்துல சுத்திவர விரும்ப நாங்களும் உங்கக் கூட்டத்துல சேர்ந்து உண்மையான யோகி

அத்தியாயம் 30

பொதுவில் சிவனடியார் என்றாலே அவர் தேவை என்பது மிகக் குறைவாகத்தான் இருக்கும். இடுப்பிலே ஒரு முழம்கூட இல்லாத கோவணம், உடல் முழுக்க திருநீறு, சிலர் கையிலே தண்டம் வைத்திருப்பர். அதிலேயே மாற்றுக் கோவணத்தை கட்டியிருப்பர். அத்தோடு அவர்கள் வீதி உலா வருவர். அவர்களுக்கென்று தனியாக ஒரு சொத்து கிடையாது. உலகமே அவர்கள் சொத்து. நாளை என்ற ஒன்றும் அவர்களுக்கு கிடையாது. அவர்கள் வரையில் சிவாயநம என்று சொல்லிக் கொண்டே இருக்கிற பொழுதுகள் மட்டுமே அவர்கள் வாழும் பொழுதுதான்.

ஒரு நாளைக்கு ஒரு வேளையோ இல்லாவிட்டால் ஒரு கையளவு நீரோ தான் அவர்கள் உட்கொள்வதுமாகும். அப்படி ஓர் அடியாராக அந்தச் சிவபெருமானே வந்தால் எப்படி இருக்கும்?

அமர்நீதியாரையும், அவரது சிவத்தொண்டையும் சோதிக்கவென்றே அந்தச் சிவபெருமான் ஒரு கோவணம் கட்டிய அடியாராக அமர்நீதியார் எதிரில் வந்தார். அமர்நீதியாரும் அவர் கேட்கும் எதையும் தானமாக வழங்க சித்தமாக இருக்கும்போது, அந்த ஈசன் அமர்நீதியாரிடமும், நான் எதையும் உன்னிடம் யாகசமாய் பெற்றிட வந்திருக்கவில்லை. உன் வீட்டில் உணவருந்தி உன்னை ஆசீர்வதிக்கவே வந்தேன். அதற்குமுன் நான் காவிரிப் புனலில் நீராடி வர விரும்புகிறேன்.

எப்பொழுதும் என் போன்ற சிவ யோகிகளுக்கு ஈர வஸ்திரம் ஆகாது. எனவே நான் குளித்து முடித்து வரும்போது... நான் அணிய, காய்ந்த வஸ்திரமான என் கோவணத்தை உன் வசம் தந்து செல்கிறேன். அதை நீ பாதுகாப்பாக வைத்திருந்து என் வசம் ஒப்புவித்தால் போதும்" என்று தன் தண்டத்தில் சுற்றி வைத்திருந்த காய்ந்த ஒரு முழ கோவணத்தை ஏதோ ஒரு பொன்னாபரணத்தைத் தருவதுபோல அந்த பெருமானும் வழங்கினார். அதை பொன்னாபரணமாகவே கருதி வாங்கி கண்களில் ஒற்றிக் கொண்ட அமர்நீதியாரிடம், 'மிகபத்திரம்' என்று ஒரு வார்த்தையும் கூறினார்.

குடிசைக்குத் திரும்பியிருந்த தமயந்திக்கு சிவசாமியும், மோகனசுந்தரமும் ஓடிவிட்டது தெரிந்தபோது சிரிப்புதான் வந்தது. கூடவே கோபமும் வந்தது... அடுத்து அவர்களை எங்கே பார்க்க நேர்ந்தாலும் சுட்டுப் பொசுக்கிவிடும் ஒரு கோபத்தைத் தனக்குள் அடக்கிக் கொண்டவள்... குடிசைக்குள் ஒரு உரிப்பானைக்குள் இருந்த செல்போனை எடுத்துக்கொண்டு, அதை சார்ஜ் செய்வதற்காக வன இலாகா அலுவலகம் நோக்கி நடக்க ஆரம்பித்தாள். அது அவளது வழக்கங்களில் ஒன்று!

அலுவலகத்துக்குப் போகும்போது ஒன்றும் சும்மா போகமாட்டாள். மூங்கில்கூடையில் மலைக்குள் போகும் வழியில் கிடைக்கும் 'நெல்லிக்காய், ஜாதிக்காய், மாசிக்காய், எலந்தை' என்று காட்டு விளைச்சல்களை அள்ளிப்போட்டுக் கொண்டுதான் போவாள்...

எது எப்படியோ வன இலாகா அலுவலகமும் அவளை கொஞ்சமும் சந்தேகப்பட்டது போலவே தெரியவில்லை. இவள் நடிப்பு அந்த அளவுக்கா, இல்லை அவர்கள்தான் அவ்வளவு முட்டாள்களா என்றால் இரண்டும்தான் என்பதே விடை. இல்லாவிட்டால் ஒரு பெண் தன்னந்தனியாக ஒரு மலைக்காட்டில்

குடிசை போட்டுக் கொண்டிருப்பதை ஒரு வன இலாகா எப்படி விட்டு வைத்திருக்கும்?

அப்படி அவர்களைப் பார்க்கப் போகும்போது "சாமிங்களா... காணாம போன எங்கப்பாரு இன்னிக்காவது கிடைப்பாரா...? அவர் கிடைக்கணும்னு சாமிங்ககிட்ட வேண்டிக்குங்க. நானும் ஆகாசலிங்கத்தை தான் மலை போல நம்பிக்கிட்டிருக்கேன்" என்று அவிழ்த்து விடுவாள். அவர்களும் சொக்கி விடுவார்கள்.

சமயங்களில் நிஜமாலுமே கண்களில் கண்ணீர் பிரண்டு வர அழுதிடுவாள். அவர்களுக்கு மிகவே உருக்கமாகிவிடும். பிறகு விடுதி அறைக்குச் சென்று சுக்குமல்லி காபி போட்டு வரவா... சோறாக்கி வரவா? என்றெல்லாம் கேட்பவள், அப்படியே பாத்ரூமுக்குப் போகிறேன் என்று போகும்போது, அங்கேயுள்ள ஸ்விட்ச் போர்டில் தன் செல்போனுக்கான சார்ஜை ஏற்றிக்கொண்டு விடுவாள். பிறகு அவளுக்குத் தெரியும் எங்கெங்கே சிக்னல் கிடைக்கும் என்று... அங்கே போய் தொடர்பு கொள்வாள்...!

இப்படித்தான் அவளது காலமும் ஓடிக் கொண்டிருக்கிறது. இதோ இப்பொழுதுகூட தமயந்தி அதற்காகத்தான் நடந்து கொண்டிருந்தாள்.

வன இலாகா அலுவலகமும் வந்தது. அழுது வடியும் அலுவலகம்... பெயர்தான் அலுவலகம்; உள்ளே பெரும்பாலும் யாருமே இருப்பதில்லை. வாட்சர் சிங்காரம் என்பவன் முகப்பில் எப்போதும் புகைபிடித்தபடி அமர்ந்திருப்பான். தமயந்தியைப் பார்த்துவிட்டால் போதும் அவனுக்குள் ஒரே கிளர்ச்சிதான்.

தமயந்தியும் குழையக் குழையப் பேசுவாள். இன்றும் பேசினாள்.

"என்னய்யா... வழக்கம்போல ஆபீசரு உள்ற இல்லையா?"

"ஆமா தமயந்தி... என்னா வேலை போ அத்துவானக்காடு, இதுக்கும் ஒரு ஆபீஸ்."

“வேலை இல்லாட்டி சந்தோசம்தானே? மத்த காடுங்க மாதிரி அங்க மரம் வெட்றாங்க, இங்க யானையை சுட்றாங்கன்னு தலைவலி இல்லதானே?”

“அட நீ ஒண்ணு... அதெல்லாம் தலைவலின்னு உனக்கு யார் சொன்னது... அதெல்லாம் வரும்படி தமயந்தி, வரும்படி...”

“இப்ப என்ன கெட்டுப் போச்சு. நீங்களேகூட இங்க மரத்தை வெட்டி விக்க வேண்டியதுதானே?”

“நீ சொல்றே... ஆனா தைரியம் வரமாட்டேங்குதே ஒவ்வொரு மரமும் ஒரு சாமின்னு வேற சொல்லி வெச்சிருக்காங்க அத்தோட எப்பல்லாம் மரம் வெட்டுவோம், எதையாச்சும் வேட்டையாடுவோம்னு நினைச்சாலும் சரி, அப்பல்லாம் ஒரு சிறுத்தைப்புலி... போற வழிலையே கண்ணுல பட்டு பேதியை உருவாக்கிடுது. என்ன பண்ணச் சொல்றே?”

“அடப்போய்யா... சிறுத்தை புலின்னுகிட்டு. நான் தனியா தான் இருக்கேன். என் கண்ணுல படமாட்டேங்குதே.”

“நீயும் எதையாவது வெட்றேன் முறிக்கிறேன்னு சொல்லிப்பாரு. உன் கண்ணுலையும் படும்.”

“சரிய்யா.. ஆமா உனக்கு இன்னிக்கு நான் எத்த சமைச்சு தரட்டும்?”

“என்னத்த... நீ எப்பவும் சைவமாதான் எதையும் செய்யறே. ஒரு குருவி, புறான்னு சுட்டு மணமா குழம்பு வச்சா பரவால்ல... எங்க?”

“சரி சரி நவுரு... என்ன இருக்குதுன்னு பாக்கறேன்.”

அவனை விலக்கிக்கொண்டு ஆபீஸை ஒட்டியுள்ள ஆஸ்பெஸ்டாஸ் சிமெண்ட் கூரையுடன் கூடிய ஒரு ஷெட் போன்ற பக்கத்து ரெஸ்ட் ஹவுஸ்க்குள் நுழைந்தாள். அங்கே ஒரு டேபிள்மேல் முதல்நாள் வந்திருந்த தினசரி பேப்பர் இருந்தது. அதில் முகப்பிலேயே பாண்டியன் ரங்கநாயகி

திருமணக் கோலத்தில் புகைப்படம். கீழே குண்டுவெடிப்பு. ஆனால் உயிர்ச்சேதம் எதுவுமில்லை என்கிற தகவல்.

ஆவலோடும் அவசரமாகவும் அதைப் படித்தவள் ஆச்சரியப்பட்டுப் போனாள். சற்றுத் தள்ளி நகரத்தில் விஷப்பாம்பின் நடமாட்டம். வரிசையாக மூவர் பலி என்றும் இருந்தது. கூடவே சிவன்மலைக் காட்டில் சித்தர்கள் போர்வையில் எத்தர்களா? என்றும் ஒரு கேள்வி எழுப்பிய செய்தி.

தமயந்திக்குள் இதயம் தாறுமாறாகத் துடிக்கத் தொடங்கியது. இடுப்பில் முன்பக்கமாய் மறைவில் வைத்திருந்த செல்போனை எடுத்தவள் வேகமாக சார்ஜ் ஏற்ற முனைந்தாள். அதற்கு முன் ஞாபகமாய் கதவை தாழிட்டவள், செல்போனில் சார்ஜ் ஏற்றிய நிலையிலேயே சிக்னல் கிடைக்கிறதா? என்று பார்த்தாள். மின் கம்பமும், ஆன்டெனாவும் அங்கு இருந்ததால் சிக்னல் கிடைத்தது.

அதுவே அவளுக்கும் ஓர் உற்சாகத்தைத் தந்தது.

மறுபக்கமாக அவளது ஞானகுருவான ஆனந்தரின் பி.ஏவான திருநாவுக்கரசு என்பவன் உடனேயே லைனில் வந்தான்.

“திருநாவுக்கரசு.”

“சொல் தமயந்தி.”

“நான் சிவன்மலை... ஃபாரெஸ்ட் ஆபீஸ்ல இருந்து பேசறேன். இங்க பேப்பர் பார்த்தேன். அங்க பாண்டியன் கல்யாணத்துல குண்டு வெடிச்ச விஷயம் தெரிய வந்தது. அது யார் வேலை?”

“நம்ப வேலை இல்ல அது... அதேசமயம் அது யார்னு நம்ம குருநாதர்க்கே தெரியல...”

“என்ன திருநாவுக்கரசு இது புதுமையா இருக்கு... பாண்டியனுக்கு குண்டு வைக்கற அளவுக்கு யார் எதிரி?”

“அந்தப் பாண்டியனுக்கு மட்டுமில்ல... ஒட்டுமொத்த கல்யாண கூட்டத்துக்கும்தான். சரி வேற எதாவது முக்கியமான விஷயம்?”

"சரி நம்ம குருநாதர் எப்ப வரார்?"

"சிவன்மலைல எங்கையாவது ஒரு குடிசை போட வேண்டியது தான். உன் குடிசைல தங்கினா எங்கப்பன் குதிருக்குள் இல்லைங்கற மாதிரி ஆயிடும்."

"அதுவும் வாஸ்தவம்தான். அப்புறம் நம்மைப் பற்றிய ரகசியங்களை தெரிஞ்சுக்கிட்ட ரெண்டுபேர் திரும்ப காட்டுக்குள்ள ஓடிட்டாங்க."

"நீ எப்படி போகவிட்டே...?"

"நான் என்ன என் குடிசைல லாக்கப் ரூமா வெச்சிருக்கேன்? அவங்கள அதுல வெச்சு பூட்ட?"

"சரி தமயந்தி... வேற எதுவா இருந்தாலும் இன்னிக்கு மாலைல பேசு..."

"நான் குருநாதரோட பேசணும்."

"நானே போன் போட்டு தரேன் நீ பேசலாம்."

திருநாவுக்கரசு இணக்கமாய் முடித்துக் கொண்டான். தமயந்தியும் பேச்சை முடித்துக்கொண்டு ஒரு பெருமூச்சு விட்டாள். அவளுக்கு சோர்வாககூட இருந்தது. தனியாக காலம் கடத்தும் கொடுமைக்கு இன்னும் சில நாட்களில் ஒரு முடிவு தெரிந்துவிடும் என்று அவள் கருதியபோது அந்தச் சோர்வுக்கு நடுவில் சற்று சந்தோஷமாகவும் இருந்தது.

மனம் ஒரு விசித்திரமான பகுதி.

எண்ண வளையங்களுக்கேற்ப அது உடம்பை ஆட்சி செய்கிறது. நொடிக்கு நொடி அந்த எண்ணங்களிடமும் மாற்றங்கள்... அதற்கேற்ப உடம்பிடமும் மாற்றங்கள்.

மனதை ஓர் எண்ணத்தின் வசம் பொய்யாகக்கூட கட்டிப்போட முடியவில்லை. அது ஏன்? அதுதான் மனித இயல்போ?

அத்தியாயம் 31

'பொன்னின் சிறப்பே அது நெருப்பிலிட்டு உருக்கிய பின்னரும் தன்னிலை மாறாமல் இருப்பதில் தான் உள்ளது... மனிதனின் சிறப்பும் அவன் எந்த அளவு சொன்ன சொல்லின் கீழ் நிற்கிறான் என்பதில் தான் உள்ளது'. இறை பரிசோதனைகளிலும் அதுதான் நிகழ்கிறது.

அமர்நீதி நாயனாரிடம் ஏதோ ஒரு பெரிய பொக்கிஷத்தையே ஒப்படைத்து விட்டதுபோல கருதி, தன் காய்ந்த கோவணத்தை ஒப்புவித்துவிட்டு சென்று, அந்த சிவடினயாரும் காவிரியில் நீராடிவிட்டு திரும்பி வந்தார். ஆரம்பமாயிற்று சோதனை...

"அப்பனே எங்கே என் கோவணம்? எடுத்து வா..." என்றார் சிவனடியார். அப்படி அவர் கேட்கும்போதே தெரிந்திருக்குமே அது நிச்சயம் தொலைந்திருக்க வேண்டுமென்று...

அமர்நீதியாரும் தேடினார், தேடினார், அப்படித் தேடினார்... ஆனால் அந்த ஒரு முழம் துணி மாயமாக மறைந்தே போய்விட்டிருந்தது. களைத்துப் போனார் அமர்நீதியார். சிவனடியாரிடம் திரும்பி வந்து, "ஸ்வாமி... தாங்கள் தந்த கோவணத்தை நான் எவ்வளவோ பாதுகாப்பாக வைத்திருந்தும் அது காணாது போய்விட்டது. என்னை மன்னிக்க வேண்டும்" என்றார்.

சிவனடியாருக்கு வந்தது கோபம்...

“ஒரு சாதாரண ஒரு முழு கோவணத்தை உன்னால் பாதுகாக்க முடியவில்லை... நீ எல்லாம் சிவனடியார்களின் சிறப்பை எப்படி உணர்ந்து அதைப் பேணுவாய்... உன் சிவபக்தியும் தானமும் தர்மமும் வெளிவேஷம்” என்று கூறிவிட்டார்.

அமர்நீதியாருக்கு அழுகையே வந்துவிட்டது. எது வந்து என்ன பிரயோஜனம். சிவனடியார் கோவணத்திற்கு இணையாக அவர் எதை தரப் போகிறார் என்பதில் தானே அவரது சிவபக்திக்கான சான்றே ஒளிந்து கொண்டுள்ளது.

பாண்டியன் வீடு!

உள்ளே சமைத்துக் கொண்டிருந்தாள் ரங்கநாயகி. பெண் வாசனையே இல்லாத வீட்டில் ஒரு பெண்... அதுவும் இல்லத்தரசியாக... ரங்கநாயகி தனக்குக் கிடைத்திருக்கும் வாழ்க்கையைப் பற்றி எண்ணிப் பார்த்தபோது வியப்பாக மட்டுமில்லை... சிலிர்ப்பாகவும் இருந்தது.

கால நேரம் கூடிவந்தால் கல்லும் சிலையாகும், கழுதையும் கவிபாடும் என்று வேடிக்கையாகக் கூறுவார்கள். அதெல்லாம் பெரிய உண்மை என்றே அவள் மனதிலும் எண்ணங்கள்.

சமையலின் இடைவெளியில் வீட்டை கூட்டி குப்பையை வெளியே கொட்ட வந்தபோது அடுத்த ஆச்சரியம் காத்திருந்தது.

வெளியே ஒரு போலீசுக்கு இரண்டு போலீஸ்காரர்கள் காவலுக்கு இருந்தனர். அவர்களுக்கும் ரங்கநாயகியைப் பார்க்க சற்று பொறாமையாகக் கூட இருந்தது.

வெளியே போயிருந்த பாண்டியனும் தன் மோட்டார் பைக்கில் திரும்பி வந்திருந்தார்... போலீஸ்காரர்களைப் பார்த்து, “இது யார் வேலை?” என்று கேட்டார்.

“கமிஷனர் உத்தரவுங்க சார்.”

“என்னை வி.ஐ.பி. ஆக்கிட்டாரா கமிஷனர்.”

"நீங்க வி.ஐ.பி. தானே சார்... குண்டு வேற வெடிச்சிருக்கே."

போலீஸ்காரரின் பதிலுக்கு மறுபதில் கூறத் தோன்றாமல் உள்ளே நுழைந்தார். ரங்கநாயகியும் அவரைப் புன்னகையோடு எதிர்கொண்டாள். உடை மாற்றிக்கொண்டு வரும்முன் காபியை தயாரித்து விட்டாள். காபியை பாண்டியன் அருந்திடும்போது ரங்கநாயகியிடம் கேள்விகள்.

"அந்த குண்டு பார்சல் கொடுத்தது யார்னு தெரிஞ்சிச்சா?"

"இல்ல ரங்கநாயகி... அதை கண்டுபிடிக்கறது கஷ்டம்."

"எப்படி சொல்றீங்க?"

"ஒரு கைக்கு பல கை மாறி அது வந்திருக்கு. சந்தேகப்பட்டு கேள்வி கேட்டவங்ககிட்டயும் உறுதியான பதில் இல்லை. ஒரே குழப்பமான பதில்தான்..."

"அப்ப அவ்வளவுதானா அந்த விஷயம்?"

"அது எப்படி... வேற விதத்துல கண்டுபிடிக்கற முயற்சிகள் நடந்துக்கிட்டிருக்கு..."

"கண்டுபிடிச்சிடுவீங்க தானே?"

"நிச்சயமா... எப்பவும் இந்த மாதிரி பெரிய தப்பு செய்யறவங்க சின்னதா ஒரு விஷயத்தையாவது கோட்டை விடாம இருக்க மாட்டாங்க. முதல்ல அதை கண்டுபிடிக்கணும்."

"ஆமா நீங்க போலீஸ் டிபார்ட்மெண்ட்டை சேர்ந்தவர் இல்ல. அப்படி இருக்க உங்களை பார்த்து ஒருத்தன் பயப்பட்றது ஆச்சரியமாயில்லை..."

"நீ கேட்டதும் ஒரு சரியான கேள்விதான். பயப்படற எதிரிதான் இப்படி எல்லாம் நடந்துப்பான். அதுவும் ரொம்பவே பயப்படற எதிரி ரொம்ப பெரிய எதிர்ப்பைக் காட்டுவான். இப்ப காட்டியிருக்கறதும் அப்படித்தான்..."

"அது யாரா இருக்கும்னு நினைக்கறீங்க?"

“எனக்கு எப்படி சொல்றதுன்னு தெரியலை. கொஞ்சம் பொறுமையா இரு. நிச்சயம் கண்டுபிடிச்சிடுவேன்...”

அவர்கள் இருவரும் பேசிக் கொண்டிருக்க, வாசல்பக்கம் பைக் சப்தம் கேட்டது. பாலுவும் லலிதாவும் இறங்கிக் கொண்டிருந்தார்கள். கூடவே பொன்னியும்!

“வா... பாலு!”

“வந்துக்கிட்டே இருக்கேன் சார்... ரங்கநாயகிக்கா எப்படி இருக்கீங்க?”

“நல்லாருக்கேன் பாலு... கல்யாண வேலையெல்லாம் எந்த அளவுக்கு நடந்துக்கிட்டிருக்கு?”

“அதெல்லாம் தடபுடலா நடந்துக்கிட்டிருக்கு... உங்களை வீட்ல வெச்சு கூப்பிடணும்னு தான் நேர்ல வந்தோம்.”

“எதுக்குப்பா இந்த சம்பிரதாயமெல்லாம். இது எங்க வீட்டு கல்யாணம்.”

“சொன்னா போதாது... நாளைக்கே வந்துடுங்க. கல்யாணம் முடிஞ்சி எல்லாரும் போன பிறகுதான் போகணும்.”

“இப்பவே கூட வந்துடறேன். போதுமா?”

பாண்டியன் பேச்சோடு பேச்சாக பொன்னியைப் பார்த்தார். அவள் புதிய பட்டுப் பாவாடை சட்டையில் கன்னி தெய்வமாக ஜொலித்தாள்.

“என்ன பொன்னி... கிராமத்துலையே இருந்தவ நீ... இங்க எப்படி இருக்கு?”

“உம்... நல்லாவே பொழுதுபோகுது. ஆனா ஒரே வெய்யில். எங்க லிங்கப்பட்டி எவ்வளவு ஜில்லுன்னு இருக்கும் தெரியுமா?”

“அது பச்சைபசேல் கிராமம்... இது பெட்ரோல் புகை நகரம். இப்படித்தான் இருக்கும்...”

“ஆனா, உங்க வீடு தோட்டமும் துரவுமா ரொம்ப... அழகா இருக்கு பாண்டியன் மாமா...”

“அப்ப இங்க இருக்கியா?”

“உம்... எனக்கும் இங்க இருக்க ஆசையா இருக்கு...”

பொன்னி சம்மதித்தது பாலுவை என்னவோ செய்தது. பொன்னியை வேண்டாம் என்கிற மாதிரி பார்த்தான். ஆனால் அவளோ எனக்கு இங்கேயும் ஒரு கடமை இருக்கிறதே என்பதுபோல் பார்த்தாள்.

“நீ போ பாலு. நாளைக்கு நான் கொண்டு வந்து விட்டுடறேன்” என்றார் பாண்டியன்.

“சரி பாண்டியன் சார். அவசியம் கொண்டுவந்து விட்டுடுங்க. பொன்னி பக்கத்துல இருந்தா அதுவே ஒரு தனி பலம்...”

பாலு அவளை விட்டுவிட்டு புறப்பட்டபின் வெளியே சென்று பைக்கை உதைக்க ஆரம்பித்தவனை தனியே அழைத்தார் பாணடியன்.

“என்ன சார்?”

“எல்லார்க்கும் பத்திரிகை அனுப்பிட்டியா?”

“அனுப்பிட்டேன் சார்.”

“குரங்கு சித்தருக்கு...”

பாண்டியன் கேட்கவும் பாலுவுக்கு சுரீர் என்றது.

“ஆமாம் சார். அவருக்கு இன்னும் பாக்கியிருக்கு.”

“பார்த்தியா முக்கியமான நபரையே மறந்துட்டியே...”

“தப்புதான் சார். அதேசமயம் அவரை எங்கன்னு சார் போய் தேட்றது.”

“சித்தர்களை எல்லாம் நாம தேடக்கூடாது. அவங்க நம்மை தேடற மாதிரி நாம் ஆழமா அவங்களை நினைக்கணும்.”

“புரியுது சார்... வீட்டுக்கு போய் லலிதாவை விட்டுட்டு போறேன்... நீங்க சொன்னது மாதிரியே ஆழமா அவரை நினைச்சுக்கிட்டே போறேன். அவரும் நிச்சயம் வருவார்...”

“வெரிகுட்... முதல்ல அதைச் செய்...”

பாண்டியன் தட்டிக்கொடுக்க பாலுவும், லலிதாவுடன் பைக்கை கிளப்பினான். பாண்டியன் திரும்பி வீட்டிற்குள் வந்தார்.

பொன்னி அங்குள்ள ஷெல்பில் பாண்டியனுக்கு இதற்கு முன் வந்த கூரியர் பார்சல்களைப் பார்த்தபடி இருந்தாள்.

“என்ன பொன்னி... அந்தப் பெட்டிகளை அப்படி பாக்கறே?”

“அதை எடுங்களேன்...”

பாண்டியன் எடுத்துத் தந்தார். பெட்டியை கையில் பிடித்துக் கொண்டவள், கண்களை மூடினாள். பாண்டியனுக்குப் புரிந்துவிட்டது. ரங்கநாயகி கூட கேட்டாள்.

“இந்த பொண்ணு என்னங்க பண்ணுது?”

“பொன்னி மனதுக்குள்ள இந்தப் பெட்டி வந்த நதிமூலத்தைத் தேடி போய்க்கிட்டிருக்கா.”

“என்னங்க சொல்றீங்க... அது எப்படி முடியும்?”

“பொன்னிக்கு அது சுலபம். ஒருத்தரை பார்க்கும்போதே மூணுகாலங்களும் அவளுக்குள்ள தெரியும். இது என்ன சாதாரணம்...”

“அதுதான் எப்படி?”

“எந்தத் தொடர்பும் இல்லாத நிலைல கைல இருக்கற செல்போன் பேசுதே. அது எப்படி?”

“இது விஞ்ஞானம். விளக்க முடியும். ஆனா பொன்னி விஷயம் அப்படியா என்ன?”

“பொன்னி விஷயம் இப்படி நாம விளங்கிக்க முடியாத ஒண்ணா இருக்கலாம். ஆனா இதுவும் இந்த செல்போன் சமாச்சாரம் மாதிரிதான். எதிர்காலத்துல புரிய வரலாம்...”

“மாயமந்திரம்னா நான் சிரிப்பேன்னு... விஞ்ஞானம்னு சொல்லாம சொல்றீங்களா?”

“ரங்கநாயகி கொஞ்சம் சும்மா இரு. உன் கருத்துப்படி இது மாயமந்திரம்னா, இருந்துட்டுப் போகட்டுமே. நமக்கு காரியம் விஞ்ஞானத்தால ஆனா என்ன... மந்திரத்தால ஆனா என்ன?”

“மந்திரத்தை எப்படிங்க நம்பறது?”

“விஞ்ஞானத்தை நம்பற அதேமாதிரி தான்...”

“அது எப்படி முடியும்...?”

“சரி நம்பாதே... இதனால மந்திரத்துக்கு ஒரு நஷ்டமும் இல்ல.”

அவர்களுக்குள் சுவையான கருத்து மோதல். பொன்னியும் மெல்ல கண்களைத் திறந்தாள்.

“பாண்டியன் மாமா... அடுத்து ஒரு பார்சல் உங்களுக்கு வரும். அதுல உங்களுக்கு எதிரி யாருங்கற துப்பு கிடைக்கும்” என்றாள்.

“ஏன் பொன்னி... இப்பவே உன்னால சொல்ல முடியலையா?”

“நான் சொன்ன பதில் வரைதான் என் மனசால போக முடிஞ்சது.”

“சரி பொன்னி... அப்படியே நடக்கட்டும். நான் பார்த்துக்கறேன். நீ ரங்கநாயகியோட சமையல்கட்டுக்கு போய் உனக்கு தேவையானதைக் கேள். ரங்கநாயகி சமைச்சுத் தருவா...”

“ஆமாம்மா வா என்கூட” ரங்கநாயகி பொன்னியின் கையை பிடித்து அழைத்துச் சென்றாள். பாண்டியன் முகத்தில் ஓர் அலாதி புன்னகை!

***

சிவாலயம்!

வித்யாவோடும் கையில் கல்யாணப் பத்திரிக்கையோடும் பாலு வந்திருந்தான்.

“அக்கா உன் கல்யாணம் நல்லபடியா நடக்கறதுல பெரிய அளவு பங்கு குரங்கு சித்தருக்குத்தான். அவர்கிட்ட ஆசீர்வாதம் வாங்கத்தான் வந்திருக்கோம்...” என்ற பாலு மனசுக்குள் “சாமி எங்க இருந்தாலும் வாங்க சாமி... வந்துடுங்க சாமி...” என்று மருகியபடி இருந்தான்.

“ஆமா, அவர் இந்தக் கோயில்ல தான் இருப்பாரா?”

“இல்லக்கா... இந்த மாதிரி கோயில்களுக்கு அவர் அடிக்கடி வருவார்.”

“அவருக்கு நம்ம அப்பாவை பத்தி தெரியுமா?”

“நிச்சயமா தெரியும்னுதான் நினைக்கறேன். அவ்வளவு ஏன். அப்பா அனுப்பி வெச்ச ஒரு சித்தராகூட அவர் இருக்கலாம்னு நினைக்கறேன்...”

“அப்ப அப்பா கட்டாயம் கல்யாணத்துக்கு வந்துடுவார் தானே?” வித்யா கேட்கும்போதே குரல் தழுதழுத்தது.

“கவலையேபடாதக்கா... பொன்னி சொன்னா சொன்னபடி நடந்தே தீரும்...”

அவர்கள் இருவரும் பேச்சோடு பேச்சாக, கோவிலின் பின்புறம் உள்ள பெரிய அரசமரத்தடிக்கு வந்து அமர்ந்தனர்.

பாலுவும் நாலாபுறமும் பார்த்தான். எந்தத் திக்கில் இருந்தாவது குரங்கு சித்தர் வரமாட்டாரா என்று... அவன் மனது ‘சாமி... வாங்க சாமி... வாங்க சாமி...’ என்று மருகியபடியே இருந்தது.

ஆனால் குரங்கு சித்தர் பாலு வீட்டு கொல்லைப் புறத்திலேயே கிணற்றுத் திட்டை ஒட்டி உட்கார்ந்து கொண்டிருந்ததுதான் ஆச்சரியம். அவருக்குள் பாலுவின் அழைப்பொலி கேட்டுக் கொண்டே இருந்தது. அவர் பார்வை தோட்டத்து மரத்தின் மேல் அடிக்கடி சென்றது. அதுவே அவர் இச்சாதாரி அங்கு வந்து ஏதாவது சேட்டை செய்தால் என்ன செய்வது என்று பயப்படுவதை உணர்த்தியது.

இரண்டு நாளில் திருமணம்!

இச்சாதாரி எல்லா முனைகளிலும் தோற்ற நிலையில் இருப்பதால், இறுதிக் கட்டமாக ஒரு பெரும் முயற்சி செய்யக் கூடும் என்பது குரங்கு சித்தரின் உள்மனக் கணக்கு.

எனவே தான் அதற்கு இடம் கொடுத்துவிடக் கூடாது என்று அவர் கொல்லைப்புறத்திலேயே கிடந்தார். அதேசமயம் அந்த வீட்டுக்குள் ரங்கநாயகி நுழைந்தபடியே இருந்தாள்.

அவளைப் பார்க்கவும் மங்களம் பூரித்துப் போனாள்.

"வாம்மா..." என்று வாய் நிறைய வரவேற்றாள்.

"நான் இப்ப வந்திருக்கிறது உங்களை வெளியே கூட்டிக்கிட்டு போக..." என்றாள் ரங்கநாயகியும்...

"எங்கம்மா...?"

"இன்னிக்கு நம்ம ஊர் சிவன் கோயில்ல அபிஷேகத்துக்கு ஏற்பாடு செய்திருக்கோம். அவர் கோயில்ல இருக்கார். உங்களை கூட்டிக்கிட்டு வரச் சொன்னாரு..."

ரங்கநாயகி சொல்லும்போதே பாலுவும் வித்யாவும் ஏமாற்றமுடன் உள்நுழைந்தபடி இருந்தனர்.

பாலு ரங்கநாயகியைப் பார்த்து சற்று பரவசமானான். மங்களத்துக்குள் என்ன தோன்றியதோ... "அம்மாடி... எனக்கு கல்யாண வேலை தலைக்கு மேல இருக்கு. நீ வித்யாவை கூட்டிக்கிட்டு போ. கல்யாணப் பொண்ணு இவதான். இவளுக்குத்தான் கடவுளோட அனுக்ரகம் பரிபூரணமா தேவை..."

ரங்கநாயகியும் மறுக்கவில்லை.

"வித்யா வா போகலாம்..." என்றாள்.

"இப்பதான் நாங்க கோவில்ல இருந்து வர்றோம்."

"அப்படியா... சிவன் கோயில்ல இருந்தா?"

"ஆமாம்... அங்க உங்களையோ பாண்டியன் அண்ணாவையோ நாங்க பார்க்கவே இல்லையே..."

“இனிமேல் தானே அபிஷேகம்?”

“இருக்கட்டும் ரங்கநாயகி... எனக்கு டயர்டா இருக்கு.”

வித்யாவும் கழண்டுகொள்ளப் பார்த்தாள்.

“வித்யா... உன் கல்யாணம் ஒரு குந்தகமும் இல்லாமல் நடக்கத்தான் இந்த அபிஷேகம்” என்று ரங்கநாயகி சற்று அழுத்தமாகக் கூறவும், அதற்குமேல் வித்யாவால் மறுத்துப் பேச முடியவில்லை. புறப்பட்டு விட்டாள். வெளியே ஆட்டோவும் காத்துக் கொண்டிருந்தது.

பாலு கால் கழுவ கொல்லைப்புறம் போனபோது அங்கே குரங்கு சித்தரை பார்த்து சிலிர்த்து விட்டான்.

“சாமி நீங்களா?” என்று ஓடிவந்து காலில் விழுந்தான்.

“நானேதான்... என்னை நீ நினைச்சதும் எனக்குத் தெரியும். ஆனா இப்ப நான் இந்த வீட்டுக்குக் காவல்.”

“சாமீ... என்ன சொல்றீங்க?”

“இனி உன்கிட்ட எதையும் நான் பூடகமா பேச வேண்டிய அவசியமில்லை. நான் நேரா விஷயத்துக்கு வந்துட்றேன். நான் உங்கப்பாவோட சேர்ந்து சிவன்மலைல வாசம் செய்ற ஒரு சித்தன். உங்கப்பாவுக்கு உதவறதுக்காக இந்த நகரத்துக்கு வந்திருக்கற ஒரு நவீன சித்தன்னும் சொல்லலாம்.”

“சாமி நிஜமாவா?”

“ஆமாம் பாலு... நான் நகரத்துக்கு வந்துருக்கறது உங்க குடும்பத்துக்காக மட்டுமில்ல... வேறு சில நல்ல காரியங்களுக்காகவும் கூட...”

“ரொம்ப சந்தோஷம் சாமி... அப்பா கட்டாயம் கல்யாணத்துக்கு வந்துடுவார் தானே?”

“வந்துடுவார் என்ன... வந்துட்டார்.”

“நிஜமாவா?”

"அதோ அங்க பார்..."

குரங்கு சித்தர் கைகாட்ட சுந்தர்ராஜன் வீட்டினுள் நுழைந்து கொண்டிருந்தார். காவி வேட்டி, காவி சட்டை, நிறைய தாடி மீசை, கழுத்தில் ருத்ராட்சம்.

"சாமி... அது... அது... எங்கப்பாவா?"

"உங்கப்பாவேதான்... உங்கம்மா இன்னியோட நாற்பத்தெட்டு நாள் பூஜையையும் முடிச்சுட்டாங்க. இனி ஒரு பயமும் இல்லை. உங்கப்பா வர்ற வரை அந்த இச்சாதாரியால பிரச்சினை வந்துடக் கூடாதுன்னுதான் நான் இங்கே கண் கொத்திப் பாம்பா உக்காந்துகிட்டிருந்தேன்."

"இச்சாதாரி... இச்சாதாரி..."

"அது ஒரு பெரிய கதை. நீ போய் முதல்ல உங்கப்பாவை பார்த்துட்டு வா... இந்த நொடில இருந்து உங்களுக்கு ஆனந்தமான வாழ்க்கை ஆரம்பம். இருபத்தைஞ்சு வருஷமா பட்ட கஷ்டமெல்லாம் போயாச்சு.

உங்கப்பாவோட தவசக்தி இனி உங்களை எல்லாம் நல்லா வாழ வைக்கப் போகுது. போ... போய் அவரைப் பார்த்துட்டு வா..."

குரங்கு சித்தர் அவனை உள்ளே தள்ளியே விட்டார். அவனும் ஓடினான். ஆனால் பாவம் விதியின் விளையாட்டு இச்சாதாரி ரூபத்தில் வேறு விதமாக இருந்தது.

அது குரங்கு சித்தரையேகூட ஏமாற்றிவிட்டிருந்தது தான் ஆச்சரியம்!

எப்படி?

* ——— *

அத்தியாயம்

32

அமர்நீதியார் அந்த சிவத்தொண்டரிடம் அந்தக் கோவணத்திற்கு பதிலாக ஒரு பட்டுக் கோவணமே தருவதாகத் தான் முதலில் கூறினார். ஆனால் சிவத்தொண்டர் மறுத்து விட்டார். சரி ஒன்றுக்கு நூறு தருகிறேன் என்றார். அதற்கும் மறுத்து விட்டார்.

"ஒரு கோவணத்திற்காக நீங்கள் கேட்பதுதான் என்ன?" என்று அமர்நீதியார் கேட்கவும்... ஒரு தராசை கொண்டு வரச்சொல்லி, அதில் தன்னிடம் உள்ள கோவணத்தை ஒரு தட்டில் போட்ட அந்த சிவத்தொண்டர், மறுதட்டில் அதன் எடைக்கு எதை கொடுத்தாலும் ஏற்றுக் கொள்கிறேன் என்று கூறவும். அமர்நீதியாருக்குப் புரிந்து விட்டது.

இது இறைவனின் சோதனை என்று!

அவரும் தன் வசமுள்ள நாணயங்களையும், நகைகளையும் எடுத்துக் கொட்டினார். தட்டு சீராகவில்லை. அவர் மட்டுமல்ல... ஊரே அந்தக் காட்சியை ஆச்சரியமாகப் பார்த்தது. அமர்நீதியார் தன் வசம் உள்ள பாத்திரம் பண்டம் என்று சர்வத்தையும்கூட தராசுத் தட்டில் வைத்துப் பார்த்தார். ஊஹூம்!

தட்டு நேராகவில்லை.

இறுதியாக அவர் வசம் இருந்தது அவரும், அவர் மனைவி, மகனும் தான்!

இறைவனை மனதாரத் தொழுதவர். மனைவி மக்களுடன் தட்டில் ஏறினார். அதாவது தன் குடும்பத்தையே அந்த சிவனடியாருக்கு ஒப்புக்கொடுத்து விட்டார்.

இறைவனும் அந்த இறுதிக்கட்ட சரணாகதிக்கும் தியாகத்துக்கும் தானே காத்திருந்தான். உடனேயே தட்டும் நேரானது. சிவத்தொண்டரும் சிவ பெருமானாகவே மாறி, அமர்நீதியாருக்குக் காட்சி தந்தார்.

காட்சி மட்டுமா தந்தார், சிவபுரத்திலே அவருக்கு ஓர் இடமுமல்லவா அளித்து விட்டார்.

அமர்நீதியார் போல அனைத்தையும் இழக்கத் துணிந்து சொன்ன சொல்லிலும், தொண்டிலும் நிற்பதே சிவபக்தியாகும்!

அந்த ஆட்டோ நகரத்தைவிட்டு எங்கோ ஒரு புறநகர்ப் பகுதி நோக்கி ஓடத் தொடங்கியிருந்தது. வித்யாவுக்கு கலக்கமாகி விட்டது. அருகில் அமர்ந்திருந்த ரங்கநாயகியைப் பார்த்து,

"என்ன இது... சிவன் கோயிலுக்குன்னு சொல்லிட்டு எங்க போய்க்கிட்டு இருக்கோம். எனக்கு பயமா இருக்கு" என்றாள்.

"பயப்படாத... பாண்டியன் இங்க ஒரு வீட்லதான் இருக்கார், அவரை கூட்டிகிட்டு போகத்தான் இங்க வந்தேன்" என்ற ரங்கநாயகி, ஒரு பெரிய கிரவுண்டுக்கு நடுவில் ஒற்றைப் பனை போல தனியாக தெரிந்த பங்களா ஒன்றை சுட்டிக் காட்டினாள்.

அப்போது டிரைவிங் சீட்டின் பக்கத்தில் இருக்கும் கண்ணாடியில் யதார்த்தமாக பார்த்த வித்யாவுக்கு பகீர் என்றது!

கண்ணாடியில் படம் விரித்தபடி நிற்கும் ஒரு பாம்பின் தோற்றம்!

அடுத்த நொடியே 'வீல்' என்கிற அலறலுடன் மயங்கி விட்டாள்.

ஆட்டோவும் நின்றது.

ரங்கநாயகியோ மயங்கிய வித்யாவை தூக்கி கொண்டாள். ஆட்டோ டிரைவரும் ஒரு தினுசாகப் பார்த்தான். பணத்திற்காக கையை நீட்டினான்.

“இரு... வரும்!” என்ற பதிலோடு பங்களாவுக்குள் நுழைந்த ரங்கநாயகி எதிரில் ஷாலினி! அதுவும் ஒருவித பிரமை பிடித்த நிலையில்... வித்யாவை கீழே கிடத்திய ரங்கநாயகியும் க்ஷணத்தில் இச்சாதாரியாக மாறி, ஷாலினியிடம் வெளியே போய் ஆட்டோவுக்கு பணம் கொடுக்கச் சொல்லிவிட்டு, அருகில் கிடக்கும் சோபாவில் போய் அமர்ந்தான்.

மனதுக்குள் இறுதியாக தான் ஜெயித்து விட்டதுபோல ஓர் உணர்வு... இல்லையில்லை மமதை உண்மையில் மங்களத்தைக் கடத்தி வந்து கல்யாணத்தைத் தடுக்கத்தான் எண்ணியிருந்தான். ஆனால் கல்யாணப் பெண்ணே வசப்படவும், பழம் நழுவிப் பாலில் விழுந்தது போலாகிவிட்டது. நினைத்த வடிவம் எடுக்க முடிந்த சக்தி இருந்ததால் குரங்கு சித்தரின் திருஷ்டியிலும் படாதபடி காரியம் கச்சிதமாக முடிக்க முடிந்தது.

இனி சுந்தர்ராஜன் வந்துதான் என்ன புண்ணியம்... ஆனால்...?

————

அத்தியாயம்

33

சிவபெருமானை ஆட்கொண்ட, சிவபெருமானால் ஆட்கொள்ளப்பட்டவர்கள் இப்பூவுலகில் ஆயிரமாயிரவர் உண்டு. அவர்களில் அறுபத்து மூன்று நாயன்மார்களே பெரிதும் பேசப்படுகின்றனர். அதற்கு காரணமும் உண்டு. அந்த நாயன்மார்கள் வாழ்ந்த விதத்தையும் அவர்கள் பக்தி செலுத்திய விதத்தையும் கவனித்தாலே போதும். இது நன்கு புலனாகும்.

நாம் எல்லோரும் கூட சிவ பக்தர்களாக இருக்கலாம். ஆனால், சிவபக்தன் என்பதைவிட சிவத்துக்காக சர்வ பரிதியாகத்தை செய்யும் உயர்ந்த நிலையைத் தொடும்போதுதான் நாயன்மார்களுக்கு கிட்டிய பெருமையும் புகழும் நமக்கும் கிட்டும்.

சரி... அப்படி செயல்பட்ட சில நாயன்மார்களை பார்ப்போம்.

அறுபத்து மூன்று நாயன்மார்களில் இடங்கழி நாயனார் என்று ஒருவர். இவர் ஒரு குறுநில மன்னர். ஆயிரக்கணக்கான காணி நிலங்களையும், பொன்னையும், பொருளையும் உடைய சிவபக்தரும்கூட. ஆனபோதிலும் இவரை ஒரு பண்டாரம் வெகுவாக யோசிக்க வைக்கிறார். அதுவும் எப்படித் தெரியுமா? இவரிடமே இவரது பொருளைத் திருடி. வியப்பாக இருக்கிறதல்லவா?

பாலு வீடு!

எல்லோரையும் கல்யாணத்துக்கு அழைத்து முடித்துவிட்ட சந்தோஷத்தோடு வீட்டுக்குள் நுழைந்த பாலுவை பாண்டியன் செல்போனில் அழைக்கவும், ஹாலில் உள்ள சோபாவில் அமர்ந்தபடியே அவருடன் பேசத் தொடங்கினான் பாலு.

"என்ன பாண்டியன் சார். சொல்லுங்க"

"கல்யாண வேலையெல்லாம் எந்த அளவுக்கு இருக்கு பாலு."

"கிட்டத்தட்ட முடிஞ்சிடிச்சு சார்... ஏன் சார் என்ன விஷயம்?"

"இல்ல... இங்க இருந்திருந்தாப்பல பொன்னிக்குள்ள ஒரு சின்ன இன்ட்யூஷன்"

"என்ன இன்ட்யூஷன் பாண்டியன் சார்"

"அங்க உங்க வீட்ல வித்யாவுக்கு ஏதோ நடக்கக் கூடாதது நடந்துட்டமாதிரி..."

"ஐயய்யோ..."

"என்னன்னு கவனி... நான் பொன்னியோட உடனே உன் வீட்டுக்கு வரேன்..."

பாண்டியன் போனை கத்தரித்துக் கொண்டார். பாலுவுக்குள் பரபரப்பு தொற்றிக்கொள்ளத் தொடங்கியது. நிமிர்ந்தான், எதிரில் எல்லோரும் தென்பட்டார்கள், வித்யாவைத் தவிர.

சமையல்கட்டில் இருந்து மங்களம், பாலு குரலைக் கேட்டு வெளியில் வந்தாள். அவன் முகத்தில் பரபரப்பை பார்த்தாள்.

"என்னடா... எதுக்கு இந்த பதட்டம்?"

"வித்யா அக்கா எங்கம்மா?"

"பாண்டியன்தான் கோவில்ல ஏதோ அபிஷேகம் பண்றார்னு ரங்கநாயகிதானே வந்துகூட்டிக்கிட்டு போனா?"

"என்னம்மா சொல்றே... பாண்டியன் சார் கோயில்ல அபிஷேகம் பண்றாரா. யார் சொன்னது?"

“ரங்கநாயகி...”

“அவங்களா... அவங்களா வந்து கூட்டிக்கிட்டுப் போனாங்க”

“அவங்களேதாண்டா... எதுக்கு இப்படிக் கேக்கறே...”

“அவ்வளவும் பொய்யம்மா... இப்பத்தான் பாண்டியன் சார் பேசினார். வித்யா அக்காவுக்கு ஏதோ கஷ்டம் வரப்போற மாதிரி பொன்னி சொல்லியிருக்கா...”

“ஐயோ... என்னடா தலைல கல்ல தூக்கி போட்றே?”

“நான் போடலம்மா... அக்காவை ரங்கநாயகியக்கா கூட்டிக்கிட்டுப் போனதா நீதான் போட்டிருக்கே...”

“அப்படினா?”

“ஏதோ தப்பு நடந்துருக்கு... இரு, இப்பவே பாண்டியன் சார்கிட்டயே கேட்டுடறேன்.”

பாலு தன் புதிய செல்போனில் அடுத்த நொடி பாண்டியனை பிடித்தான்.

“சார்... ரங்கநாயகியக்கா வீட்ல இருக்காங்களா. இல்ல கோயில்ல ஏதாவது அபிஷேகத்துக்கு போயிருக்காங்களா?”

“இங்கதான் வீட்லதான் இருக்கா... ஏன் பாலு?”

“பாண்டியன் சார்! தப்பு நடந்துடுச்சி... அக்கா இங்க வந்து வித்யாக்காவை கோவிலுக்கு கூட்டிக்கிட்டுப் போய்ட்டதா அம்மா சொல்றாங்க...”

பதறினான் பாலு.

“அப்படியா சங்கதி.. பாலு சிவன்மலை தொடர்பா ஏதோ தப்பு நடந்திருக்கு. அங்க இருந்து வந்தபிறகு எனக்கு சில விஷயங்கள் சுத்தமா ஞாபகத்துக்கு வர மாட்டேங்குது. அதனால இந்த விஷயத்தை என்னால் அனுமானிக்க முடியல... இருந்தாலும் நீ தைரியமாக இரு நான் பொன்னியோட கிளம்பி வர்றேன். வீட்ல உன் அக்காவுக்கு ஏதோன்னா பதறிப் போயிரு வாங்க. அக்கம் பக்கமும் அப்புறம் இதே பேச்சாயிடும்.

வித்யா வரைல காக்கா வலிப்பால ஒருமுறை கல்யாணம் தடைபட்டதோட போகட்டும். நீ உன் வீட்ல எதையும் காட்டிக்காதே. கேட்டா ரங்கநாயகிதான் கூட்டிக்கிட்டுப் போயிருக்கா, எதுவும் ஆபத்து இல்லைங்கற மாதிரி உன் வீட்டை நார்மலா ட்யூன் பண்ணிட்டு, நீ உடனேயே சிவன்கோயில் வில்வ மரத்தடிக்கு வா. நான் பொன்னியோட அங்க வரேன். மிச்ச விஷயத்தை நாம அங்க பேசிக்கலாம்."

பாண்டியன் அந்த நிலையிலும் பாலுவுக்கு ஒரு அற்புதமான வழியை காட்டினார். பாலுவும் அதைக் கெட்டியாக பிடித்துக் கொண்டான்.

"சரி சார்... இப்பதான் எனக்கு நிம்மதியா இருக்கு பயந்தே போயிட்டேன். ரங்கநாயகி அக்காவைப் பாருங்க, உங்களுக்கே தெரியாம கோயிலுக்கு அபிஷேகத்துக்கு போயிருக்கறத..."

சட்டென்று பாண்டியனிடமே தன் மாற்றத்தை பதிவு செய்தவனாக போனைக் கட் செய்தான். மங்களம் அவன் முகத்தையே பார்த்தபடி இருந்தாள். அவளுக்கு மேல் லலிதா!

"என்னம்மா பயந்துட்டியா?"

"என்னடா... ஏதேதோ பேசினே... வித்யா இப்ப எங்க இருக்கா?"

"ரங்கநாயகி அக்காகிட்டதாம்மா இருக்காங்க. அந்த அக்கா பாண்டியன் சாருக்கே தெரியாம கோயில்ல அபிஷேகம் அது இதுன்னு ஏற்பாடு செய்திருக்காங்க..."

அழகாக அம்மாவை சமாளித்தான். லலிதா மட்டும் வினயமாகவே யோசித்தாள். அப்படி யோசித்தால்தானே அவள் லலிதா!

"பாலு... அப்ப எதுக்குடா பொன்னி ஏதோ சொன்னா அப்படி இப்படின்னே..."

"பொன்னி ஜாக்கிரதையா இருக்கச் சொல்லியிருக்கா, அவ்வளவுதான்..."

“அப்ப கல்யாணமெல்லாம் திரும்ப நின்னுடாதுதானே?”

“ஏன்க்கா உன் புத்தி இப்படிப் போகுது. அது எப்படிக்கா நிக்கும்”

“அது இல்ல பாலு... கல்யாண விஷயத்துல நம்ம அப்பா நேர்ல வரணும்னு ஒரு விஷயம் அப்படியே இருக்கு அந்த சின்ன பொண்ணு சொன்னதை வெச்சுகிட்டு அப்பா வந்துடுவார்னு சம்பந்தியாம்மாகிட்ட சவடாலா நீ சொல்லிட்டே... ஆனா அப்பா பத்தி இந்த நிமிஷம் வரை நமக்கு எதுவுமே தெரியாது.

நான் தெரியாமத்தான் கேக்கறேன். சினிமால வர்ற மாதிரியே யாராவது ஒரு வயசானவருக்கு அப்பா மாதிரியே மேக்கப் போட்டு, இவர்தான் எங்கப்பான்னு கல்யாணத்தின் போது கொண்டு வந்து நிறுத்தற ஐடியா எதாவது உங்கிட்ட இருக்கா?”

“போதும்கா, போதும்... ஊர் உலகமே திருந்தினாலும் உன்னால மட்டும் திருந்தவே முடியாது. உனக்கு மட்டும் நல்லதே தோணாது. இப்ப நான் இருக்கற நிலைக்கு உன்கிட்ட நின்னு பேசற நிலையில இல்ல. வந்து பேசிக்கறேன்...” பாலு ஆவேசமாகப் பேசிவிட்டு அதே வேகத்தோடு புறப்பட்டு போனான்.

பாவம் மங்களம்!

அவள் முகம் மிகவே வாடிவிட்டது.

லலிதா கேட்ட கேள்வி அப்படி...

தன் கணவன்... இத்தனை வருடங்களாக வராதவன், இருக்கும் இந்த சொற்பநாட்களில் வந்துவிடுவானா? திருமணம் தடையின்றி நடைபெறுமா?

கேள்விகள் மங்களம் மனதை போட்டுக் கொத்திக் கிளறத் தொடங்கிவிட்டன.

ஆனால், லலிதாவுக்கோ அப்போதுதான் அடைப்பு நீங்கி மனசு பாரம் குறைந்து லேசான மாதிரி எல்லாமும் இருந்தது.

***

சிவன் கோயில்!

வில்வமரத்தின் கீழ் ஒரு வட்டமான சிமெண்டு தளம். மரத்தினடியில் ஒரு பிள்ளையார் சிலை! பாண்டியனும் பொன்னியும் அங்கே காத்துக்கொண்டிருக்க, பாலு படுவேகமாக பைக்கை நிறுத்திவிட்டு அவர்களை நோக்கித்தான் ஓடினான்.

அவனைப் பார்த்த நொடி பாண்டியனிடமும் பதட்டம்.

"வா பாலு..."

"என்ன பாண்டியன் சார் இது... நாம யாருக்கு என்ன கெடுதல் செய்தோம். ஏன்சார் நமக்கு மட்டும் எப்பவும் இப்படி தப்புதப்பாவே ஏதாவது நடந்துகிட்டு இருக்கு...?"

பாலுவின் ஆதங்கத்தை கேட்டு பொன்னி சிரித்தாள். அது சிரிக்கின்ற நேரமா என்ன?

"என்ன பொன்னி நீ... உனக்கு எங்க நிலைமை சிரிப்பா இருக்கா?"

"அது இல்லண்ணே... எப்ப ஒருத்தருக்கு அடி மேல் அடி விழுதோ அப்ப கடவுள் அவங்ககூட நெருக்கமா இருக்கார்னு அர்த்தம். விழற ஒவ்வொரு அடியும் வெற்றிக்கான படின்னும் அர்த்தம்..."

"அடி படின்னு நீ சொல்றத கேக்கற நிலையில இப்ப நான் இல்லை. அக்காவுக்கு ஏதோ தப்பா நடக்கப் போகுதுன்னு உனக்கு தோணின மாதிரியே ஆயிடிச்சு. பாண்டியன் சார்... ரங்கநாயகியக்கா உங்க வீட்ல இருக்கும்போது எப்படி எங்க வீட்டுக்கு வந்து கூட்டிக்கிட்டுப் போக முடியும்... மாயமா இல்ல...?"

"மாயமேதான்..." பொன்னி நறுக்கென்று சொன்னது கேட்டு இருவரும் அவளை வெறித்தனர்.

"என்ன பாக்கறீங்க... வித்யா அக்காவை ரங்கநாயகி அக்கா கூட்டிக்கிட்டுப் போனதுங்கறது மாயமேதான்"

“பொன்னி... கொஞ்சம் புரியற மாதிரி சொல்லேன்”

“எனக்கு தெரிஞ்சதை எல்லாம் சொல்லிடறேன். முதல்ல இந்த வில்வமர நிழல்ல நில்லுங்க. இந்த நிழல் நாம அந்த சிவன்சாமிகிட்டேயே நிக்கற மாதிரி. அதனாலதான் உங்களை நான் இங்க வரச்சொன்னேன்.”

பொன்னி சொல்லி முடிக்கவும், பாலு அதன் அடர்வான நிழலில் அவர்களுடன் நெருங்கி நின்று கொண்டான்.

பொன்னி அடுத்த நொடியே சப்பணமிட்டு அமர்ந்து கொண்டு, “நான் இப்ப குரங்கு சித்தரை தீவிரமா நினைக்கப் போறேன். நமக்கு வழி காட்ட அவர் உதவியும் தேவை. ஆகையால நீங்க இரண்டு பேரும்கூட அவரை தீவிரமா நினைங்க. எப்பவும் சித்தர்சாமிங்கள நாம எவ்வளவு வேகமாகவும், ஆழமாகவும் நினைக்கறோமோ, அதுக்கு ஏற்பத்தான் அவங்களும் வருவாங்க” என்றாள்.

பொன்னியின் கருத்துக்கு மறு கருத்து இருவரிடமும் இல்லை. அடுத்த நொடி முதலே குரங்கு சித்தரை மனதுக்குள் தியானிக்கத் தொடங்கிவிட்டனர்.

பொன்னி சொன்னது உண்மைதான்.

மூவரின் தீவிரமான நினைப்பும் அழைப்பும் குரங்கு சித்தரை அங்கே அழைத்து வந்துவிட்டது. ஆனால், வந்தவர் முகத்தில்தான் துளிகூட சுரத்தே இல்லை.

“சாமி வணக்கம் சாமி. உங்களுக்காகத்தான் காத்துக்கிட்டு இருக்கோம்...” என்று பாண்டியன் கைகளையும் கூப்பினார்.

“தெரியும் பாண்டியன்... நீங்க என்னை நினைப்பீங்கன்னு நானும் காத்துக்கிட்டிருந்தேன். சாமான்கள் உள்ள பையை காலி பண்ணி ஒரு உதறு உதறிவிட்டுக்கற மாதிரி, மனசை எண்ணங்களே இல்லாம சுத்தப்படுத்திக்க தெரிஞ்சவங்க அந்த மாதிரி மனசுல எண்ணங்களே இல்லாம பூரண அமைதில இருக்கும்போது, அப்படி இருக்கறவங்களை இந்த உலகத்துல இருக்கற யார்

தீவிரமா நினைச்சாலும், அந்த நினைப்பு அவங்க மனசை சலனப்படுத்தி, நினைக்கறவங்களை நினைவுபடுத்தும். இது ஒரு சாதாரண விஷயம். நானும் என் மனசை ஒருமுகப்படுத்தி எந்த எண்ணங்களும் இல்லாம இருந்தப்போதான், உங்க மூணுபேர் நினைப்பு எனக்கு வந்தது. உடனே கிளம்பியும் வந்துட்டேன். ஆனா, ஒருபக்கம் உங்களைப் பார்க்க எவ்வளவு சங்கடமா இருக்கு தெரியுமா?"

"ஏன் சாமி இப்படி எல்லாம் பேசறீங்க?"

"வேற எப்படிப் பேச... அந்த இச்சாதாரியோட சூழ்ச்சியை என்னாலகூட புரிஞ்சுக்க முடியலியே... நான் கொல்லைப் பக்கமா அது வரும்னு பார்த்துக்கிட்டிருந்தா வாசல் பக்கமா ரங்கநாயகி வடிவம் எடுத்து வந்து கல்யாணப் பெண்ணான வித்யாவை கொண்டு போயிடிச்சே..."

குரங்கு சித்தர் இச்சாதாரி பற்றி கூற ஆரம்பிக்கவும், பாண்டியனுக்கும் பாலுவுக்கும் அது புரியாத ஒன்றாகவே இருந்தது.

"சாமி இச்சாதாரி பாம்பா?"

"ஆமாம்ப்பா... உங்கப்பா உங்களை இத்தனை வருஷமா பிரிஞ்சு இருக்க காரணமே அந்த பாம்புதான்கறது உனக்கு தெரியாதா... உன் வீட்ல பாதுகாப்பா இருக்கற நாக மாணிக்கக்கல் யாருதுன்னு நினைச்சே..."

"சாமி... அப்ப அது இச்சாதாரி வேலைதானா?"

"பின்ன... கண்ணன் அம்மாவுல இருந்து, இன்னும் பலர் இந்த நகரத்துல மர்மமா பாம்புக்கடியால இறந்து உயிர்விடக் காரணமும் அதுதான்..."

குரங்கு சித்தர் கோடுதான் போட்டார். பாண்டியன் அதில் ரோடே போட ஆரம்பித்துவிட்டார்.

"சாமி... இப்பதான் எனக்கும் எல்லாம் புரியவருது. சிட்டில பல பேர் பாம்பு கடில செத்தது எப்படின்னு இப்ப புரிஞ்சுபோச்சு. ஆனா அவங்க மேல அந்த இச்சாதாரிக்கு என்ன சாமி கோபம்?"

“அது ஒரு மூடநாகம்... பொதுவா பாம்பு ஜென்மமே ஒரு பாவப்பட்ட ஜென்மம்தான். உலகத்துல எல்லா ஜீவராசிகளுக்கும் அந்த கடவுள் கை, கால், காது, மூக்குன்னு புலன் உறுப்புகளைக் கொடுத்து, அவற்றை பாதுகாப்பா தங்களை வெச்சுக்க அவற்றுக்கு அதற்கேற்ற புத்தியையும் கொடுத்திருக்கான். ஆனா, இந்த பாம்பு ஜென்மத்துக்கு கையும் கிடையாது. காலும் கிடையாது. காதும் கிடையாது, மூக்கும் கிடையாது. வாய் மட்டும் கொடுத்து அந்த வாயில விஷத்தையும் வெச்சுட்டான். வாயிலேயே விஷத்தோட உயிரோட வாழ முடிஞ்ச ஒரே ஜீவன் பாம்புதான். மற்ற உயிரினங்கள்ளாம்கூட ஒரு உயிரை அடிச்சுத் தின்னாலும், அதை கொன்ற பிறகுதான் சாப்பிடும். ஆனா, இந்த பாம்புக்கு மட்டும் எப்பவும் இரைங்கறது உயிரோட தான் வேணும்.

மொத்தத்துல வினோதமான இனம் இது.

மனிதன் தன் மனதால தான் செய்யும் கர்மங்கள்ல பிறர் மனதை காயப்படுத்தறது, பொய்ங்கற விஷத்தை கக்கறது, கையிருந்தும் உதவாமல், கால் இருந்தும் பயன்படுத்தாமல், புலன்களை எல்லாம் சுயநலத்துக்கு பயன்படுத்தறவங்க இறந்தா அவங்க பாம்பா பிறப்பாங்க. பாம்பு ஜென்மமே கர்மக்கணக்கை தீர்க்கவும், இருட்டுல சுருண்டு கிடக்கவுமான ஒரு ஜென்மம். அதை ஒருத்தன் கொல்லும்போது அந்த கணக்கு கொன்னவன் கணக்குல சேர்ந்துடுது. அதைத்தான் நாகதோஷம், சர்ப்ப தோஷம்னு சொல்றோம். நம்ம உயிரணுவை ஊன்றிப் பார்த்தா அது பாம்பு உடம்பு போலத்தான் இருக்கும். சர்ப்ப தோஷம் நமக்கு இருந்தா நம்ம உயிரணு வரை அதோட பாதிப்பு இருக்கும். இப்படி இருக்கறவங்களுக்குத்தான் புத்ர பாக்கியமே இல்லாம போகும். அதுமட்டுமல்ல, கல்யாண பாக்யம், ஆரோக்கியமான, வாழ்க்கைன்னு பல செல்வங்கள் இல்லாமலே போகும் பாம்புக்கு பின்னால உள்ள ரகசியங்கள் இவை. இப்படிப்பட்ட பாம்புகள்ல இச்சாதாரி நாகங்கள் ஒரு ரகம். என்னைப்போல ஒரு சித்தனோ, முனிவனோ தவறு செய்யும்போது அந்த தவறுக்கு ஏற்ப நாங்க இச்சாதாரியா பிறந்தாலும் செய்த தவம் காரணமா சில

விசேஷ சக்திகள் இச்சாதாரிகள்கிட்ட இருக்கும். அதுல ஒண்ணு நினைத்த வடிவம் எடுப்பதுங்கறது. ரங்கநாயகி வடிவத்துல வந்த இச்சாதாரி பரணி, பூர்வஜென்மத்துல ஒரு பரம காளி பக்தன். பலிகள் கொடுத்து காளி தேவி அருளைப் பெற்றவன். ஆனால், அவன் செய்த சில தவறுகள் அவனை இச்சாதாரி ஆக்கினது. வாமாச்சாரம் கொண்டவன்கறதால, அவன்வரைல பழி உணர்வும் பகை உணர்வும் பிரதானமா போச்சு,

அதனாலதான் தனது இணையைக் கொன்ன குற்றத்துக்காக, உன் அப்பாவை கொல்ல அந்த இச்சாதாரி என்னவெல்லாம் பண்ண முடியுமோ, அதை எல்லாம் பண்ணிக்கிட்டு இருக்கான்.

ஒரு விதத்துல பாவம் அவன்! ஏன்னா இனி உன் அப்பாவையோ அம்மாவையோ உன் குடும்பத்தை சேர்ந்த யாரையுமோ அவனால எதுவும் பண்ண முடியாது. ஏன்னா நீங்க அவ்வளவுபேரும் சஞ்சீவி பிரசாதத்தை உங்களுக்கே தெரியாம சாப்டுட்டீங்க. ஆதோட, உங்கம்மா எந்த நாகமாணிக்க கல்லுக்காக பிரச்சினை வந்ததோ அதை ஒரு மண்டல காலம் எல்லா நட்சத்திர நாட்களிலும் பூஜை செய்து அதனுடைய தோஷத்தை நீக்கிட்டாங்க.

இதை எல்லாம் அந்த இச்சாதாரியால தாங்கிக்க முடியல... அதனாலதான் நாகமாணிக்கத்துக்காகவும், உங்கப்பாவை கஷ்டப்படுத்திப் பார்க்கவும், வித்யாவையே கடத்திக்கிட்டு போயிருக்கான். இப்படி ஒரு விஷயமும் இதன் பின்புலமும் இந்த உலகத்துக்கு ரொம்பவே புதிய விஷயங்கள். வெளியே யாராவது கேள்விப்பட்டா இதை நம்பமாட்டாங்க. ஆனா எப்பவும் சில தெய்வீக அனுபவங்களும், உலகத்தின் ரகசியமான விஷயங்களும் எல்லா காலத்துலயும் ஒரு கூட்டத்துக்கு நம்ப முடியாத ஒரு விஷயமாகவும், மிதமிஞ்சிய கற்பனையாவுமே இருந்துகிட்டு வருது. இந்த மாதிரி விஷயங்கள்ள பிரத்யேகமான அனுபவங்கள்தான் நிதர்சனமானது.

சரி... நான் அந்த இச்சாதாரி விஷயத்துக்கு வரேன். இச்சாதாரியோட அட்டகாசத்துக்கு ஒரு முடிவு நெருங்கிடிச்சு.

இந்த விஷயத்துல பாண்டியன்தான் இச்சாதாரிகிட்ட இருந்து வித்யாவை மீட்டுக்கிட்டு வர முடிஞ்ச சரியான நபர்ங்கறது என் கருத்து...”

குரங்கு சித்தர் சொல்லி முடிக்கவும், பொன்னி அதை கெட்டியாக பிடித்துக் கொண்டாள்.

“ஆமாம் சாமி... பாண்டியன் மாமாகிட்ட அந்த இச்சாதாரி கோபப்பட முடியாது. ஏன்னா அது பாண்டியன் மாமாவுக்கு நன்றிக்கடன் பட்டிருக்கு...”

“என்னது... அந்த இச்சாதாரி எனக்கு நன்றிக்கடன் பட்டிருக்கா என்ன பொன்னி இது ஆச்சரியமா இருக்கே?”

“ஆமாம் மாமா... லிங்கப்பட்டில என் குடிசைகிட்ட நீங்க என்னை ஆழம் பார்த்துக்கிட்டிருந்த ஒரு சமயத்துல, ஒரு கழுகு, பாம்பு ஒண்ணை கவ்விக்கிட்டு வந்து கீழே போட்டதே ஞாபகம் இருக்கா?”

“உம்... சொல்... அதுக்கென்ன?”

“அதுக்கென்னவா? சரிதான்... அன்னிக்கு அடிபட்ட அதே பாம்புதான் இந்த இச்சாதாரி.”

“வாவ்... அப்படியா?”

“அதை அன்னிக்கு பாலு அண்ணா அடிக்கப் போனப்ப நீங்கதான் தடுத்து நிறுத்தி அதுக்கு உயிர்ப்பிச்சையும் போட்டீங்க. ஆகையால அந்த இச்சாதாரிக்கு உங்க மேல நன்றி உணர்ச்சி உண்டு...”

“இருபத்தைந்து வருஷமா பழி உணர்ச்சியோட அலையற ஒரு நாகத்தக்கு நன்றி உணர்ச்சியா?”

“அதுல என்ன சந்தேகம்? பழி உணர்ச்சியோட மறுபக்கம் தான் அதோட நன்றி உணர்ச்சி.”

“சரி... இப்ப அந்த இச்சாதாரி வித்யாவோட எங்க இருக்குன்னு தெரிய வேண்டாமா?”

பாண்டியன் கேட்க, பொன்னி தனது புலன்களில் அதற்கான விடையைத் தேடத் தொடங்கி. மனதை அடக்கி இச்சாதாரி பற்றி மட்டுமே தீவிரமாக நினைக்கத் தொடங்கினாள்.

உலகில் எவ்வளவோ சக்தி. மின்சக்தி, அணுசக்தி, நீர் சக்தி, எரிசக்தி என்று. அவற்றில், மனோசக்திக்கு விஞ்சியது எதுவுமே இல்லை! அதைப் பயன்படுத்த தெரிந்தவர்களால் உலகின் இயக்கத்தில் நினைத்துப் பார்க்க முடியாத மாற்றங்களை எல்லாம் ஏற்படுத்த முடியும்.

பொன்னியும் அவர்களில் ஒருத்தி!

பிறப்பிலேயும் சிறப்பை உடையவள்.

அவள் மனக்கண்களில் இப்போது கடற்கரை ஓர பங்களாவும் அதில் ஷாலினியின் காவலில் வித்யா ஒரு நாற்காலியில் கட்டப்பட்ட நிலையில் மயங்கிக்கிடப்பதும் தெரிந்தது. அந்த பங்களாவின் அடையாளங்களையும் அப்படியே சொல்லத் தொடங்கினாள்.

"பாண்டியன் மாமா... கடற்கரை ஓரமா ஒரு பெரிய இரும்புகோபுரம் உள்ள வீட்டுக்கு எதிர்ல பச்சை நிறத்துல ஒரு மாடி வீடு. அந்த வீட்டு மாடில தண்ணி தொட்டிக்கு பதிலா ஒரு பெரிய கறுப்பு டப்பாவை வெச்சிருக்காங்க. அந்த வீட்டு நம்பர் கூட 18-ன்னு தெரியுது. அந்த மாடிவீட்டுலதான் வித்யாக்கா இருக்காங்க, கூடவே கண்ணன்கற பத்திரிகைகாரரோட வந்த அக்காவும் இருக்காங்க"

பொன்னி சொன்ன மறு வினாடியே "ஷாலினியா?" என்று பாண்டியன் கேட்க, அவங்களேதான் என்றாள்.

"ஷாலினி எப்படி அங்க போனா... அவளுக்கும் இச்சாதாரிக்கும் எப்படிச் சம்பந்தம்?" பாலு புழுங்கத் தொடங்கினான்.

"இச்சாதாரி யாரை வேணா வசியப்படுத்தி தன் வசம் வெச்சுக்கும். அதுக்கு அவ்வளவு சக்தி உண்டு. இப்ப அந்த கேள்விகள் நமக்கு அனாவசியம். புத்திசாலித்தனம்தான் இப்ப

முக்கியம். பாண்டியனைத் தவிர, யார் இந்த விஷயத்துல இறங்கினாலும் அவங்க உயிர்போக வாய்ப்புகள் அதிகம். அதேசமயம் வித்யாவை அந்த இச்சாதாரியால எதுவும் செய்ய முடியாது...” என்று குரங்கு சித்தர் ஒரு தெளிவான விளக்கம் கொடுத்து முடிக்க,

“சாமி... நானும் பாண்டியன் சாரோட போறேன். கடற்கரை ஓரமா பொன்னி சொன்ன அடையாளம் கொண்ட பங்களாவை தேடிக் கண்டுபிடிக்க அவர் ஒருத்தர் மட்டும் போதாது சாமி.”

“தாராளமா நீயும் போ... நீ சஞ்சீவி உண்டவன். உன்னையும் அந்த இச்சாதாரியால ஒண்ணும் செய்ய முடியாது. அதேசமயம் அது உங்களை எதிர்க்கும்போது அதை நீங்க எப்படி அடக்கப் போறீங்கங்கறது எனக்கு தெரியல...”

“அதை அடக்காம வித்யாவை மீட்க முடியாதா சாமி”

“அடக்கறது மட்டுமில்ல... அதை அழிக்கறதும்கூட நல்லது. ஏன்னா அதால திருந்தி பழி உணர்ச்சி இல்லாம மட்டும் வாழவே முடியாது...”

“அதை அழிக்க எங்களால முடியுமா?”

“கருட மந்திரம் சொல்லி, ஒரு தர்ப்பையைத் தூக்கி எறிஞ்சாகூட போதும்.”

“என்ன சாமி சொல்றீங்க... நம்ப முடியலியே...?”

பாண்டியன் கேள்விக்குள் கொஞ்சம் விஞ்ஞான பாவனை. அது கண்க்ளில் சன்னமான சிரிப்பாகவும் வெளிப்பட்டது. குரங்கு சித்தருக்கா அது புரியாது? அவரும் பதிலுக்கு “இப்படி ஒரு கேள்வியை நீ கேட்கலாமா?” என்பதுபோல பார்த்தார்.

பாலுவோ ஒரு படிமேலே போய் “மந்திரம் சொல்லி தர்ப்பையை தூக்கி எறிஞ்சான்னு நீங்க சொல்லும்போது எனக்கு எங்க சினிமாக்கள்தான் ஞாபகம் வருது. அதுலதான் அம்பு விடுவாங்க. அது ஒரு மியூஸிக்கோட பறந்து போகும். எதிரியும் அம்பு விடுவான். அப்புறம் ரெண்டும் மோதிக்கிட்டு ரெண்டுமே

கீழ விழுந்துடும். பாக்க நல்லாயிருக்கும். ஆனா யாருமே அதை நம்பினதில்லை...” என்றான்.

“இப்ப இச்சாதாரின்னு ஒரு பாம்பு இருக்குங்கறத கூடத்தான் யாரும் நம்பப் போறதில்லை. போய் யார்கிட்டயாவது சொல்லிப் பாருங்களேன். நீ இப்ப நான் சொன்னதுக்கு சிரிச்சதை விட கூடுதலாவே சிரிப்பாங்க...”

குரங்கு சித்தர் மடக்கிவிட்டார்.

பாண்டியனிடம் ஒரு வன்மையான மௌனம். பாலுவும் மௌனித்தான். குரங்கு சித்தரே தொடர்ந்தார்.

“எப்பவும் சில அபூர்வமான விஷயங்கள் அபூர்வமாத்தான் இருக்கும். அப்படி இருந்தாதான் அது அபூர்வமாகவும் இருக்க முடியும். இச்சாதாரி விஷயமும் அப்படித்தான். உங்க வரைலதான் அது உண்மை. ஆனா, ஊர் அதை ஒரு கற்பனையாத்தான் பார்க்கும். அப்படியே பாக்கட்டும். அதுதான் நல்லது. ஒரு உதாரணத்தை உங்களுக்குச் சொல்றேன்.

கோர்ட்டுல ஒரு வழக்கு வந்தது. பல பேரை ஒருத்தன் கொலை செய்துட்டதா குற்றச்சாட்டு. குற்றம் சாட்டப்பட்ட குற்றவாளியும் கூண்டுல நிறுத்தப்பட்டிருக்கான். ஆனா, உண்மைல அவன் யாரையும் கொலை செய்யலை. ஆனா, போலீஸோ அவனை கையும் களவுமா பிடிச்சு நிறுத்தியிருக்காங்க. நீதிபதியும் அவன்கிட்ட, நீ என்னப்பா சொல்றேன்னு கேட்டார். ‘ஐயா... எனக்கு நினைவு தெரிஞ்சு நான் ஒரு குற்றமும் செய்யலீங்க. நான் கொன்னதா சொல்ற யாரோடையும் எனக்கு எந்த நட்பும் கிடையாது. பகையும் கிடையாது. அவங்களை யாருன்னே எனக்கு தெரியாது’ன்னு அவனும் சொல்ல... ‘அப்ப உன்னை போலீஸ் கையும் களவுமா பிடிச்சதா சொல்றதெல்லாம் பொய்யா’ன்னு கேட்டுருக்கார். அது பிடிச்சது உண்மைதாங்க. கொலை நடந்த இடத்துல நான் இருந்ததும் உண்மை. ஆனா நான் கொலை செய்யலைங்க.’

‘அப்ப யார் செய்ததா நீ நினைக்கறே?’

'எனக்குள்ள பூந்துக்கற ஒரு பேயுங்க'

'பேயா...?'

'ஆமாங்க... நம்புங்க... அப்பப்ப அது எனக்குள்ள பூந்துக்கிட்டு என்னை ஆட்டி வைக்குதுங்க. நான் என்னங்க பண்ணட்டும்'னு கேட்கவும் கோர்ட்டே சிரிச்சிடிச்சு, ஜட்ஜும் சிரிச்சுக்கிட்டே 'இப்படியே ஒவ்வொரு குற்றவாளியும் பேய் பிசாசுன்னு சொன்னா என்ன ஆகறது'ன்னு திருப்பி கேட்டுட்டு, அவன் தன்னை ஒரு பேய் பிடிச்சிக்கிட்டு ஆட்டி வைக்கறதா சொன்னதுக்கும் சேர்த்து அவனுக்கு தூக்கு தண்டனையை கொடுத்துட்டாரு. அவன் கதறினான் 'ஐயா, சத்தியமா நான் செய்யலீங்க. அந்தப் பேய்தாங்க செஞ்சது' என்று கத்தினான். யாருமே அதைக் காதுல வாங்கிக்கல. அவன் பொய் சொல்றதா மட்டும் யாரும் நினைக்கல. ரொம்ப சாமாத்தியமா நடிக்கறதாவும் நினைச்சாங்க. இந்த நிலை அந்த நீதிபதி வீட்ல ராத்திரி தூங்கிக்கிட்டு இருந்தப்போ குற்றவாளி சொன்ன அதே பேய் அவரையும் பிடிச்சு, அவர் மனைவி கழுத்தை நெரிச்சு கொல்லப் பார்த்துச்சு. அவங்க சப்தம் போடவும், சிலர் வந்து நல்ல வேளையா காப்பாத்தினாங்க. அந்தம்மாவுக்கு ஒண்ணும் புரியல. நல்லவேளையா அந்தப் பேய் அவரை விட்டு விலகவும், அவருக்கு அப்புறமா நடந்தது தெரிய வந்தது.

அவங்க மனைவியிடம் அவர் கொலை செய்ய முயற்சி செய்ததை சொல்லவும் ஆச்சரியப்பட்டுப்போன அவர் 'நிச்சயமா நான் செய்யலை நான் ஏன் கொல்லணும்? அதேசமயம் நான் சட்டுன்னு என்னை மறந்து கொலை செய்யப் பார்த்தேன்கறதும் ஒரு நிஜம். இதை வெளிய யாராவது கேட்டா ஒண்ணு, நான் பொய் சொல்றதா சொல்வாங்க. இல்லாட்டி நான் மனப்பிராந்திக்கு ஆளாயிட்டதாதான் பேசுவாங்க'ன்னு மனைவிகிட்ட சொன்ன அவர், அப்பத்தான் கோர்ட்ல தான் தண்டிச்ச குற்றவாளி சொன்னதையும் நினைச்சுப் பார்த்தார். அவனும் இப்படித்தானே சொன்னான். ஆனா, எனக்கு அனுபவம் இல்லாததால நான்

அப்ப அதை நம்பல... ஆனா இப்ப நான் அதை நம்பறேன்னு சொன்னார். இருந்தாலும் தன் மனைவியை மாத்த அவரால முடியலை. ஏன்னா சட்டத்துக்கு ஐந்துபுலன்களுக்கும் கட்டுப்பட்ட பொதுவான சாட்சியும், காட்சியும் தேவை. அதேசமயம் சில அனுபவங்கள் ரொம்பவே பிரத்தியேகமானவை. நாம அண்ணாந்து பார்க்கும்போது ஒரு நட்சத்திரம் விழும், அதை மத்தவங்களுக்கு காட்றதுக்குள்ள அது மறைஞ்சுடும். அதனால நாம பார்த்தது பொய்னு ஆயிடாது. இப்படி இந்த உலகத்துல மனித சமுதாயம் தோன்றின நாள்ல இருந்தே எவ்வளவோ விஷயங்கள்... இச்சாதாரி விஷயமும் அப்படித்தான்" குரங்கு சித்தரின் இந்த நீண்ட வியாக்யானம் பாண்டியனை ரொம்பவே யோசிக்க வைத்துவிட்டது. தான் அப்படி சிரித்திருக்க தேவை இல்லையோ என்றும் தோன்றியது.

"சரி சாமி... ஒரு மந்திரம் சொல்லி தர்ப்பைப்புல்ல தூக்கிப் போட்டா அது செத்துடும்னா, அதை நீங்கள்ளாம் எப்பவோ செய்திருக்கலாமே...?" என்றான் பாலு.

குரங்கு சித்தர் இதற்கும் சிரித்தார்.

"சாமி... நான் சீரியஸாதான் கேட்கறேன்."

"சீரியஸாதான் கேக்கறே... ஆனா, உன் கேள்விகள்ள அவசரம் இருக்கற அளவுக்கு ஆழம் இல்லை. சித்த புருஷர்களான நாங்க எப்பவும் யாரையும் கொல்ல மாட்டோம். ஏன் கொல்லணும்? யார் கொலை செய்வாங்க?"

பாலு திருதிருவென்று விழித்தான்.

"ஒருத்தன் பிடிக்காதவனாகும்போது, இல்ல நம்மை ரொம்பவே பாதிக்கும்போது, அதுவும் இல்ல, அவனால சமுதாயத்துக்கு ரொம்பவே கேடு ஏற்படுது அப்படின்னும்போது அதனால பாதிக்கப்பட்டவங்க அவனை வெற்றி கொள்றதுக்காகவோ இல்ல தாங்கள் தொடர்ந்து பாதிக்கப்படக் கூடாதுங்கறதுக்காகவோதான் கொலை வரை போவாங்க. எங்க வரைல இந்த உலகத்துல அப்படி

யாருமே கிடையாது. மாயைல சிக்கி வயித்துக்கும் வாய்க்கும் போராடற மனிதர்களுக்கு நடுவுல முதல்ல நாங்க வாழ்ந்தாதானே?"

"பாலு... எதுக்கு இப்ப இப்படி நாம பேசிக்கிட்டே போறோம். இது பேசற நேரமில்ல, தெரியும்தானே?"

"நீ விடு பாண்டியா... நான் இந்த கேள்விக்கு தெளிவாவே பதில் சொல்லிடறேன். அப்பா பாலு! எதையும் நாங்க அழிக்க மாட்டோம். எங்களையே ஒருத்தன் நெருப்புல தூக்கிப் போட்டு அழிக்க முயற்சி செய்யறான்னு வை. சந்தோஷமா அந்த நெருப்புல விழுந்து சாம்பலாவோம். பதிலுக்கு பதிலடி தந்து அவனுக்கு சரியாவோ, அல்லது அவனைவிட மேலயோல்லாம் போயிடமாட்டோம். ஏன்னா நடக்கற ஒவ்வொரு செயலுக்கும் ஒரு சரியான காரணம் இருக்குங்கறது எங்களுக்குத் தெரியும் எது நடக்கணுமோ அது நடக்குது... இதுதான் எங்க பார்வை... எல்லாத்துக்கும் மேலா இச்சாதாரி எந்த காலத்துலயும் சித்தர்கள்கிட்டே மோதினது கிடையாது. இச்சாதாரியோட பிரச்சினையே அதன் இனத்துக்கே உண்டான மூர்க்கமான குணம்தான். அதுதான் அவற்றை எதிரிகள்கிட்ட இருந்தும் காப்பாத்தும். அது அதோட சுபாவம் ஆகையால நான் எப்பவுமே இச்சாதாரியை நீங்க பாக்கற மாதிரி பார்த்ததே இல்லை."

"சரி சாமி... இப்ப நாங்க என்ன பண்ணணும்?"

"இது என்ன கேள்வி... ராவணன், சீதையை தொட்டான். அவன் அப்படி தொட்டாதான் அவன் விஷயம் ஒரு முடிவுக்கு வரமுடியும்கறதுதான் விதி. இங்க இச்சாதாரி சமாசாரமும் அப்படித்தான். இச்சாதாரிக்கும் முடிவு நெருங்கிட்டே இருக்கு"

"சாமி! இச்சாதாரி வித்யாக்காவை எங்க வெச்சிருக்கான்னே தெரியாத நிலையில எப்படி சாமி அதை அழிக்க முடியும்."

"இந்த மாதிரி நேரத்துலதான் புத்தியைக் கூர்மையா தீட்டிக்கிட்டு யோசிக்கணும். இச்சாதாரி, வித்யாவை எதுக்காக கடத்தினது?"

“கல்யாணம் நடக்கக்கூடாது. அதனாலயா?”

“வித்யா, இச்சாதாரிக்கு எதிரியில்ல... உங்கப்பாதான் எதிரி வித்யாவை தொட்டா உங்க அப்பாவுக்கு வலிக்கும். அவர் அதுகிட்ட சரண் அடைய நினைக்கலாம் இல்லியா?”

“அப்பாவே எங்க இருக்கார், எப்படி இருக்கார்னு தெரியாத நிலைல நீங்க சொல்றதெல்லாம் ரொம்பவே புதிரா இருக்கே சாமி.”

“ஒரு புதிரும் இல்ல... உங்கப்பா வரைல எல்லா சிக்கல்களும் தீர்ந்தாச்சு. அவரை இனி அந்த இச்சாதாரியாலயும் எதுவும் செய்ய முடியாது. அவரும் வித்யா கல்யாணத்துக்காக சிவன்மலையைவிட்டு நகரத்துக்கு வந்து ரொம்ப நேரம் ஆயிடிச்சு...”

“என்ன சாமி சொல்றீங்க... அப்பா வந்துட்டாரா?”

“ஆமாம் அதோ பார்...” குரங்கு சித்தர் திரும்பி கை காட்டிய திசையில் சுந்தர்ராஜன் தன் பழைய தோற்றத்துடன். அதேசமயம் காவிவேட்டி சட்டை, தாடி மீசை என்கிற ஒரு சந்நியாச கோலத்தில் தோளில் ஒரு துணிப்பை தொங்க வந்து கொண்டிருந்தார்.

பாலு அவரைப் பார்த்து அப்படியே விக்கித்துப் போய் விட்டான்!

அத்தியாயம் 34

பெரும் சிவபக்தரான இடைக்கழியாருக்கு தனது சிவபக்தியின் மேல் ஒரு செருக்கும் இருந்தது. தன் அளவுக்கு ஒருவர் சிவபக்தி செலுத்த இயலாது போன்ற எண்ணமும் அவருள் இருந்தது. ஒரு போலியான மனிதன்கூட தன்னை சிவனடியார் என்று கூறிக் கொண்டால், அந்த மனிதருக்கு எல்லா விதமான சேவைகளையும் செய்திடத் தயாராக இருந்தார் அவர். அவரிடம் கடன்பட்ட ஒருவன் இடைக்கழியாரிடம் இருந்து தப்பிக்க விரும்பி, சிவனடியார் போல வேடம் பூண்டு, அவரிடம் சென்று, "நேற்று இரவு கனவில் அந்த ஈசன் தோன்றினான். பெரும் சிவபக்தரான நீங்கள் நான் பட்ட கடனை இனி கேட்க மாட்டீர்கள் என்றும் கூறினான். இதை கூறிவிட்டு போகவே வந்தேன்?" என்றபோது, இடைக்கழியாரும், "என் அப்பன் பெயரால் நீங்கள் செய்வது பொய்யேயாயினும் அது என் வரையில் மெய்யே... நான் இனி உமது கடனை கேட்க மாட்டேன்" என்று கூறிவிட்டார். இதை கேட்ட அந்த போலிச் சிவனடியாரும் இப்படி ஒரு மூடன் உள்ளவரை நாம் எவ்வளவு பேரை வேண்டுமானாலும் ஏமாற்றலாம் என்றும் எண்ணிக் கொண்டான். ஆனால், உண்மையில் இடைக்கழியார் மூடரல்ல... அவர் அதை கர்வத்துடன் எண்ணி பெருமைதான் கொண்டார். இந்த நிலையில் தான் இடைக்கழியாரை ஆட்கொள்ளவும் அவர் செருக்கை சற்றே சீர்திருத்தவும் இறைவன் திருஉள்ளம் கொண்டான்!

அனைவரையும் நெருங்கிய சுந்தர்ராஜனைப் பார்த்த பாண்டியனுக்கு, சிவன்மலையில் சில நேரங்களில் போகின்ற போக்கில் அவரைச் சந்தித்தது மெல்ல நினைவுக்கு வந்தது. பாலுவுக்கோ கண்ணிரண்டும் கலங்கிவிட்டன. சுந்தர்ராஜனுக்குள்ளும் பாச உணர்ச்சி தளும்பிக் கொண்டிருந்தது. இருந்தும் சிவன்மலை யோகிகளில் ஒருவராக அவரை காலம் மாற்றி விட்டிருந்ததால் அதை ஒரு கட்டுக்குள்ளேயே வைத்துக் கொண்டிருந்தார். அந்த கட்டுப்பாடுடன் முதல் காரியமாக குரங்கு சித்தர் காலில்தான் விழுந்து எழுந்தார். பிறகே பாலு பக்கம் திரும்பினார்.

"வா சுந்தர்ராஜா... போ... போய் உன் மகனை ஒரு தகப்பனாக சந்தி..." என்று தூண்டியும் விட்டார். பாலு "அப்பா" என்று வந்த அவரை மார்போடு அணைத்துக் கொண்டான். பாண்டியனுக்கும் அந்த காட்சி ஒரு பரவசமான காட்சியாக இருந்தது. கண்ணிரண்டிலும் ஆனந்தக் கண்ணீர் துளிர்விட்டது.

"பாலு... நான் உன்னை சிவன்மலைல இருந்து பார்த்துக் கிட்டுதானே இருக்கேன்... கண்ணன் உருவத்துல நான் இருந்ததால என்னை உனக்குத் தெரியாமல் போயிடிச்சு" என்றபோது, அது அடுத்தகட்ட ஆச்சரியமாகவும் அதிர்ச்சியாகவும் இருந்தது.

"சரி, சுந்தர்ராஜா... பலப்பல வருஷங்கள் கழிச்சு ஒரு சுதந்திரப் பறவையா நீ இந்த நகரத்துக்கு திரும்பி வந்துருக்கே. உனக்கு பல கடமைகள் காத்துக்கிட்டிருக்கு அதுல பிரதானமானது உன் மகளோட கல்யாணம். ஆனா, உன் மகளை அந்த இச்சாதாரி கடத்திக்கிட்டுப் போய் வெச்சுக்கிட்டு, உன் மேலான கோபத்தோட காத்துக்கிட்டிருக்கான்... இப்ப நீ என்ன பண்ணப் போறே?"

குரங்கு சித்தர் அந்த சூழலில் அழகாக லகான் போட்டு குதிரை ஒன்றை இழுத்து நிறுத்துவதைப் போல சுந்தர்ராஜனையும் நிறுத்தினார். சுந்தர்ராஜனுக்கும் அதிர்ச்சியாகத்தான் இருந்தது. அவரது யோக சித்தி அதை வேகமாக ஜீரணித்து தெளிவாகவும் யோசிக்க வைத்தது.

“சாமி... இப்பகூட எனக்கு அந்த இச்சாதாரிமேலே கோபம் இல்ல. அதோட துணையை நான் சுட்டதுகூட அறியாமையாலதான். அதுக்கு தண்டனையை அது எனக்கு தரட்டும். என் பெண்ணை விட்டுடுன்னு தான் சொல்லப்போறேன்.”

“நீ சொன்னா அந்த இச்சாதாரி கேக்கணுமே”

“கேக்காத நிலையில நான் என்ன சாமி பண்ண முடியும்?”

“சாதுவான மயிலே தானா இறகு போடாது... இதுவோ மூர்க்க ஜந்து... இதுவா உன் விருப்பப்படி நடந்துக்கும்?”

“சரி, சாமி... நீங்களே சொல்லுங்க... நான் என்ன செய்யட்டும்?”

“அதை நீ கோபப்படுத்து... ஏற்கெனவே உள்ள அதோட கோபம் இன்னும் தலைக்கேறட்டும். அப்புறமா அது தானா தனக்கான வழியைத் தேடிக்கும். அதுக்கு முந்தி இந்த நொடில இருந்தே நான் இப்ப உனக்கு காதோட காதா சொல்லப்போற கருட காயத்ரியை நீ ஜெபிக்க ஜெபிக்க இதோட சப்த அலைகள் இந்த பஞ்சவெளியில கலந்து திரியத் தொடங்கும். அப்படி கலக்கப் போற அலைகளாலதான் உனக்கு விமோசனமே...”

“கருட காயத்திரிக்கு அப்படி ஒரு சக்தியா?”

“காயத்ரின்னா என்னன்னு நினைச்சே... காயத்துக்குள்ளே அதாவது நம்ம உடம்புக்குள்ள த்ரிகாலம்கற மூன்று கால கணக்குல அது செயல்படுது. மந்திரத்தை சொல்லச் சொல்ல அது இறந்த காலமாகி, பின் நிகழ்காலத்தில் அந்த மந்திரம் சொல்லப்பட்டு, அப்படியே அடுத்தடுத்து வரும் காலத்திலும் அதையே சொல்லும்போது, உனக்கான காலவெளி முழுக்க அதுவே செயல்படத் தொடங்குது. இதனால அந்த காலவெளியில கர்மப்படி நடக்க வேண்டிய விஷயங்கள் செயலற்றுப் போகுது. காயத்ரியோட சக்தியா உடம்பே மாறுது. பின் உடம்பைச் சுற்றி உள்ள சுழல் மாறுது. இப்படிப் படிப்படியான மாற்றங்கள் உன்னைச் சுற்றி நிகழும். அதுலதான் உனக்கான வெற்றியும் இருக்கு இந்த கருட காயத்ரி ஒரு உபாயம். ஒரு சித்தன் இந்த

மாதிரி எந்த உபாயத்தையும் கையாளக் கூடாது. கையாளத் தேவையும் அவனுக்கு கிடையாது. ஆனா, நீயோ குடும்பஸ்தன். பிறகு அரசாங்க அதிகாரி. அதற்கும் பிறகு ஒரு கொலைகாரன், அதற்கும் பிறகு ஒரு சித்தயோகி என்று பல தளங்கள்ல இருக்கிற ஒருத்தன். இதுக்கெல்லாம் காரணம் உன் கர்மவினை. கர்மவினையை அதன் வழியே போய்தான் அடக்கி ஆள முடியும். ஒரு யானையை பிடிக்க இன்னொரு யானையை பயன்படுத்தற மாதிரியான ஒரு விஷயம் இது"

குரங்கு சித்தரின் விளக்கம் பாண்டியனை மட்டும் வெகுவாகவே யோசிக்க வைத்தது. இப்படி எல்லாம் சூட்சமமான வழிமுறைகள் உள்ள நாட்டில் எதனால் எல்லா விஷயங்களிலும் ஒரு பின்தங்கிய நிலை. வன்முறை, குண்டுவெடிப்பு கலாசாரம், வறுமை, தண்ணீர் பற்றாக்குறை இப்படி எல்லாம்?

ஆனால், இது அதைப் பற்றியெல்லாம் பேசுகிற நேரமாக தோன்றவில்லை. இருப்பினும், பாண்டியனிடம் மனதில் ஓடிய எண்ணம், எப்படித்தான் குரங்கு சித்தருக்கு தெரிந்ததோ "பாண்டியா! உன் மனசுக்குள்ள நீ கேக்க நினைச்ச கேள்விக்களுக்கு நான் சுருக்கமா பதில் சொல்லிடறேன். சூட்சமமான இந்த சக்திகள் ஒரு ஜனாதிபதி, பிரதமர் பதவி மாதிரி... அதுக்கு யார் வேணா வரலாம். ஆனா, ஒரு சமயத்துல ஒருத்தர்தான் வர முடியும். அவரை மத்தவங்க ஏதோ ஒரு வகைல ஏத்துக்கவும் செய்யணும். அப்படித்தான் இந்த சூட்சமமான சக்திகள்...!

ஒரு பள்ளிக்கூடத்துல படிக்கற அவ்வளவு மாணவர்களுமா டாக்டராகவும், இன்ஜினீயராகவும் ஆகறாங்க? அதுல சிறப்பா படிக்கறவங்கதானே ஆகறாங்க? அதேமாதிரிதான் இந்த விஷயமும்... இவற்றை அடைய எப்படி முயற்சிக்கிறோம்கறது முக்கியம்.

ஒரு வேளை காபியைகூட தியாகம் செய்ய முடியாதவர்களுக்கு இந்த மாதிரி விஷயங்கள் எல்லாமே கற்பனைதான். பொய்தான்!"

குரங்கு சித்தர், பாண்டியன் வாய்விட்டுக் கேட்காமலேயே பதிலைக் கூறிவிட்டார். பாண்டியனும் அந்த பதிலின் அர்த்தப் பொதியில் அப்படியே அமிழ்ந்து போனார்.

“சுந்தர்ராஜா... நீ இப்ப நான் உன் காதோட காதா சொல்லப்போற கருடகாயத்ரியை கேட்டுக்க தயாராகு...”

“சரி, சாமி”

“அப்படிப் போய் பத்மாசனம் போட்டு உட்காரு”

சுந்தர்ராஜனும் அதேபோல பத்மாசனம் போட்டு அமர்ந்தார்.

“ஒருத்தர் இப்படி உட்காரும்போது, முதுகுத் தண்டுல ஓடற ரத்த நாளங்கள் விறைப்பாகும், உடம்போட மைய பாகமான தொப்புளும், அதன் பின்புறமும் தங்களோட அசமந்த தன்மை நீங்கப்பெறும் குறிப்பா ஐம்புலன்களான கண், காது, வாய், மூக்கு, மெய்ங்கற ஐந்திலும் ஒரு கூர்மையான நிலை கிடைக்கும். இப்படி ஒரு நிலைல எவ்வளவு நேரம் இருக்கோமோ அவ்வளவுக்கு அவ்வளவு அது ஆரோக்கியம். குறிப்பா பத்மாசனத்துல சுவாசம் சீரா இருக்கும். சுவாசிக்கிற சமயத்துல நிச்சயம் எதாவது ஒரு ஹோரையும் காலவெளில ஓடிட்டு இருக்கும். இதோட கதிர்களும் முழுமையா சுவாசம் வழியா உள்ள நுழையும். ஒன்பது கிரகங்களும் ஒரு மனிதனை இப்படி சுவாசம் வழியாதான் உள்ள பூந்து ஆட்டி வைக்கிறாங்க சுவாசத்துக்கு தகுந்த ரத்த ஓட்டம், ரத்த ஓட்டத்துக்கு தகுந்த யோசிக்கிற விதம், யோசிக்கிற விதத்துக்கு தகுந்த முடிவுகள் இதுதான் மனித வாழ்க்கை.

ஆகக்கூடி எல்லாமே சுவாசத்துலதான் இருக்கு சுவாசம், உயிர் உடம்புல இருக்க மட்டும் காரணம் இல்ல... மனதோட எண்ணங்கள் போக்குகளுக்கும் அதுதான் காரணமா இருக்கு...”

குரங்கு சித்தரிடம் மீண்டும் ஒரு நீண்ட விளக்கம். ஆனால், பாண்டியனுக்கும் பாலுவுக்கும் அது அவ்வளவும் புதிது. அந்த சமயத்தில் தான் படித்த பட்டப் படிப்பாலோ இல்லை வேறு பல புத்தகங்களாலோ எல்லாம் தனக்குக் கிட்டியிருக்கும்

அறிவெல்லாம் ஒரு அறிவே இல்லை போலத் தோன்றியது. கற்றது கைமண் அளவு என்கிற பழமொழியின் பரிமாணமும் அந்த நொடிதான் பொட்டில் அடித்த மாதிரி புரிந்தது.

தினமும் நொடிக்கு நொடி சுவாசித்தபடியேதான் உயிர் வாழ்கிறோம். ஆனால், சுவாசத்துக்குப் பின்னால் இப்படி எல்லாமா நுட்பங்கள் இருக்கும்?

இருந்தும் இதெல்லாம் கற்பனை கப்ஸா என்று, விஞ்ஞானிகள் என்று சொல்லிக்கொள்ளும் மேதாவிகள். கூறினால்? அந்த கேள்வியும் பாண்டியனுக்குள் எழும்பாமல் இல்ல.

“பாண்டியா... நான் எந்த ஒரு விளக்கம் சொன்னாலும் அதுக்குள்ள ஒரு கேள்வி உனக்கு உருவாயிடுது. இந்த உலகம் நல்லவற்றை நம்பக் கத்துக் கொடுத்திருக்கோ இல்லையோ நிறைய கேள்வி கேட்க கத்துக் கொடுத்திருக்கு...” என்று சிரித்தவர், “இரு... சுந்தர்ராஜனுக்கு கருட காயத்ரியை உபதேசித்துவிட்டு வந்துடறேன்” என்று சுந்தர்ராஜனின் பத்மாசன கோலத்தை ரசித்தபடியே அவர் காதில் கருட காயத்ரியை மெல்லிய குரலில் உபதேசித்து முடித்தார்.

“இதை நீ எவ்வளவுக்கெவ்வளவு ஜெபிக்கிறோயோ அவ்வளவுக்கவ்வளவு அந்த இச்சாதாரியோட தொல்லை குறையும். அது எப்படின்னு போகப் போகப் பார்... அப்புறம் உன் சித்தயோக சக்திக்கு இச்சாதாரி இப்ப எங்க இருக்கான்கறத கண்டுபிடிக்கறது ஒண்ணும் ஒரு பெரிய விஷயமேயில்லை.

கோடிக்கணக்கான செல்போன்களுக்கு நடுவுல நாம பேச ஆசைப்படற எண்ணோட, அதை அமுக்கினவுடன் எப்படி ஒரு தொடர்பு உருவாகுதோ அப்படி இச்சாதாரி பற்றிய உன் கூர்மையான எண்ணமே அலையா வெளிய பரவி, இச்சாதாரி இருக்கற இடத்தைத் தீண்டி, அதை காட்சியா உன் மனசுக்குள்ள காட்டும். அப்படித் தெரிஞ்ச நொடி நீ கிளம்பிப் போ. கருட காயத்ரியை ஜெபிக்கறதை மட்டும் நிறுத்திடாதே” என்று சுந்தர்ராஜனை இயக்கி முடித்தவர், பாண்டியன் அருகில் வந்தார்.

“என்ன பாண்டியா... சுவாசம்தான் எல்லாம். இது வழியாதான் கிரகங்களோட கதிர்கள் புகுந்து நம்மை ஆட்டி வைக்குதுங்கறதை இந்த விஞ்ஞானிகள் நம்பமாட்டாங்க. காத்து வழியா ஆக்ஸிஜன் நுழையும், வாசனை நுழையும், நைட்ரஜன் நுழையும், கார்பன்டை ஆக்ஸைடு நுழையும், கதிர்னா அது கப்ஸா. நிரூபிக்க முடியுமான்னு கேப்பாங்க இல்லையா?” என்று கேட்க, பாண்டியனிடம் திரும்பவும் ஒரு ஆச்சரியப் பீறிடல் மௌனத்தில் அதற்கு ஒரு ஆமோதிப்பையும் அளித்தார்.

“பாண்டியா... இதை எல்லாம் ஒருத்தர் நம்பாம சிரிச்சா அவங்கள விட்டுடணும் அவங்க நம்பாம சிரிக்க ஒரு சரியான காரணம் இருக்கும். எப்படின்னா நம்பினா அவங்க நிலைப்பாடு வேற. உதாரணமா இந்தப் பக்கம் போனா பழத்தோட்டம் வரும்னு நான் சொல்றேன். பழம் சாப்பிடற விதி இல்லாதவன் அதை நம்ப மறுத்தாதானே போகாம இருக்க முடியும் சாப்பிடற விதி உள்ளவன் நம்பினாதானே அந்த தோட்டத்துக்குப் போய் சாப்பிடவும் முடியும்”

“சாமி, நீங்க சொல்றது எனக்கு புரியுது. இருந்தாலும் இப்படி ஒரு பதிலை மாயா வாதம்னு சொல்றதை என்னால மறுக்க முடியலை. நீங்க சொல்ற மாதிரி நம்ம சுவாசம் வழியா கிரகங்களோட கதிர்கள் உள்ளே நுழையுதுன்னா அதை காட்டவோ இல்ல புரியவைக்கவோ முடியாதா?”

“நிச்சயமா புரிய வைக்க முடியும். கடல் ஆழமானதுன்னு நான் சொல்றேன். இல்ல நான் நம்பமாட்டேன்னு ஒருத்தர் சொன்னா, என்கூட கடல்ல இறங்கு, உனக்கு நான் காட்டறேன்னு சொல்றேன். நம்ப மறுத்தவங்க கூட இறங்கணுமா வேண்டாமா?”

“நிச்சயமா...”

“இல்ல, அதெல்லாம் முடியாது. நான் இறங்க மாட்டேன். ஆனா எனக்கு நீ கடல் ஆழம்கறத நிரூபிக்கணும்னா நான் ஏன் நிரூபிக்கணும்? சரிப்பா, உன் விருப்பப்படியே அது இருந்துட்டுப் போகட்டும்னு சொல்லிடறேன்.

அதனாலதான் ஆரம்பத்துலயே விதி இருக்கறவங்களுக்குத்தான் நம்பிக்கை வரும்னு சொன்னேன்."

"அப்ப நம்பாம நாத்திகம் பேசறவங்க விதி இல்லாதவங்களா?"

"நிச்சயமா?"

"அவங்களும் நல்லாதானே இருக்காங்க. கடவுளை கல்லுன்னும், உங்கள மாதிரி சித்தர்கள் முனிவர்களை மூட நம்பிக்கையாளர்கள்னும் சொல்றவங்களும் பெரிய பெரிய பதவியில் நல்லாத்தானே இருக்காங்க?"

"அந்த நல்லா இருக்கறதுக்கு பின்னால பழைய பூர்வ ஜென்ம பேலன்ஸ் இருக்கும். போகப் போக நல்லா இருக்கறதுங்கறதுலதான் அவங்களுக்கு பதில் இருக்கு நல்லா இருக்கறதுங்கறது நீ மட்டும் நல்லா இருக்கறதுங்கறது கிடையாது. உன் மனைவி மக்கள், பின்னால பேரன், பேத்தின்னு வரிசைகள் அவ்வளவும் நல்லா இருக்கறதுல இருக்கு. எல்லாம் என்கைல இருக்குன்னு சொல்றவங்கள கூர்ந்து கவனிச்சுப் பாரு. பார்க்கறதுக்குத்தான் நல்லா இருக்கற மாதிரி தெரியும். ஆனா உள்ள வெளிய சொல்ல முடியாத துக்கமும், துயரமும் அவங்க மக்கள் வாழ்க்கைல மண்டிக்கிடக்கும். காரணம் புரியாத வினைகள் ரொம்பவே இருக்கும்.

எல்லாம் நம்ம சயின்ஸ்னு சொல்ற ஒருத்தர் மருமகன் பெரிய குடிகாரன். அவர் பேசற விஞ்ஞானத்தால அந்த குடிகாரனை திருத்த முடியல...

எல்லாம் சயின்ஸ்னு சொல்ற ஒருத்தருக்கு மூணு பைபாஸ் ஆபரேஷன் நடந்தது. வியாதியே வரவிடாம அவரால வாழ முடியல...

இந்த வியாதிக்கு இந்த கிருமி காரணம்னு சொல்லத் தெரிஞ்ச ஒருத்தருக்கு அந்த கிருமியை அறவே ஒழிக்க வழி தெரியல... கேட்டா இயற்கையான விஷயம். மனுஷன் இயற்கை முன்னால் அதுக்கு கட்டுப்பட்டே காலம் கழிக்க முடியும்னு ஒரு வறட்டு

வியாக்யானத்தை வெளியிடறாங்க. அந்த இயற்கைக்கு கடவுள் நம்பிக்கையாளன் சிவன் விஷ்ணுன்னு பேர் வெச்சா, ஆ... இது முட்டாள்தனம்னு எகிறிக் குதிக்கறாங்க..."

"அப்ப நீங்க சொல்ற கிரகங்கள், அப்புறம் அதோட சக்தியை எப்படித்தான் நிரூபிக்கிறது?"

"அடப்பாவி... விடிய விடிய கதை கேட்டும் சீதைக்கு ராமன் சித்தப்பாங்கறியே... இவ்வளவு நேரம் நான் என்ன சொல்லிக்கிட்டிருந்தேன்? ஒரு டாக்டருக்கே வியாதி வர எது காரணம்? கிருமின்னு மேலெழுந்த வாரியா சொல்லிடாதே. அந்த கிருமிக்கு பின்னால் உள்ள கிரகம்தான்கறது புரியலியா... இப்படித்தான் கிரகங்கள் சக்தியை விளங்கிக்க முடியும்?"

"சரி, சாமி... இந்த கிரகங்களுக்கு நம்மை இப்படி ஆட்டிப் படைக்கறதுல என்ன கிடைக்குது?"

"அதுக்கு எதுவும் கிடைக்கல... இந்த கேள்வியே தப்பு இதுக்கான பதிலை பிறகு சொல்றேன். முதல்ல சுந்தர்ராஜனோட போய் வித்யாவை மீட்கற வழிய பார்.

காரியம் பெருசா வீரியம் பெருசான்னா, இப்ப காரியம்தான் பெருசு கிளம்பு..."

ஒரு முடிவுக்கு வந்து பாண்டியன், பாலு இருவரையும் தூண்டியும் விட்டார். அவர்களும் தயாராயினர். அதேசமயம் சுந்தர்ராஜனின் மனத்திரையிலும் கடற்கரையோரமாக அலையடிக்கும் ஒரு இடத்திற்கு அருகில் உள்ள பங்களா ஒன்றும், அதனுள் இச்சாதாரி இருப்பதும் நிழல்படங்கள் போல தெரியத் தொடங்கின.

பங்களாவில் விசிறிவாழையும், வெளியே ட்ரான்ஸ்ஃபார்மர் ஒன்று இருப்பதும்கூட துல்லியமாக மனக்கண்ணில் தோன்றின. அதைச் சொன்ன நொடி பாண்டியனிடம் ஒரு துள்ளல்.

"கடற்கரையோரம்னா விஜிபி தாண்டின பகுதிகளாதான் இருக்கணும். அங்க எவ்வளவு ட்ரான்ஸ்ஃபார்மர்கள் எங்க

எங்க இருக்குங்கறதை அந்த பகுதி ஈ.பி.ஆபீஸ் லைன்மேன் ஒருத்தனை பிடிச்சா தெரிஞ்சிக்கலாம். அந்த லைன்மேனுக்கு ஒரு நூறு ரூபா கொடுத்தா போதும். அப்புறமா அந்த ட்ரான்ஸ்ஃபார்மர் உள்ள இடத்துக்கு போனா விசிறி வாழையை அடுத்த கட்ட ஐடென்ட்டிஃபிகேஷனா வெச்சு அந்த பங்களா வீட்டை கண்டுபிடிச்சிடலாம்” என்றார்.

அதற்குப் பின்புமா அவர்கள் அங்கு இருப்பார்கள்? ஆனால், சுந்தர்ராஜன் உதடுகள் மட்டும் கருட காயத்ரியை முணுமுணுத்தபடியே இருந்தன!

“காயத்துக்குள்ளே அதாவது நம்ம உடம்புக்குள்ள த்ரிகாலம்கற மூன்று கால கணக்குல அது செயல்படுது”

✻ ——————— ✻

அத்தியாயம்

35

எந்த ஒரு சிவனடியார் தன் இல்லத்துக்கு வந்தாலும் அவருக்கு அமுது படைக்கும் ஒரு சிவபக்தர் ஒருநாள், குன்றிமணி அரிசிகூட இன்றி தவித்தார். அப்போது அவரது மனைவியின் நகைகள் அவருக்கு அரிசி வாங்க பயன்பட்டன. ஒரு கட்டத்தில் வீட்டையே விற்று அமுது படைக்கும் ஒரு நிலை ஏற்பட்டது. ஆனால், இடைக்கழியார் ஒரு அரசனைப் போல விளங்கியதால் அவருக்கு அப்படி ஒரு நெருக்கடி வரவில்லை. நெருக்கடி ஏற்பட்ட சிவபக்தர் இடைக்கழியாரிடம் வந்து தன்னையே பணயமாக வைத்து அரிசி கேட்டபோது தான் அவருக்கு கண்கள் திறந்து கொண்டன. இந்த மனிதராலேயே இவ்வளவு தூரம் சிறந்த சிவபக்தராக விளங்க முடியுமானால் மிகுந்த நிலவளமும் நிதிவளமும் உடைய தன்னால் இதைப்போல பல நூறு மடங்கு சிறந்து விளங்க முடியுமே என்று அப்போதுதான் அவருக்கு தோன்றியது. அந்த நொடியில் தானே ஒரு பெரிய சிவபக்தன் என்கிற அவரது மமதை மீது ஒரு அடி விழுந்தது.

டிடெக்டிவ் பாண்டியனுக்கு அந்த பங்களாவை கண்டுபிடிப்பது ஒன்றும் பெரிய காரியமாகவே இல்லை. ஒரு சித்தயோகி தன் மன ஒருமையாலேயே சில அடையாளங்களை கண்டறிந்து

சொல்கிறார். அதை வைத்துக்கொண்டு அந்த பங்களாவை கண்டுபிடிக்க முடியவில்லை என்றால், தான் எல்லாம் ஒரு துப்பறிவாளனாக இருப்பதிலேயே அர்த்தம் இல்லை என்றே பாண்டியனுக்கும் தோன்றியது.

அதனால்தான் அத்தனை வேகம்.

பங்களாவுக்கு முன்னால் போர்டிகோவில் ஷாலினியின் ஸ்கூட்டி நின்று கொண்டிருந்தது. அந்த வண்டியை பாலு பலமுறை ரிப்பேர் செய்திருக்கிறான். அதனால் அதைப் பார்த்த உட்னேயே "பாண்டியன் சார்! இது ஷாலினியோட டூவீலர்" என்றான்.

சுந்தர்ராஜன் கருட காயத்ரியை உச்சரித்துக் கொண்டே இருந்தார். பாலுவும் பாண்டியனும் பேசிக்கொள்ளும் எந்தவிதமான பேச்சையும் அவர் காதிலேயே வாங்கிக்கொள்ளவில்லை.

அவ்வப்போது அண்ணாந்து அண்ணாந்து வானத்தை மட்டும் பார்த்தபடி இருந்தார். வானில் ஒரு குறிப்பிட்ட உயரத்தில் ஒரு கருடபட்சி மிகச் சரியாக அவரது தலைக்கு நேர் மேலே பறந்து வந்து கொண்டிருந்ததை மட்டும் பாண்டியனோ பாலுவோ கவனிக்கவில்லை.

பாண்டியனின் கவனம் அந்த பங்களாவுக்குள் எப்படி நுழையலாம் என்பதில்தான் குறியாக இருந்தது... ஆனால் அதற்கு பெரிய அளவில் அவசியம் இல்லாதபடி இச்சாதாரி பரணியே மாடி ஜன்னல் வழியாக வெளியே நிற்கும் மூவரையும் பார்த்துவிட்டான்.

பார்த்த நொடியே கண்கள் அகண்டன. அதிலும் சுந்தர்ராஜனை அவருக்குண்டான அசலான கோலத்தில் பார்க்கவும் நாடி நரம்பெல்லாம் முறுக்கேறியது.

அந்த அறைக்குள்ளேதான் வித்யாவும் கட்டிப்போடப் பட்டிருந்தாள். தான் என்ன செய்கிறோம் என்பதே தெரிந்திராத நிலையில் ஷாலினியும் அங்கே உட்கார்ந்திருந்தாள். பரணிக்குள் பரபரப்பும் படபடப்பும் பூச்சி ஊர்வதைப்போல ஊரத்

தொடங்கிவிட, பாண்டியன் பாலு இருவரும் மெயின் கேட்டை தாவிக்குதித்து நுழைந்து உள் வழியாக கதவை திறந்து விடவும் சுந்தர்ராஜன் அவர்களைப் போல எந்தவித சிரமமும் இன்றி நேராக உள்ளே நுழைந்தார். அவரது கால்பட்ட நொடி அந்த பங்களாவைச் சுற்றி உள்ள மரங்களில் உள்ள பறவைகள் எல்லாம் துப்பாக்கி தோட்டா சப்தம் எதிரொலித்தது போல வானில் எகிறிக் கொண்டு எழும்பிப் பறந்தன.

பரணிக்கும் மெல்லியதாக ஒரு மின் அதிர்வு தன் உடம்பில் பரவியதுபோல் இருந்தது. மூவரும் போர்டிகோவை கடந்து உள் ஏறி சாத்திக் கிடக்கும் கதவுமுன் நின்று கொண்டிருந்தனர். பாண்டியன் காலிங்பெல்லை ஒலிக்க விட்டார்.

"பாண்டியன் சார்... நாம ரொம்பவே கேஷுவலா இருக்கோம் உள்ள ஒரு ரவுடிக் கூட்டம் இருந்தா என்ன பண்றது?" என்று மெல்லிய குரலில் கேட்டான் பாலு. பாண்டியன் சிரித்தார்.

"பாலு... எது நடந்தாலும் சந்திப்போம். பயம் மட்டும் கூடாது. நம்ம பின்னால சித்த சக்தி இருக்கு. பேசாம வா" என்றார். அதுவரை பேசாமலே இருந்த சுந்தர்ராஜன் காயத்ரி உச்சரிப்பை நிறுத்தாமல் கையில் ஒரு துண்டுச் சீட்டில் 'நான் வெளியே புல்வெளி நடுவில் நின்றபடி இருக்கிறேன். நீங்கள் உள்ளே இருக்கும் வித்யாவையும் இன்னொரு பெண்ணான ஷாலினியையும் இழுத்துக்கொண்டு வெளியே வாருங்கள். மற்ற விஷயங்கள் தானாக நடந்தேறும்' என்று எழுதிக் காட்டவும், இருவருக்கும் தனித்தெம்பே ஏற்பட்டுவிட்டது.

அடுத்த நொடியே பாண்டியனால் அந்த கதவு உடைந்து போனது. உள்ளே புயல்போல நுழைந்தனர். எதிரிலேயே ஒரு பளிங்குச் சிலை நிற்பதுபோல ஆடாமல் அசையாமல் பரணி...

சட்டென்று இருவரும் நின்றனர்.

பரணியின் கண்விழிகள் மட்டும் இப்படியும் அப்படியுமாக அசைந்து இருவரையும் ஊடுருவிற்று.

பாண்டியன் பதில் ஊடுருவல் நிகழ்த்தினார். அப்படியே பாலுவை பார்த்து "நீ போய் வீடு பூரா தேடு பாலு..." என்றார் அடுத்தநொடி பரணியிடம் ஒரு சீற்றம் சட்டென்று தனது பாம்பு உருவுக்கு மாறியவன், சுமாராக 12 அடி நீளம் இருந்தான். கைத்தடி ஒன்று தரைமேல் நிற்பதுபோல் மூன்றடிக்கு மேல் நிமிர்ந்து படமும் விரித்தான். இரட்டை நாக்கை வாய்க்கு வெளியே பல அங்குல தூரம் வரைவிட்டு சீற்றமும் காட்டினான். பாலுவுக்கு உடம்பெல்லாம் நடுங்கத் தொடங்கிவிட்டது. ஆனால், பாண்டியன் அசரவில்லை.

"தைரியமா போ பாலு... இதெல்லாம் சும்மா பாவ்லா. இந்த பாம்பு உன்னையோ என்னையோ கடிச்சாலும் பாதகமில்லை. ஏன்னா நாம சஞ்சீவி சாப்பிட்டவங்க, ஆலகால விஷமே நாம சாப்ட்டாலும் நமக்கு நாம விரும்பினால்தான் மரணம். குரங்கு சித்தர் செய்த பெரிய உதவி அது..." என்றார்.

அடுத்த நொடி பரணி முகத்தில் ஒரு பெரும் அதிர்வு பரவியது தெரிந்தது.

"எல்லாம் சரி பாண்டியன் சார்... நாம சாப்பிட்டிருக்கலாம். ஆனா அப்பா சாப்பிட்டிருப்பாரா இல்லையான்னு தெரியலையே..." என்று பாலு கூறவும், பரணி முகத்தில் திரும்பவும் ஒரு பிரகாசம். சட்டென்று தழைந்து சரசரவென்று ஊர்ந்து இருவருக்கும் இடையில் புகுந்து சுந்தர்ராஜனை நோக்கி சீற்றமாக ஓடத் தொடங்கிவிட்ட பரணியைப் பார்த்து பாலு பயத்துடன் துள்ளிக்குதிக்க, பாண்டியனும் சற்று அதிரத்தான் செய்தார்.

வெளியே புல்வெளியில் ஒரு கோயில் சிலை போல நின்றபடி ஜெபித்துக் கொண்டிருந்த சுந்தர்ராஜன் மேல் சற்று சாய்வாக சூரிய நிழல் படாதபடி கருடன் ஒன்று சிறகை விரித்தபடி ஒரே புள்ளியில் தழைந்தபடி பறந்து வருவதும் தெரிந்தது. பரணிக்கு அந்த நிழலைப் பார்த்ததுமே புரிந்துவிட்டது. வந்த வேகத்திலேயே வீட்டுக்குள் நுழையப் பார்த்தும், அந்த கருடன் விடவில்லை. ஒரு

மின்னல் இறங்கும் வேகத்தில் இறங்கிய அது தன் உறுதியான கால்களால் பரணியின் நடு உடலை அப்படியே பற்றித் தூக்கிக் கொண்டு கீழிறங்கிய வேகத்தில் மேலே பறக்க ஆரம்பித்தது. இதைப் போன்ற காட்சிகள் வெகு அபூர்வமானவை. வீட்டுக்கு வெளியே வந்த பாலுவும் பாண்டியனும்கூட பார்த்தனர். அந்த கருடன் அவர்கள் கண்களை விட்டு மறையும் வரை பார்த்தபடியே இருந்தனர். சுந்தர்ராஜனும் கருட காயத்ரி ஜெபிப்பதை மெல்ல நிறுத்திவிட்டு அண்ணாந்து பார்த்து கன்னத்தில் போட்டுக் கொண்டார். 'கிருஷ்ணா... கிருஷ்ணா...' என்றார்.

அதன்பின் மூவருமாக உள்ளே நுழைந்து வித்யாவையும், ஷாலினையும் மாடி அறை ஒன்றில் கண்டுபிடித்தனர். இருவருக்கும் மூன்று பேரையும் சுத்தமாக அடையாளம் தெரியவில்லை. புதியவர்களை பார்க்கிற மாதிரி பார்த்தனர்.

பாலு, "அக்கா..." என்று ஓடிப்போய் வித்யாவின் கட்டுக்களை அவிழ்த்துவிட்டான். சட்டென்று இருவரிடமும் ஒரு உதறல் தலையை சிலுப்பிக் கொண்டவர்கள். சட்டென்று அடையாளம் கண்டுகொண்டனர். வித்யா, "பாலு" என்று அவனை கட்டிக்கொண்டாள்.

ஷாலினி "பாண்டியன் சார்! நீங்களா?" என்று கேட்டாள். சுந்தர்ராஜன் மட்டும் அவர்கள் வசியக்கட்டு நீங்கிவிட்டதை புரிந்து கொண்டவராக "பாண்டியன்! இப்பதான் அந்த இச்சாதாரியின் உயிர் போயிருக்கணும், தூக்கிட்டுப்போன கருடன் அதை கொத்தி விழுங்கியிருக்கும்னு நினைக்கறேன். இச்சாதாரியோட பிரபஞ்சத் தொடர்பு அறுந்த நொடியே இவங்களோட கட்டுக்களும் அவிழ்ந்து போச்சு, அதான் முதல்ல நம்மை இவர்கள் உணரலை. இப்ப உணர்ந்திருக்காங்க" என்றார்.

பாலு மிக வேகமாக "அக்கா! இனி ஒரு பிரச்சினையும் இல்லக்கா. இதோ நம்ம அப்பா..." என்று சுந்தர்ராஜனை அடையாளம் காட்ட வித்யாவுக்கு அது அதிர்ச்சிக்கு மேல் ஒரு இன்ப அதிர்ச்சியாகவே இருந்தது.

சுந்தர்ராஜனும் தன் மூத்த மகளை பலப்பல வருடங்களுக்கு பிறகு ஸ்பரிசித்தார். மென்மையாக அணைத்து வகிட்டில் முத்தமிட்டார். கண்ணீர்த் துளிகள் பிரண்டு உச்சந்தலையில் விழுந்தன. பாண்டியனுக்கு அந்த காட்சி ஒரு அற்புதமான காட்சியாகவே பட்டது. எல்லாம் குரங்கு சித்தரின் பெருங்கருணை..!

❋ ——————— ❋

அத்தியாயம் 36

அந்த சிவபக்தனுக்கு அவன் கேட்ட நெல்லையும், அரிசியையும் அவனைப் பணயம் பெறாமலே தந்த இடைக்கழியார், அந்த நொடியில் அவனையே தன் ஞான குருவாகவும் கருதத் தொடங்கிவிட்டார். அடுத்த நொடி அவர் செய்த செயல்தான் அவரை நாயன்மார்களில் ஒருவராகவே ஆக்கியது. ஆம்... தனது பொன், பொருள், நிலம் நீச்சு என்கிற சகலத்தையும் அவர் சிவனடியார்க்கு சேவை செய்வதற்கே என்று பொதுவாக்கிவிட்டார். தனக்கென்று இனி தான் கூட இல்லை, தானே இனி சிவனின் ஒரு கருவிதான். என்னையும் இனி அந்த சிவமே பேணட்டும் என்று அவர் செய்த செயலால் ஆயிரக்கணக்கான சிவனடியார்கள் பசியாறினார்கள். சிவபெருமானும் இடைக்கழியாரின் சேவைக்கும் முற்றும் துறந்த தன்மைக்கும் இரங்கி அவருக்கு காட்சி கொடுத்தான்!

வித்யாவின் கல்யாணம் ஏக தடபுடலாக நடந்து முடிந்துவிட்டது. மங்களம் கற்பனைகூட செய்து பார்க்கவில்லை. சுந்தர்ராஜன் நிச்சயம் வரப்போவதில்லை என்கிற கற்பனையில் மிதந்து கொண்டிருந்த மாப்பிள்ளை மோகனின் சிற்றன்னையான சகுந்தலாவுக்கும், அவளது அண்ணன் ராமச்சந்திரனுக்கும் மட்டும் ஏமாற்றமென்றால் அப்படியொரு ஏமாற்றம்!

சந்நியாச கோலத்திலேயே தன் மகளை சுந்தர்ராஜனும் மாப்பிள்ளை மோகனுக்கு தாரை வார்த்துக் கொடுக்க, ஊரே பார்த்து ஆச்சரியப்பட்டுப் போனது.

இவ்வளவு நாளாக சுந்தர்ராஜன் என்ன செய்து கொண்டிருந்தார் என்கிற கேள்விக்கு அவர் தோற்றமே பதிலாக அமைந்துவிட்டது.

மோகனின் அப்பா அருணாசலம், சுந்தர்ராஜனிடம் வெகு சகஜமாக பேசிக் கொண்டிருந்தார். எங்கேயும் எவரிடமும் ஒரு டென்ஷனுமில்லை. திருமணத்திற்கு முன்பு வரை எப்படித்தான் இந்த திருமணம் நடக்கப் போகிறதோ என்கிற கவலை எல்லோரையும் ஆட்டிப் படைத்துக் கொண்டிருந்தது. அதற்கு அவசியமில்லாதபடி எல்லாமே இனிமையாக நடந்தபடி இருந்தது.

நிச்சயம் கண்பட்டு விடும் என்பதுதான் உண்மை. பட்டு விடும் என்ன... பட்டே விட்டது. அந்த கல்யாணத்துக்கு ஆசாரி பொன்னுரங்கமும், அவர் மனைவி தர்மாம்பாளும்கூட வந்திருந்தனர். தர்மாம்பாள் ஆசாரி காதைக் கடித்துக் கொண்டே இருந்தாள்.

“ஏங்க... என்னங்க இது அதிசயம்? இவ்வளவு நாளா வராத மனுஷன் டாண்னு மக கல்யாணத்துக்கு உடனே வந்து நின்னுட்டாரே எப்படிங்க?”

“பேசாம உக்காந்துருடி... கல்யாணத்துக்கு வந்திருக்கறது வாழ்த்தறதுக்குத்தான்... இப்படி வாயடிக்கறதுக்கு இல்லை”

“அது எப்படிங்க... சோத்துக்கு செத்த குடும்பம் இது.ஆனா பொண்ணு கழுத்துல நூறு பவுனுக்கு குறையாம காசுமாலையும், அட்டிகையும் தொங்கி கிட்டிருக்கு”

“தர்மாம்பா... உனக்கு நல்லபடியாவே எதையும் யோசிக்க தெரியாதா?” கேட்டபடியே பொன்னுரங்க ஆசாரி எழுந்து கொண்டார்.

அவர் போய்விட்டால் என்ன?

தர்மாம்பாள் சிடுசிடுவென்ற முகத்தோடு காட்சி தெரிந்த சித்தி சகுந்தலாவை போய் பிடித்துக்கொள்ளத் தொடங்கினாள். பெரிய இடத்தை சேர்ந்த நீங்கள் எதை வைத்து இப்படி ஒரு இடத்தை பிடித்தீர்கள் என்று கேட்க வேண்டும்? அவள் என்ன சொல்கிறாள் என்று பார்க்க வேண்டும் என்பதுதான் அவள் விருப்பம், கல்யாணம் என்பது பல பெண்களுக்கு வாயைப் பிடுங்கும் ஒரு இடமாகவே போய் விடுகிறது. வீட்டுக்குள்ளேயே அவர்களை அடைத்து வைத்திருப்பதன் எதிரொலி கூட்டத்தை எங்கே பார்த்தாலும் பீறிட்டு கிளம்பத் தொடங்கிவிடுகிறது அவர்கள் அழுத்தம்.

“வணக்கம்மணி... நீங்கதான் பையனுக்கு அம்மாவா?”

சகுந்தலா பதிலுக்கு ஒரு சிரிப்பு மட்டும் சிரித்தாள். தர்மாம்பாளின் தோற்றத்தில் இருந்து புடவைக்கட்டு வரை எதுவுமே அவளுக்குப் பிடிக்கவில்லை. தர்மாம்பாளுக்கு அது புரிந்தது.

“என்னஙகம்மணி... வாயைத் திறந்து பேசுங்க. நான் ஆசாரியார் சம்சாரம், தினம் தங்கத்தை உரசற ஜாதி”

“அப்படியா...?”

“ஆமாங்க... உங்களுக்கு எதுனா தங்கத்துல பண்ணணும்னா வாங்க, எங்க ஊட்டுக்காரர் லட்சணமா பண்ணித்தருவாரு.”

“பார்க்கலாம்”

“அப்படி எல்லாம் சொல்லாதீங்க... ஒரு தபா வந்து பண்ணிப் பாருங்க தெரியும்.”

தர்மாம்பாள் கல்யாண வீட்டில் தன் தொழில் புத்தியை காட்டுவது சகுந்தலாவுக்கு துளிகூட பிடிக்கவில்லை.

“நீங்க கல்யாணத்துக்குத்தானே வந்திருக்கீங்க?” என்று மளுக்கென்று திரும்பிக் கேட்டதில் தர்மாம்பாளுக்கு உச்சந்தலையில் கொட்டு விழுந்தது போல் இருந்தது. இருந்தும் அசராமல் பேச்சை தொடர்ந்தாள்.

“ஆமாங்கம்மணி. உங்க அந்தஸ்து தென்ன மரத்துலன்னா, இவங்க அந்தஸ்து முருங்கை மரத்துலகூட கிடையாது. எப்படிங்க ஒண்ணு சேர்ந்தீங்க?”

தர்மர்ம்பாளை பதிலுக்கு எரிச்சலுடன் பார்த்த சகுந்தலா “காதலுக்குதான் எந்த கண்றாவியும் கிடையாதே. அது சாக்கடையை கூட சந்தனமால்ல நினைக்கும்.” என்றாள்.

“எப்படியோ சாக்கடைன்னு தெரிஞ்சா சரி...” என்றவளை முதல் தடவையாக சகுந்தலா சற்று சினேகப் பார்வை பார்த்தாள்.

“ஆமா, உங்களுக்கு பெண் வீடு ரொம்ப பழக்கமோ?”

“எல்லாம் நகை நட்டு செய்ய வந்த வகைலதான்...”

“ஓ... நீங்கதான் நகை செய்தீங்களா?”

“ஆமாமா... எங்க இருந்துதான் அவ்வளவு தங்கம் அவங்களுக்கு கிடைச்சிச்சோ? எப்படியும் ஒரு கிலோ தங்கம் இருக்கும். அவ்வளவுக்கும் என் வீட்டுக்காரர்தான் நகை பண்ணிக் கொடுத்தார். அதுலயும் அந்த நூறு பவுன் காசு மாலை இருக்குதே... அதை பாத்துப் பாத்து பண்ணாரு” தர்மாம்பாள் அழகாக பற்றவைக்கத் தொடங்கினாள்.

“ஹூம்... என்னென்னவோ சொல்றீங்க... அக்காவுக்கு கல்யாணம் நடக்கணும்னு அந்த பாலு எங்கயாவது திருடிக்கிட்டு வந்துட்டானோ என்னவோ?”

“எனக்கும் அதேதான் சந்தேகம், அதேசமயம் இன்னொரு விஷயமும் இதுக்குள்ள இருக்கு.”

“என்ன அது?”

“உங்களுக்கு ரசவாதம் பத்தி தெரியுமா?”

“அப்படின்னா?”

“அதாங்க செம்பை தங்கமாக்கற வித்தை...”

“செம்பை தங்கமாக்கறதா... அது எப்படி?”

“அதுக்கு பேர்தான் ரசவாதம்”

“சரி, அதுக்கு இப்ப என்ன?”

“என்னங்க நீங்க... அதோ சாமியார் மாதிரி நிக்கறாரே பொண்ணோட அப்பா...”

“ஆமாம்”

“அவருக்கு ரசவாதம் தெரிஞ்சிருக்கணும்னு எங்க வீட்டுக்காரர் நினைக்கறாரு.”

“என்னங்க சொல்றீங்க?”

“ஆமாங்க... அவர் சிவன்மலைல இவ்வளவு நாளா இருந்திருக்காரு. செத்துட்டாரு, தொலைஞ்சிட்டாருன்னு அவரைப் பத்தி ஏகத்துக்கும் புரளி, கடைசில பார்த்தா மக கல்யாணத்துக்கு டாண்னு வந்து நிக்கறாரு அப்பவே எங்க ஊட்டுக்காரர் கணக்கு பண்ணிட்டாரு. பாலு கொடுத்த தங்கமும், பசும் தங்கம். ஒரு நூலளவு செம்போ பித்தளையோ அதுல இல்ல.”

தர்மாம்பாள் கூறக்கூற சகுந்தலா அப்படியே மிரளத் தொடங்கிவிட்டாள். இதெல்லாம் அவள் கற்பனைகூட செய்து பார்த்திராத விஷயங்கள். ஒரு பக்கம் கல்யாணச் சடங்குகள் நடந்தபடி இருக்க, இவர்களிடம் பரிமாற்றமும் தொடர்ந்தபடி இருந்தது.

கல்யாணத்திற்கு சப் இன்ஸ்பெக்டர் செல்வராஜும் வந்திருந்தார். பாண்டியன் வரவேற்று முன்வரிசையில் உட்கார வைக்க, பக்கத்திலேயே பொன்னுரங்க ஆசாரி. ஆசாரியும் வணக்கம் சொன்னார். கொஞ்சம் சுருக்கென்றது செல்வராஜுக்கு.

“எப்படி சார் இருக்கீங்க?”

“நல்லாருக்கேன்...” மிடறு விழுங்கினார் செல்வராஜ். காரணம் இருந்தது. ஏனென்றால், பொன்னுரங்க ஆசாரியின் மகன், சிவன்மலை காட்டில் காணாமல் போனவர்களில் ஒருவன். அவரும் போலீஸ் கம்ப்ளைண்ட் கொடுத்திருந்தார். எஃப்.ஐ.ஆர். போட்டு வழக்கு பதிவு செய்து எவ்வளவு விசாரித்தும் எந்த உண்மையும் தெரிய வராததால், கேஸ் நிலுவையிலேயே இருந்து வருகிறது. தொண்ணூறு நாளைக்கு

ஒருமுறை கேஸை புதுப்பித்து தேடிக்கொண்டிருப்பதாக குறிப்பு எழுதி ஓய்ந்துவிட்ட நிலையில்தான், பாண்டியன் சிவன்மலையில் ஒரு எலும்புக்கூடு மரக்கிளையில் தொங்குவதைப் பார்த்ததுடன், அங்கு கிடந்த ஒரு டிரைவிங் லைசென்ஸையும் கீழிருந்து எடுத்து செல்வராஜுக்கு அனுப்பியிருந்தார். அதில் உள்ள எண்ணை மட்டும் வைத்து துப்பு துலக்கியதில், அது ஆசாரி மகன் செல்வம் என்பது தெரிந்துவிட்டது.

எலும்புக்கூட்டுக்குரிய நபர் அவனாகத்தான் இருக்க வேண்டும். அதன்பின் அந்தக் கூடுகூட கிடைக்கவில்லை. இந்த உண்மைகள் செல்வராஜுக்குள் அலைபுரண்டது.

ஒருநாள் இல்லாவிட்டால் ஒருநாள் இந்த உண்மைகளை அவரிடம் கூறிவிடுவதுதான் நல்லது என்பதே அவரது முடிவு.

அதற்காக ஒரு நல்ல காரியம் நடக்கும் இடத்திலா இதைப் பற்றி எல்லாம் பேசுவது?

அவருக்குள் தர்மசங்கடம் ஒரு புழுவைப்போல நெளிய ஆரம்பித்தது. ஆசாரியும் விடுவதாக இல்லை.

“சாரைப் பார்க்கும்போது என் மகன் பத்தி கேட்காம இருக்க முடியல... தகவல் ஏதாச்சம் தெரிஞ்சிச்சா சார்?” என்று அவரும் கேட்க வேண்டிய கேள்வியைக் கேட்டுவிட,

“தெரிஞ்சா சொல்லிடுவேனே ஆசாரி” என்றார் செல்வராஜ்

“தப்பா எடுத்துக்காதீங்க. என் மகன் பத்தி ஏதோ முக்கியமான தகவல் கிடைச்சிட்டதா உங்க ஸ்டேஷன் ஏட்டு ஒருத்தர் ஒருநாள் வழில பார்த்தப்ப சொன்னார். ஏதோ என் மகனோட டிரைவிங் லைசென்ஸ் கிடைச்சிருக்காமே? நிசமாவா?”

ஆசாரி, செல்வராஜின் அந்த சீக்ரெட்டை கிட்டத்தட்ட நெருங்கிவிட்டார். ஒரு வினாடி ஊசி குத்தியதுபோல் இருந்தது. முதல் காரியமாக அந்த ஏட்டை அழைத்து, ஓங்கி ஒரு அறை அறைந்தால் கூட தேவலை என்று தோன்றியது. அந்த திணறலே ஆசாரிக்கும் காட்டிக் கொடுத்துவிட்டது.

“சார்! எதுவா இருந்தாலும் பரவால்ல, சொல்லிடுங்க. நானும் ரொம்ப பொறுமையா இருந்துட்டேன்” ஆசாரி கெஞ்சினார். இடை இடையே மேளக்காரரின் ஆவர்த்தன சப்தம் செல்வராஜ், ஆசாரியை சற்று பரிதாபமாகப் பார்த்தார். அதுவே ஆசாரிக்கு பாதி விஷயத்தை புரிய வைத்துவிட்டது.

“சார்! நீங்க மௌனமா வெறிக்கறத பார்த்தா என் பையன்?” ஆசாரியால் அதற்குமேல் பேச முடியவில்லை. செல்வராஜ் வார்த்தைகளில் ஆமோதிக்காமல், “மனசை தேத்திக்குங்க, கெட்ட விஷயம்கறதாலதான் உங்களைப் பாக்கும்போது பேசிக்கலாம்னு இருந்துட்டேன். ஆனா இங்க இப்படி ஒரு சூழ்நிலைல பாப்பேன்னு நான் எதிர்பார்க்கல...”

செல்வராஜ் சொல்லி முடிக்க, ஆசாரியின் கண்ணிரண்டும் கலங்கி கண்ணீர் கூடுகட்ட சரியாக இருந்தது. ஆசாரியால் அதற்குமேல் அந்த சூழலில் இருக்க முடியவில்லை. எழுந்து வெளியேற ஆரம்பித்தார். செல்வராஜும் தடுக்கவில்லை.

மேடையில் மாங்கல்ய தாரணம் முடிந்து எல்லோரும் வாழ்த்திக் கொண்டிருந்தனர். செல்வராஜும் வாழ்த்தத் தயாரானார்.

கோலாகலமான அந்த கல்யாண வீட்டில் ரத்னம், லலிதாவை டாவடித்துக் கொண்டிருந்தது ஒரு தனிக்கதை. லலிதா, இருக்கும் அவ்வளவு பவுடரையும் பூசிக்கொண்டு, சினிமா நடிகைகளை ஓரம்கட்டுவதுபோல் காட்சி தந்து கொண்டிருந்தாள். நடுநடுவே ரத்னம் அவளருகே எது எதற்கோ வருவதுபோல வந்து “லல்லி... தயவுசெய்து உன் பேரை ஐஸ்வர்யாராய்னு மாத்தி வெச்சிக்கோ. நான் என் பேரை அபிஷேக்குன்னு மாத்திக்கிட்டேன்” என்று சீண்டிக் கொண்டே இருந்தான். அவள் முகம் கொள்ளாதபடி ஒரு வெட்கப் புன்னகை.

அதை பொன்னியும் கவனித்தாள்.

பட்டுப்பாவாடை சட்டையில் வித்யாவுக்கு பக்கத்தில் அமர்ந்திருந்தாலும், பார்வை சுற்றி சுழன்று கொண்டே இருந்தது.

அவளுக்கு இப்படி ஒரு சூழலே புதிது. காட்டுக்குள் ஒரு சாமியார் பெண்ணாகவே இருந்துவிட்டவளுக்கு, குடும்ப வாழ்வின் அடுத்தடுத்த கட்டங்கள் எல்லாம் புதியவைதானே?

எல்லாவற்றுக்கும் நடுவில் தர்மாம்பாள் விஷயத்தில் சகுந்தலா ஒரு புது முடிவுக்கு வந்திருந்ததுதான் பெரிய கொடுமை...

அதை தன் அண்ணன் ராமச்சந்திரனை அழைத்து, அவள் பகிர்ந்துகொள்ளவும் தவறவில்லை.

“அண்ணே... கதை எங்கெல்லாமோ போகுதுண்ணே?”

“என்ன சொல்றே சகுந்தலா?”

“பொண்ணோட அப்பா, அதான் அந்த சாமியார் இருக்கார்ல”

“அந்தாளுக்கு என்ன?”

“என்னவா... அவருக்கு ரசவாதம் தெரியுமாம்ல...?”

“ரசவாதமா. அப்படின்னா?”

“சரிதான்... நீயும் என்னை மாதிரிதான் போலருக்கு.. செம்பைத் தங்கமாக்கற வித்தைக்கு பேர்தான் ரசவாதம்.”

“அதுசரி... அதுக்கும் அந்தாளுக்கும் என்ன சம்பந்தம்?”

“இது என்ன கேள்விண்ணே? கல்யாணப் பெண்ணு கழுத்தப்பாரு, அவ்வளவும் ரசவாத தங்கம்”

“அப்படின்னா?”

“கிட்டவா... காதைக் கொண்டா”

பரபரப்பான அந்தக் கல்யாண வீட்டில், ராமச்சந்திரன். சகுந்தலாவுக்கு காதைக் கொடுக்க, அவளும் எதையோ கூற, ராமச்சந்திரன் முகத்தில் அதிர்வுகளின் அட்டகாசம் ஆரம்பமாயிற்று.

இவ்வளவு பேருக்கும் நடுவில் மோகனை எப்படியும் மணந்து கொண்டுவிடலாம் என்கிற நம்பிக்கையில் இருந்த

ராமச்சந்திரனின் மகள் லட்சுமி மட்டும் மணமேடையில் இருந்த வித்யாவை, 'நீ எப்படி வாழ்கிறாய் என்று பார்த்து விடுகிறேன்' என்பதுபோலவே பார்த்துக் கொண்டிருந்தாள்!

அத்தியாயம் 37

நாயன்மார் வரிசையிலே பல வகைகளில் தனிச் சிறப்பினைப் பெற்ற ஒரு நாயன்மாரும் இருக்கிறார். இவர் பிறப்பால் பிராமணர். வித்தியாசமாக சமணர்கள் போல பெயர் கொண்டவர். 'நம்பிநமிநந்தி' என்பது அவர் பெயராகும். பின்னாளில் நமி நந்தியடிகள் நாயனார் என்று போற்றப்பட்டார். திருவாரூருக்குப் பக்கத்தில் உள்ள ஏமப்பேரூர் என்பது இவர் பிறந்து வளர்ந்த ஊராகும். மிகச் சிறந்த சிவபக்தரான இவர், தினந்தோறும் சிவாலயத்தில் அனைத்து சந்நிதிகளுக்கும் சென்று நெய்தீபம் ஏற்றி வழிபடுவதை ஒரு கடமையாக கொண்டிருந்தார். இதற்காகவே இவரது இல்லத்தில் பசுக்களையும் கட்டி வளர்த்து வந்தார். பசுவின் பாலைக் கடைந்து, வெண்ணெய் எடுத்து, பின் அதை உருக்கி, நெய்யாக்கி அதனை ஒரு பாத்திரத்தில் எடுத்துக் கொண்டு நடந்தே திருவாரூர் வந்து, அந்த தியாகேசனை வழிபடுவதற்கே இந்த பிறவி என்று கருதியவர் அவர்.

ஆனால், ஒருநாள் சோதனையாக அவர் எடுத்து வந்த நெய்ப்பானை வழியில் விழுந்து உடைந்து, அவ்வளவு நெய்யும் மணலில் கலந்து பாழாயிற்று. அதுவும் திருவாரூர் கோயில் வாசலிலேயே... நமிநந்தியாரை அச்சம்பவம் மிகவும் பாதித்துவிட்டது. அன்றைய விளக்கேற்றும் திருப்பணிக்கு ஊறு நேர்ந்துவிட்டதாக அவர் மனதும் அரவப்பட்டது. இருப்பினும் பிச்சை எடுத்தாவது திருப்பணியை முடித்தே தீருவது என்று

நெய் வேண்டி அருகில் உள்ள ஒரு வீட்டிற்குள் புகுந்தார் நமிநந்தி, அது ஒரு சமணர் வாழும் வீடு!

அவரோ நமிநந்தியைப் பார்த்து பரிகசித்தவராக, 'உமது சிவனுக்கு எதற்கய்யா தனியாக நெய் விளக்கு. அதுதான் அவனது கையிலேயே ஒரு தீச்சட்டி இருக்கிறதே?' என்று ஏகடியம் பேசியதோடு 'நெய்யும்மில்லை, எண்ணெயுமில்லை. உமது சிவனுக்கு சக்தி இருப்பது உண்மை என்றால் குளத்துநீரை மொண்டு சென்று ஊற்றி விளக்கெரித்து வழிபடும் பார்க்கலாம்' என்றும் சீண்டிவிடுகிறார்.

நமிநந்தியடிகளும் இதனால் பெரிதும் கோபமுற்றார்!

ரங்கநாயகி, வீட்டில் சமையலில் மும்முரமாக இருந்தாள். வெளியே காலிங்பெல் சப்தம்! கறிகாய் நறுக்கியபடி இருந்த கத்தியோடு அப்படியே வெளிப்புறம் வந்தாள். கையில் ஒரு பெரிய பார்சலுடன் கூரியர் தபால்காரன்.

கத்தியுடன் தென்பட்ட ரங்கநாயகியைப் பார்த்து அரண்டு போய் பார்த்தான். அவளுக்கும் பார்சலை பார்க்கவும் சற்று பயமாக இருந்தது.

ஏற்கெனவே இதுபோல பல பார்சல்கள்! அதில் ஒருமுறை மண்டை ஓடு, ஒருமுறை சுடுகாட்டுச் சாம்பல் என்று மர்மமான மிரட்டல்கள். எனவே, பார்சல் என்றாலே அவளுக்குப் பயமாக இருந்தது. மிரள மிரளப் பார்த்தாள்.

"என்னங்க பாக்கறீங்க. பாண்டியன் சாருக்கு பார்சல்..."

"அது தெரியுது... எங்க இருந்து?"

"ஹிமாச்சலப்பிரதேஷ்ல இருந்து..."

"அங்க இருந்தா... அங்க யார் இருக்கா?"

"யாருக்குங்க தெரியும்... பேரெல்லாம் போடலை, அட்ரஸும் தெளிவா இல்லை"

“அட்ரஸ் தெளிவா இல்லாத பார்சலை ஏன் வாங்கறீங்க?”

“இந்த கேள்வியை நீங்க புக் பண்ண அந்த ஆபீஸ்லதான் கேட்கணும் என் வேலை டெலிவரி பண்றதோட சரி...”

“ஸாரிப்பா... அனுப்பினது யாருன்னு தெரியாத பார்சலை நான் வாங்கிக்க தயார் இல்லை. நீ இதை திரும்ப அனுப்பிடு”

ரங்கநாயகி கட் அண்ட் ரைட்டாக பேசியது அந்த கூரியர்பாயை இடித்தது.

“மேடம்...” என்று இழுத்தான்.

“கிளம்பு, கிளம்பு எனக்கு வேற வேலை இருக்கு”

அவனும் திரும்பினான். மிகச் சரியாக வாசலில் வந்து நின்றவராக பாண்டியன். இறங்கி வந்த பாண்டியன் விவரம் அறிந்து கையெழுத்துப் போட்டு பார்சலை வாங்கிக்கொண்டார்.

“என்னங்க நீங்க... எதுக்கு வாங்கினீங்க... அனுப்பினது யாருன்னே தெரியல”

“அதனாலதான் வாங்கினேன் ரங்கநாயகி. திருப்பி அனுப்பினா எதிரி பொய்யான அட்ரஸ் கொடுத்தோ, இல்ல நமக்கு வேண்டியவங்க பேர்லயோகூட அனுப்பலாம். அதை வாங்கிட்டா வேலை முடிஞ்சது. இந்த முறை எந்த மாதிரி மிரட்டல்னுதான் பார்த்துடுவோம்.”

பார்சலை அப்பொழுதே பிரிக்கத் தொடங்கிவிட்டார் பாண்டியன்.

“ஐயோ பாத்துங்க... குண்டுகிண்டு இருந்து வெடிச்சிடப் போகுது”

“சான்ஸே இல்லை. பார்சலை சாதாரணமாதான் மூடி இருக்காங்க குண்டு இருந்தா வெயிட்டே காட்டிக் கொடுத்துடும். உள்ள சின்னதா ஏதோ இருக்கு... அவ்வளவுதான்.” பார்சலை பேச்சோடு பேச்சாக திறந்த பாண்டியனுக்கு ஒரு மெல்லிய ஆச்சரியம் காத்திருந்தது. உள்ளே வெட்டப்பட்ட தலைமுடிகள்!

அதுவும் துண்டு துண்டாக வெட்டப்பட்ட குப்பை போன்ற முடிகள், கூடவே ஒரு காகிதம். அதில் 'பாண்டியன் புது மனைவியுடன் நல்லபடியாக வாழ முயற்சி செய்... சிவன்மலை சித்தர்கள் சமாசாரங்களில் மூக்கை நுழைத்தால் இந்த தலைமுடியைவிட மோசமான நிலை உனக்கு ஏற்படும்' என்று ஒரு குறிப்பு.

"ச்சீ... இது யாருங்க... என்ன இது பைத்தியக்காரத்தனம்?"

"பைத்தியக்காரத்தனமில்லை ரங்கநாயகி. இது ஒருவித மிரட்டல். அது மட்டுமில்ல... இது மந்திரிச்ச தலைமுடியாகூட இருக்கலாம். இதை தொட்ட நொடி தொடறவங்களுக்கு மனசு பயத்துல நடுங்கத் தொடங்கிவிடலாம். இந்த மிரட்டல் அதுக்கு ஒரு சின்ன தூண்டல்."

"ஐயோ!"

"பயப்படாத... நான் அசலான சித்தர்களோட அருள் பெற்றவன். ஆகாசலிங்கத்தையும் தரிசனம் பண்ணவன். எனக்கு எதுவும் ஆகாது."

"அது சரிங்க, எதிரிங்க நோக்கம் என்ன...? எதிரிக்கு நீங்க எந்த வகைல இடைஞ்சலா இருக்கீங்க?"

"இது இடைஞ்சல்ல எழுதினது இல்ல... உண்மைல இதை நான் தலைகீழாப் பாக்கறேன்..."

"என்னங்க சொல்றீங்க. எனக்கு ஒண்ணும் புரியல"

"உனக்குப் புரியாதுதான்... இந்த மாதிரி விஷயங்கள்ல பல கோணங்கள்ல அலசணும்"

"எப்படி?"

"பொதுவுல என்னைப்போல ஒரு டிடெக்டிவ் எதையாவது செய்யாதேன்னு சொன்னாதான் அதை அதிகம் செய்வோம்..."

"அதனால...?"

"இது மறைமுகமான ஒரு தூண்டல், அதாவது, சிவன்மலைக் காட்டுக்குள்ள பயங்கரமா பல விஷயங்கள் இருக்கிற மாதிரியும்,

அதைக் கண்டுபிடிக்க நான் அந்த காட்டுக்குள்ளேயே திரியணும்னும் ஒரு புத்திசாலி முடிவு பண்ணியிருக்கான்.”

“அப்படி முடிவு பண்ணக் காரணம்?”

“ரொம்ப சிம்பிள்... என் கவனம் அந்த காட்டுல இருந்தா, அதனால அவனுக்கு பல நன்மைகள் மறைமுகமா இருக்கலாம்.”

“அது எப்படி?”

“எல்லா கேள்விக்குமா இப்பவே விடை கிடைச்சுடும். போகப் போகத்தான் சில புதிர்களுக்கு விடை கிடைக்கும் ரங்கநாயகி...”

பாண்டியன் சொன்னதிலும் ஒரு பொருள் இருக்கத்தான் செய்தது. இமாச்சல பிரதேசத்தில் இருக்கும் அந்த வில்லன் யார் என்பதும் ஒரு புதிராகவே இருந்தது!

***

பத்ரிநாத்!

கங்கை நதி சலசலவென அப்பழுக்கில்லாத தூய்மையுடன் பிரவாகம் எடுத்துக் கொண்டிருந்தது. அதன்மேல் சூரிய ஒளிபட்டு வெள்ளிப்படுக்கை போலவும் காட்சி தந்து கொண்டிருக்க, சலசலக்கும் கங்கைக் கரையோரமாக அங்கங்கே சில சந்நியாசிகள் மூழ்கி எழுந்தபடி இருந்தனர்.

ஜில்லென்ற பனிநீர்!

நெருப்பின் குணம் கொண்ட நீர்,

ஒரு துளி மேலே பட்டாலே உடம்பு சிலிர்த்துப்போகும். அப்படி ஒரு நீருக்குள் மூழ்கி எழுந்த நிலையில் ‘ஓம் நமசிவாய... ஓம் நமசிவாய...’ என்று அந்த நீரை அள்ளி அள்ளி அர்க்யம் விட்டபடி இருந்தார் மகாதேவர்.

பண்டிட் மகாதேவ் என்றால் அந்த பகுதியில் மிகவும் பிரபலம். அவ்வளவு சாஸ்திரங்களையும் கரைத்துக் குடித்தவர். வேத விற்பன்னர். சமஸ்க்ருதத்தில் ஆழ்ந்த புலமை. போதாததற்கு யந்த்ர தந்திர மந்திர சாஸ்திரங்கள் சகலத்தையும் அறிந்தவர்.

கங்கைக் கரையில் அவரது சிஷ்யகோடிகள் காத்துக் கொண்டிருக்க, குளித்து முடித்தவர் கரையேறினார். உடம்பில் துளிகூட நடுக்கமில்லை.

ஈர உடம்புடன் முத்திரை முகமாக அந்த சூரியனைப் பார்த்து நமஸ்கரித்தவர். ஒரு சிஷ்யர் கொடுத்த பட்டுத் துண்டினால் ஈரத்தை துவட்டிக் கொண்டார். அதன்பின் அங்கே கரையிலேயே அவரிடம் உடை மாற்றம் ஆரம்பமாயிற்று.

பட்டு குர்தா ஜிப்பா... தலைக்கு டர்பன், நெற்றியில் தீற்றலாக செந்தூரப் பொட்டு, புருவத்துக்கு வசிய மை. கழுத்தில் கண்டங்குழியில் கொஞ்சம் போல புனுகு கலந்த சந்தனப்பூச்சு, பின் துளி விபூதி எடுத்து மந்திரித்து உள்ளங்கையில் போட்டுப் பரபரவென்று தேய்த்துக் கொண்டார்.

இதுதான் அவரது அன்றாடம்.

சிஷ்யகோடிகள் புறப்படத் தயாராயினர்.

சிறிது தூரத்தில் அவர் கங்கைக்கரைக்கு வரக்காரணமாக இருந்த ஃபோர்ட் ஐகான் கார் காத்துக் கொண்டிருந்தது. அந்த காரைத் தொடர்ந்து பல கார்கள். அவ்வளவும் சிஷ்யக் கோடிகளின் கார்கள்.

மகாதேவ் கார் புறப்படவும் அவையும் புறப்பட்டன. பத்ரிநாத்தின் பாதையில் மிதமான வேகத்துடன் கார் சென்று கொண்டிருக்கையில் மகாதேவ்வின் செல்போனுக்கு ஒரு அழைப்பு வந்தது.

மகாதேவ் அழைத்த எண்ணை கவனித்தவராக பேசத் தொடங்கினார். அழைத்தது அவரது சீடர்களில் ஒருவனான சிதம்பரம்.

“ஆசீர்வாதம் சிதம்பரம்”

“சந்தோஷம் சாமி... ஒரு முக்கியமான விஷயம்”

“ஓம்கார பீடத்தோட அதிபதி ஆனந்தர் சிவன் மலைக்கு கிளம்பிட்டார்.”

“அப்படியா... சந்தோஷம்!”

“ஒரு தீர்க்கமான முடிவோடு, வந்தா அஷ்டமா சித்திகளையும் அடைஞ்சவனா வருவேன். இல்லேன்னா வரவே மாட்டேன். அந்த மலையிலேயே சமாதியாயிடுவேன்னு ரொம்ப ரகசியமா சிலர்கிட்டே சொன்னதா தகவல்...”

“அடடே இப்படி எல்லாம்கூட ஆனந்தனுக்கு யோசனை போயிருக்கா”

“ஆமாம் சாமி... நீங்க எப்ப சாமி வர்றீங்க?”

“எனக்கென்ன... இப்ப நினைச்சா அடுத்த நொடி அங்க இருப்பேன்”

“இப்படி பலமுறை சொல்றீங்க... ஆனா, ஒருமுறைகூட எங்க கண் எதிர்ல அந்த மாதிரி தோன்ற மாட்டேங்கறீங்களே சாமி.”

“இந்த விஷயமெல்லாம் ஒண்ணுமேயில்லை சிதம்பரம். இந்த மாதிரி விஷயங்கள்ல எல்லாம் நீ மயங்கிடாதே”

“நீங்க சொல்றது புரியுது. ஆனாலும் மனசுக்கு உங்க அற்புதங்களை ஒரு தடவையாவது கண்ணால பார்த்துடணும்னு ஆவலாவே இருக்கு”

“அப்ப சரி... பேசிக்கிட்டே இரு...” என்ற மகாதேவ், முன் ஸீட்டில் இருக்கும் டிரைவரைப் பார்த்தார். பக்கத்து ஸீட்டில் இருக்கும் தன் உதவியாளனையும் பார்த்தவர், முன் ஸீட்டுக்கும் பின் ஸீட்டுக்குமான இடைவெளியில் தொங்கிய திரையை இழுத்து மூடவும், முன்னால் இருந்த அவர்களுக்கு பின்னால் அவர் இருப்பது தெரியவில்லை.

கார் பயணித்தபடியே இருந்தது.

உதவியாளருக்கு சற்று குறுகுறுப்பாக இருக்கவே, மெல்ல திரும்பி திரையிட்ட துணியின் சன்னமான இடைவெளி வழியாக பார்த்தார். உள்ளே மகாதேவ் இல்லை!

செல்போனில் பேசியபடியே இருந்த சிதம்பரம் என்கிற சீடரின் தோள்மேல் ஒரு கை விழுந்தது. திரும்பிப் பார்த்த சிதம்பரத்துக்கு தூக்கி வாரிப்போட்டது.

அது மகாதேவ்!

“சாமீ...”

“என்ன சிதம்பரம் இப்ப திருப்தியா?”

“சாமி நீங்க இங்க...?”

“நானேதான்... ஆசீர்வாதம் சிதம்பரம். நான் இப்ப உடனேயே பத்ரிகாஸ்ரமம் போகணும். நான் இன்னும் சில நாட்கள்ல வருவேன். நான் வரும்போது சென்னைல யாருமே இருக்கக் கூடாது... புரியுதா?”

“புரியுது சாமி... புரியுது... ஆனந்தர் சிவன் மலைக்கு போகப்போறதால பாண்டியனும் பின்னாலேயே போயிடுவார் குரங்கு சித்தருக்கும் இனி இங்க வேலை இல்ல. சுந்தர்ராஜன்கூட திரும்பி போயிடுவார்னுதான் எனக்கு தோணுது”

“போகணும். ஒருத்தர்கூட நகரத்துல இருக்கக் கூடாது ஆனா, அந்த நாகமாணிக்க கல் மட்டும் பத்திரமா இருக்கணும் இருந்துதான் தீரணும்... சரி, நான் வரட்டுமா?”

மகாதேவர் ஏதோ புதிர்போல பேசிவிட்டு அப்படியே கண் எதிரில் ஒரு புகையானது மறைவதுபோல மறைந்து போனார்.

சிதம்பரத்துக்கு உச்சிமுதல் பாதம் வரை சில்லிட்டுவிட்டது. தன் கண்ணில் தான் கண்ட காட்சி கனவா, நனவா என்றுகூட தோன்றி கிள்ளிப் பார்த்துக் கொண்டார். கனவெல்லாம் இல்லை. நனவுதான்!

❋ ———— ❋

அத்தியாயம் 38

அந்த சமணரின் சீண்டல் நமிநந்தி அடிகளை நன்றாகவே உசுப்பேற்றி விட்டது. இந்த மனிதருக்கு என்ன ஒரு செருக்கிருந்தால் நான் வணங்கும் பரம்பொருளாகிய அந்த ஈசனையே கேலியாக பேசி தண்ணீரில் விளக்கெரிக்கச் சொல்லியிருப்பார்? இது எனக்கு விடப்பட்ட சவால் அல்ல... இது எனக்கான ஏளனமும் அல்ல... இந்த உலகின் ஒவ்வொரு அணுவினுக்குள்ளும் இருந்து ஆட்டி வைப்பது அவனே... எனவே, சமணர் வடிவில் கேள்வி கேட்டதும் அவனே. இந்த கேள்விக்கு பதிலை இனி கூற வேண்டியவனும் அவனே, என்று கண்ணீர் மல்க அவர் அந்த தியாகேசனின் திருச்சந்நிதி முன் சென்று நின்றார். கண்களில் கண்ணீர் பெருக்கு. எதிரில் லிங்க ரூபத்தில் அந்த நடராஜன்.

அப்போதுதான் நமிநந்தியடிகள் காதில் அந்த அசரீரியும் ஒலிக்கத் தொடங்கியது.

'நந்தி... கண்ணீர் சிந்தாதே! சமணன் கூறியவாறே குளத்து நீரால் விளக்கேற்று. நீ ஏற்றும் விளக்குகள் அவ்வளவும் விடிய விடிய எரியும்' என்று ஒலித்து அடங்கவும், நமிநந்திக்குள் அப்படி ஒரு பரவசம்! அப்போதே ஒரு குடத்தை தூக்கிக்கொண்டு திருக்குளம் நோக்கி ஓடினார்.

ஓடிய வேகத்தில் திரும்பியும் வந்தார்.

கோவில் விளக்குகளில் அந்த நீரை விட்டு விளக்கேற்ற முயன்ற அவரை பலரும் ஒரு பைத்தியமாகவே பார்த்தனர். ஆனால், என்ன விந்தை ஏற்ற ஏற்ற ஒவ்வொரு விளக்கும் நெய்விளக்கு போலவே திகைவுடன் எரியத் தொடங்கிற்று!

ஈசனின் கருணையால் குளத்து நீரும் எண்ணெயாயிற்று. விஷயம் அந்த சமணர் காதுக்கு செல்லவும், வந்து பார்த்த அவர் முகம் கறுத்துப்போனது. நமிநந்தி அவர் எதிரிலேயே ஒன்றுக்கு பத்தாக விளக்கேற்ற, அவை எல்லாமும் எரியத் தொடங்கின!

'**சி**வன்மலை உங்களை வரவேற்கிறது!' எனும் பெயர்ப்பலகையை கடந்து சென்ற அந்த கார், ஒரு பெரும் மஞ்சனத்தி மரத்தின் நிழலின் கீழ் நின்றது. உள்ளே இருந்து முதலில் இறங்கியவன், ஆனந்தரின் பிரதான சிஷ்யனான ஜெகதீஷ், அவன் கதவைத் திறக்கவும், பின்ஸீட்டில் இருந்து இறங்கினார் ஆனந்தர் இறங்கின ஜோரில் எதிரில் தெரிந்த சிவன்மலையை ஒரு பார்வை பார்த்தார். கண்களில் ஒரு புதிய பிரகாசம். ஜெகதீஷ் ஒரு பணிவான சீடனாக கைகட்டிக் கொண்டு நின்றான். பார்வையாலேயே அவனிடம் ஏதோ சொல்ல, அவன் கார் டிரைவர் அருகே சென்று காதில் ஏதோ கூறிட கார் புறப்படத் தொடங்கியது.

ஆனந்தர் 'நமசிவாய' என்று ஆழமாக முணுமுணுத்தபடி சிவன்மலைக்குள் செல்லும் பாதையில் முதல் அடியை எடுத்து வைத்தார். ஜெகதீஷ் அவரது அடிகளை ஒற்றி மௌனமாக நடக்கத் தொடங்கினான்.

அதற்கு முன்பாக சிவன்மலைக்கு புறப்படுவதற்கு முன்பு சென்னை ஆசிரமத்தில் நடந்ததை ஒருமுறை எண்ணிப் பார்த்தான்.

அன்றைய சத்சங்கத்திற்கு நூற்றுக்கணக்கானோர் வந்திருந்தனர். அவர்கள் அவ்வளவு பேர் முன்னாலும் 'நான்

தவம் செய்ய வனத்துக்கு செல்ல இருக்கிறேன். எப்போது திரும்பி வருவேன் என்றெல்லாம் எனக்குத் தெரியாது. நான் வந்தால் வரவில் வையுங்கள். வராவிட்டால் இனி இந்த ஆசிரமத்தில் நான் வள்ளலார் போல ஒளிரூபத்தில்தான் உங்களுக்கு எல்லாம் காட்சி தருவேன்' என்று கூறவும், அவ்வளவு பேரும் திடுக்கிட்டு கண்ணீர்விட்டதெல்லாம் ஜெகதீஷின் மனக்கண்ணில் ஓடி முடிந்தது.

ஆனந்தர் மௌனமாக நடந்து கொண்டிருந்தார். வரப்போகும் விஷயத்தை தமயந்திக்குகூட தெரிவிக்கத் தேவையில்லை என்று கூறிவிட்டார். அவரது கால்கள் தமயந்தி இருக்கும் இடம் நோக்கித்தான் சென்று கொண்டிருந்தன.

அந்த மலைக்கு அவர் புதிதுதான். ஆனாலும் பழகியதுபோல ஒரு நடை மனதுக்குள் உள்ள சிவதந்திர உபாயங்கள் காரணமாக யட்சிணி போன்ற குட்டித் தேவதைகள் வழி காட்டுகிறதோ என்னவோ?

ஆனந்தரின் அந்த வருகையின் எதிரொலிகளும், உருவாக ஆரம்பித்தன. ஒரு வேங்கை மரத்தின் உச்சாணிக் கிளையில் ஆடாமல் அசையாமல் மோகனத்தில் மூழ்கி இருந்த சித்தர் ஒருவர் மெல்லக் கண் விழித்துப் பார்த்தார். ஒரு சின்ன சிரிப்பு சிரித்துக் கொண்டார். ஆனந்தர் செல்லும் வழித் தடத்திலேயே சருகுகள் மூடிக்கொண்ட நிலையில் சவ யோகத்தில் இருந்த ஒரு சித்தர் புதைந்து கிடந்த இடத்துக்கு மேலேயே ஆனந்தர் கால்கள் மிதித்தபடி செல்ல, அவருள்ளும் ஒரு சின்ன புன்னகை,

அடுத்து பன்னிரண்டு அடிக்கு குறையாத ஒரு பாம்புப் புற்று. அதன் துவாரக் கண்கள் இரண்டினுள் சிவந்த விழிகளுடன் ஒரு சித்தர் பெருமகன் ஆனந்தரின் நடையைப் பார்த்து புன்னகைத்தார்.

மனதுக்குள் 'வா ஆனந்தா வா' என்று ஒரு மாதிரியான வரவேற்பு... இறுதியாக விஷயம் அருவிக்கரையில் குளித்துக்

கொண்டிருந்த சொர்ண சித்தர் காதுகளுக்கு, மாயம்மா என்னும் ஒரு பெண் சித்தர் ரூபத்தில் போயிற்று.

“சாமி...”

“எதுக்கு மாயம்மா உன்கிட்ட இவ்வளவு பதட்டம்...?”

“வரக்கூடாதவங்கள்லாம் இந்த சிவன்மலைக்குள்ள வர ஆரம்பிச்சிட்டாங்க சாமி.”

“இது பொதுவான ஒரு மலை, இதுக்கு வர வேண்டியவங்க, கூடாதவங்கன்னெல்லாம் ஒரு கணக்கே கிடையாது மாயம்மா.”

“நீங்க இப்படித்தான் சொல்வீங்க. அதனாலதான் மலைல சமீப காலமா பல தப்புகளும் நடந்துகிட்டு வருது. இன்னிக்கு அந்த தப்புக்கு காரணமானவனே வரத் தொடங்கிவிட்டான்.”

“மாயம்மா... நீ இன்னும் முழுசா பக்குவப்படலைங்கறது நீ பேசற பேச்சுல இருந்தே தெரியுது. எது எப்ப எப்படி நடக்கணுமோ, அது அப்ப அப்படி நடக்கறதுதான் வாழ்க்கை. அதை தப்பா பார்க்கறதும், சரியா பார்க்கறதும் சமூகத்துல வாழறவங்களோட வழக்கம். நம்மைபோல துறவறத்துல வந்துட்டவங்களுக்கு அப்படி எதுவும் கிடையாது. நம் வரைல நல்லது கெட்டதுன்னே ஒண்ணு கிடையாது. எல்லாத்தையும் சமமா பார்த்தாதான் நாம ஒரு சித்த யோகி...”

“சாமி! நீங்க ஒரு முழு சித்தயோகி. அதான் இப்படிப் பேசறீங்க. ஆனா, நான் இன்னும் விருப்பு வெறுப்போடதான் இருக்கேன். அதனாலதான் இப்படிப் பேசறேன்.”

“புரிஞ்சா சரி... சட்டுன்னு அதை மாத்திக்கோ மாயம்மா”

“நிச்சயமா சாமி... அதேசமயம் ஆனந்தன் உங்களைப் பார்க்கத்தான் வர்ற மாதிரி தெரியுது. தரிசனம் தருவீங்களா?”

“நிச்சயமா... நானும் ஆனந்தனை எதிர்பார்த்து காத்துக்கிட்டே இருக்கேன்”

அந்த பதில் மாயம்மாளுக்கும் சற்று ஆச்சரியம் தந்தது.

***

தமயந்தி குடிசை!

குடிசை முன் ஒரு பானையில் சோறு பொங்கிக் கொண்டிருந்த தமயந்தி, நிமிர்ந்தபடி திரும்பவும் ஆனந்தர் நடந்து வருவது கண்டு அரண்டு போனாள்.

"ஜீஈஈ..." எறு பரவசமாக கூவிக்கொண்டே ஓடிப்போய் காலில் விழுந்தாள்.

"என்ன தமயந்தி! நல்லா இருக்கியா?"

"ஜீ... நீங்க என்ன இப்படி ஒரு தகவல்கூட தராம"

"இப்படி வந்தாதானே உனக்கு இன்ப அதிர்ச்சி தர முடியும்?"

"அப்ப நீங்க இங்க இந்த குடிசையிலே தங்கப் போறீங்களா?"

"அது தெரியாது தமயந்தி. நான் இங்க எங்க எப்படி இருக்கப் போறேன்கறது இப்ப என் கைல இல்ல"

"ஆனந்தர் அப்படிச் சொல்லவும் தமயந்திக்கே அது புதிராக இருந்தது"

"ஜீ! அப்படி உங்க கைல இல்லைன்னா...?"

"பொறுத்திருந்து பார்"

"உத்தரவு ஜீ... இப்ப நீங்க ஓய்வெடுங்க, நான் நீங்க சாப்பிட பழங்கள் பறிச்சிட்டு வரேன்"

"வேண்டாம்... எதுவும் வேண்டாம். நான் முதல்ல சொர்ண சித்தரை பாத்துடறேன்."

"அவரையா?"

"ஏன் தமயந்தி... அவரை நான் பார்க்கக் கூடாதா?"

"இல்ல..."

"உம்... என்ன நினைக்கறியோ அதைப் பேசு"

"இல்ல... அவர் தரிசனம் கிடைக்குமா, உங்களுக்குன்னு..."

“அப்படி அவர் தரிசனம் தர மறுத்தா என்னைக் கண்டு பயப்படறார்னு அர்த்தமாயிடும். அதுக்காகவே அவர் எனக்கு தரிசனம் தருவார்.”

“மன்னிக்கணும் ஜீ. நான் அறிஞ்சவரைல சொர்ண சித்தர் எதுக்கும் அஞ்சாதவர்.”

“அதனால...?”

“இல்ல, அவரைப் பார்த்து என்ன ஆகணும்னுதான் எனக்கு புரியல.”

“உன் வயசு அப்படி... உனக்குப் புரியாது. புரியவும் வேண்டாம் சரி, தமயந்தி நான் இப்ப உனக்கு வேற ஒரு பணியை தரப்போறேன். செய்வேதானே?”

“என்ன ஜீ, இது கேள்வி. உங்களுக்காக என் வாலிபப் பிராயத்தையே இந்த காட்டுல கழிச்சவ நான்”

“அதனாலதான் இப்ப நான் உன்னை சென்னைக்கு அனுப்ப விரும்பறேன். அங்க உள்ள நம்ம ஆஸ்ரமத்தை நீதான் பாத்துக்கணும்”

“அப்ப நீங்க?”

“எனக்கு இங்க யார் துணையும் வேண்டாம். அப்பப்ப நீங்க வந்து போனா போதும். என் வரைல நான் இறுதிக்கட்டத்தை நெருக்கிட்டேன். அஷ்டமா சித்திகள் என் வரைல தூரத்துல இல்லை. நான் அதை அடையற நாளும் தூரத்துல இல்லை”

“உங்க உத்தரவுப்படியே நடக்கறேன் ஜீ!”

“நீ முதல்ல போ... பின்னாலேயே ஜெகதீஷும் வந்திருவான். இங்க எனக்கு யாரோட துணையும் தேவை இல்லை”

“ஆனந்தரின் பேச்சு புதிதாக மட்டுமல்ல, அவர்களுக்கு புதிராகவும் இருந்தது”

அப்போது பிரம்மசித்தர் அந்த பக்கம் வருவதற்கு தோதாக நாய்கள் குரைக்கும் சப்தம்!

“ஐயய்யோ...”

தமயந்திக்கு பகீரென்றது!

பிரம்மசித்தர் வருவது தமயந்தி முகத்தில் கலவரமாக எதிரொலிக்க, அதைக் கூர்ந்து கவனித்த ஆனந்தர், தமயந்தியிடம், “என்ன தமயந்தி! ஏன் உன் முகம் இப்படி மாறுது?” என்று கேட்டார்.

“ஜீ... வாங்க குடிசைக்குள்ள போவோம். பிரம்மசித்தர் வந்துக்கிட்டிருக்கார்.”

“அதனால என்ன?”

“இல்ல... அவர் வரும்போது அவரை ஆண்கள் பார்த்தா அவங்க உயிருக்கு ஆபத்து...”

தமயந்தி சொன்னதுதான் தாமதம். ஆனந்தரின் முகம் சிவக்க ஆரம்பித்துவிட்டது. அது தமயந்திக்கும் புரிந்தது.

“என்ன தமயந்தி இது புதுக்கதை...”

“கதை இல்ல ஜீ.,, இந்த காட்டுல நான் பார்த்துக்கிட்டிருக்கற ஒரு சத்தியமான நிஜம்...”

“போதும் நிறுத்து... வரட்டும் அந்த பிரம்மசித்தன். நானும் பாக்கறேன்” ஆனந்தர் சீறி விழுந்தார். நாய்கள் குரைக்கும் சப்தமும் வெகு அருகில் கேட்கத் தொடங்கிவிட்டது. தமயந்திக்கோ என்ன சொல்வது என்று தெரியவில்லை. ஜெகதீஷ் முகத்திலும் பயம் தெரிந்தது.

“என்ன ஜெகதீஷ்... உன்கிட்ட கூடவா பயம்?”

“மனுஷர்கள்னா யாரா இருந்தாலும் கவலையில்லை ஜீ... இது சித்தர்கள் விஷயமாச்சே?”

“இப்படி ஒரு விஷயம் இருக்க வாய்ப்பே கிடையாது பிரம்மசித்தர் என்ன எமனா... எமனை பார்த்தால்லாம்கூட உயிர் போகாது. நம்ம விதி முடியும்போதுதான் உயிர் போகும்.”

ஆனந்தர் சொல்லும்போதே நாயின் குரைப்புச் சப்தம் அப்படியே மட்டுப்பட்டு, பிரம்மசித்தர் வேறு பக்கம் போய்விட்டது போல் இருந்தது.

தமயந்தி இழுத்து ஒரு நிம்மதிப் பெருமூச்சு விட்டாள்.

ஆனந்தருக்கு அதுவே மிகத் தவறாக தோன்றியது.

“தமயந்தி... என் சிஷ்யையா நீ இருந்துகிட்டு இப்படியா பயப்படுவது?” என்று கேட்டபடி குடிசைக்குள் நுழைந்தார். இருவரும் பின்தொடர்ந்து உள் நுழைந்தனர்.

“சரி, நீங்க இரண்டு பேரும் சென்னைக்குப் புறப்படத் தாயாராகுங்க”

“இப்பவேவா?”

“ஆமாம...”

“இல்ல... இங்க உங்களை தனியா விட்டுட்டு”

“திரும்பவும் பயம் கலந்த சிந்தனை. நான் ஒண்ணும் சராசரி மனுஷன் இல்ல. ஆனந்தன் சித்தானந்தன்! சர்வயோக சர்வ மந்திர சர்வயந்திர சர்வதந்திர மகேந்திரன். எனக்கு வசப்பட வேண்டியது அஷ்டமாசித்து மட்டும்தான். அதுலயும் சில சித்துக்கள்தான். குறிப்பா பரகாய பிரவேசம், ஈசத்தவம், அப்புறம் உலகத்தையே நான் வசப்படுத்த தேவைப்படப்போற ரசவாதம்”

ஆனந்தரிடம் ஆவேசம் கொப்பளித்தது. அவர்கள் இருவரும் அதன்பின் எதிர்த்து ஒரு வார்த்தை பேசவில்லை. தமயந்தி தன் துணிமணிகளை எடுத்து வைத்துக்கொள்ள தொடங்கினாள்.

“எதையும் எடுத்துக்காதே. அங்க நீ வேற உடைகளோட தானே இருக்கப்போறே... அவசியம் ஏற்பட்டு நீ இங்க வர நேரிடலாம். அப்ப உனக்கு இந்த உடை பயன்படலாம்...” என்று அவள் ஆடைகளை எடுத்துக்கொள்ள ஆரம்பித்தபோது தடுத்தும் விட்டார். ஜெகதீஷிடம் எந்த ஒரு வார்த்தையும் பேசாமல் ஆனந்தரின் காலைத் தொட்டு வணங்கிவிட்டு இருவருமாக

கிளம்பினர். திரும்பிச் செல்வதில் ஜெகதீஷ் முகத்தில் பெரிதாக சுரத்தில்லை, தமயந்தி கவனித்தாள்.

“ஜெகதீஷ்! ஏன் ஒரு மாதிரி இருக்கே?”

“ஒண்ணுமில்ல தமயந்தி”

“சும்மா சொல்லு... நம்ம குருஜி இன்னிக்குப் பேசினது எதுவும் உனக்கு பிடிக்கலையா?”

“அப்படி எல்லாம் இல்ல. நான் அவரோடயே இருக்கலாம்னு விரும்பித்தான் வந்தேன். ஆனா, அவர் என்னை சென்னைக்கு திரும்பிப் போகச் சொல்றது எனக்கு பிடிக்கலை”

“இந்த காட்டுல கஷ்டப்படறதுல உனக்கு அவ்வளவு விருப்பமா?”

“கஷ்டம் ஒரு பக்கம். உண்மைல குருஜி அஷ்டமா சித்திகளை எப்படிக் கத்துக்குவார்ங்கறத பாக்கறதுதான் என் ஆசை, அதோட அந்த ரசவாத ரகசியம்”

“சரிதான்... இந்த காட்டுலதான் சிலர் தங்கம் தங்கம்னு அதுக்காக அலையறாங்கன்னா நீயுமா?”

“என்ன தமயந்தி, உனக்கு என்னமோ தங்கத்துமேல கொஞ்சம்கூட இஷ்டமே இல்லேங்கற மாதிரி பேசறே?”

இருவரும் மாறி மாறிப் பேசிக்கொண்டு, அந்த அடர்ந்த வனத்துப்பாதையில் சென்றபடி இருக்கையில் மீண்டும் நாய்களின் குரைப்புச் சப்தம். தமயந்தி முகத்தில் திரும்பவும் திகைப்பு.

“தமயந்தி... நீ சொன்ன பிரம்மசித்தர் திரும்ப வர்ற மாதிரி தெரியுதே.”

“ஆமாம் ஜெகதீஷ்!”

“அவரைப் பார்த்தா நிஜமா உயிர் போயிடுமா?”

“அப்படித்தான் கேள்விப்பட்டேன். அப்படித்தான் நடந்துக்கிட்டும் வருது”

“அப்ப நம்ம குருஜி சொன்னதெல்லாம்...?”

“அதுக்கு பதில் சொல்ல என்னால முடியாது...” தமயந்தி சாமர்த்தியமாக நழுவலாக பதில் சொல்லவும் ஜெகதீஷ் முகத்திலும் அச்சம் பரவ ஆரம்பித்தது. எப்போதுமே மனித மனம் என்பது பிறர் கல்லெறிந்தால் சலனப்படும் நீர்நிலையைப் போன்றதுதான் என்பது அங்கே நிரூபணமான அதேவேளையில், அவர்கள் எதிரில் பிரம்ம சித்தரும் தன் இரவு பகல் என்னும் இரு பொழுதுகளின் அடையாளமாக கருதப்படும் கறுப்பு நிற நாயையும் வெள்ளை நிற நாயையும் பிடித்துக் கொண்டு எதிரில் வந்தார்...”

கம்பீரமான தோற்றம், தலையில் முடிந்து கட்டிய சடாமுடி, தொப்புள்வரை நீண்டு கிடக்கும் தாடி. கண்களில் தீச்சுடர் போல ஒரு தீட்சண்யம், இடையில் ஒரு கௌபூனம் மட்டும்... கால்களில் கட்டைச் செருப்பு!

ஜெகதீஷ் அவரது ஆகிருதியில் வாயைப் பிளந்து விட்டான். அவரது நாய்களும் மௌனமாக அவனை வெறித்தன பிரம்மசித்தர் முகத்தில் ஒரு மெல்லிய புன்னகை, தமயந்தி சாதாரணமாக எந்த சித்தரை பார்த்தாலும் கும்பிடெல்லாம் போடுவதில்லை. எனவே, சாதாரணமாகவே அவரையும் பார்த்தாள். அவரும் இதற்குமேல் இவர்களைப் பார்க்க என்ன இருக்கிறது என்பதுபோல அந்த நாய்களுடன் வேறு திசை நோக்கி நடக்கத் தொடங்கினர்.

‘அப்பாடா!’ ஜெகதீஷ் பெருமூச்சுவிட்டான்.

இருந்தும் தமயந்தியிடம், “தமயந்தி எனக்கு எதுவும் ஆகிடாதே” என்று கேட்டான்.

அவளிடம் ‘தெரியாது’ என்கிற ஒரு வார்த்தைதான் பதிலாக வெளிப்பட்டது.

அத்தியாயம் 39

தண்ணீரில் விளக்கெரித்து ஈசன் கருணையை பெற்ற நமிநந்தி அடிகள் முன் சமணர்கள் தலைகுனிந்தனர். திருவாரூரே நந்தியடிகளின் பக்திச் சிறப்பை கண்டு சிலித்துப் போய் அவரது காலில் விழுந்து எழுந்தது. இறைவனின் பெருங்கருணை நிமித்தம் நடைபெற்ற இந்த அருட்செயலால் நமிநந்தியடிகளுக்குள்ளும் தானோர் தலைசிறந்த சிவபக்தன் என்கிற எண்ணம் ஏற்பட்டதுதான் பெருங்கொடுமை. எண்ணத்தில் பிழையில்லை. அதை வெளிப்படுத்துவதில் அவரிடம் அழுக்கு குடிகொள்ளத் தொடங்கியது. அதாவது, நமி நந்தி தன்னை ஒரு ஆசார்ய புருஷராக கருதிக்கொண்டு மிகுந்த ஆசாரத்திலும் தன்னை ஈடுபடுத்திக் கொள்ளத் தொடங்கிவிட்டார்.

இறைவனா வாராதிருப்பான்?

உண்மையில் எது ஆசாரம் என்பதை உணர்த்திட அவனும் திரு உள்ளம் கொண்டான்...!

குடிசையில் அன்றைய யோகப் பயிற்சியை முடித்த ஆனந்தருக்கு, காட்டுக்குள் காலார நடந்துசென்று வரும் ஒரு எண்ணம் ஏற்பட்டது. அப்படியே ஆகாசலிங்கம் உள்ள குன்றுப்

பகுதிக்கு சென்று ஆகாச லிங்கத்தையும் வழிபடும் எண்ணமுடன் வெளியே புறப்பட்டார். காலில் நாகரிக உலகின் கான்வாஸ் ஷீக்கள். ஆடையில்கூட சென்ட் வாசம் வீசியபடி இருந்தது.

குடிசையை விட்டு வெளியே வந்து சில அடி தூரத்திலேயே மாயம்மா அவர் கண் எதிரில் பட்டாள். உற்றுப் பார்த்தாள். ஆனந்தரும் பதிலுக்கு பார்த்தார்.

“என்ன ஆனந்தா, எங்க இந்த பக்கம்?” மாயம்மாவிடம் மெல்ல ஆரம்பமானது கேள்வி.

“இது என்ன கேள்வி மாயம்மா, சிவன்மலை என்ன உன்னோட சொத்தா, என்னை பார்த்து எங்க இந்தப் பக்கம்னு கேக்கறே?”

“இல்ல, நீ ஒரு ராஜயோகி. உடம்பை அடக்கி உள்ளொளியோட இருக்கறது ஒரு ரகம், உடுப்புல மட்டும் ஒளியோட இருக்கறது ஒரு ரகம். நீதான் ரெண்டாவது ரகமாச்சே...”

“உனக்கு என்னைப் பத்தி சரியா தெரியல மாயம்மா”

“என்ன தெரியணும். கால்ல செருப்பு, உடுப்புல சென்ட் வாசம், நடைல ஒரு மிடுக்கு, இது சொல்லுதே நீ எப்படிப்பட்ட யோகின்னு.”

“அப்ப என்னை நீ ஒரு கபட யோகின்னு சொல்றேனு சொல்.”

“இதை நான் என் வாயால சொல்லணுமா?”

“வேண்டாம் மாயம்மா. பெண்ணா இருக்கறதால நீ இப்படிப் பேசினதுக்கு உன்னை விடறேன். வேற யாராக இருந்தாலும் என் பதிலடி ரொம்பவே பலமா இருந்திருக்கும்”

“போதும் ஆனந்தா... பூச்சி காட்டாதே. பாவம் நீ அவலை நினைச்சு நல்லா உரலை இடிக்கப் போறே. அது மட்டும் நிச்சயம்.”

மாயம்மாவின் எச்சரிக்கை கலந்த ஏளனப் பேச்சை துளியும் பொருட்படுத்தாமல் வேகமா விலகி நடக்கத் தொடங்கிய ஆனந்தர், “மாயம்மா... கூடிய சீக்கிரம் நீ என் காலை அமுக்கி

விடற சேடிப் பெண்ணா மாறுவே. நானும் உன்னை அப்படி மாத்திக் காடடுவேன்" என்றபடியே நடக்கத் தொடங்கினார்.

மாயம்மா முகத்தில் அதைக் கேட்டு ஒருவித சீற்றம் இருந்தும் அடக்கிக் கொண்டாள்.

***

ஆகாசலிங்கம் சந்நிதி!

சொர்ணசித்தர் நீலோற்பன மலர்களால் அர்ச்சனையை முடித்துவிட்டு கீழே இறங்கவும் எதிரில் ஆனந்தர்.

"நமஸ்காரம் சொர்ண சித்தரே!"

"அடடே! ஆனந்தனா?"

"ஆனந்தன் இல்ல ஆனந்தர்..."

"அப்படியா ரொம்ப சரி..." சொர்ண சித்தர், ஆனந்தரிடம் அதற்குமேல் பிடிகொடுக்காமல் விலகிச் செல்ல முயல,

"ஒரு நிமிஷம் சித்தரே."

"என்ன ஆனந்தரே..."

"நானும் இனி இந்த சிவன்மலை சித்தர்கள்ள ஒருத்தன்."

"ரொம்ப சந்தோஷம்!"

"வார்த்தைல வெளிப்படற சந்தோஷம் முகத்துல தெரியலியே."

"எனக்கு சொல்லும் பாவமும் எப்பவும் ஒண்ணுதாம்ப்பா."

"அப்படி எனக்கு தெரியலியே..."

"சரி, உனக்கு எப்படித் தோணுதோ அப்படியே வெச்சுக்கோ"

"இப்படி பிடி கொடுக்காமல் பேசினா எப்படி சொர்ண சித்தரே!"

"என்னை என்ன செய்யச் சொல்றே?"

"நின்னு என் கேள்விகளுக்குப் பதில் சொல்லிட்டுப்போங்க."

"பதில் தெரியாத அளவுக்கா நீ இருக்கே. அப்படின்னா எதை வெச்சு இந்த மலைக்காட்டு சித்தர்கள்ள ஒருத்தன்னு சொன்னே?"

சொர்ணசித்தரின் பதில் கேள்வி, பளார் என்று அறைந்துவிட்ட மாதிரியும் இருந்தது. இருந்தும் சுதாரிக்கத் தொடங்கினார்.

"உங்களைப் போல எல்லாம் தெரிஞ்ச சில சித்தர்கள் சில வித்தைகளை யாருக்கும் சொல்லிக் கொடுத்துடக் கூடாதுன்னு ஒரு விரதத்தோட இருக்கும்போது, என்னைப்போல கத்துக்க நினைக்கற சித்தர்களுக்கு எல்லா விஷயங்களும் எப்படித் தெரிய முடியும்?"

"நீ என் கூட வம்பு வளக்கறதுன்னு ஒரு முடிவோட வந்திருக்கேன்னு சொல்."

"வம்பா... ஏகலைவன், துரோணர்கிட்ட தன்னை சிஷ்யனா ஏத்துக்க சொன்னான். அவர் மறுத்துட்டார். நான் இப்ப உங்க முன்னால ஏகலைவன் மாதிரி."

"நான் உனக்கு எதை கத்துத்தர மறுத்தேன்?"

"என்ன சொர்ணசித்தரே... ரசவாதம் எப்படி பண்றதுன்னு ஒருமுறை நான் கேட்டப்போ, அது உனக்கெதுக்குன்னு நீங்க சொல்லலை?"

"இப்பவும் அதுதான் என் பதில் ஆனந்தா... அது உனக்கு மட்டுமல்ல, ஆசையை வெறுத்துட்டு காஷாயம் கட்டிக்கிட்ட நம்ம கூட்டத்துக்கே அது தேவையே கிடையாது."

"சரி, அதுக்குத்தான் இப்படி ஒரு பதில்னா அஷ்டமா சித்திகளுக்கும் அதே பதில் சொன்னா எப்படி?"

"அஷ்டமா சித்தி உபதேசித்து வர்றது இல்லை. அது சுயமுயற்சியால அடைய வேண்டிய மகாசக்தி"

"அதுக்கு பூர்வஜென்ம புண்ணியமும் ஒத்துழைக்கணும்."

"இதை நான் நம்பமாட்டேன். உங்களுக்கு சுயநலம் அதான் யாருக்கும் நீங்க சொல்லித்தர விரும்பலை."

"போதும் ஆனந்தா... இனி பேச்சு வேண்டாம். நீ வந்த வேலையைப் பார் எனக்கு வேற பணிகள் இருக்கு."

"நில்லுங்க சொர்ணசித்தரே. நான் வந்திருக்கறே உங்களை பார்க்கத்தான்."

"ஆகாசலிங்க சந்நியில அந்த சிவதரிசனம்தான் எப்பவும் பெருசு. முதல்ல அதை முடி.."

"நான் முடிச்சுட்டு வர்ற வரை நீங்க இங்கேயே இருக்கேன்னு சொல்லுங்க."

"என்னப்பா... நான் என்ன கடன்காரனா ஓடிப்போக?"

"இந்த மாதிரி சாதுர்யமான பேச்சுகள் வேண்டாம் சொர்ணசித்தரே. இங்கேயே இருக்கேன்னு சொல்லுங்க. நான் போய் சிவதரிசனத்தை முடிச்சுட்டு வரேன்."

"அப்ப சிவதரிசனத்தைவிட உனக்கு நான் பெருசா?"

"என் வரைல அப்படித்தான்."

"இப்படி ஒரு நிலைல நீ சிவதரிசனம் பண்றதைவிட என்கிட்ட என்ன வேணுமோ அதை கேட்டுடறதே நல்லது. சரி, நா இப்ப என்ன செய்யணும்?"

"என்னை உங்க சிஷ்யனா ஏத்துக்கிட்டு உங்களுக்கு தெரிஞ்ச அஷ்டமா சித்திகளை எனக்கும் கத்துத் தரணும்."

"அது சொல்லிக் கொடுத்து வர்றது கிடையாதுன்னு இப்பதானேப்பா சொன்னேன்..."

"நீங்க சொல்லுங்க. அது எப்படி வராமப் போகுதுன்னு நான் பார்க்கறேன்."

"இந்த அணுகுமுறையே தப்பு ஆனந்தா..."

"சரி, நான் எப்படி அணுகணும்"

"நல்ல சிஷ்யனுக்கு அழகு பணிவு, குரு என்ன சொன்னாலும் கேட்கற தன்மை. குருவுக்காக உயிரையும் கொடுக்கற தியாகம்"

“நல்லது சொர்ணசித்தரே... இப்ப உங்களுக்கு என் உயிர் வேணுமா?”

அது எனக்கெதுக்குப்பா... நீ முதல்ல உன்னை ஒரு நல்ல கட்டுப்பாடுள்ள யோகின்னு எனக்கு நிரூபி. பிறகு நான் உன்னை சிஷ்யனா ஏத்துக்கறதைப் பத்தி பேசுவோம்.”

“அதுக்கு நான் என்ன செய்யணும்.”

“அப்படிக் கேள். இந்த நொடில இருந்து அதோ அந்த வில்வமரத்துக்கு கீழ அமர்ந்து, சோறு தண்ணி இல்லாம, மிகச் சரியா நாற்பத்தெட்டு நாள் நீ ஓம் நமசிவாயங்கற பஞ்சாட்சர மந்திரத்தை சொல்லணும்.”

“அப்படிச் சொல்லிட்டா என்னை உங்க குருவா ஏத்துக்குவீங்களா?”

“முதல்ல நீ ஒரு மண்டல காலம் பஞ்சாட்சர மந்திரத்தை சொல்லி முடி பிறகு மற்றதெல்லாம் தானா நடக்கும்.”

“பேச்சு மாற மாட்டீங்களே”

“இந்த சொர்ணசித்தனுக்கு எப்பவும் ஒரு நாக்கு, ஒரு சொல். அதேசமயம் நீயும் நடுவுல ஒரு வினாடிகூட உன் ஜெபத்தை எந்த காரணத்துக்காகவும் நிறுத்தக் கூடாது”

“இப்படி ஒரு கடுமையான செயலை என்னைச் செய்யச் சொன்னா, நான் முடியாதுன்னு உங்களை விட்டுடுவேன்கறது உங்க எண்ணமா?”

“இல்ல ஆனந்தா! நான் அப்படி எல்லாம் சத்தியமா நினைக்கல. என்கிட்ட யார் சிஷ்யனா சேர விரும்பினாலும் அவங்களுக்கு இந்த நாம ஜெப யோக தவம் கட்டாயம்”

“இப்படி நான் சொல்றதுல உங்களுக்கு என்ன கிடைக்குது?”

“எனக்கா... உனக்குத்தான். ஒரு நல்ல அடிப்படை கிடைக்கும். அதை உனக்கு வாங்கித் தந்த ஒரு சந்தோஷம் மட்டும் எனக்கு...”

“சரி, சொர்ணசித்தரே... நான் இந்த நொடியே உங்க சவாலை ஏத்துக்கறேன். இதுல நான் ஜெயிச்சிட்டா நீங்க என்னை உங்க சிஷ்யனா ஏத்துக்குவீங்கதானே?”

“நிச்சயமா...”

“சத்தியமான்னும் சொல்லுங்க...”

“சரி, சத்தியமா... போதுமா.”

“இதோ இப்பவே போய் உக்கார்றேன். இந்த ஆனந்தனோட மனோதிடம், குருபக்தி, எல்லாத்துக்கும் மேலே என் சிவ பக்தியை காட்ட இதை விடவா ஒருநாள் கிடைச்சிட போகுது?”

“ஆர்வக் கோளாறு வேண்டாம் ஆனந்தா... எப்பவும் யோகம்கறது சினிமா டிராமா மாதிரி இல்ல... போட்டியிட்டு ஜெயிச்சு காட்றதும் இங்க கஷ்டம்...”

“இந்த பயமுறுத்தல் எல்லாம் வேண்டாம். சொர்ண சித்தரே. இதோ இந்த நொடியில் இருந்து மிகச் சரியா நாற்பத்தெட்டாவது நாள்.”

“நாற்பத்தெட்டு நாள்தான். ஆனா அன்றைய இரவு பன்னிரண்டு மணி வரை!”

“கூடுதலாவே ஒரு மணி நேரம் உக்காந்துட்டா போச்சு, என்ன இப்போ?”

கேள்வியோடு போய் ஆனந்தர் மரத்தடியில் பத்மாசனமிட்டு அமர்ந்தார். பார்த்தபடி இருந்த சொர்ணசித்தருக்குள் மட்டும். பாவம் ஆனந்தன்! என்பதுபோல ஒரு ஏமாற்ற உணர்ச்சி!

அத்தியாயம்

40

சிவ தொண்டர்களின் பக்திச் சிறப்பையும், அவர்களுக்கு அருளுவதில் அந்த ஈசன் காட்டிய வேகத்தையும் பெரியபுராணம் வாயிலாக நாம் நன்கறியலாம்.

அறுபத்துமூன்று நாயன்மார்கள் வாழ்க்கையை கூர்ந்து பார்க்கும்போது அந்த விஷயங்களே நமக்கு புலனாகின்றன. அந்த வகையில் நமிநந்தியடிகள் எனும் நாயன்மார் வாழ்க்கையைப் பார்க்கும்போது நமக்கு பல உண்மைகள் புரிய வருகின்றன. நமிநந்தி அடிகள் திருவாரூர் தலத்தில் எல்லோரும் எண்ணெய் கொண்டு விளக்கெரித்தபோது குளத்து நீரால் விளக்கெரித்தவர். இதனால் அவர் பெருமையும் ஊர் முழுக்க பரவியது. அதேசமயம் அவருக்குள் தானொரு தலைசிறந்த சிவபக்தன் என்கிற எண்ணத்துடன் அவர் மேலேயே அவருக்கு ஒரு துறவி போன்றதொரு எண்ணமும் ஏற்பட்டுவிட்டது. மெல்ல மெல்ல அது வளர்ந்து ஒருவித கர்வமாகவும்கூட பரவிவிட்டது. இந்த நிலையில்தான் இறைவன் அவருக்கு எது உண்மையான பக்தி என்பதையும், எது துறவு என்பதையும் உணர்த்திட திரு உள்ளம் கொண்டான்.

அதன்படி ஒரு நாள் அவர் திருவாரூர் சென்று தியாகேசனை வணங்கிவிட்டு வீடு திரும்பிய தருணம், நேராக வீட்டினுள் நுழையாமல் மனைவியை அழைத்து குளிப்பதற்கு குளிர்ந்த

நீரினை கொண்டு வந்து வைக்கப் பணித்தார். மனைவியும் கோவிலுக்குப் போகும் போதுதான் தூய்மை நிமித்தம் எல்லோரும் குளிப்பார்கள்... போய்வந்த பிறகுமா என்று கேட்க, கோவிலுக்குள் யார் யாரோ வருகின்றனர், போகின்றனர். நானோ ஆசாரம் தவற விரும்பாத ஒரு சிவனடிமை... எனவே, தான் ஆசாரம் கருதி குளிக்க விரும்புகிறேன் என்கிறார்!

ஆனந்தர் சிவன்மலைக் காட்டில் சொர்ணசித்தரின் கட்டளைப்படி ஒரு மரத்தடியில் சென்று அமர்ந்துகொள்ளவும் அவரிடம் ஓம் நமசிவாய என்னும் பஞ்சாட்சர ஜபமும் ஆரம்பம் ஆனது! ஆனந்தரின் இந்த செயல்பாடு அப்போது பார்த்து அங்கு வந்த மாயம்மாவுக்கு ஆச்சரியத்தை மட்டுமல்ல அதிர்ச்சியையும் சேர்த்தே ஏற்படுத்தி விட்டது.

“சாமி!”

“என்ன மாயம்மா...?”

“இது என்ன சாமி. யார்தான் தவத்துல உக்கார்றதுன்னு ஒரு கணக்கே இல்லையா?”

“சுவாசிக்கிற யாரும் தவத்துல உக்காரலாம். அதுக்கெதுக்கு கணக்கும் வழக்கும்.”

“நீங்க இப்படித்தான் சொல்வீங்க... இந்த ஆனந்தன் ஒரு அசுரன் சிவன்கிட்ட வரம் கேட்ட பத்மாசுரன் ஜாதி...”

“போதும் மாயம்மா... சராசரி மனுஷி மாதிரி பேசறத விடு. ஆனந்தன் தவத்துக்கு இடையூறு செய்யாம முதல்ல கிளம்பு ஆனந்தன் நாற்பத்தெட்டு நாள் தவத்தை நல்லவிதமா முடிக்கட்டும்.”

“அப்படி முடிச்சுட்டா உங்க சிஷ்யனா ஆக்கிக்கிட்டு இந்த காட்டோட வெச்சுக்குவீங்களா?”

“அதுதான் நான் அவனுக்கு கொடுத்திருக்கற வாக்கு.”

அதைக் கேட்ட மாயம்மா ஒரு பெருமூச்சுடன் தவத்தில் அமர்ந்து ஓம் நமசிவாய என உச்சரிக்க ஆரம்பித்துவிட்ட ஆனந்தரை பார்த்தபடியே விலகத் தொடங்கினாள். சொர்ண சித்தரும் சிரித்தபடியே விலகத் தொடங்கினார்.

***

தமயந்தியும் ஜெகதீஷும் சிவன்மலைக் காட்டை விட்டு கீழே அடிவாரச் சருக்கத்தில் உள்ள லிங்கப்பட்டி கிராமத்துக்கே வந்துவிட்டனர். அங்கே இருந்து காரோ, பஸ்ஸோ பிடித்து சென்னை சென்று அங்குள்ள ஆனந்தரின் ஆஸ்ரமத்தை வழி நடத்த வேண்டும். நெடுந்தூரம் நடந்து வந்த களைப்பு மூச்சு வாங்க விட்டபடி இருந்தது. எதிரில் முத்துத் தாத்தா வந்தபடி இருந்தார்... அவருக்கு தமயந்தியை ஜெகதீஷிடம் சகஜமாக பார்க்கவும் சற்று சுருக்கென்றது. காட்டுக்குள் தனியாக குடிசை போட்டுக்கொண்டு தன்னந்தனியாக வாழ்ந்தவள் இப்போது எங்கே போகிறாள் என்பதுபோல பார்க்க... கச்சிதமாக அப்போது ஒரு காரும் வந்து நின்றது. காருக்குள் இருந்து பாலு மற்றும் பாண்டியனுடன் பொன்னி இறங்கிக் கொண்டிருந்தாள்.

பொன்னியை பார்த்த முத்துத் தாத்தா தமயந்தி, ஜெகதீஷை தவிர்த்தவராக ஓடிவந்து, பொன்னியை கட்டிக்கொண்டார். கண்ணிரண்டும் பாசத்தால் கலங்கிவிட்டன.

“தாத்தா ...”

“பொன்னி வந்துட்டியா”

“வந்துட்டேனாவா... இனி நான் எப்பவும் உங்ககூடத்தான் இருப்பேன். பட்டணம் பக்கம் போக மாட்டேன்.”

அவர்கள் பேசிக்கொள்ள, பாண்டியனும் தற்செயலாக தமயந்தி, ஜெகதீஷைப் பார்த்துவிட, தமயந்திக்கு சுருக்கென்றது.

பாண்டியனை தவிர்த்துவிட்டு வேகமாக போவது பாண்டியனுக்குள் பலவித சந்தேகங்களை மூட்டும் என்பதும் அவளுக்குப் புரிந்துவிட்டது. எனவே, ஒருவித துணிவுடன்

ஜெகதீஷையும் அழைத்துக்கொண்டு பாண்டியனை நோக்கி வந்தாள்.

“ஹலோ தமயந்தி... நீ எங்க இங்க?”

“நான் இப்ப காட்டுப்பெண் தமயந்தி இல்ல... இதோ இந்த ஜெகதீஷோட பட்டணத்துக்குப் போகப் போற பட்டணத்துப் பெண் தமயந்தி...” என்று சற்று தைரியமாகவே பேசினாள். பாலுவும் அதைக் கேட்டு ஆச்சரியப்பட்டபின்,

“ஆமா நீங்க எங்க... திரும்ப சிவன்மலை காட்டுல ஏதாவது வேலையா?”

“அதுக்கு முடிவு ஏது... பொன்னியைக் கூட்டிக்கிட்டுப் போயிருந்த நாங்க அவளைக் கொண்டு வந்து விடணும்தானே?”

பாண்டியன் கேட்கவும் தமயந்திக்கு சுருக்கென்றது. அப்படியானால் இவ்வளவு நாளாக பொன்னி பட்டணத்தில்தான் இருந்திருக்கிறாள் என்பதன் பின்னால் ஏதேதோ நடந்திருக்க வேண்டும் என்றும் ஒரு எண்ண ஓட்டம் ஓடியது.

பொன்னியை முத்துத் தாத்தா தூக்கிக் கொண்டிருந்தார்.

பொன்னியும் அவர் கழுத்தைக் கட்டிக்கொண்டவளாக தமயந்தி, ஜெகதீஷைப் பார்த்தாள். அந்த நொடி அவள் முகத்தில் ஒரு சலனம் வெகு பல நாட்களுக்கு பிறகு அவளுக்குள் ஒருவரை பார்த்த மாத்திரத்தில் அவர்களுக்கு அடுத்து நடக்க இருப்பது அவளுக்குள் சம்பவமாக விரிந்திடும் அனுபவம் அன்றும் ஏற்படத் தொடங்கியது.

தலையை சிலிப்பிக் கொண்ட பொன்னிக்குள் தமயந்தியும் ஜெகதீஷும் சுற்றி வளைக்கும் ஒரு தீ வளையத்தின் நடுவில் நின்றபடி இருக்கிறார்கள். அந்த தீயும் அள்ளி விழுங்குவது போல அவர்களை நோக்கி நெருங்குகிறது.

“ஐயோ நெருப்பு... நெருப்பு...” என்று பொன்னி முணுமுணுத்தபடி உடம்பெல்லாம் பதற நடுங்க அப்படியே மயங்கியும் விழுந்துவிட்டாள்.

யாருக்குப் புரிந்ததோ இல்லையோ, முத்துத் தாத்தாவுக்கு மட்டும் அவளுக்கு என்ன நேரிட்டது என்பது துல்லியமாக புரிந்தது.

“என் பேத்திக்கு அருள் வந்திருக்கு... ஹூம். இந்த பொண்ணை பார்த்த உடனே இதுக்கு அடுத்து நடக்கப் போறது தெரிஞ்சிடுச்சாட்டம் இருக்கு” என்று கூறவும் தமயந்திக்கும் சற்று சுருக்கென்றது.

ஜெகதீஷைத்தான் அடுத்து பார்த்தாள். பின் இருவரும் சற்று ஒதுங்கிச் சென்றனர். ஜெகதீஷ் கேட்டான்.

“என்ன தமயந்தி... எதுக்கு தனியா தள்ளிக்கிட்டு வந்தே?”

“ஜெகதீஷ்! அந்த சின்னப் பொண்ணு பேர் பொன்னி... அவளுக்குள்ள நிறையவே அபூர்வ சக்திங்க உண்டு. அதுல ஒண்ணு யாரையாவது பார்த்தா அவங்களோட எதிர்காலத்தை அப்படியே சொல்வது...”

“இதை எல்லாம் நீ நம்பறியா?”

“அவ சொன்ன ஒரு விஷயம்கூட பொய்யானதில்ல... இப்பகூட அவ நம்மை பார்த்துதான் நெருப்பு... நெருப்புன்னா...”

“அதனால...?”

“நமக்கு நெருப்பால ஏதோ ஆபத்து வரப்போகுதுன்னு அர்த்தம்.”

“ஸ்டுப்பிட்... போதும் கிளம்பு எனக்கு இப்ப ஏண்டா இங்கே வந்தோம்னு இருக்கு”

“அவசரப்படாதே... நீ பிரம்மசித்தரை வேற கண்ணால பார்த்துட்டே...”

“தமயந்தி வேண்டாம். என்னைப் பயமுறுத்தாதே”

“பயமுறுத்தலே... எல்லாம் என் அனுபவம். அதோ பார் அந்த பொண்ணு கண் திறக்கறா. நிச்சயம் ஏதாவது நம்மை பத்தி சொல்வா... வா என்னன்னு தெரிஞ்சிக்குவோம்”

தமயந்தி, ஜெகதீஷை திரும்ப அழைத்துக் கொண்டு நெருங்கி வந்தபோது தண்ணீர் தெளிக்கப்பட்ட நிலையில் பொன்னி கண் விழித்திருந்தாள்.

முத்துத் தாத்தா மடிமேல் படுத்த நிலையில் கண்விழித்த பொன்னி நெருங்கி வந்த தமயந்தி, ஜெகதீஷை பார்த்து லேசாக கலவரப்பட்டாள்.

“என்ன பொன்னி... ஏன் எங்களைப் பார்த்து நெருப்பு நெருப்புன்னே?”

“உங்களை நெருப்பு விழுங்கப் போகுது.”

“நிஜமாவா?”

“அது எனக்கு தெரியாது... ஆனா என் மனசுல தோணிச்சு”

பொன்னி அப்படிச் சொன்ன மறுநொடி ஜெகதீஷ், தமயந்தியை பார்த்து “தமயந்தி முதல்ல இங்க இருந்து கிளம்பு. இந்த பொண்ணுதான் உளறுதுன்னா நீயும் அதுக்கு சரியாக பேசிக்கிட்டு” என்று அவளை இழுத்துச் செல்லத் தொடங்கினான்.

பொன்னி முகத்தில் எந்த சலனமுமில்லை.

பாண்டியன் மட்டும் மிருதுவான குரலில் கேட்கத் தொடங்கினார்.

“பொன்னி... நீ சொல்றத வெச்சு பார்த்தா அந்த ரெண்டு ஃப்ராடுங்க, கதையும் முடியப்போகுதுன்னு தெரியுது. வாஸ்தவமா?”

“ஆமாம் மாமா... பாவம் அவங்க...”

“பாவிங்களும் அவங்கதான்... அவ சாதாரணமான பொண்ணு இல்ல பொன்னி...”

“பாண்டியன் சார்... நானும் அதைத்தான் நினைச்சேன் சிவன்மலைக் காட்டுக்குள்ள இருக்கற எவ்வளவோ புதிர்கள்ல இந்த தமயந்தியும் ஒருத்தி...” என்று பாலுவும் சேர்ந்து கொண்டான்.

பின் முத்துத் தாத்தாவிடம் இருவரும் சொல்லிக் கொண்டனர்.

"மிஸ்டர் முத்து... உங்க பேத்தியை பத்திரமா கொண்டுகிட்டு வந்து ஒப்படைச்சுட்டோம். போன பௌர்ணமிக்கு மறுநாள் கூட்டிக்கிட்டுப் போனோம். நாளைக்கு பௌர்ணமி கொண்டு வந்து விட்டுட்டோம். பௌர்ணமி பூஜைக்கு உங்க பேத்தியும் நீங்களும்தான் ஆகாசலிங்க சந்நிதிக்கு போய்ட்டு வரணுமே...?"

"ஆமாம் தம்பிங்களா... எப்படியோ என் பேத்தி சரியானபடி வந்துட்டா... ஆமா பட்டணத்துக்கு போன இடத்துல என் பேத்தியால நிறைய நல்லது நடந்துச்சா?"

"ஆஹா... பொன்னி இல்லேன்னா பல விஷயங்கள் நடக்காம போயிருக்கும். எங்கக்கா கல்யாணம் நல்லபடி முடிஞ்சது எங்கப்பாவும் திரும்ப வந்து சேர்ந்தார். அந்த இச்சாதாரி கொடுமைக்கு ஒரு முடிவு தெரிய வந்தது..."

"மொத்தத்துல அந்த ஆகாசலிங்கத்தை நீங்க வந்து கும்பிட்டதால உங்க குடும்ப சிக்கலெல்லாம் தீர்ந்து எல்லாரும் நல்லாயிட்டீங்கன்னு சொல்லுங்க."

"நிச்சயமா... பாண்டியன் சாருக்கு கல்யாணமாகி எங்களுக்கு ஒரு அண்ணி கிடைச்சிட்டாங்க"

"ஆமாம் தாத்தா... அவங்க பேர் ரங்கநாயகிக்கா. பார்க்க ரொம்ப அழகா இருப்பாங்க."

"நல்லது கண்ணு... காதுல இப்படி நாலு நல்ல விஷயங்கள் விழும்போது மனசும் லேசாயிடும். இந்த நல்லது அப்படியே தொடரணும், அதுக்கு அந்த ஆகாசலிங்கமும் துணை நிக்கணும்" என்ற முத்துத் தாத்தாவும் மனதார வாழ்த்தினார்.

பாலுவும், பாண்டியனும் முத்துத் தாத்தாவிடமும், பொன்னியிடமும் விடைபெற்றுக் கொண்டனர். அப்போது பொன்னியிடம் திரும்பவும் தலைபாகத்தில் ஒரு சிலிர்ப்பு. ஆனால், முன்போல் மயக்கம் வருமளவுக்கு இல்லை. சிலிர்ப்பு ஏற்பட்ட வேகத்தில பாண்டியன், பாலு இருவரும் சிவன் மலைக் காட்டுக்குள் ஓடிச் செல்லும் காட்சி தோன்றி மறைந்தது.

“என்ன கண்ணு... இப்ப என்ன தோணிச்சு?”

“பாண்டியன் மாமாவும், பாலு அண்ணாவும் சிவன்மலைக் காட்டுக்குள்ள ஓடறாங்க...”

“ஓ... அப்ப அவங்களுக்கு காட்டுக்குள்ள இன்னும் நிறைய வேலை இருக்குன்னு சொல்லு.”

“ஆமாம் தாத்தா... அவங்க இப்ப ஊருக்குப் போனாலும் கொஞ்ச நாள்ல திரும்பி வந்துதான் தீருவாங்க” என்றாள் பொன்னி பாண்டியன் அதை மறுக்கவில்லை.

“பொன்னி ஒரு வகைல நீ சொன்னது உண்மைதான். எங்களுக்கு இந்த மலைக்காட்டுல இன்னும்கூட சில வேலைகள் பாக்கி இருக்கு நான் போனதடவை வந்தப்போ பாலு அப்பாவை கண்டுபிடிக்கறதோட ஒரு சித்த வைத்தியர், ஒரு தொழிலதிபர், ஒரு புரபொசர்னு சிலரையும் தேடிக்கிட்டுதான் வந்தேன். இப்போதைக்கு பாலு அப்பா விஷயம்தான் தெளிவாகி இருக்கு. அந்த நாலு பேர் விஷயம் அப்படியேதான் இருக்கு அதுக்காக நான் கட்டாயம் திரும்பவும் வருவேன்” என்றார் பாண்டியன்.

பின் பாலுவும் பாண்டியனும் காருக்குள் ஏறிக்கொள்ள, முத்துத் தாத்தாவும் பொன்னியும் டாட்டா காட்டிட, கார் ஓடத் தொடங்கியது.

முத்துப்பிள்ளைக்கு பொன்னி உடன் இருப்பதால் வானத்தில் மிதப்பது போலவே இருந்தது!

——

அத்தியாயம் 41

நமி நந்தியடிகள் குளிக்க விரும்பி அதை ஆசாரமாக கருதிக் கூறியது, அவர் மனைவியை சற்று சலனப்படுத்தியபோதிலும், அவள் கணவன் பேச்சுக்கு மறுபேச்சு பேசியறியாத குலமகள். எனவே, தண்ணீர் கொண்டு வைத்திட நமிநந்தி அடிகளும் குளித்து முடித்து பின் நீறு பூசிய பிறகே வீட்டினுள் நுழைந்தார்.

"இது என்ன புதுபழக்கம்...?" என்று அவர் மனைவி மீண்டும் கேட்கவும், "கோவிலுக்கு யார் யாரெல்லாமோ வருகிறார்கள்... அவர்களால் தீட்டுப்படலாம் அல்லவா?" என்றும் கேட்கிறார். அந்த பதிலால் அவர் மனைவிக்கு ஒப்புதல் இல்லை. "தீட்டுப்படுதல், ஆசார அனுஷ்டானங்கள் எல்லாம் ஊருக்கே உதாரண புருஷர்களாக திகழ வேண்டிய கட்டாயத்தில் இருக்கும் மடாதிபதிகளுக்குத்தான்... நீங்களோ பல்லாயிரம் சிவனடியார்களில் ஒருவர். ஆனால், உங்கள் செயலோ மடாதிபதி ஒருவரின் செயலைப்போல இருக்கிறதே" என்றும் கேட்டிட, நமி நந்தி அடிகள் கோபித்துக் கொண்டு வீட்டை விட்டு வெளியேறுகிறார். அவர் மனைவி பின்தொடர்ந்து சென்று சமாதானம் செய்து பார்க்கிறார்.

"நான் தவறாக எதுவும் கூறிவிடவில்லை... அதைப் புரிந்து கொள்ளுங்கள்."

"இல்லையில்லை... நீ என்னை சாதாரண சிவனடியார்கள் பட்டியலில் வைத்துப் பார்க்கிறாய்... எந்த சிவனடியார்

தண்ணீரால் விளக்கெரித்தார். நான் இறைவனின் கருணையைக் குறைவின்றி பெற்றவன். மடாதிபதிகளைவிட மேலானவன்...” என்று பதில் கூறியவாறே ஒரு கோயில் கல் மண்டபத்தில் போய் படுக்கிறார்... அவர் மனைவியும் அவர் அருகிலேயே அமர்ந்து கொள்கிறார். வானிலிருந்து அந்த இறைவனும் பார்த்தபடி இருக்கிறான்.

அது ஒரு கிராமத்து டீக்கடை!

அங்கே நின்று டீ வாங்கிக் குடிக்கும்போதே ஜெகதீஷுக்கு என்னவோ போல் இருக்கிறது. அதை தமயந்தியும் கவனித்தாள்.

“என்ன ஜெகதீஷ்... மனசுல நிறைய குழப்பம்போல இருக்கு...”

“ஆமாம்... நம்ம ஜீ இப்படி என்னை தனியா கழட்டி விடுவார், நான் அந்த பிரம்ம சித்தரை பார்ப்பேன்னுல்லாம் கொஞ்சம்கூட எதிர்பார்க்கல.”

“ஓ... உனக்குள்ள இப்ப அந்த பொன்னி சொன்னதை வெச்சு பயம் வந்துடிச்சின்னு சொல்லு.”

“ஆமாம் தமயந்தி... லட்சக்கணக்கான ரூபா சம்பளத்துல மேல்நாட்டுல வேலைல இருக்க வேண்டிய நான் ஏன் நம்ம ஆனந்தருக்கு சிஷ்யனானேன்னே புரியல... இப்ப பாரு... இப்படி ஒரு கிராமத்துல எச்சில் டீ குடிச்சுக்கிட்டு.”

“ஜெகதீஷ்! நீ ரொம்பவே உன்னை போட்டு குழப்பிக்கறே... மனசு குழம்பினாலே இப்படித்தான் அது கண்டபடி எல்லாம் யோசிக்கும், நாம ஆனந்தர்ங்கற மகா குருவோட சிஷ்யர்கள். பயம்னா என்னன்னே நமக்கு தெரியக்கூடாது. மனக்குழப்பமும் நமக்கு வரக்கூடாது. நான்கூட ஒரு எம்.பி.ஏ. ஸ்டூடெண்ட் தான். ஆனா நம்ம குரு சொன்னார்னு இந்த காட்டுல ஒரு காட்டுவாசியா இருந்து வாழலை...”

தமயந்தியின் பேச்சிலும் கேள்வியிலும் ஒரு தெளிவு இருந்தது. இருந்தும் ஜெகதீஷ் வரை அந்த தெளிவு பெரிதாக வந்த மாதிரி தெரியவில்லை.

“இந்த ஆன்மீக பாதைங்கறதே சுத்த ஹம்பக்! நான் தப்பு பண்ணிட்டேன்” என்று தமயந்தி காதுபடவே முணுமுணுத்தான்.

அப்போது டீக்கடைக்கு முன்னால ஒரு மினிபஸ் வந்து நின்றது. அதில் இருந்து இறங்கிய டிரைவரும் கண்டக்டரும் டீ குடிக்க வந்தனர். வந்தவர்கள்,

“இனி வண்டிய ரெண்டு நாளைக்கு எடுக்க முடியாதுன்னு சொல்லு...” என்று ஆரம்பித்தனர்.

“ஆமாம்... பிரேக் புடுங்கிட்ட வண்டிய ஏதோ இவ்வளவு தூரம் நான் ஓட்டிக்கிட்டு வந்ததே பெரும்பாடு” என்று டிரைவர் பதில் தர, ஜெகதீஷுக்கு கொஞ்சம் பகீரென்றது.

“ஏங்க அப்ப வண்டி இப்போ புறப்படாதா?”

“ஆமாங்க... பிரேக் ஷூ தேஞ்சு போச்சு... அமுக்கறது ஒரு இடம் நிக்கறது ஒரு இடமா இருக்குது”

“ஐயோ! நாங்க சென்னை போற பஸ்ஸைப் பிடிக்கணுமே”

“அதுக்கென்ன பண்றது... முக்கு ரோட்டை பிடிக்க, பதிமூணு மைல் நடந்துபோங்க. இல்ல ஏதாவது மாட்டு வண்டி பிடிச்சு அதுல போங்க” என்றார் டிரைவர்.

தமயந்தியோ வேறு மாதிரி யோசித்தாள்.

பொன்னி சொன்னது வேலை செய்யப் போகிறதோ என்றுகூடத் தோன்றியது.

“தமயந்தி என்ன இது... நாம இந்த பஸ்ஸுக்குத்தான் காத்திருந்தோம். ஆனா, இந்த டிரைவர் இப்படிச் சொல்றாரே”

“அதுக்கென்ன பண்றது ஜெகதீஷ்... வேணும்னா ஒண்ணு பண்ணுவோம். இருக்கவே இருக்கு என் குடிசை திரும்பிப்போய் இன்னிக்கு இரவுப் பொழுதை அங்கே கழிப்போம்.”

“ஜீ கேட்டா என்ன சொல்வே...”

“நடந்ததை சொல்வோம். நீங்க ரெண்டு பேரும் வந்த காரை திரும்பிப் போகச் சொன்னது பெரிய தவறு. இப்ப அது இருந்திருந்தா நாம இந்நேரம் சென்னைல நம்ம ஆஸ்ரமத்துக்கு போயிருக்கலாம். இல்ல பாண்டியனும் பாலுவும் வந்த கார்லயாவது ஓட்டிக்கிட்டுப் போயிருக்கணும். அதையும் செய்யத் தவறிட்டோம்.”

தமயந்தி பேச்சோடு பேச்சாக குடிசை நோக்கி நடக்க ஆரம்பித்தாள். ஜெகதீஷுக்கு வேறு வழி தெரியவில்லை அவளை பின்தொடர்ந்தான்.

***

வித்யா முகத்தில் பளிச்சென்று ஒரு பொலிவு, மஞ்சள் பூசிய அவள் முகம் ஒரு மஞ்சள் நிலா போல மின்னிக் கொண்டிருந்தது. காது மூக்கில் வைர மூக்குத்தியும் தோடும் வெளிச்சப் புள்ளிகளை வாரி இறைத்துக் கொண்டிருந்தன.

ஹாலில் அமர்ந்து அன்றைய தினமலர் பேப்பரைப் புரட்டிக் கொண்டிருந்த சித்தி சகுந்தலாவும் அவளுக்குப் பக்கத்தில் அமர்ந்து கொண்டிருந்த அவள் அண்ணன் ராமச்சந்திரனும் வித்யாவின் மகிழ்வான கோலத்தைப் பார்த்து பெருமூச்சு விட்டனர். ராமச்சந்திரன் விட்ட பெருமூச்சு நூத்திபத்து டிகிரிக்கு அனல் அடித்தது.

வித்யா இருக்கும் இடத்தில் அவரது மகள் இருக்க வேண்டும். ஆனால், அவர் வரையில்தான் விதி சதி செய்துவிட்டதே...

மோகனும் குளித்து முடித்த நிலையில் மாப்பிள்ளை கணக்காக பளிச்சென்று மாடி அறையில் இருந்து வெளிப்பட்டான்.

இருவரிடமும் அப்படி ஒரு ஜோடிப் பொருத்தம்.

அதுவே இருவர் வயிற்றிலும் நெருப்பைக் கொளுத்திப் போட்டது.

“சகுந்தலா இப்படி இரண்டு பேரை ரசிக்கவா என்னை இங்கேயே இருன்னு சொன்னே...”

“அட! பொறுமையா இருண்ணே... நான் என்ன செய்யப்போறேன்னு பாத்துட்டுப் பேசு.”

“என்னத்த பாக்க... இனி நீ என்னத்த செஞ்சு பெருசா என்ன நடந்துடப்போகுது. மாப்பிள்ளையை பாரு தேன் குடிச்ச நரி மாதிரி அவ பின்னாலேயே அலையறத...”

“எல்லாத்துக்கும் ஒரு அதிரடி அஸ்திரம் ரெடியா இருக்கு அண்ணே... நீ வேடிக்கை பாரு.”

சகுந்தலா பெரிதாக பூலான்தேவி லெவலுக்கு ஏதோ திட்டமிட்டு விட்டாள் என்பது மட்டும் ராமச்சந்திரனுக்கு புரிந்தது.

சகுந்தலாவும் வித்யாவை மென்மையான குரலில் அழைத்தாள்.

“வித்யா...”

“வந்துட்டேன் அத்தை.” வித்யாவும் வந்து நின்றாள்.

“பாக்க மகாலட்சுமி மாதிரி லட்சணமா இருக்கே என் கண்ணே பட்டுடும் போல இருக்கு.”

வித்யா வெட்கத்துடன் சிரித்தாள்.

“ஆமா... கல்யாணத்தும்போது ஒரு காசுமாலை போட்டுருந்தியே... அது உன்னதா... இல்ல...”

“ஐயோ! என்னதுதான் அத்தை... என் கல்யாணத்துக்குன்னே அப்பா செய்து போட்டார்.”

“அப்படியா?”

“ஏன் அத்தை அப்படிக் கேட்கறீங்க... நான் வேணும்னா எடுத்துக்கிட்டு வரவா?”

“எங்க எடுத்துட்டு வா பார்ப்போம்”

வித்யா ஓடினாள். அவர்கள் எதிரில் வந்து அமர்ந்தவனாக.

“இப்ப எதுக்கு சித்தி அந்த காசுமாலை?”

"காரணம் இருக்கு மோகன். அதை நம்ம பொன்னுரங்க ஆசாரிதான் செய்திருக்காரு."

"சரி, அதுக்கென்ன?"

"காரணம் இருக்கு... அது தங்கம் கிடையாது. அவ்வளவும் செப்பாம்."

"என்னது செப்பா?"

"ஆமாம்... இதையும் நான் சொல்லலை. அந்த ஆசாரி பொண்டாட்டி தர்மாம்பாதான் சொன்னா..."

"சரி, செப்போ... தங்கமோ... அதைப் பார்த்து என்ன பண்ணப் போறீங்க?"

"உண்மை எது? பொய் எதுன்னு தெரிய வேண்டாமா?"

"ஒண்ணும் வேண்டாம். நான் வித்யாவைதான் கட்டிகிட்டிருக்கேன். தங்கம் வெள்ளியை இல்ல."

"அது எனக்கும் தெரியும். நீ இப்படி வெளிப்படையா இருக்கும்போது அவங்க எதுக்கு தங்க காசுமாலைன்னு பொய் சொல்லணும்."

"எங்க சித்தி பொய் சொன்னாங்க"

"இரு... உன் பொண்டாட்டியே வருவா... கேக்கறேன் அப்ப உனக்கு உண்மை தெரியும்"

சித்தி சொல்லி முடிக்க, வித்யா காசுமாலையுடன் வர சரியாக இருந்தது, அவளது தாமரை இதழ் போன்ற கைகளில் எண்ணி நூறு காசுகள் ஒன்றன்பின் ஒன்றாய் ஒட்டியபடி இருக்க, நீண்ட மாலை பளபளவென்றும் மின்னியது.

வித்யாவிடம் இருந்து அந்த காசு மாலையை வாங்கிக் கொண்ட சித்தி அதை மேலும் கீழும் பார்த்தாள். பின் "பார்த்தா தங்கம் மாதிரிதான் இருக்கு, ஆனா இதைப் போய் செப்புன்னு அந்த ஆசாரி எதை வெச்சு சொன்னான்" என்று ஆரம்பித்தாள்.

“என்னது செப்பா... அவ்வளவும் சொக்கத் தங்கம்.” பதறினாள் வித்யா.

“அப்படின்னு நீ சொல்றே... ஆனா, இதை செய்த ஆசாரியே இதை செப்புன்னு சொல்லும்போது நான் என்ன பண்றது?”

“இருக்காது... பாலுதான் தங்கம் கொடுத்து செய்யச் சொன்னதே.”

“சரி, எதுக்கு வீண் பேச்சு... மோகன் இந்தா மாலை. இதை முதல்ல பிடி, இதை நீ எங்க வேணா எடுத்துக்கிட்டுப் போய் பரிசோதனை பண்ணிட்டு செப்பா? தங்கமான்னு வந்து சொல். நீ சொல்றதுதான் இறுதி முடிவு...”

“சித்தி... இது எதுவா இருந்தாதான் என்ன... நான் இதையா கட்டிக்கிட்டேன். வித்யாவைத்தானே?”

“அது சரிப்பா... ஆனா, இது தங்கம்னு உன் பொண்டாட்டியே சொல்றாளே... எதுக்கு அநாவசியமா பொய் சொல்லணும்.”

“வித்யா என்ன இது... இது செப்புன்னா செப்புன்னு சொல்லிட்டுப் போயேன்.”

“ஐயோ, இல்லீங்க... இது சொக்கத் தங்கம்”

“பாத்தியா... எதுக்கு வம்பு! போய் செக் பண்ணிட்டு வந்துடு...”

சித்தியின் முடிவுப்படியே அரைமனதாக அதை எடுத்துக் கொண்டு வித்யாவையும் பார்த்து முறைத்தபடியே வெளியேறினான் மோகன். வித்யா கண்களிலோ கண்ணீர் துளிர்த்திருந்தது.

தனியறையில் ஜெபம் செய்தபடி அமர்ந்திருந்தார் அருணாசலம். மோகனின் அப்பா சைகை காட்டி வித்யாவை அருகில் அழைத்தார். அவளும் அவர் அருகில் சென்றாள்.

“அம்மாடி... அவ ஏதோ திட்டத்தோட பிரச்சினை பண்ண ஆரம்பிச்சிட்டா. நான் தெரியாமத்தான் கேக்கறேன், அது தங்கமா, செப்பா...”

“ஐயோ, மாமா... அது தங்கம்தான்... தங்கத்தை எதுக்கு நான் செப்புன்னு சொல்லணும்”

“அது எனக்கும் தெரியுது. சகுந்தலா அழுத்தமாக பேசறத பார்த்தா அவ ஏதோ திட்டம் போட்டுட்ட மாதிரிதான் எனக்கு தோணுது”

“திட்டம்னா... எதுக்கு மாமா? எனக்குப் புரியலை?”

“அவ பயங்கர கிரிமினல் மூளை உடையவ. ஒருத்தரை பிடிக்கலைன்னா அவங்கள அழிக்க எந்த தொலைவுக்கும் போவா... கூடவே அவ அண்ணன் ஒருத்தன், விளங்குமா?”

“எனக்கு எல்லாமே புதிராதான் இருக்கு. எங்ககிட்ட தங்கம் வாங்கிக்கிட்டு காசுமாலை செய்து தந்த ஆசாரியே எதுக்கு பொய் சொல்லணும்”

“அவர் சொல்லியிருக்க மாட்டார். அவர் சொன்னதா இவளேகூட சொல்வா”

“அதுல இவங்களுக்கு என்ன கிடைக்கும்?”

“உன்னை அழுவவிட்டு வேடிக்கை பார்க்கலாமே. வேற கணக்கும் இருக்கும். எல்லாம் நான் செய்த பாவம். இவளை போய் ரெண்டாம்தாரமா கட்டினேன் பாரு... என் புத்தியை செருப்பால அடிக்கணும்..”

வித்யாவுக்கு அருணாசலத்தின் வருத்தமும் பேச்சும் பீதியைக் கிளப்பிவிடத் தொடங்கியது. படாதபாடுபட்டு ஒரு கல்யாணம் நடந்து முடிந்துள்ளது. அதில் தற்போது தங்கம் செப்பு என்று பிரச்சினை வந்தால் அதை தாங்க யாரால் இயலும்?

அவள் கண்ணிரண்டும் பீறிட்டன.

நேரமும் உருண்டு ஓடி முடிந்தது. மோகனும் அந்த காசுமாலையுடன் வந்து சேர்ந்தான். அவன் முகத்தில் ஒருவித அசூயை... சோர்வு...

பெருமூச்சு விட்டபடி அனைவர் எதிரிலும் அமர்ந்தான். மாமா ராமச்சந்திரன் உடனடியாக ஆரம்பித்தார்.

“என்னப்பா... போன விஷயம் என்னாச்சு? அந்த காசுமாலை தங்கமா? செப்பா?”

“.....”

“அட, என்னண்ணே நீ! மோகன் பெருமூச்சு விடறதுலயே தெரியல. அது செப்புதான்.”

“அப்படியா மோகன்... என் தங்கச்சி சொல்றது உண்மையா?” மௌனமாக மெல்லிய குரலில் “ஆமாம் மாமா...” என்றான் மோகன். அதைக் கேட்ட வித்யாவுக்கு மயக்கமே வந்துவிட்டது. உள்ளே இருந்து வெளியே வந்த அருணாசலம், அந்த சூழலில் ஒருவித வெறியோடு பேசத் தொடங்கினார்.

“அந்த காசுமாலை செப்புக் காசு மாலைதான்... அது எனக்கு முந்தியே தெரியும். அந்த சுந்தர்ராஜன் என்கிட்ட அப்பவே சொல்லிட்டாரு. நான்தான் இதை யார்கிட்டேயும் சொல்லாதீங்கன்னு சொன்னேன். அதனால அவர் சொல்லலை.”

அருணாசலம் போட்ட போடு சகுந்தலாவை ஒரு குத்து குத்தியது.

ஏன் என்றால் அசல் தங்கக் காசுமாலையை எடுத்துக்கொண்டு போலியை வைத்தவளே அவள்தான்!

அதனால் அருணாசலம் வக்காலத்து வாங்குவது அவள் வரையில் அஸ்திவாரத்திலேயே அவர் வெடிகுண்டு வைக்கிற மாதிரி இருந்தது.

“இதை ஏம்ப்பா நீங்க முந்தியே சொல்லலை...” என்று மோகனும் காசுமாலையை வீசி எறிந்தான்.

வித்யாவுக்கு போன உயிர் திரும்பி வந்த மாதிரி இருந்தது.

“இருந்தாலும் என் மாமனார் என்கிட்ட மட்டுமாவது இந்த உண்மையைச் சொல்லியிருக்கலாம்” என்றவன்,

“உங்கப்பாவுக்கு எதுக்கு இந்த போலி ஜபர்தஸ்து... நான் என்ன நகை செய்து போட்டாதான் கல்யாணம் பண்ணிப்பேன்னு சொன்னேனா” என்று வித்யாவை பார்த்தும் கேட்டான்.

“இல்லீங்க இப்பகூட சொல்றேன். அப்பா அப்படிச் சொல்லியிருக்க வாய்ப்பே இல்லை. மாமா பாவப்பட்டு எனக்கு எதுவும் ஆயிடக்கூடாதுன்னு நினைச்சி இப்படிப் பேசறதாதான் எனக்கு தோணுது எனக்கு நல்லா தெரியும் அப்பா போட்டது அசல் தங்க காசுமாலைதான்.”

சகுந்தலாவுக்கு வித்யாவின் பல்டி திரும்பவும் ஒரு உற்சாகத்தை கொடுத்தது.

“அப்ப தங்கம் எப்படி செம்பா மாறிச்சு?”

“சத்தியமா தெரியல... இதுக்கு பதிலை எங்கப்பாவே சொல்லட்டும். கொண்டாங்க அந்த காசுமாலையை... நான் இப்பவே போறேன். விஷயம் இது தங்கமா செம்பாங்கறதே கிடையாது. வார்த்தைதான். வார்த்தை சுத்தம்கறது உங்களை எல்லாம்விட எனக்கு ரொம்ப முக்கியம்”

வித்யா பேச்சோடு பேச்சாக அந்த காசுமாலையை கையில் எடுத்துக் கொண்டு விறுவிறுவென்று கிளம்பியே விட்டாள்.

மோகனுக்கு யார் சொல்வது உண்மை என்றே தெரியவில்லை. இருந்தும் அங்கே அடுத்ததாகவும் ஒரு ஆச்சரியமான சம்பவம் நடக்கத் தொடங்கியது. அதுவரை அமைதியாக மருமகளை காப்பாற்றும் நோக்கத்துடன் இருந்த அருணாசலம் ஒரு ஆவேசம் வந்தவர்போல் இடுப்பில் கட்டியிருந்த தோல் பெல்ட்டை அவிழ்த்தார். அதை இறுக்கமாகப் பிடித்துக் கொண்டு சகுந்தலா முன் வந்து நின்றார்.

சகுந்தலாவுக்கு கண்கள் அகண்டன.

“உண்மையைச் சொல்லுடி... அந்த தங்கக் காசுமாலை எப்படி செப்புக் காசுமாலை ஆச்சு?”

“என்னைக் கேட்டா?”

“அசல் காசு மாலையை கொண்டு போய்க்காட்டி இதேமாதிரி செப்புக் காசுமாலை வேணும்... அதுவும் இரண்டு நாள்ல வேணும்னு நீ பொன்னுரங்க ஆசாரிகிட்ட கேட்கலை”

“என்னது... நான் கேட்டேனா?”

“இனி நான் வாயால கேட்டா நீ பதில் சொல்லமாட்டே உன்னை கேட்கற விதமா கேட்டாதான் சொல்வே”

அருணாசலத்தின் பெல்ட் அவள் மேனிமேல் விளையாட ஆரம்பித்தது. எல்லாமே மோகனுக்கும் அதிர்ச்சியாகத்தான் இருந்தது. சட்டென்று அருணாசலம், ராமச்சந்திரனையும் அடிக்க ஆரம்பித்தார்.

“டேய், இவ கெட்டழிய நீயும் ஒரு காரணம்டா... உன் மகளை மோகன் கட்டலேங்கறதுக்காக நீயும் இவளும் செய்யற சூழ்ச்சிக்கு ஒரு அளவே இல்லைடா...”

பேசிக்கொண்டே ஒரு வார்த்தைக்கு ஒரு அடி என்று அடித்ததில் ராமச்சந்திரன் எழுந்து ஓடியே போய்விட்டார். சகுந்தலாவுக்கு அருணாசலத்தின் கால்களை கட்டிக்கொள்வதைத் தவிர வேறு வழி தெரியவில்லை.

மோகனுக்கும் அப்போதுதான் சிக்கலின் முழுப் பரிமாணமும் புரிந்தது. பாவம் வித்யா. செப்புக் காசுமாலையுடன் போய் சுந்தர்ராஜனை கேள்விகளால் நோகடிக்கப் போகிறாள்.

அதை நினைக்கவே பகீரென்றது!

அடுத்த நொடியே வித்யாவை எப்படியாவது பாதி வழியிலேயே மடக்கிவிடவேண்டும் என்னும் வெறியுடன் மோகனும் புறப்பட்டு விட்டான்.

❋ ———— ❋

அத்தியாயம்

42

கல் மண்டபம் வந்து அமர்ந்த நமி நந்தியடிகள் அப்படியே படுத்து உறங்கிவிட்டார். அவர் கால் மாட்டிலேயே அவர் மனைவியும் கண்ணயர்ந்துவிட்ட நிலையில் நமி நந்தியடிகள் கனவிலே இறைவனும் தோன்றினான்.

“நமி நந்தி... நாளையே நீ திருவாரூர் செல்லக்கடவாய்! அம்மண்ணில் நடமாட முடிந்த அனைவரும் சிவனடியார்களே. அவர்களில் எவரும் எதாலும் தாழ்ந்தவர்களோ தீட்டுடையவர்களோ கிடையாது.

என் ஆலயம் ஏகும் எறும்பும் பரம்பொருளுக்கு இணையானதென்பதை நீ நாளை உணர்வாய், சிவனடியார்களில் பெரியவர் சிறியவர் என்பதே கிடையாதப்பா..!” என்று கூறி மறைந்தார்.

அடுத்த நொடியே கண்விழித்த நமி நந்தியடிகளும் காலடியில் கிடந்த மனைவியை எழுப்பி தான் தவறு புரிந்துவிட்டதை கூறி மனைவியுடன் திருவாரூர் நோக்கி நடக்கத் தொடங்கினார்.

பொழுது விடியும் தறுவாயில் திருவாரூர் அடைந்த அவர், எதிரில் அந்த ஊரில் வாழ்பவர்கள் மட்டுமல்ல, ஆலயத்துக்குள் வருவோர் போவோர் அவ்வளவு பேரும் பொலிவுள்ள தேவர்களாகவே கண்ணுக்குத் தெரிந்தனர்.

அப்போதுதான் நமிநந்தியடிகளுக்கு இறைவன் மேல் இருந்த பக்தியில் அடியவர்களைப் பேதம் பிரித்துப் பார்த்த பேதமை புரிந்தது.

இறைவா! என்னை மன்னிப்பாயாக... உன் நாமத்தை சொல்பவன் இனி ஒரு போலியானவன் ஆக இருந்தாலும் அவனையும் நான் உனக்கினையாக பார்ப்பேன். அடியார்களில் பேதமே பார்க்கமாட்டேன். உண்மையில் அடியார்களில் பேதம் பார்த்த நானே கடைநிலையைச் சேர்ந்தவன் என்று கண்ணீர் விட்டார்.

ஆவேசமாக வீட்டுக்குள் நுழைந்த வித்யாவைப் பார்த்து எல்லோருக்குமே ஷாக். நாகமணிக்க கல்லை வைத்து அதற்கு பாலபிஷேகம் செய்தபடி இருந்த சுந்தர்ராஜன்கூட பாதி பூஜையில் எழுந்து வந்தார்.

"என்னம்மா... என்ன விஷயம்... மாப்பிள்ளை வரலையா?" அடுத்தடுத்து கேள்விகள்.

"அப்பா, உங்க கேள்விகளை விடுங்க. என் கேள்விக்கு மட்டும் நீங்க பதில் சொல்லுங்க."

"கேளும்மா..."

"எவ்வளவோ வருஷமா வராத நீங்க என் கல்யாணத்துக்கு மட்டும் எப்படியோ வந்தீங்க. எல்லாம் எதுக்காக?"

"இப்ப எதுக்கும்மா... இந்த கேள்வி?"

"காரணம் இருக்கு... பதில் சொல்லுங்க?" வித்யாவின் ஆவேசம் மங்களத்துக்கு புதியது.

"வித்யா... என்னடி இது? இப்ப என்ன நடந்துச்சுன்னு உங்கப்பாவை இந்த கேள்வி கேட்கறே?"

"யார் காரணமோ அவங்களதானேம்மா கேட்க முடியும்?"

“என்னடி காரணம். யார் என்ன சொன்னாங்க?”

வித்யா அதற்குமேல் பேசாமல் தன் கையில் இருந்த துணிப்பைக்குள் இருந்து காசுமாலையை வெளியே எடுத்தாள்.

“இது தங்கமா? செம்பா?” என்று மட்டும் கேட்டாள். அந்த கேள்விமுன் பாரதி, லலிதா, என்று அவள் சகோதரிகளும் மௌனம் சாதிக்க அப்போதுதான் சிவன்மலைக்காட்டில் இருந்து வீட்டினுள் நுழைந்திருந்த பாலுவும்கூட அந்த கேள்வி முன் ஸ்தம்பித்தான்.

“இது தங்கக் காசுமாலைம்மா... யார் இதை செப்பு மாலைன்னு சொன்னது?”

சுந்தர்ராஜன் துளியும் பதட்டமேயின்றி கேட்டார்.

“இல்ல... இது செப்புக் காசுமாலை... என் வீட்டுக்காரர் ஒரு கடைக்கு நாலு கடைக்குப் போய் உரசிப் பார்த்துட்டு வந்துட்டார். அவர் ஒண்ணும் நூறு பவுன் போடணும், இருநூறு பவுன் போடணும்னுல்லாம் சொல்லலை.

நீங்கதான் பெரிய இடம்னு இதை செய்தீங்க செய்ததை நேர்மையா செய்ய வேண்டியதுதானே? செப்புக் காசுமாலையை எதுக்கு தங்கம்னு சொல்லி எனக்குப் போட்டீங்க?”

“எங்க அதை இப்படிக் கொடு...” சுந்தர்ராஜன் கேட்க அவளும் தந்தாள்.

“நீ இரும்மா... நான் உள்ள போய் உரசிப் பார்த்துட்டு பிறகு சொல்றேன்.”

சுந்தர்ராஜன் காசுமாலையுடன் பூஜை அறைக்குள் நுழைந்து கதவையும் சாற்றிக் கொண்டார். வித்யா முகத்தில் கண்ணீர் கோடுகள்.

“வித்யா... இப்ப இது செப்புன்னு சொல்லி சிக்கல் பண்ணது யார்?” மங்களம் கேட்டாள்.

“அந்த வீட்ல என்மேலே வேற யார் பழிபோடுவாங்க. எல்லாம் என் சின்ன மாமியார்தான்.”

“ஏம்மா... பாலுதானே தங்கத்தை கொண்டு போய் ஆசாரிகிட்ட கொடுத்து காசுமாலை பண்ணச் சொன்னான்.”

“ஆமாம்மா... நான்தான் ஆசாரிகிட்ட கொண்டுபோய்க் கொடுத்து காசுமாலை பண்ணச் சொன்னேன். அது ஒருவேளை செப்புக்காசா இருந்தா அதுக்கு அந்த ஆசாரிதான் காரணமா இருக்கணும், அவனை நான் சும்மா விடமாட்டேன்”

பாலு பற்களை நரநரவென்று கடித்தான். வாசலில் வேகமாக கார் வேறு வந்து நிற்கும் அரவம். எல்லோரும் திரும்பிப் பார்த்தார்கள்.

மோகன் இறங்கிக் கொண்டிருந்தான்!

உள்ளே தாவிக் குதித்து ஓடியும் வந்தான்.

“வித்யா... வெரி ஸாரி... வெரி ஸாரி வித்யா... வெரி ஸார் அவ்வளவும் சித்தி பண்ண தப்பு. உங்கப்பா கொடுத்த காசுமாலை உண்மையானதுதான்! அதை மாத்தி செப்புக் காசுமாலையாக்கினது என் சித்திதான்... இப்படி ஒரு சிக்கலை உருவாக்கி உன்னைத் துரத்தி அடிக்கணும், அப்புறமா தன் அண்ணன் மகளை எனக்கு கட்டிவைக்கணும்கறது எல்லாம் சித்தியோட திட்டம். எல்லாத்தையும் எங்கப்பா புட்டுப்புட்டு வெச்சிட்டார் அதுமட்டுமில்ல... சித்தியை தன் இடுப்பு பெல்ட்டாலேயே போட்டு புரட்டி எடுத்துட்டார்...”

மூச்சுவிடாதபடி பேசினான் மோகன் வந்த மாப்பிள்ளையை உட்காரக்கூட சொல்லத் தோன்றாதபடி ஒருவித ஸ்தம்பிப்பில் எல்லோரும் இருக்க, அவர்களுக்கு நடுவே ஒருவித மூலிகை வாசம் பரவுவதை எல்லோருமே உணர்ந்தனர்.

“இது என்ன ஒரு வாசனை?”

“தெரியல... காசுமாலையோட போன அப்பாவோட ரூம்ல இருந்துல்ல வருது...”

அவர்கள் அவ்வளவு பேரும் பூஜை அறை கதவை மெல்ல திறந்து கொண்டு உள்ளே பார்த்தனர். உள்ளே ஒரு கண்ணாடிப் பாத்திரத்தில் மூலிகை கரைசல் நுரைத்துக் கொண்டிருக்க, அதனுள் காசு மாலை கிடந்தது. அந்த கரைசலில் இருந்துதான் ஒருவித புகையும் வாசனையுமாக வந்து கொண்டிருந்தது.

அவ்வளவு பேரும் வைத்த பார்வையை எடுக்கவில்லை. பொல்லாத ரத்னம்கூட அப்போது பூனைபோல உள்ளே நுழைந்திருந்தான். அவனும் அந்த அதிசயக் காட்சியை கண் வாங்காமல் பார்த்தான்.

சுந்தர்ராஜன் அந்த வேதிச் செயல் முன் கண்களை மூடி தியானத்தில் இருந்தார்.

***

சிவன் மலைக் காட்டுக்குள் இருக்கும் குடிசைக்குள் தமயந்தியும் ஜெகதீஷும் நுழைந்தபோது அது திறந்தே கிடக்கிறது. ஆனந்தரின் செல்போனில் இருந்து பல கிரெடிட் கார்டுகள், விசிட்டிங் கார்டுகள் கொண்ட மணிபர்ஸ் முதல் அவரது உடை மற்றும் பிரீஃப்கேஸ் வரை எல்லாமே போட்டது போட்ட இடத்தில் இருந்தது.

"தமயந்தி! ஜீ காட்டுக்குள்ளதான் போயிருக்கணும். ஆனா இப்படியா குடிசைக் கதவை திறந்து போட்டுட்டு போவார்...?"

"முட்டாள் மாதிரி பேசாதே. ஜெகதீஷ், இங்க யார் வந்து எடுத்துக்கிட்டு போயிட முடியும்?" என்று ஜெகதீஷைப் பார்த்து திருப்பிக் கேட்டாள்.

"சரி, நாம இப்ப என்ன பண்ணலாம். ஜீ வர்ற வரை காத்திருப்போமா, இல்லை காட்டுக்குள்ள அவரைத் தேடிக்கிட்டு போவோமா?"

ஜெகதீஷ் கேட்டபோது குடிசைக்குள் வெளியே ஒரு உருவம் நிழலாடியது. எட்டிப் பார்த்தாள் தமயந்தி.

மாயம்மாதான் கையில் சூலாயுதமுடன் தெரிந்தாள்.

“இவளா?”

“இவளைத் தெரியுமா தமயந்தி உனக்கு?”

“இந்த கிழவி ஒரு அரை கிறுக்கு. தன்னை ஒரு பொம்பளை சித்தர்னு சொல்லிக்கிட்டு இந்த காட்டை சுத்தற ஒரு வேஸ்ட்”

“ஓ...!”

இருவரின் பேச்சும் கருத்தும் மாயம்மா காதில் விழுந்தது போலத்தான் தெரிந்தது.

“நான் ஒரு பொம்பள சித்தரோ இல்லையோ... நீ நிச்சயம் ஒரு நல்ல பொண்ணு இல்ல. இவ்வளவு நாளா புரியாத புதிரா தனியா இருந்த நீ இப்ப ஒரு ஆம்பளையோட குடும்பமே நடத்த தொடங்கிட்டியா?” என்று கேட்க, தமயந்திக்கு கோபம் பாய்ச்சலெடுத்துக் கொண்டு வந்தது.

“ஏ கிழவி... உன் வேலையைப் பார்த்துட்டுப் போ, அதிகம் பேசினே நடக்கறதே வேற...”

“என்னை மிரட்டிப் பார்க்கறியா... இப்பதான் ஒருத்தன் மிரட்டிப் பார்த்துட்டு தவம் செய்யறேன்னு உக்காந்துருக்கான்... நீங்க என்னவாகப் போறீங்களோ?”

மாயம்மா, ஆனந்தைப் பற்றித்தான் சொன்னாள். அவர்களுக்கு புரிந்துவிட்டது. இருந்தும் தங்களுக்கு அவரை தெரியும் என்று காட்டிக்கொள்ள விரும்பாமல் ஒருவரை ஒருவர் பார்த்துக்கொண்டனர். மாயம்மாவும் அண்ணாந்து ஆகாயத்தை பார்த்தபடி, “சாமி இந்த காட்டை நீதான் எப்போதும் போல நல்லபடியா காப்பாத்தணும்...” என்று முணுமுணுத்தபடியே நடந்தாள்.

ஜெகதீஷும் தமயந்தியும் உடனேயே காட்டுக்குள் ஆனந்தரைப் பார்க்க கிளம்பிவிட்டனர். சிறிது தூரம் வரை ஒரு

வேகத்துடன் நடந்த ஜெகதீஷ், தமயந்தியை பார்த்து "தமயந்தி நீ போய் பார்த்துட்டு வா... நான் இங்கேயே இருக்கேன்" என்றான்.

"என்னாச்சு தீடீர்னு"

"இல்ல எனக்கு உடம்பே சரியில்ல"

"பொய்... அந்த பொன்னி சொன்னது ஞாபகம் வந்துடிச்சா?"

"அது... அது..."

"போதும் ஜெகதீஷ்... இப்படிப் பயந்துகிட்டு குடிசைல இருந்தா அந்த நெருப்பு குடிசையைப் பிடிச்சுக்காதாக்கும்? நடக்கறது எங்க இருந்தாலும் நடக்கும். இதுல இருந்து நம்மை காப்பாத்த நம்ம ஜீயாலதான் முடியும், புறப்படு..."

தமயந்தி, ஜெகதீஷை தட்டிக் கொடுத்து இழுத்துச் சென்றாள். அதை பக்கத்தில் உள்ள மரக்கிளை ஒன்றின்மேல் அமர்ந்திருந்த சித்தர் ஒருவரும் பார்த்துவிட்டு சிரித்துக் கொண்டார்.

❋ ——————— ❋

அத்தியாயம் 43

சோழ நாட்டிலே திருச்சாத்த மங்கை என்று ஒரு நல்லூர், திருநீல நக்க நாயனார் என்னும் நாயன்மார் ஒருவரை நமக்களித்த பெருமையை உடையது இந்த ஊர். இந்த ஊரில் பிறந்து இந்த ஊரிலேயே வாழ்ந்து மறைந்தவர்தான் அந்தணர் குலத்தில் வந்த திருநீல நக்கர். இவரது வாழ்க்கை நமக்கு உணர்த்தும் கருத்து அளப்பரிய பக்திக்கு முன்னால் ஆசாரம் பெரியதில்லை என்னும் கருத்தாகும்.

திருநீல நக்கர் தினமும் ஆலயத்துக்கு தவறாது சென்று அதை அபிஷேகித்து தொழுபவர் ஆவார். அவ்வாறு அவர் செய்யும்போது இவர் மனைவிதான் அவருக்கு துணை நிற்பவள்.

கருவறைக்கு வெளியில் நின்றுகொண்டு அவரது மனைவி உதவிகள் புரிந்திட, கருவறைக்குள் பூசைகள் புரிபவர்தான் திருநீல நக்கர்.

நமது ஆகமத்தில் ஆலயங்களில் திருப்பணியாற்ற பெண்களுக்கு இடம் கிடையாது. அதற்கு காரணம் அவர்களது உடற்கூறாகும். ஆகமத்தையும் ஆசாரத்தையும் தன் இருகண்களாக கருதும் திருநீல நக்கரும் மனைவியை கருவறைக்குள் விடத் தயாரில்லை.

ஒரு நாள் அவ்விஷயத்தில் அவரை இறைவன் சோதித்திட எண்ணம் கொண்டான். ஒரு சிலந்தியாக மாறி அவர் அனுதினம் வணங்கும் லிங்க உருவின் மேல் வலை பின்னி தொங்கிக் கொண்டும் நின்றான். அதை திருநீல நக்கர் கவனிக்கவில்லை. ஆனால், அவர் மனைவி கவனித்தாள்!

மரத்தடியிலே ஆனந்தரின் யோக நிஷ்டை தீவிரமாகவே இருந்தது. ஆடாது அசையாது மூச்சுக் காற்று மட்டும் உள்ளும் புறமும் சென்றபடி இருக்க ஆனந்தரின் உதடிரண்டும் "ஓம் நமசிவாய... ஓம் நமசிவாய..." என்று ஜெபித்தபடியே இருந்தன.

அந்த பக்கமாக இரை தேடி ஊர்ந்து கொண்டிருந்த ஒரு மலைப்பாம்பு ஆனந்தரை ஒரு மரம் என்று கருதிவிட்ட நிலையில் அவரது மடிமேல் ஏறிக் கொண்டிருந்தது. கச்சிதமாக அவ்வேளை பார்த்து அங்கே வந்து சேர்ந்த ஜெகதீஷிற்கும் தமயந்திக்கும் தூக்கிவாரிப் போட்டது. கிட்டத்தட்ட பன்னிரண்டு அடி நீள மலைப்பாப்பு. தமயந்தி துளியும் பயப்படாமல் அதன் வால்பகுதியைப் பிடித்து தரதரவென்று இழுத்து அதை அப்படியே ஒரு புதர்ப்பக்கம் போய் விழும்படி செய்தாள். பின் ஆனந்தர் அருகில் சென்று உற்றுப் பார்த்தாள். ஆனந்தர் நிஷ்டை கலையாமல் தவத்தில்தான் இருந்தார்.

"குரு..." மெல்லிய குரலில் அழைத்துப் பார்த்தாள். பின் ஜெகதீஷை பார்த்து "ஜெகதீஷ்! நம்ம ஜீ தவம் செய்ய ஆரம்பிச்சுட்டார். இனி இவரா கண் விழிச்சாத்தான் உண்டு. நாம இவர் தவத்துக்கு இடையூறு செய்யக்கூடாது. அதேசமயம் மலைப்பாம்போ, சிங்கம், புலியோ வந்து அடிச்சு சாப்பிடவும் நாம இடம் தந்துடக் கூடாது..."

"அதுக்காக?"

"வா... இந்த இடத்தை சுத்தம் செய்வோம். மழை பெய்ஞ்சா நம்ம ஜீ நனையாம இருக்க தலைக்கு மேல ஒரு பந்தல்

போடுவோம். சுற்றி மரக்கிளைகளை ஒடிச்சுப் போட்டு தடுப்பு எழுப்புவோம்”

“அதுக்கெல்லாம் அரிவாள், கயிறு, கம்பெல்லாம் வேண்டாமா?”

“அந்த கவலை உனக்கெதுக்கு?” தமயந்தி அங்கிருந்து விலகிச் சென்றவள் சில நிமிடங்களில் திரும்ப வந்தபோது அவள் கையில் கோடாலி, கயிறு, அரிவாள் என்று எல்லாம் இருந்தது.

“தமயந்தி! இதெல்லாம் எப்படி உனக்கு கிடைச்சது?”

“நான் பல வருஷமா இந்த காட்டுல இருக்கறவ. என்கிட்ட இப்படி ஒரு கேள்வியை கேக்கறியே... வா... முதல்ல வேலையை முடிப்போம்.”

தமயந்தி கோடாலியுடன் ஒரு மரத்தை வெட்டத் தயாராகிவிட்டாள். சிவன்மலைக் காட்டில் ஒரு சிறு கிளையை ஒடிப்பதுகூட பாவம். ஆனால், அது தெரிந்திருந்தும் தமயந்திக்கு அந்த வேளையில் அது தோன்றாததுதான் ஆச்சரியம்.

ஆனந்தர் அமர்ந்து தவம் செய்யும் மரத்துக்கு பக்கத்தில் ஒரு மரம், அதன் கிளை ஒன்றை வெட்ட தமயந்தி தயாராகவும் ஜெகதீஷ் அவளைத் தடுத்து கோடாலியை கேட்டு வாங்கிக் கொண்டான்.

ஓங்கி வெட்டவும் செய்தான். அப்போது ஒரு சிறு துண்டுப் பகுதி அம்புக்கணக்காய் மரத்தில் வெட்டப்பட்ட இடத்தில் இருந்து பாய்ந்து பறந்துபோய் தவம் செய்தபடி இருக்கும் ஆனந்தரின் புருவத்தின்மேல் பட்டு தைத்தது. அடுத்த நொடி ரத்தம் பீறிட ஆரம்பித்துவிட்டது. இதை ஜெகதீஷ் சற்றும் எதிர்பார்க்கவில்லை. தமயந்திக்கு பகீர் என்றது. அந்த காயத்தின் வேதனையுடன் ஆனந்தராலும் தவத்தை தொடர முடியவில்லை. மெல்ல கண் திறந்தார். கண் இமைமேல் எல்லாம் ரத்த வரிகள்!

எதிரில் தெரிந்த தமயந்தியையும், ஜெகதீஷையும் பார்த்தார்.

"ஜீ..."

"என்ன ஜீ... உங்களை நான் சென்னைக்குல்ல போகச் சொன்னேன். இங்க என்ன பண்றீங்க?"

"சென்னை போக இன்னிக்கு பஸ் கிடைக்கல ஜீ. அதோட பிரம்ம சித்திரை போற வழியில பார்த்துட்டதால மரணம் நிச்சயம்னு கேள்விப்பட்டோம். அடிவார கிராமத்துல அருள்வாக்கு சொல்ற ஒரு சிறு பொண்ணும் அதைக் கிட்டதட்ட ஊர்ஜிதம் செய்யற மாதிரி பேசிச்சு, எங்களுக்கும் பயம் வந்திடிச்சு. அதான் உங்களை தேடி வந்தோம். ஆனா நீங்க இங்க தவத்துல இருந்தீங்க. அதேசமயம் உங்களை ஒரு மலைப்பாம்பும் சுத்தி வளைக்கப் பார்த்தது. அதைப் பிடிச்சு தூர எறிஞ்சுட்டு உங்களைச் சுத்தி தடுப்பு எழுப்பி கூரை மாதிரி போட விரும்பினோம்."

ஜெகதீஷ் கடகடவென்று அவ்வளவையும் சொல்லி முடித்தான்.

"முட்டாள்... காட்டுல தவம் செய்யும்போது இப்படி வசதியான சூழலை உருவாக்கிக்கக் கூடாதுங்கறது உங்களுக்கு தெரியாதா? தவம்கறது எதைபத்தியும் கவலைப்படாம உக்காந்த இடத்துல தன்னையே மறந்துடறதுதான். அப்படி எல்லாம் உன்னால தவம் செய்ய முடியாதுன்னு சொன்ன சொர்ணசித்தர் வாயடக்கத்தான் நானும் தவத்துல உக்காந்தேன். ஆனா இப்ப உங்களால எல்லாமே கெட்டுப் போச்சு பாருங்க..."

"மன்னிச்சுக்குங்க ஜீ... இது எதுவுமே எங்களுக்குத் தெரியாது."

"உங்களுக்கு இனி தெரிஞ்சா என்ன... தெரியலேன்னா என்ன... என் தவம் கலைஞ்சு போச்சு" கேள்வியோடு கேள்வியாக ரத்தப் பெருக்கை தன் வலதுகையை வைத்து தடுத்துப் பார்த்தார். தமயந்தி அதற்குள்ளாகவே பக்கத்து தாவரங்களில் காயத்துக்கு ஏற்ற மூலிகைச் செடியின் தழைகளை பறித்து உள்ளங்கையில் வைத்து கசக்கி சாறெடுத்து விட்ட நிலையில் அந்த பச்சிலை கசங்கலை ஆனந்தரின் காயம்பட்ட இடத்தில் வைத்து அழுத்தினாள்.

ஆனந்தருக்கும் அவளது அந்த வேகம் பிடித்திருந்தது இருந்தும் தவம் அறுந்துபோன சங்கடம் முகத்தில் தெரிந்தது.

“ஜீ... கவலைப்படாதீங்க... நாங்க இப்பவே கிளம்பிடறோம் நீங்க திரும்ப தவத்துல உக்காருங்க. இங்க உங்க தவம் கலைஞ்சதைதான் யாரும் பார்க்கலையே...”

ஜெகதீஷ் சற்று அல்பத்தனமாகவே கேட்டுவிட்டான் அவனை எரித்துவிடுவதை போல பார்த்த ஆனந்தரும் “முட்டாள்! சித்த புருஷர்களுக்கு எதுவும் தெரியாதுன்னு மட்டும் நினைச்சுடாதே. ஒருத்தரை பார்த்த மாத்திரத்துல மூணு காலமும் அவங்களுக்குள்ள ஓடினாதான் அவங்க சித்தருங்க... சொர்ணசித்தர் அடுத்து என்னை எப்ப பார்த்தாலும் இதை கண்டுபிடிச்சிடுவாரு..."

“ஜீ... இப்பவும் எதுவும் கெட்டுப்போகலை... இப்ப நீங்க தவத்துல உக்காருங்க. இதுல இருந்து ஒரு மண்டல காலம் ஆடாம அசையாம தவம் செய்தாலும் அது தவம்தானே?”

தமயந்தி எடுத்துக் கொடுத்தாள். ஆனந்தரும் கெட்டியாக பிடித்துக் கொண்டார்.

“சரியா சொன்னே தமயந்தி... இப்ப அது ஒண்ணுதான் வழி. அதே வேளையில நீங்க இனியாவது வேகமா புறப்பட்டு நம்ம ஆஸ்ரமத்துக்கு போய்ச் சேருகிற வேலையைப் பாருங்க”

“உத்தரவு ஜீ... நாங்க புறப்பட்றோம்...”

தமயந்தி டக்டக்கென்று முடிவுக்கு வந்தாள்.

ஆனால், ஜெகதீஷ் திணறினான். அவனுக்குள் அந்த மரண பீதி.

“ஜெகதீஷ் புறப்படு...”

“ஜீ! எனக்கு எதுவும் ஆயிடாதே...”

“நீ என் சிஷ்யன், பிரதான சிஷ்யன், கிட்ட வா.” ஆனந்தரும் அருகில் அழைத்து தன் கழுத்தில் கிடந்த ஒரு ஸ்படிக மணிமாலையை கழற்றி அவனுக்கு அணிவித்தார்.

“இது உன் கழுத்துல இருக்கறவரை... உன்னை மரணம் நெருங்காது... கிளம்பு.”

ஆனந்தர் அந்த மாலையை அணிவிக்கவும் ஜெகதீஷ் முகத்தில் ஒரு தனித் தெம்பு. இனி தன்னை எதுவும் செய்ய முடியாது என்பதுபோல உணர்ந்தவன் தமயந்தியுடன் புறப்படத் தயாரானான்.

“தமயந்தி... எவ்வளவு மைலானாலும் சரி, நாம நடக்கறோம், இனி எனக்கு பயமில்லை” என்றான்.

அவர்கள் விலகவும் நெற்றிப் பச்சிலையை வழித்துப் போட்டுவிட்டு ஆனந்தரும் திரும்ப தவத்தில் அமரப் போனார்.

சாதாரணமாக தவத்தில் அமருகின்றவர்கள் பஞ்ச சரணங்களாகிய திதி, யோகம், சரணம், கிழமை, நட்சத்திரம் என்கிற அவ்வளவையும் கணித்து தொடக்க கதியை முடிவு செய்துகொண்டு பிறகுதான் தவத்திலேயே மூழ்கத் தொடங்குவார்கள். ஏன் என்றால் எல்லா காலங்களிலும் ஒருவர் தவம் புரிய அமர முடியாது. எந்த ஒரு காரியத்தையும் கால கதி அறிந்து செய்தால்தான் சிறப்பு. மண்ணில் விதை தூவக்கூட காலகதி உள்ளது. வளர்பிறை நாளில் குறிப்பிட்ட திதியில் தூவப்படும் விதைகள் முளைவிட்டு எழும்புவதற்கும், சாதாரணமாக நினைத்தபோது நடப்படும் விதைகள் எழும்புவதற்கும் நிறையவே மாற்றங்கள் உள்ளன. இதனாலேயே ஆணும் பெண்ணும் கணவன் மனைவியாக உறவு கொள்ளும் கால கதியை ஒரு நல்ல முகூர்த்தத்தில் தீர்மானித்தார்கள்... பள்ளிக்கு சென்று படிப்பதற்கும், வசிக்கும் வீட்டை நிர்மாணம் செய்வதற்கும் என்று ஒவ்வொன்றுக்குமே ஒரு நல்ல கால கதியை கண்டறிந்து வைத்தார்கள்.

இதெல்லாம் தெரிந்திருந்தும் ஏனோ ஆனந்தர் திரும்ப தவத்தில் மூழ்கத் தொடங்கும்போது அந்த காலகதி பற்றியெல்லாம் பெரிதாக எண்ணவில்லை.

விதியின் கரங்கள் வலுவாக இருந்தாலே இப்படித்தான் சகஜமாக தோன்றும் எண்ணங்களும்கூட தோன்றிடாது!

காட்டுப்பாதையில் வெகு உற்சாகமாக நடந்தபடி இருந்தான் ஜெகதீஷ்! கூடவே தமயந்தி, ஜெகதீஷின் கரங்கள் அவ்வப்போது கழுத்து ஸ்படிக மணி மாலையை தொட்டுத் தொட்டுப் பார்த்துக் கொண்டன.

அதேசமயம் திமுதிமுவென்று மேகக் கூட்டம் போல ஒரு பக்கமாய் புகைக்கூட்டம் ஒன்று புரண்டு வந்து கொண்டிருந்தது.

"என்ன தமயந்தி அது...?"

"காட்டுக்குள் ஒரு வேளை தீ பிடிச்சிக்கிச்சோ?"

"ஐயோடா... சிவன்மலை காட்டுல கூடவா தீ பிடிக்கும் இங்க எல்லாம் பச்சை மரங்கள்தானே?"

"பச்சை மரம்தான்... அதேசமயம் காய்ஞ்ச சருகுகள் எவ்வளவு கீழே கிடக்குது..."

"தமயந்தி அப்படின்னா வா ஓடிடுவோம். எனக்குப் பயமா இருக்கு."

ஜெகதீஷ் குரல் தந்தியடித்தது. தமயந்திகூட அந்த புகை மூட்டத்தைப் பார்த்து பயந்ததுதான் ஆச்சரியம்.

நின்று ஒரு சில வினாடிகள் யோசித்தவள் அப்படியே நேர் எதிர் திசையில் ஓடத் தொடங்கினாள்.

உயிர்மேல் உள்ள ஆசை இருவரையும் மிக வேகமாக ஓட வைத்தது.

வழியில் ஒரு இடத்தில் ஒரு மரக்கிளை ஜெகதீஷின் காலை தட்டிவிட்டதில் அப்படியே தலைகுப்புற விழுந்தான். விழுந்த வேகத்தில் கழுத்திலிருந்த அந்த ஸ்படிக மாலை எங்கோ போய் விழுந்தது. அதை ஜெகதீஷ் உணரவில்லை. எழுந்து திரும்ப ஓடத் தொடங்கினான். புகை மூட்டம் கண்களை விட்டு மறையும் வரை ஓடியவர்கள் ஒரு குறிப்பிட்ட இடத்தில் ஒரு பாறைமேல் போய் அப்படியே சரிந்து விழுந்து இளைப்பாறத் தொடங்கினர். மேல் மூச்சும் கீழ் மூச்சும் அந்த வாங்கு வாங்கியது.

“தமா... தமா... என்னால இனி ஓட முடியாது. பேசாம இந்த பாறைமேல் படுத்திடுவோம், பொழுது விடியட்டும். எழுந்து போவோம். என்ன சொல்றே?”

“கரெக்ட்... நாமளும் தீயை விட்டு ரொம்ப தூரம் வந்துட்டோம். இனி அது நம்மை பாதிக்க வாய்ப்பே இல்லை...”

தமயந்தியும் ஆமோதித்தவளாக படுத்தாள். அந்திச் சூரியனும் மேற்குப் பக்கத்தில் ஒரு குளத்துக்குள் விழுந்து மூழ்கிப்போன ஒரு சொம்பைபோல மறைந்து போனான்.

இரவு நேரத்திற்கே உரிய ராஜாங்கம் தொடங்கி வானில் மினுக் மினுக் என்று எங்கு பார்த்தாலும் நட்சத்திர மினுக்கல்கள்.

அண்ணாந்து பார்க்கும்போது அழகாகத்தான் இருந்தது. ஆனால், அதை எல்லாம் ரசிக்கும் ஏகாந்தமான மனநிலை மட்டும் அப்போது இருவரிடமும் சுத்தமாக இல்லை.

ஓடி வந்த களைப்பு வேறு.

அப்படியே இருவரின் கண்ணிமை மேலும் தூக்கம் வந்து ஆக்கிரமிக்கத் தொடங்கியது. அவர்களும் அயர்ந்து விட்டனர்.

அதன்பின் சில மணிநேரங்கள் சென்றிருக்கும்.

அந்த பக்கமாக ஏராளமான காட்டு யானைகளின் ஊடுருவல் சப்தம் கேட்டது. உடம்பின் நரம்பே அறுந்து போய்விடும் ரகத்தில் யானைகளின் பிளிறல் சப்தம் பாறைமேல் கிடந்த இருவர் உறக்கத்தையுமே கலைத்து விட்டது.

கண் விழித்து நிமிர்ந்தபோது ஒரு பக்கமாய் ஒன்றுக்கு பத்து யானைகள்!

ஜெகதீஷுக்கு குலையே நடுங்கியது.

“தமயந்தி...”

“உஸ்... சப்தம் போடாம இரு ஜெகதீஷ், அதுங்க சப்தம் கேட்டு இங்க வரப்போகுது”

அவள் அவனை அடக்குமுன் ஒரு யானை பார்த்துவிட்டது. அந்த கரிய இரவிலும் பாறைமேல் அசையும் உருவங்களாக தெரிந்த ஜெகதீஷும், தமயந்தியும் அவற்றை ஈர்த்தனர்.

திபுதிபுவென்று பாறை மேடு நோக்கி ஒரு யானை ஓடி வரவும் ஜெகதீஷ் பாய்ந்து எழுந்து ஓட ஆரம்பித்தான். அவனை தமயந்தி பின்தொடரத் தொடங்கினாள்.

அவர்கள் ஓடும் திசையில்தான் தொலைதூரத்தில் காட்டுத் தீயும் கொழுந்துவிட்டு எரிந்தபடி மெல்ல மேலேறி வந்து கொண்டே இருந்தது.

அதைப் பார்த்துவிட்ட ஜெகதீஷ் வேகமாக திரும்பி "தமயந்தி! அதோ பார் நெருப்பு... அந்த காட்டுத் தீ அணையல." என்றான்.

"ஐயோ! இப்ப என்ன பண்ண... இந்த பக்கம்போன யானைங்க, இந்த பக்கமோ நெருப்பு."

"ஜெகதீஷ் மளமளவென்று மரத்தில் ஏறு... வேற வழி இல்லை..."

தமயந்தி சொன்ன கையோடு ஒரு மரத்தில் ஏறப்பார்த்தாள். அவள் ஏறப் பார்த்த அதே மரத்தின் மேல் ஜெகதீஷும் ஏறினான். இருவரும் ஒரே கிளைப் பக்கம் ஏறியதில்தான் விபரீதம் ஏற்பட்டது. அந்த கிளை அப்படியே முறிந்து கீழே விழுந்தது. கீழே விழுந்த இடமும் ஒரு பெரிய பள்ளம். அந்த பள்ளம் முழுக்க காய்ந்த புதர்கள்!

தமயந்திக்கு அப்போதுதான் விதியின் வலிமையும் புரிந்தது. ஒருவருக்கு வேளை வந்துவிட்டால் இரவில்லை... பகலில்லை... காடில்லை... மேடில்லை... நடக்க வேண்டியது நடந்தே தீரும் என்பதும் புரிந்தது.

அதே காட்டில் தன்னந்தனியாளாக தான் திரிந்ததும் சித்தர்கள் கண்ணில் பட்டபோதெல்லாம் அவர்களை அற்பமாக பார்த்து சிரித்ததும் ஒவ்வொன்றாக நினைவில் வந்தது. ஜெகதீஷ் அவள்

போல் மன அலசலில் இல்லை. கண்ணீர் விட்டு அழுதபடி இருந்தான்.

அப்போதுகூட "கடவுளே! என்னைக் காப்பாற்று. ஈஸ்வரா! என்னைக் காப்பாற்று..." என்று கதற அவனுக்கு தோன்றவில்லை. அந்த அளவுக்கு ஆனந்தர் நானே கடவுள். நானே எல்லாம் என்று அவனுக்குள் ப்ரெய்ன்வாஷ் செய்திருந்தார்.

ஐந்திலே வளைந்தால்தான் ஐம்பதில் வளையும் என்பது எவ்வளவு சரி...

நெருப்பு சரசரவென்று ஏறி வந்து கொண்டிருந்தது. அந்த பள்ளத்தை சுற்றியும் கூட வெகுவேகமாக பரவியது. அப்படியே கீழிறங்கத் தொடங்கியது.

தமயந்தியிடம் சட்டென்று ஒரு தெளிவு. "ஜெகதீஷ்... கத்தாதே... கதறாதே! சிவன்மலை காட்டுல சாகக் கொடுத்து வெச்சிருக்கணும். அதுவும் அழுக்கில்லாத நெருப்புல எரிஞ்சு சாம்பலாகறதும் ஒருவிதத்துல கொடுத்து வெச்ச விஷயம்தான். நான் தயாராயிட்டேன். ஓம் நமசிவாய... ஓம் நமசிவாய" கண்களை மூடிக்கொண்டு தயமந்தி பஞ்சாட்சரம் உச்சரிக்க, அவளையும் தீ நாக்குகள் தாவிப் பிடித்தன. ஆனால், ஜெகதீஷ் மட்டும் தொண்டை கிழியுமட்டும் கத்தினான். அந்த சப்தம் சிவன்மலைக்காடு எங்கும் ஊடுருவி ஏதிரொலித்தது.

நித்திரையில் சவயோகத்தில் கிடந்த சொர்ண சித்தர்கூட சப்தம் கேட்டு எழுந்து அமர்ந்தவர் "ஈஸ்வரா" என்கிற ஒரு பெருமூச்சுடனும் முணுமுணுப்புடனும் திரும்ப படுத்தார்!

* ——— *

அத்தியாயம்

44

திருநீல நக்கர் கவனியாத காட்சியைக் கண்டுவிட்ட அவர் மனைவிக்குள் ஒருவித பதைப்பு. அந்த சிலந்தியோ வலை நூல் உமிழ்ந்தபடியே நேராக லிங்கத்தின் தலைபாகத்தில் அமர்ந்தது. அதன் தலை பாகத்தில் அப்போதுதான் திருநீல நக்கரும் எண்ணெய் பூசியிருந்தார். அந்த எண்ணெய்ப் பூச்சில் சிலந்தியின் கால்கள் ஒட்டிக்கொண்டு அதுவும் தவிக்கத் தொடங்கியது. அதை கவனியாமலோ எடுத்து கீழே விடாமலோ லிங்கத்தை தொடர்ந்து அபிஷேகித்தால் லிங்கத்தின் மேலேயே சிலந்தியின் உயிர் பிரியும் அவலம் நேரிடும். எறும்புக்கும்கூட படியளக்கும் ஈசனின் லிங்க உருவமே ஒரு சிலந்திக்கு எமனாவதை திருநீல நக்கர் மனைவியால் கற்பனைகூட செய்து பார்க்க முடியவில்லை. அதற்காக அதை எடுத்துப் போட கருவறைக்குள் நுழைந்தால் அதுவோ பெரும் குற்றம். எனவே, கணவனை அழைத்து சிலந்தியை தூக்கிப் போடச் சொல்லலாம் என்று எண்ணியபோது திருநீல நக்கர் ஆழ்ந்த தியானத்தில் மந்திரம் சொல்லியபடியே இருந்தார்.

எனவே, வேறு எந்த உபாயமும் தோன்றாத நிலையில் உடம்பை வளைத்து அந்த சிவலிங்கத்தின் தலைபாகம் நோக்கி விசையுடன் ஊதினாள் அவள். அவளது வாய்க்காற்றுபட்டு அந்த சிலந்தியும் விடுபட்டு புறத்தில் போய் விழுந்தது.

அப்பாடா...! அவளிடம் ஒரு ஆத்ம நிறைவு.

ஆனால், அவள் ஊதுவதை தற்செயலாக பார்த்துவிட்ட திருநீல நக்கர் மனைவியை எரிக்கும் விழிகளால் பார்த்து, இறைவன் திருமேனி நோக்கி இப்படியா எச்சில் உமிழ்வதுபோல ஊதுவாய். இது எவ்வளவு பெரிய சாஸ்திர பங்கம் தெரியுமா? என்று கேட்டு கோபித்தவர் “முதலில் இங்கிருந்து செல்... இனி என் முகத்திலேயே விழியாதே... இனி நீ என் மனைவியுமில்லை... நான் உன் கணவனுமில்லை” என்ற சீறிப் பாய்ந்தார்.

அதன்பின் அவள் எவ்வளவோ சொல்லிப் பார்த்தும் அவர் மனம் சமாதானமடையவில்லை. அவளும் அழுதபடியே இருக்க இறைவனும் திருநீல நக்கருக்கு எது ஆசாரம் என்பதை புரிய வைக்க திரு உள்ளம் கொண்டான். அன்று இரவே அவர் கனவில் தோன்றினான். அப்படி தோன்றிய அவன் உடம்பெல்லாம் கொப்புளங்கள். தலை பாகத்தில் மட்டும் கொப்புளமில்லை.

“திருநீலா... உன் மனைவி ஒரு உயிரைக் காக்கும் பொருட்டு ஊதிய என் தலைபாகம் மட்டுமே கொப்புளங்களில் இருந்து தப்பித்தது. மற்ற இடங்கள் மாட்டிக் கொண்டு விட்டன. இப்படியா அவளை தடுப்பாய்...?” என்று கேட்டிட, கண் விழித்த திருநீல நக்கருக்கும் அப்போதே உண்மை புரிந்தது. சாஸ்திர சம்பிரதாயங்களைவிட கருணையும், தன்னை மறந்த பக்தியுமே மேலானது என்பதும் புரிந்து மனைவியை அழைத்து மன்னிப்பு கேட்டு கொண்டவர், தன் மனைவியின் பொருட்டு தனக்கு கிட்டிய இறைவனின் தரிசனத்தை எண்ணி அடைந்த மகிழ்ச்சிக்கு அளவேயில்லை!

வித்யாவோடு வீடு திரும்பிய மோகனைப் பார்த்த அருணாசலம் நிம்மதிப் பெருமூச்சு விட்டார். ஆனால், மோகன் முகத்தில் ஒரே சிந்தனை மயம். அருணாசலம் போட்ட போடில் ராமச்சந்திரன் ஓடியே போய்விட்டார். சகுந்தலாவும் இனி நாம்

வாயை மூடிக்கொண்டிருந்தால்தான் காலம் தள்ள முடியும் என்கிற முடிவுக்கு வந்து விட்டிருந்தாள்.

இந்நிலையில் கொண்டு போன காசுமாலையோடு திரும்ப வந்த வித்யா அந்த காசுமாலையை அருணாசலத்திடம் தந்து "மாமா... இதுவும் இப்ப சொக்கத் தங்கம்தான்" என்றபோது அவருக்குள் திகைப்பு.

"என்னம்மா சொல்றே?"

"இதுவும் இப்ப தங்கம்தான் மாமா... இது மட்டுமில்ல, இந்த வீட்ல இன்னும் எவ்வளவு செப்பு நகை இருந்தாலும் சரி... கொண்டு வாங்க...! அவ்வளவையும் எங்கப்பா தங்கமாக்கி தருவார்..." என்று அவள் சொல்லவும், ஒரு பந்து போல துள்ளி வந்தாள் சகுந்தலா.

"அம்மாடி என்ன நீ சொல்றே?" என்று அருணாசலமும் கேட்க, நடந்ததை மோகன் கூறத் தொடங்கினான்.

"அப்பா! இதை அதிசயம்னும் சொல்லலாம்... சாகசம்னும் சொல்லலாம். அவ்வளவு ஏன், இனி நம்மை இந்த உலகமே திரும்பிப் பார்க்கப் போகுதுன்னும்கூட சொல்லலாம். அப்பா இனி நாம யாருமே எந்த வேலையும் வெட்டியும் செய்யத் தேவையில்லை.

கிட்டத்தட்ட நாம இப்ப குபேரன்மாதிரிதான். வித்யா என் ஆசை மனைவி மட்டுமல்ல, அவ அந்த மகாலக்ஷ்மியேன்னு கூட சொல்வேன்..."

மோகனிடம் பீடிகை மிக பலமாக இருந்தது. அவன் கண்களிலும் ஆசையின் வழிசல் கிட்டத்தட்ட வித்யாகூட அப்படித்தான் இருந்தாள்.

"மாமா... எங்கப்பா ஒண்ணும் சாதாரண சாமியார் இல்லை. அவர் ஒரு அற்புத சித்தர் அவருக்கு தெரியாத விஷயங்களே இல்லை. செத்தவங்க உடம்புக்குள்ள புகுந்து எழுந்து வரவும் தெரியும். பாத்துக்கிட்டு இருக்கும்போதே ஒரு அணுவளவு

துகளா மாறி அப்படியே மிதக்கவும் தெரியும். எல்லாத்துக்கும் மேலா அவருக்கு இரும்பையும், செம்பையும் தங்கமாக மாத்தவும் தெரியும். அதுக்கு சாட்சிதான் இந்த காசுமாலை. இந்த செப்புக் காசுமாலையை எங்க கண் எதிர்க்க அவர் தங்கமாக்கினதை நாங்க பார்த்தோம். இதுக்கு முந்திகூட அவர் அப்படி செய்துதான் என் கல்யாணத்துக்கு நகை செய்து போட்டிருக்கார்." வித்யாவும் பெருமை பிடிபடாமல் ஆசையும் ஆர்வமும் முட்டிமோத பேசிக்கொண்டே போனாள்.

இப்படி வித்யாவும் மோகனும் மாறி மாறிச் சொல்வதைக் கேட்ட சகுந்தலாவும் "ஆமாங்க... இவங்க சொல்றது உண்மை இதை எனக்கு பொன்னுரங்க ஆசாரி பொண்டாட்டி முன்னாடியே சொல்லிட்டா, அதனாலதான் செப்புக் காசு மாலையை கொடுத்துட்டதா நாடகமாடினேன். உடனே இவ இந்த மாலையோட போவா, அவரும் தனக்கு தெரிஞ்ச ரசவாத வித்தையால இதை தங்கமாக்கி தருவார்னு எதிர்பார்த்தேன்" என்றாள்.

அருணாசலம் முகத்திலும் பூச்சி பறக்கத் தொடங்கியது. ஆழ்ந்த யோசனையோடு போய் அப்படியே உக்கார்ந்து விட்டார். மோகனும் அவர் எதிரில் மோவாயை தடவிக் கொண்டே போய் உட்கார்ந்தான்.

எல்லோரிடமும் ஒருவித மௌனம். ஆனால், இந்த மௌனம் சுடுகாட்டு மௌனம்போல ஒருவித ஆபத்தான அமைதியாக இருந்தது.

"டேய் மோகன். நீ இப்ப சொன்ன எதுவும் கற்பனை இல்லையே?" அருணாசலம் அந்த அமைதியை உடைத்துக் கொண்டு கேட்டார்.

"அட என்னப்பா நீங்க... இரண்டு கண்ணால பார்த்துட்டு வந்து பேசி கிட்டிருக்கோம். சாட்சிக்கு இதோ இந்த காசு மாலை..."

"நீ எவ்வளவுதான் சொல்லு... இதை ஒரு கதை மாதிரிதான் என் மனசு நினைக்குது. நம்ப முடியல."

"நம்ப முடியாதுதான்... அவ்வளவு ஏன்? இதை யாரும் நம்பவும் கூடாது. அதான் இப்ப நமக்கும் நல்லது."

"என்னடா சொல்றே?"

"என் மாமனார்கிட்ட தங்கம் பண்ற அந்த ரகசியத்தை நான் எப்படியாது கத்துக்கப் போறேன்... அதுக்கு பிறகு ஒரு தங்க வியாபாரியா மாறி ஒரு கடை போடவும் போறேன்...

சொல்லப் போனா ஊர் உலகத்துல ஒரு கிராம் தங்கத்தை மத்தவங்கள விட இருநூறு முந்நூறு ரூபா குறைவா சொல்லி வித்தா மொத்த கூட்டமும் நம்ம கடைக்குத்தான் வரும். கடைசில தமிழ்நாட்டுல எல்லா ஊர்லயுமே நம்ம கடைதான். அவ்வளவு ஏன், இந்த சென்னையிலேயே ஏரியாவுக்கு ஒரு கடை திறக்கலாம். ஒவ்வொரு நாளுமே லட்ச லட்சமாய் குவிக்கலாம்?"

மோகனா அப்படிப் பேசுகிறான் என்று ஆச்சரியமாகப் பார்த்தார் அருணாசலம்.

"கரெக்டுங்க... அப்பாவுக்கு இந்த வித்தையை உங்களுக்கு சொல்லிக் கொடுக்கறதுல ஒரு குறைவும் வந்துடப் போறதில்ல. அப்படியே பாலுவுக்கும் சொல்லிக் கொடுத்துட்டா அவனும் பொழைச்சுகுவான்."

வித்யாவும் மோகனுடன் போட்டி போட்டாள்.

"மோகன்... மோகன்... நீ அந்த வித்தையைக் கத்துக்கும்போது எங்க அண்ணனையும் கூட சேர்த்துக்கோ அவர் மகளைத்தான் உன்னால கட்டிக்க முடியல. குறைஞ்சபட்சம் அவருக்கு இந்த வித்தையையாவது கத்துக்கொடுத்தா அவரும் ஒரு பக்கம் பிழைச்சுக்குவாருல்ல..."

"நல்லாருக்கே... அப்பா என் வீட்டுக்காரருக்கு சொல்லிக் கொடுக்கவே சம்மதிப்பாரா மாட்டாரான்னு குழப்பத்துல இருக்கேன் நான். இதுல உங்கண்ணன் வேறயாக்கும், வேணும்னா அவரை நகைக்கடை மேனேஜரா போட்டு நல்ல சம்பளம் கொடுத்துடுவோம். என்னங்க சொல்றீங்க?" இதுவும் வித்யாதான்.

அருணாசலத்துக்கு தலையே சுற்றியது. ஆசைப்பிசாசு வளர ஆரம்பித்தால் அதன் வடிவம் எப்படி இருக்கும் என்பதற்கு மோகனும் வித்யாவுமே உதாரணமாகி விடுவார்கள் போலவும் இருந்தது.

இங்கே இப்படி என்றால் அங்கே லலிதா, ரத்னத்துடன் கனவுலகில் சஞ்சரித்துக் கொண்டிருந்தாள்.

அது ஒரு பார்க்!

பார்க்கில் ஒரு மரத்தடியில் ரகசியமாக ஒதுங்கிய நிலையில் லலிதா மடியில் ரத்னம் தலைவைத்துப் படுத்திருந்தான்.

"லல்லி... நம்ம வாழ்க்கை இந்த அளவு திசைமாறும்னு நான் நினைக்கவேயில்லை. அனேகமா நீ இனிமே ஹேர்பின் கூட தங்கத்துலதான்செய்து போட்டுக்குவேன்னு சொல்" என்று அவளைச் சீண்டினான். அவளும் சளைக்கவில்லை.

"தலைமுடி இருந்தா அள்ளி முடிச்சுக்க வேண்டியதுதான். இதுல தப்பு என்னங்க இருக்கு?"

"அதுவும் கரெக்ட்தான்... நான்கூட என் வேலையை விட்டுடட்டுமா?"

"ஐயோடா... என்ன அவசரம் உங்களுக்கு...? சி.பி.ஐ. ஆபீஸர்னா சும்மாவா? அதுலயும் அப்பா தங்கம் செய்து கொடுக்கும்போது, அதை விக்க கடை போடும்போது அரசியல்வாதி, அதிகாரிகளால் நிறைய தொல்லைகள் வரலாம். அப்ப உங்க பவராலதானே அவங்களைச் சமாளிக்கணும்."

"ஓ... நீ அப்படி வர்றியா?"

"பின்ன... இனி நீங்க மறந்தும் ரிஸைன் பண்றத பத்தி பேசக்கூடாது"

"சரி, டியர்... ஆமா எப்ப நம்ம கல்யாணம். அதைப்பத்தி யோசிச்சியா?"

"இதுல யோசிக்க என்ன இருக்கு... அதான் வித்யாவுக்கு கல்யாணமாகி லைன் கிளியர் ஆகிடிச்சுல்ல...? நாளைக்கே

வீட்டுக்கு உங்க பேரண்ட்ஸோட வந்து என்னைப் பொண்ணு கேளுங்க. நானும், கட்டிக்கிட்டா உங்களைத்தான்னு சொல்றேன். அப்புறம் யார் என்ன சொல்ல முடியும்?"

லலிதா படு காஷுவலாக சொன்னது ரத்னத்துக்குள் அமிலக் கஷாயமாய் இறங்கியது. அவளுக்கு சட்டென்று ஒரு பதில் கூற முடியாமல் திணறியவன்,

"டார்லிங்! நான் ஒரு யோசனை சொன்னா கேட்பியா?" என்றான்.

"என்ன...?"

"தப்பா எடுத்துக்கக் கூடாது...?"

"என்னன்னு முதல்ல சொல்லுங்க. பிறகு நான் தப்பா எடுத்துக்கறதா வேண்டாமான்னு சொல்றேன்!"

"என் ட்யூட்டிப்படி உங்கப்பாவுக்கு தங்கம் செய்யத் தெரியும்கறது ஒரு ரகசியம். இந்த ரகசியத்தை நான் அரசாங்கத்துகிட்ட சொல்லியே தீரணும்."

ரத்னம் அழகாக அவளை மடக்க ஆரம்பித்தான். அவள் முகத்தில் திகைப்பு...

"என்ன பாக்கறே... தங்கம், பெட்ரோல், அப்புறம் பூமிக்கு கீழே கிடைக்கற புதையல்னு எல்லாமே அரசாங்கத்துக்குதான் சொந்தம். அது பத்தின எந்த ஒரு ரகசியமும் என் மாதிரி அதிகாரிகள் யாருக்கு தெரியவந்தாலும் நான் அதை கவர்ன்மெண்ட்கிட்ட சொல்லிடணும்."

"என்னங்க இப்படி ஒரு குண்டை தூக்கிப் போடறீங்க?"

"நான் உள்ளத சொன்னேன். இதுல சிக்கிக்கக் கூடாதுன்னு தான் வேலையை விட்டுடறேன்னும் சொன்னேன்..."

"அப்ப முதல்ல வேலையை விட்டுருங்க..."

"அது சரி... நீ இந்த வேலைக்காகத்தானே என்னையே காதலிச்சே."

“இப்பவும் அதை நம்பித்தான் காதலிக்கறேன்.”

“இந்த லட்சணத்துல நான் வேலையை விட்டுட்டா அப்புறம் காதல்?”

“போதும்... என்னை ஒரேயடியா குழப்பாதீங்க. நீங்க முதல்ல வேலையை ராஜினாமா பண்ணுங்க. இல்லாட்டி எங்கப்பாவுக்கு தங்கம் பண்ணத் தெரியும்கறது உங்களுக்கு தெரியாதுன்னு நினைச்சுக்குங்க”

“நான் ஒண்ணும் மகாத்மா காந்தி இல்லதான். ஆனா, நாளைக்கு உன் தம்பி பாலு பெருசா தங்ககடை திறக்கும்போது நான் சொல்லாமலே அரசாங்கத்துக்கு சந்தேகம் வரும். அப்ப என்ன பண்ணுவே?”

“சரி, இதுக்கு என்னதான் வழி?”

“ரொம்ப சிம்பிள்... நான் சொல்றத கேளு. யாருக்கும் ஒரு பிரச்சினையும் இல்ல”

“என்ன?”

“நாளைக்கே உனக்கும் எனக்கும் ரிஜிஸ்தர் ஆபீஸில் கல்யாணம்...”

“என்னது, நாளைக்கே நம்ம கல்யாணமா?”

லலிதா கண்களில் அதிர்ச்சியை ஏராளமாக காட்டினாள்.

“அதிராதே... நான் சொல்றத முழுசா கேள். கல்யாணம் முடிஞ்ச கையோட உன் வீட்டுக்குப் போறோம். உன் வீட்ல தாம்தூம்னு குதிச்சா அப்ப நான் சி.பி.ஐ. ஆபீஸர்ங்கறத சொல்லி தங்க ரகசியத்தை கவர்ன்மெண்ட்கிட்ட சொல்லி, நான் அரசாங்கத்துக்கு விசுவாசியா இருக்கட்டுமா இல்லை, உங்க மாப்பிள்ளையாகி அந்த வேலையை விட்டுட்டு உங்களோட சேர்ந்து தங்க பிஸினஸ் பண்ணவான்னு கேக்கறேன். அப்புறம் யாரால வாய திறக்க முடியும்?”

“அதுக்கு எதுக்கு திருட்டு கல்யாணம். இப்பவே என் வீட்டுக்கு வந்து உங்களைப் பத்தி சொல்லி, நான் வேலையை விட்டுடறேன். இல்லேன்னா உங்களுக்குத்தான் நல்லதில்லைன்னு சொல்லி அவங்களையே கல்யாணம் பண்ணி வைக்க சொல்லுங்களேன்.”

“இல்ல லலிதா... நான் என்ன சொன்னாலும் ஒரு போலீஸ் ஆபீஸரை கிட்ட சேர்க்கக் கூடாதுன்னுதான் உங்க வீட்ல நினைப்பாங்க. அதுவே தாலி கட்டிட்டா அவங்களால எதுவும் பண்ண முடியாது பார்.”

“நான் என்ன கேட்டாலும் நீங்க ஒரு பதில் சொல்லிட்றீங்களே...”

“தப்பா சொல்றே... நான் சொல்றதுதான் சரி. அதான் உன்னால எனக்கு பதில் சொல்ல முடியல.”

“நம்ம கல்யாணம் ஊரறிய நடக்கணுங்க, ஹனிமூனுக்கு நாம சிம்லா, ஊட்டிக்கெல்லாம் போகணுங்க”

“பைத்தியக்காரி... நீ இப்ப குபேரன் வீட்டுப் பொண்ணு. நம்ம ஹனிமூனை நாம் ஸ்விட்சர்லாந்துலேயேகூட நடத்தலாம்”

“சரி... தாலி கட்டின உடனேயே வேலையை ரிஸைன் பண்ணிடணும். சரியா?”

“இதோ எழுதியே வெச்சிருக்கேன். நாளைக்கு தாலி கட்டின உடனேயே இதை கூரியர் பண்ணிடுவேன், பாக்கறியா?”

ரத்னம் ஒரு வெள்ளைக் கவரை பேண்ட் பாக்கெட்டில் இருந்து எடுத்துக் காட்டினான். அவள் கண்கள் அகண்டு விரிந்தன. ஆனால், அவளுக்கு தெரியாது அது ஒரு காலி கவர் என்று...!

❋ ——— ❋

அத்தியாயம்

45

நாயன்மார் வரலாற்றில் மானக்கஞ்சற நாயனார் புராணம் ஒருவிதமான தனித்த சிறப்பை உடையது. தஞ்சைக்கு அருகாமையில் உள்ள கஞ்சனூர்தான் இந்த நாயனாரின் ஊராகும். சோழ அரசனின் படையிலே சேனாதிபதியாக விளங்கிய வீரப்பரம்பரை இவர் பரம்பரை. இப்பரம்பரையோர்க்குள் பக்தியைவிட வீர உணர்வே முன் நிற்கும். நாட்டைக் காக்கும் பணி என்பதனாலேயே நன்கு உணவு உண்டு உடம்பைப் பேணுவது என்பதெல்லாம் இக்குடியினர் வழக்கம். அதுதான் அவர்களின் தர்மமும்கூட... ஆனால், இவர்களுக்கு நடுவில் விதிவிலக்காக திகழ்ந்தவர் மானக் கஞ்சறனார். இதுகூட இவரது காரணப் பெயர்தான். இயற்பெயர் தெரியவில்லை. பொதுவில் நாயன்மார்களின் பெயர்கள் அவ்வளவுமே காரணப் பெயர்கள்தான். கஞ்சனூர் எனும் ஊரில் பிறந்த காரணத்தாலும், அந்த ஊரின் மானம் எனும் பெருமையை விளங்கச் செய்தவர் என்பதனாலும் இவருக்கு இப்பெயர் வந்திருக்கலாம்.

ஆம்!

வீரக்குடியில் வந்தவர் பெரும் சிவபக்தராக திகழ்ந்தாலும், பிறர் ஒன்றை கேட்கும் முன்பே மனக் குறிப்பறிந்து அவர் கேட்டதை கொடுத்துவிடும் ஈகைக் குணம் கொண்டும் இவர் விளங்கியதுதான் இவரது சிறப்புக்கே காரணம்.

இறைவனும் இவரது ஈகையையும் சிவபக்தியையும் உலகறிய வேண்டும் என்று விரும்பி இவர் வாழ்வில் ஒரு திருவிளையாடல் புரிய எண்ணம் கொண்டான். அதன் நிமித்தம் ஒரு சிவனடியார் வேடம் பூண்டு, மார்பில் காபாலிகர்கள் போல எலும்பு மாலை எல்லாம் அணிந்தவனாக மானக்கஞ்சற நாயனார் இல்லம் நோக்கிப் புறப்பட்டான்.

அந்த சிவன் கோவிலின் வில்வ மரத்தடியில் குரங்கு சித்தருக்காக காத்திருந்தார் சுந்தர்ராஜன்!

முகத்தில் குழப்பத்தின் சாயல் நன்கு தெரிந்தது.

தான் ஏதோ பெரிய தவறிழைத்துவிட்டது போலெல்லாம் அவருக்குள் உள்ளுணர்வுகள்!

குரங்கு சித்தரும் பக்தர் ஒருவர் கொடுத்த வாழைப்பழத்தை தின்றபடியே சுந்தர்ராஜன் எதிரில் வந்து சேர்ந்தார்.

"வணக்கம் சாமி..."

"அதெல்லாம் இருக்கட்டும். சாமிக்கு சாமி என்ன வணக்கம். எப்படி இருக்கே சுந்தர்ராஜா"

"நல்லா இருக்கேன்னு சொல்ல முடியாத நிலைல இருக்கேன் சாமி."

"உன் முகத்தை பார்த்தாலே அது தெரியுது... ஆமா உன் சலனத்துக்கு எது காரணம்?"

"எதைன்னு சொல்வேன்... நான் ஒரு சம்சாரியா இருக்கேனே அதா... இல்லை என் விதியா... நான் எதை சொல்வேன்."

"விதியும் சதியும் வெந்ததை தின்னுட்டு வேளை வந்தா சாகறவங்களுக்கு நீ எதுக்குப்பா அந்த பேச்சு பேசறே..."

"காலம் என்னைப் பேச வெச்சிடிச்சு சாமி..."

"அதான் எல்லாம் நல்லபடியா முடிஞ்சிடுச்சே உன்னை விடாம துரத்தின இச்சாதாரியும் இப்ப இல்லை. உன் மகள்

கல்யாணமும் முடிஞ்சது. இனி நீ உன் விருப்பப்படி, குடும்பத்தோட கொஞ்சநாள், சிவன்மலைல கொஞ்சநாள்னு வாழ்ந்துட்டு போக வேண்டியதுதானே?"

"சாமி... நீங்க மூணு கால ஞானமும் உள்ள ஒருத்தர், இப்படி எங்கிட்ட எதுவும் தெரியாத மாதிரி பேசினா எப்படி சாமி?"

குரங்கு சித்தர் அதைக் கேட்டு சிரித்தார்.

"சாமி சிரிக்காதீங்க... எனக்கு இப்பதான் உங்க வழிகாட்டுதல் வேணும்."

"நீ பிரச்சினையை முதல்ல சொல்."

"என்னன்னு சொல்வேன்... ரசவாதத்தால நான் தங்கம் பண்ணும்போது அதை என் மொத்த குடும்பமே பார்த்திடுச்சு."

"உம்... அப்புறம்?"

"என்ன சாமி அப்புறம்... இது போதாதா? அப்பவே அவங்க அவ்வளவு பேரும் இனி உலகமே நம்ம காலடிலங்கற மாதிரி நினைக்க ஆரம்பிச்சிட்டாங்க. என் மாப்பிள்ளை, இப்பவே எனக்குத் தங்கம் செய்யக் கத்துக்கொடுங்கன்னு ஆரம்பிச்சிட்டார்."

"ஓ... விஷயம் அப்படிப் போகுதாக்கும்?"

"ஆமாம் சாமி... இந்த இக்கட்டுல இருந்து நான் எப்படி மீள்றதுன்னு தெரியாம முழிச்சிகிட்டிருக்கேன்"

"இதுல இக்கட்டு எங்கப்பா இருக்கு? இதெல்லாம் சொல்லிக் கொடுத்து வர்றதில்லைன்னு சொல்லிவிட வேண்டியதுதானே?"

"அதை அவங்க நம்பணுமே... அப்படியே நம்பிட்டாலும் என்னைத் தொடர்ந்து தங்கமா செய்து கொடுக்க சொல்வாங்களே..."

"கொடுத்துத்தான் பாரேன்"

"சாமி... என்ன சொல்றீங்க நீங்க... அதுக்கு எனக்கு சொர்ணகந்தி மூலிகை வேணும். அதுக்கு நான் எங்கன்னு போவேன். இருந்திருந்து ஒரே ஒரு செடி அதுவும் சிவன்மலை

காட்டுல மட்டும் இருக்கு. அதுவும் பொன்னிங்கற, மனுஷ விந்துவால உயிர்பெறாத மூலிகையால உயிர்பெற்ற ஒரு பொண்ணோட ஸ்பரிசத்தால வளர்ற செடி அது. அதை இவங்களுக்காக அழிச்சிடறதா?"

"இந்த கேள்வி கேட்கற நீ எந்த தைரியத்துல ரசவாதத்தை அவங்க எதிர்ல செய்தே?"

"நான் ஒரு அறைக்குள்ளதான் செய்தேன். ஆனா அவங்க கதவைத் திறந்துகிட்டு வந்து பார்த்துட்டாங்க."

"அந்த அறைக்குள்ளதான் எதுக்கு செய்தே?"

"எல்லாம் மகள் மேல உள்ள பாசத்தாலதான்... பலப்பல வருஷமா ஒரு உதவியும் செய்யாம போய்ட்டோம். இனியாவது அவங்க நல்லபடியா இருக்க நம்மால ஆனதை செய்வோம்னு நினைச்சு செயல்பட்டேன். அது இப்படி விபரீதமாயிடுச்சு."

"மொத்தத்துல பாசத்துல வழுக்கி விழுந்துட்டே"

"ஆமாம் சாமி... சந்நியாசிக்கு பாச பந்தம் கொஞ்சம்கூட நல்லதில்லன்னு இப்பதான் புரியுது?"

"பைத்தியக்காரா... கண்கெட்ட பிறகா சூரிய நமஸ்காரம் செய்யறது."

"சாமி... குத்திக்காட்டாதீங்க... ஒரு நல்ல வழிய காட்டுங்க."

"ஒரே வழிதான் இப்ப உனக்கிருக்கு... உன் மனைவியோட சிவன்மலைக்குப் புறப்படு. ராமகிருஷ்ண பரமஹம்சர் சாரதா அம்மையாரை மனைவியா மட்டும் நினைக்கல. தன் தாயா, சகோதரியா, எல்லாத்துக்கும் மேலா ஆதிபராசக்தியாகவே பார்த்தாரு... அந்த மாதிரி பாரு, உன் மக்கள் பத்தி கவலைப்படாதே. நெருக்கடியும் நிர்ப்பந்தமும் அங்களுக்கு எல்லாத்தையும் கத்துக் கொடுத்துடும்."

"கிட்டத்தட்ட நானும் இதையேதான் நினைச்சேன். ஆனா ஒரு சின்ன மாற்றம்"

“என்ன?”

“என் மனைவிக்கு எதுக்கு சாமி சந்நியாசம், அவ என் குடும்பத்தை எப்போதும் போல வழிநடத்தட்டும். நான் மட்டும் கிளம்பி வந்துடறேன்.”

“அப்படி இல்ல... அவளுக்கு நீ கடமைப்பட்டிருக்கே. தாலி கட்டும்போது என்ன சொல்லி தாலிகட்டறோம்?”

“சாமி... அவளால சிவன்மலைக் காட்டு வாழ்க்கையை வாழ முடியுமா சாமி”

“அட என்னப்பா நீ ஒரு குடும்பத்துல இருந்து பெண் படற பாட்டைவிடவா நீயும் நானும் சிவன்மலைல கஷ்டப்பட்டுட்டோம்.”

“அப்ப என் மங்களத்தால சிவன்மலைல ஒரு யோகவாழ்வு வாழ முடியுமா?”

“தாராளமா... எதையும் நாமதான் செய்யறோம்னு நினைக்கற உன் எண்ணத்தை மாத்திக்கோ. வாழ்க்கை யாருக்கு வேணா எதை வேணும்னாலும் கத்துத் தரும்”

“சரி சாமி... அப்ப நான் நாளைக்கே கிளம்பிடறேன். இங்க இருக்கற ஒவ்வொரு நாளுமே என் வரைல ஆபத்துதான்”

“நீ நாளைக்கு கிளம்பி வா... நான் இன்னிக்கே கிளம்பறேன். அப்புறமா ஒரு முக்கியமான விஷயம், உன் குடும்ப வாழ்க்கை சிக்கல்கள் ஒரு விதமா தீர்ந்ததுன்னா அங்க காட்டுல ரொம்ப நாளா நடந்துகிட்டிருந்த சில சிக்கல்களெல்லாமும் கூடிய சீக்கிரம் ஒரு முடிவுக்கு வரப் போகுது”

“ரொம்ப நல்ல விஷயமாச்சே சாமி...”

“ரொம்ப ரொம்ப நல்ல விஷயம் அது... அந்த நல்ல காரியங்களை நடத்திக் கொடுக்க வேண்டிய முக்கியமான ஒருத்தன் இன்னிக்கு சென்னைக்கு வர இருக்கான்”

“யார் சாமி அது?”

சுந்தர்ராஜனின் கேள்விக்கு பதில் கூறாமல் மர்மமாக ஒரு சிரிப்பு மட்டும் சிரித்தார் குரங்கு சித்தர்!

***

சென்னை விமான நிலையம்!

ஒரு இரும்புப் பறவை ஒன்று தரைமேல் ஓடும் பாம்பினை காலால் கவ்விக்கொள்ள விரும்பி தழைந்து வருவதுபோல வந்து நின்றது. அந்த விமானத்தில் இருந்து மிக கம்பீரமாக இறங்கிக் கொண்டிருந்தார் பண்டிட் மகாதேவ்!

தலைக்கு பாகை. நெற்றிக்கு சந்தனப் பொட்டு, புருவத்தில் வசியமை, கழுத்தில் நவரத்ன மாலை, மார்பில் சந்தனக் கலரில் பட்டு ஜிப்பா, இடைக்கு கீழே கச்சவேட்டி, காலில் இமாலயத்து மூலிகை மரத்தண்டாலான கட்டை செருப்பு, இடுப்பில் காந்தி கெடிகாரம், கைவிரல்களில் விதம் விதமான மோதிரங்கள் என்று அவரைப் பார்க்கும் எவரும் முதலில் கை எடுத்து கும்பிட்டுவிட்டுத்தான் மறுவேலை பார்ப்பார்கள். அவரோடு விமானத்தில் பயணம் செய்தவர்கள்கூட அவரைப் பணிவோடு வணங்கினர். ஒரு பணிப்பெண் அவரை வணங்கவும் அந்த பெண் கழுத்தில் ஒரு தங்கச் சங்கிலி எங்கிருந்தோ வந்து விழுந்தது. அந்த விமானத்திலேயே வந்த ஒரு ஆபரேஷன் செய்ய வேண்டிய நோயாளி ஒருவரின் கையைப் பிடித்து ஜெபித்தே அவருக்கு துளியும் வலி உபாதையே இல்லாமல் பண்ணி விட்டார்.

இப்படியான மானுடம் வியக்கும் அமானுஷ்ய சாகசங்களின் சக்ரவர்த்தியாக விமான நிலையத்தை விட்டு வெளியே வந்த அவரை அவரது பிரதான சிஷ்யன் சிதம்பரம் எதிர்கொண்டு வரவேற்றான்.

அது ஒரு விமான நிலையம் என்றெல்லாம் பார்க்கவே இல்லை. பொதேல் என்று சாஷ்டாங்கமாக விழுந்து விட்டான். அப்படி விழுந்துவிட்டு எழுந்தவனின் சட்டை பாக்கெட்டில்

ஒரு ஸ்படிக லிங்கத்தை வரவழைத்து அவனுக்கு மேலும் சிலிர்ப்பூட்டினார் மகாதேவ்!

கார் காத்திருக்க அதில் ஏறிக்கொண்டு நேராக ஹோட்டல் நோக்கியும் பயணமானார்.

காருக்குள் சிதம்பரத்திடம் சில சந்தேகங்கள்.

“குரு...”

“என்ன சிதம்பரம்?”

“அன்னிக்கு நான் நினைச்ச மாத்திரத்துல பத்ரிநாத்ல இருந்து என் வீட்டுக்கே வந்து தரிசனம் தந்தீங்க. இடம், பொருள்னு எதுவும் எனக்கு தடையா இருக்க முடியாதுன்னும் சொல்லாம சொன்னீங்க.”

“அதுதானே உண்மையும்கூட”

“இல்ல... அப்படி ஒரு சக்தி படைத்த நீங்க இப்ப எதுக்கு விமானத்துல வரணும். அதே முறைல நீங்க நினைச்ச இடத்துக்குப் போகலாம், வரலாமே...?”

சிதம்பரம் கேள்வி முன் ஒரு மந்தகாசச் சிரிப்பு மட்டும் சிரித்த மகாதேவ், “அபூர்வ சக்திகளை எப்பவும் ஊறுகாய் மாதிரிதான் பயன்படுத்தணும். அதை எப்பவும் பயன்படுத்தக் கூடாது. உனக்கு சொன்னா புரியாது” என்றார்.

அதன்பின் சிதம்பரம் பெரிதாக வேறு கேள்வியினை கேட்கவில்லை. ஆனாலும் மகாதேவ்க்கு சிதம்பரம் கேட்டது பிடிக்கவில்லை என்றும் அவர் முகபாவங்களை வைத்து அனுமானிக்க முடிந்தது. கண்ணிரண்டும் கூர்மையாகி வெளியே எங்கோ பார்த்து வெறித்தன. சிதம்பரத்துக்கும் தான் அவசரப்பட்டு அப்படிக் கேட்டுவிட்டோமோ என்று தோன்றியது. கார் விரைந்தபடி இருந்தது.

“குரு...”

“உம்...”

"நான் ஏதாவது தப்பா கேட்டிருந்தா மன்னிச்சிடுங்க"

"இல்ல... நீ சரியாதான் கேட்டே... இப்பகூட உன் கேள்விக்கு பதில் சொல்லத்தான் நான் இந்த சென்னைக்கு வந்திருக்கேன்னுகூட சொல்வேன்."

"எனக்கு புரியலையே குரு..."

"புரியும்படியாவே சொல்றேன்... இந்த உலகத்துல சனாதனமானது நம்முடைய மதம்தான்."

"தெரியும் குரு!"

"என்ன தெரியும்... சனாதனம்கறதுக்கு இங்க அர்த்தமே வேற..."

"அது...?"

"சொல்றேன்... அதாவது, மனித இனம்னு ஒன்று தோன்றி, அது தொடக்கத்துல ஆதிவாசி வாழ்க்கை முறை வாழ்ந்து, பின் மெல்ல நாகரீகம் அடைஞ்சு ஒவ்வொரு நாளும் ஒவ்வொரு விஷயத்தை தன் அறிவால கண்டறிஞ்சதாலதான் இன்னிக்கு நாம இந்த உலகத்துல இவ்வளவு சௌகர்யங்களை அடைஞ்சிருக்கோம்"

மகாதேவர் ஏதோ ஆராய்ச்சிக் கட்டுரை எழுதப் போகிறவர் போல பேச்சைத் தொடங்கியது சிதம்பரத்திற்கு உள்ளபடியே துளியும் விளங்கவில்லை.

"நான் சம்பந்தம் இல்லாம பேசறதா உனக்கு தோணலாம் ஆனா, நிறையவே சம்பந்தம் இருக்கு அதாவது மனித சமுதாயத்துக்கு இன்னிக்கு எவ்வளவோ தெரியும். அப்படி அது தெரிஞ்சு வெச்சுருக்கறதவிட அதுக்கு தெரியாம மறைக்கப்பட்ட விஷயங்கள்தான் அதிகம்."

மகாதேவர் மெல்ல விஷயத்துக்கு வருகிற மாதிரிதான் தோன்றியது.

"அப்படி மறைக்கப்பட்ட விஷயங்களை மிக அதிகம் கொண்ட ஒரு நாடு நம் நாடு. ஏன்னா இங்கதான் மிகப்பெரிய

அனுபவசாலிகள் வாழ்ந்தாங்க. உலகத்துலயே இந்த ஒரு மண்ணுல மட்டும்தான் இயற்கை சமச்சீரா இருக்கு. அதாவது இரவும் பகலும் சரிபாதியா இருக்கு.

அதேபோல ஆறு விதமான பருவ காலங்களும் இங்க மட்டும்தான் இருக்கு, வேனில், இளவேனில், கோடை, மழை, இலையுதிர், பனிக்காலம்னு சமமான பாகுபாடுகள் இங்க மட்டுமே உண்டு. இதனால்தான் இந்த மண்ணுல வேற எங்கேயும் இல்லாத வகைல மூலிகைகள் மற்ற தாவரங்கள்லாம் இருக்கு. வாழை, கமுகு, மிளகு, ஏலம்னு எவ்வளவோ செல்வங்கள். இதுல ஒண்ணுகூட அமெரிக்கா மாதிரி நீர்வளம் மிகுந்த நாடுகள்ல கிடையாது. செயற்கையா பயிரிட்டபோதிலும் இங்க சாதாரணமா விளையற விளைச்சலும், அந்த சுவையும் அதுல இல்லை.

வண்டு எப்படி பூ இருக்கற தோட்டமா பார்த்து தேடிப் போகுமோ அப்படி எல்லா வளமும், சீரான இயற்கையும் உடைய இந்த நாட்டை தேடி இறையாளர்களும் இதனாலதான் வந்தாங்க. இறையாளர்கள் மிக அதிகம் இங்கதான் தோன்றினாங்க காரணம், சமச்சீரான இயற்கையும் வளமும்தான்! இந்த இயற்கைவளம் காரணமா இங்க இருந்த மனிதன் ஆரோக்கியமா இருந்தான். அதனால அவனால பொருளாதாரத்துலையும், ஆன்மீகத்துலயும் பெரிய உயரங்களை தொட முடிஞ்சது.

பொருளாதாரம் விஞ்ஞானம்கறது ஊர் உலகத்துக்கு பொதுவானது ஒரு தனிமனிதன் அதை சொந்தம் கொண்டாட முடியாது. அதனால அவனுக்கு பயனும் கிடையாது. ஆனா ஆன்மீகம் அப்படி இல்லை, அது ஒரு பிரத்தியேக அனுபவம். அந்த அனுபவத்தை ஒருத்தர் எவ்வளவுதான் வார்த்தைகள்ல சொன்னாலும் விளங்காது. அனுபவிச்சா மட்டும்தான் உணர முடியும்..."

மகாதேவரின் நீண்ட விளக்கம் எதற்கு என்றே சிதம்பரத்துக்கு புரியவில்லை.

“குருவே... ஒரு மேடைல பேசறமாதிரி இருக்கு உங்க பேச்சு ஆனா, எனக்கு பளிச்சுன்னு புரியல...”

“சரி... உனக்கு சுருக்கமா புரியும்படியாவே சொல்லிடறேன். இன்றைய விஞ்ஞான கண்டுபிடிப்புகள் அவ்வளவையும் விட அசாதாரணமான விஷயங்கள் நம்ம ஆன்மீகத்துல இருக்கு அதுல ஒண்ணுதான் அஷ்டமாசித்தி, அதுல சில சித்திகள் என்கிட்டயும் இருக்கு. அந்த ஆனந்தன்கிட்டயும் இருக்கு. ஆனா பரகாய பிரவேசம்கற கூடு விட்டு கூடு பாயற வித்தையும், ரசவாதமும் தெரிஞ்சிட்டா நானும் சரி, அந்த ஆனந்தனும் சரி, இந்த உலகத்தோட கடவுளாகவே ஆகிவிடுவோம்.”

“அப்ப நீங்க வந்திருக்கறது அதுக்குத்தானா?”

“நான் இந்த ஜென்மம் எடுத்திருக்கறதேகூட அதுக்குன்னு தான் சொல்லலாம்.”

“அதை அடையறது அப்ப ரொம்ப கஷ்டமா குரு!”

“கஷ்டம்கற வார்த்தை ரொம்ப சாதாரணமானது அதேசமயம் யாராவது ஒரு சித்தர் நினைச்சா அந்த வித்தையை ஒரு மண்டலத்துல நமக்கு கற்பிச்சிட முடியும்.”

“அப்ப அதனாலதான் ஆனந்தர் சிவன்மலைக் காட்டுக்கு சித்தர்களை தேடி போயிருக்காரா?”

“நானும் அவனும் இமாலயத்துல ஒரே குருகிட்ட வித்தை கத்துகிட்ட சிஷ்யர்கள். பல விஷயங்கள் பாக்கி இருக்கும்போதே எனக்கு எல்லாம் தெரியும்னு சொல்லிக்கிட்டு ஆனந்தன் என் குருநாதரையும் விட்டுட்டு வெளியேறிட்டான். ஆனா நான் இறுதிவரை இருந்து என் குருநாதரோட முழு ஆசியோட ஒரு முறையான யோகியா வெளிய வந்தேன். இப்பகூட ஆனந்தனால அந்த மலைக்காட்டுல ஜெயிக்க முடியாது. அதுக்கு சில கட்டுப்பாடுகளும் சில விசேஷ சக்திகளும் வேணும்...”

“அப்ப அது உங்ககிட்ட இருக்கா குரு...”

“என்கிட்ட இருக்கற சக்தி போதாது. விசேஷமான ஒரு சக்தி இந்த சென்னைல ஒரு வீட்டுக்குள்ள இருக்கு. அதை அடைஞ்சுட்டா அப்புறம் நான்தான் இந்த உலகத்துக்கே கடவுள்.”

“அது...?”

“இதுக்கு மேல எதுவும் கேக்காதே... என்கூட வா. நான் சொல்றத மட்டும் செய், மிச்சமெல்லாம் உனக்குப் போகப் போக புரியும்”

மகாதேவர் சிதம்பரத்துக்கு ஒரு வாய்ப்பூட்டு போட, ஹோட்டல் வந்திட சரியாக இருந்தது!

❃ ———————— ❃

அத்தியாயம்

46

இறைவன் காபாலிக சிவனடியார் வேஷத்தில் மானக்கஞ்சாற நாயனார் வீட்டிற்கு வந்தபோது நாயனாரின் ஒரே மகளுக்கு திருமண ஏற்பாடுகள் நடந்து கொண்டு இருந்தன. ஒரே தடபுடலான ஏற்பாடு... பிள்ளைவீட்டார் ஒருபுறம், பெண்வீட்டார் ஒருபுறம் என்று பெருங்கூட்டம் வேறு. நாயனாரின் மகளுக்கு ஒருபுறம் அலங்காரம் செய்து கொண்டிருந்தனர். அவளோ பேரழகி... அதிலும் அவளது கூந்தல் அலை போல நீண்டு இடையைக் கடந்து விட்டிருந்தது. அவளது உடலிலேயே கூந்தல் மட்டுமே ஒரு தனித்த அழகுடன் காட்சி தந்தபடி இருந்தது. காபாலிக சிவனடியார் தோற்றத்தில் வந்த இறைவனும் அக்கூந்தலை பார்த்து பிரமித்தான். நாயனாரும் சிவனடியாரை காலில் விழுந்து வரவேற்று இன்புற்றார். இறைவனாகிய சிவனடியார் பார்வையோ மணப்பெண் கூந்தல் மேலேயே இருந்தது. முதலில் நாயனாரும் தன் மகள் கூந்தலை சிவனடியாரே பெரிதும் ரசிப்பதாகத்தான் கருதினார். ஆனால், போகப் போகத்தான் சோதனை ஆரம்பமாயிற்று. "அப்பா! நீ பிறர் மனதில் கேட்க நினைப்பதை அவர்கள் கேட்கும் முன் அளிப்பாயாமே...?" என்கிற கேள்வியுடன் ஆரம்பித்த சிவனடியாரும், "உன் மகளின் கூந்தல் என் போன்ற சிவனடியார் தங்கள் மார்பில் அணியும் பஞ்சவடி போல் உள்ளது" என்று கூறியதுதான் தாமதம். நாயனார்

அடுத்த நொடியே ஒரு கத்தியை எடுத்து வந்து தன் மகளின் கூந்தலை அவருக்கு தேவைப்படுமளவு துண்டாக்கி அதை மிகுந்த பணிவுடன் ஒரு தட்டில் வைத்து நீட்டவும், அவரது வேகத்தையும் அந்த தியாகத்தையும் துளியும் தயங்காத் தன்மையையும், மணப்பெண்ணாயிற்றே மணக்கவிருப்பவர் எது சொல்வாரோ என்கிற எந்த கேள்விக்கும் இடம்தராத தன்மையையும் எண்ணி அடுத்த நொடியே அங்கு இறைவன் அவருக்கும் அவர் மகளுக்கும் காட்சியளித்தான்.

அக்காட்சி ஒரு காணக்கிடைக்காத காட்சி என்று கூறவும் தேவையில்லையே!

ஒரு சிவத் தொண்டன் எப்படி இருக்க வேண்டும் என்பதற்கு, ஒவ்வொரு நாயனாரும் ஒவ்வொரு விதத்தில் சான்றாக விளங்கினாலும், இந்த நாயனார் அவர்களுக்கு நடுவில் தனித்து விளங்குவதை நாம் காணலாம்.

ஒரு முடிவோடு வீட்டிற்குள் நுழைந்த சுந்தர்ராஜனை மங்களம்கூட வித்தியாசமாகத்தான் பார்த்தாள். பட்டுப்புடவை, வட்டப் பொட்டு என்று பளிச்சென்று இருந்தாள். இவ்வளவு நாட்களாகத்தான் அழுது வடிந்து கொண்டு வாழ்ந்து முடித்தாயிற்று. இனி கணவன் அருகில் இருக்கும்போது என்ன கவலை?

இருந்தாலும் சுந்தர்ராஜன் தொடர்ந்து காவி உடுப்பிலேயே இருந்து வந்தது அவளை உறுத்திற்று. அதை கழட்டச் சொல்லவும் அவளது பக்தி தடை செய்தது. அவளுக்குத்தான் தடை. பாரதியிடம் அது இல்லை. எனவே அவள் அப்பாவிடம் வந்து, "அப்பா! இனி இந்த காவிக் கோலம் வேண்டாம்ப்பா... ஜம்மென்று ஒரு ஆபீஸரா உங்களை நாங்க பழையபடி பார்க்க விரும்பறோம்" என்றாள்.

"ஏம்மா உன் அப்பா ஒரு சாமியாரா இருக்கறது உனக்கு பிடிக்கலையா?"

"ஆமாம்... அப்படித்தான்னு வெச்சுக்குங்களேன்." பாரதி அழுத்தம் காட்டும்போது வீட்டு வாசலில் அவர் முன்பு

பணியாற்றிய வனத்துறையில் இருந்து வந்திருந்த ஒரு ஜீப் தேங்கி நிற்க உள்ளிருந்து சில அதிகாரிகள் இறங்கி உள்ளே நுழைந்தனர்.

அவர்களைப் பார்க்கவுமே சுந்தர்ராஜனுக்கு தனக்கான அடுத்த கட்ட சிக்கல் எது என்பது புரிந்துவிட்டது.

“வாங்க சார்... வாங்க.” என்று வரவேற்று அமர்த்தினார் அவர்கள் அவரை ஆழமாக ஊடுருவினர். பின் “மிஸ்டர் சுந்தர்ராஜன், நாங்க டி.எஃப்.ஓ-வுல இருந்து வர்றோம். நீங்க உயிரோட இருக்கறதா தகவல் வந்தது. இருபத்தி இரண்டு வருஷத்துக்கு முந்தி சிவன்மலை காட்டுல காணாம போன உங்களைப் பத்தி பல விதமான தகவல்கள். உங்களை மிருகங்கள் அடிச்சு கொன்னுடுச்சின்னு ஒரு பக்கம், நீங்க காணாம போயிட்டீங்கன்னு இன்னொரு பக்கமும் யூகங்கள் உலவிக்கிட்டு இருந்தன. உங்க ஃபைலை எப்படி குளோஸ் பண்றதுன்னே எங்களுக்கு தெரியல! உங்க பென்ஷனையும் உங்க குடும்பத்துக்கு கொடுக்க எங்களால முடியல.

இப்ப நீங்க உயிரோட இருக்கறது தெரிஞ்சு போச்சு ஒரு பொறுப்புள்ள ஆபீஸரான நீங்க உயிரோட இருந்தும் ஏன் டிபார்ட்மெண்ட்டுக்கு தகவல் கொடுக்கல. உண்மையில என்னதான் நடந்தது?”

வந்த வேகத்தில் ஒரு அதிகாரி கேட்டார். சுந்தர்ராஜன் முகத்தில் நுட்பமான எண்ணப்பொதி சட்டென்று ஒரு பதிலை அவரால் கூற முடியவில்லை. ஆனால், இப்பொழுது கூறியாக வேண்டிய ஒரு கட்டாயம்.

“மன்னிக்கணும் சார்... இவ்வளவு வருஷத்துல என்னைப் பத்தி எந்த ஒரு தகவலையும் நான் என் குடும்பத்துக்கேகூட தெரிவிக்கல. சிவன் மலை சித்தர்களோட சேர்ந்து நான் ஒரு யோக வாழ்க்கைல மூழ்கிவிட்டேன். உண்மைய சொல்லப்போனா என்னையே நான் மறந்துட்டேன்னுதான் சொல்லணும்.”

அதைக் கேட்டு இரு அதிகாரிகளும் ஒருவரை ஒருவர் பார்த்து சிரித்துக் கொண்டனர்.

“என் கருத்து உங்களுக்கு சிரிப்பை தரலாம். ஆனா அதுதான் உண்மை”

“என்ன உண்மையோ... இப்படி ஒரு முட்டாள்தனமான பதிலை நாங்க உங்ககிட்ட எதிர்பார்க்கலை. யோக வாழ்க்கைல நீங்க மூழ்கிப் போனதுக்கும் ஒரு இன்ஃபர்மேஷன் கொடுக்கறதுக்கும் என்ன சம்பந்தம். நீங்க உங்களையே மறந்துட்டீங்கன்னா... கோமாவுலையா இருந்தீங்க?”

ஒரு அதிகாரியிடம் ஆவேசம் வெளிப்பட்டது.

“ஆமாம் சார்... கிட்டத்தட்ட அப்படித்தான்”

சுந்தர்ராஜனின் பதில் அவருக்கு அதிர்ச்சி தந்தது.

“எப்படி எப்படி ஆனது?”

“ஸாரி சார்... நான் அந்த வாழ்க்கையை தொடரப்போறேன். எனக்கு டிபார்ட்மெண்ட் தொடர்பா எந்த உதவியும் தேவை இல்லை. நீங்க நான் இறந்துட்டதாகூட என் ஃபைலை குளோஸ் பண்ணிக்கலாம்.”

“முட்டாள் மாதிரி பேசாதீங்க. உயிரோட இருக்கும்போது அப்படி எல்லாம் எப்படிச் செய்ய முடியும்?”

“சரி, நான் என்னதான் செய்யட்டும்?”

“சென்னைல நம்ம சீஃப் ஆபீஸர்ஸ் முன்னால் நீங்க உங்களுக்கு என்ன ஆச்சுன்னு வந்து விளக்கம் கொடுக்கணும். உங்கமேல ஒழுங்கு நடவடிக்கை எடுத்து உங்களை சிறைக்குகூட அனுப்ப முடியும். ஏன்னா, அந்த அளவு பொறுப்பில்லாம நடந்துகிட்டு இருக்கீங்க. காட்டுல இருந்துகிட்டே இல்லாத மாதிரி நாடகம் ஆடியிருக்கீங்க.”

“இல்ல சார்... நான் டிபார்ட்மெண்ட்டுக்கு தகவல் தர முடியாத நிலைல இருந்தேன். அவ்வளவுதான். மற்றபடி நான் ஒரு தப்பும் பண்ணலை”

“இதை நாங்க எதை வெச்சு நம்பறது?”

“நீங்க நம்பறதுக்கு நான் என்ன பண்ணணும்னு சொல்லுங்க. நான் செய்யறேன்.”

“இது என்ன ஏதாவது போட்டியா... ப்ரூஃப் பண்றதுக்கு! இருபத்திரண்டு வருஷம் அப்படி என்னதான் பண்ணீங்க?”

“நான்தான் சொன்னேனே... அந்த காட்டு சித்தர்களோட சித்தரா கலந்துட்டேன்”

“ஒரு வனத்துறை ஆபீஸர் எப்படி சித்தராக முடியும்? சித்தர்கள்னா பலவித சாகஸங்கள் செய்வாங்கன்னு கேள்விப்பட்டிருக்கேன். உங்களுக்கு என்ன எல்லாம் தெரியும்...?”

“நான் இது தெரியும், அது தெரியும்னுல்லாம் சொல்லி என்னை பெருமைப்படுத்திக்க விரும்பலை. நீங்க என்கிட்ட ஒரு சித்தர்கிட்ட எதிர்பார்க்கற எதையும் எதிர்பார்க்கலாம்...”

சுந்தர்ராஜனின் விளக்கங்கள் அவர்களுக்கு மட்டுமில்லை மங்களம் முதல் பாரதி வரை அவர்கள் இருவருக்குமேகூட ஆச்சரியமும் அதிர்ச்சியுமாகத்தான் இருந்தன.

அவர்கள் தங்களுக்குள் ஏதோ குசுகுசுத்துவிட்டு இறுதியாக சுந்தர்ராஜனை பார்த்து, “ரைட்... உங்களுக்கு ஒரு டெஸ்ட்... நீங்க உண்மையான சித்தர்னா இப்ப எங்களை பத்தி சொல்லணும். அதாவது நாங்க யார்... எங்க பிறந்த தேதி... எங்க பேர்..”

அந்த கேள்வி மங்களத்தையும் பாரதியையும்கூட அதிர்ச்சிக்குள்ளாக்கியது, ஆனால் சுந்தர்ராஜன் அசரவில்லை. கண்களை மூடி சில நொடிகள் தியானித்தவர் “சார்! பொதுவா நான் என் மனோசக்தியை இந்த மாதிரி விஷயத்துக்கு செலவழிக்கறதில்லை. இங்க கடமை நிமித்தம் உங்களுக்கு சில உண்மைகளை புரிய வைக்கறதுக்காக இதுக்கு சம்மதிச்சு இப்ப உங்ககிட்ட உங்களைப் பத்தி சொல்றேன். இதை நீங்க மாயம்னு நினைச்சுட வேண்டாம். இது ஒரு மனோவசிய ஆற்றல் என் எண்ணங்களால் உங்க ஆழ் மனசுக்குள்ள புகுந்து அதுகிட்ட நான் கேட்டு தெரிஞ்சுகிட்டுதான் இப்ப உங்களைப் பத்தி

சொல்லப்போறேன். இன்னொரு விதமும் இருக்கு. அது சோதிட முறை! எப்படின்னா இன்னிக்கு வெள்ளிக்கிழமை ஹஸ்த நட்சத்திர நாள்... ஹஸ்த நட்சத்திரத்துக்கு அதிபதி சந்திரன், ஆகையால இன்றைய தினத்தோட நட்சத்திரபதி சந்திரன். அதேசமயம் கிழமைக்கு அதிபதி வெள்ளியாகிய சுக்கிரன், நீங்க என் வீட்டுக்குள்ள மிகச் சரியா ஒரு மணிக்கு நுழைஞ்சீங்க. அப்ப சுக்கிர ஹோரை நடக்க ஆரம்பிச்சிடுச்சு. மொத்தத்துல சுக்கிரனோட நாள்ள சுக்கிரனோட நேரத்துல சந்திரன்கிற கிரக பலத்தோட நுழைஞ்ச நீங்க அதிகாரிகள். அதாவது செவ்வாய்ங்கற கிரகத்துக்கு உரியவர்கள். வனத்துறை அதிகாரிகள்... வனம்கறது பசுமையானது. மூலிகைகள் உடையது.

எனவே, அது புதன்கற கிரகத்தின் அடித்தளத்துல வருது. ஆக சந்திரன், செவ்வாய், புதன், சுக்கிரன்கற நான்கு அடிப்படைகள் இப்ப உங்ககிட்ட இருக்கு... வந்த விஷயம் விசாரணை, விசாரணைன்னா வழக்கு, வழக்குன்னு வந்துட்டாலே கேதுங்கற கிரகம் வந்துடும். மிச்சம் இருக்கறது சூரியன், குரு, ராகுங்கற மூன்று கிரகங்கள், அதுலயும் அரசாங்க அதிகாரியா நீங்க இருக்கறதால சூரியன்கற கிரகம் அதுக்கு காரணமாயிடுது. ஆகையால இன்றைய உங்கள் செயல்பாட்டுல அதுவும் வந்து மிச்சம் இருக்கறது குருவும், ராகுவும்தான். இதுல வழக்கு முடியணும்னா குரு வேணும், தொடரணும்னா ராகு வேணும். என் வரைல இது முடியப்போற வழக்கு, ஆகையால குரு இதுல வந்துடறார். மீதி இருக்கறது ராகு மட்டும்தான். இந்த ராகுவுக்கு மூன்று நட்சத்திரங்கள். இதுலதான் நீங்க பிறந்துருக்கணும். அதாவது திருவாதிரை, சதயம், சுவாதி. இப்படி கணக்கு போட்டும் நான் உங்களை பத்தி கண்டுபிடிக்க போறேன். ஆகையால இதை எல்லாம் கண்கட்டு... மோடி மஸ்தான் வித்தை. மாயமந்திரம்னு அவசரப்பட்டு புரிஞ்சுக்காதீங்க." என்று நீண்ட விளக்கமளித்துவிட்டு திரும்ப கண்களை மூடி தியானத்தில் ஆழ்ந்தவர் சில நிமிடங்கள் கழித்து கண் திறந்தவராக "இதுல ஒருத்தர் பேர் ராகவேந்திரன். 1968-ம் வருஷம் மாசி மாசம்

சதய நட்சத்திரத்துல பிறந்திருக்கீங்க. இன்னொருவர் பேர் மாதேஸ்வரன்.1965-ம் வருஷம் கார்த்திகை மாதம் திருவாதிரை நட்சத்திரத்துல பிறந்திருக்கீங்க. இதை சரியான்னுல்லாம் கேட்கமாட்டேன். இதுதான் சரியான பதில்."

ஆணித்தரமாக பேசிய சுந்தர்ராஜனை இருவருமே பிரமிப்போடு பார்த்தனர். அவர்களிடம் ஒரு ஆழ்ந்த மௌனம். மங்களமும் பாரதியும்கூட அவர்கள் அதை மறுப்பார்களோ என்று எதிர்பார்த்தனர். ஆனால், அவர்களோ மெல்ல எழுந்து நின்றனர். கைகளை கூப்பினர்.

"மிஸ்டர் சுந்தர்ராஜன்... உண்மையிலேயே நீங்க கிரேட்... எங்களை பத்தி நீங்க சொன்னது நூறு சதம் சரி, அதுமட்டும் இல்லை. நீங்க எந்த அடிப்படைல அதை சொன்னீங்கன்னு கிரகங்களை மையப்படுத்தி சொன்ன விதமும் அருமை, எங்க வரைல அது ஒரு புத்தம் புது தகவல். சித்தர்கள் எந்த அடிப்படையில இயங்கறாங்கன்னு கோடிட்டு காண்பிச்சுட்டீங்க.

ஒரு உண்மையான சித்தரான உங்களை நாங்க இதுக்குமேல பரிசோதனைங்கற பேர்ல பரீட்சை செய்ய தயார் இல்லை. அந்த பாவமும் எங்களுக்கு வேண்டாம். கடமை நிமித்தம் உங்களைப் பத்தின ஒரு தன்னிலை விளக்கத்தை மட்டும் எழுதி கையெழுத்து போட்டு கொடுத்துடுங்க. அது போதும் எங்களுக்கு மேல் அதிகாரிகளை நாங்க பார்த்துக்கறோம்."

வந்தவர்கள் காலில் விழாத குறை. "இனி உங்களுக்கு பென்ஷன் வரும். உங்க பேங்க் அக்கவுண்ட்ல அது தானா போய் சேர்ந்துடும். நீங்க இதை மறுக்க முடியாது. ஒரு சித்தரான உங்களுக்கு இது தேவைப்படாது. ஆனா, உங்க குடும்பத்துக்கு பயன்படும்" என்றும் கூறியவர்கள், சுந்தர்ராஜன் அடுத்த ஐந்து நிமிடத்தில் எழுதிக் கொடுத்த தன்னிலை விளக்க கடிதமுடன் திரும்பவும் அவரை வணங்கிவிட்டு புறப்பட்டனர். அவர்கள் வாசல் தாண்டவும் மங்களமும் பாரதியும் அவரை நெருங்கினர், கூர்ந்து பார்த்தனர்.

“என்ன மங்களம்... எதுக்கு இப்படிப் பாக்கறே?”

“நீங்க அவங்களுக்கு சொன்ன பதிலால நாங்களும்ல ஆடிப்போய் கிடக்கறோம்” என்றாள் மங்களம்

“அப்பா... நீங்க சந்நியாசியாதான் தொடரப்போறீங்களா? எங்ககூட இருக்கப் போறதில்லையா?” என்று கேட்டாள் பாரதி.

மகளின் கன்னத்தை பாசத்தோடு வருடி விட்டார். சுந்தர்ராஜன் வார்த்தைகளால் ஒரு பதிலை இருவருக்குமே சொல்ல விரும்பவில்லை. ஆனால், மங்களத்தை பார்த்து “மங்களம்! நீ என்கூட வரணும். என் கூடவே இருக்கணும்னு நான் எதிர்பார்க்கறேன். வருவியா?” என்று மட்டும் கேட்டார். மங்களம் அவர் கைகளை இழுத்துப் பிடித்தவளாக “என்னங்க இது கேள்வி. நான் இப்ப உங்ககூட எங்க வரட்டும்?” என்று அப்போதே தயார் நிலையை உணர்த்தினாள் பாரதிக்கு திக் திக் என்று அடித்துக் கொண்டது.

“பாரதி... ஒவ்வொரு வருஷமும் சிவராத்திரிக்கு நாங்க ரெண்டு பேரும் வருவோம். அதேசமயம் எங்களைப் பார்க்கணும்னு நீங்க மலைக்குத் தேடி வந்து கஷ்டப்பட வேண்டாம். அப்படி வந்தால்லாம் பார்த்துட முடியாது”

“அப்பா... என்னப்பா இது... என்னமோ இப்பவே போற மாதிரி பேசறீங்க”

“ஆமாம்மா... நான் இனி ஒரு நிமிஷம்கூட இங்க இருக்க விரும்பலை. உன்னை பாலு பாத்துப்பான். உங்களுக்கு கடவுள் துணை இருப்பான். இந்த வீட்டுல நாகமாணிக்கம்கற அருள் அம்சம் இருக்கு. அது உங்களை ஒரு குறைவுமில்லாம வெச்சுக்கும். மங்களம் புறப்படு.”

சுந்தர்ராஜன் காட்டிய அவசரம் மங்களத்தைகூட நெருடியது.

“இருங்க. பாலு வந்துடட்டும். இந்தப் பெண் லலிதா வேற காலையில வீட்டை விட்டுப் போனவ, அப்புறம் பெரியவ

வித்யா... மாப்பிள்ளை மோகன் இவங்களெல்லாம் பார்த்து சொல்லிட்டு கிளம்புவோம்..."

"பைத்தியக்காரி... சொல்லிட்டெல்லாம் கிளம்ப முடியாது. அவங்க நம்மை விடமாட்டாங்க. நான் இப்ப அவங்க மனசுக்குள் ஆசை நெருப்பை வேற வார்த்துட்டேன். அது காட்டுத்தீயா எரிஞ்சு நம்மையும் தீண்டறதுக்குள்ள நாம போயிடறதுதான் நல்லது."

"உங்க பேச்சே எனக்குப் புரியலீங்களே?"

"சில விஷயங்கள் அப்படித்தான்... பள்ளிக்கூடத்துல வாய்ப்பாடு படிக்கற குழந்தைகளுக்கு அப்போ அதால ஒரு பிரயோஜனமும் கிடையாதுதான். ஆனா, அதே குழந்தை பெருசாகி ஒரு ஆபீஸ்ல கணக்கு போடும்போதுதான் அருமை தெரியவரும். சரி, சரி. நீ புறப்படு"

மங்களமும் அதற்குமேல் அவரிடம் வாதம் புரியாமல் உள்ளே போய் ஒரு பெட்டியில் துணிமணிகளை எடுத்துக் கொண்டாள்.

"பைத்தியம்... இது எதுவும் வேண்டாம். கைய வீசிக்கிட்டு வா... மாற்றுத்துணிங்கறது நமக்கு காட்டுலயே காணியர்கள் மூலமாக கிடைக்கும். நட" என்று மங்களத்தின் பெட்டியையும் அங்கேயே உதறினார்.

வாசற்படியை இருவரும் தாண்டும்போது பாரதியிடம் பலமான விசும்பல். அதைவிட ஒரு அதிர்வூட்டும் விஷயமாக லலிதாவும் ரத்னமும் பதிவுத் திருமணம் முடிந்து மாலையும் கழுத்துமாக நின்றனர். மங்களத்துக்கு கண்களில் தீப்பிடித்தது போல ஒரு திகைப்பு. சுந்தர்ராஜன் முகத்தில் ஒரு சிரிப்பு. ரத்னமோ பெரிய சாதனை புரிந்துவிட்டது போல பார்த்தான்.

"லலிதா என்னடி இது... உனக்கே இது நல்லா..." மங்களம் கேட்கப் போனாள். சுந்தர்ராஜன் தடுத்து நிறுத்தினார்.

"எதுவும் பேசாத மங்களம். எண்ணம் போலதான் வாழ்க்கை அது நம்ம மகளா இருந்தா என்ன. யாரா இருந்தா என்ன நல்லா இரும்மா..." என்று வாழ்த்தினார் சுந்தர்ராஜன்.

“அப்பா... இவர் ஒண்ணும் லேசுப்பட்ட ஆள் இல்ல, சிபிஐ-ல பெரிய ஆபீஸர். ஆனா என் மேல உள்ள காதலாலயும், உங்கமேல உள்ள மதிப்பாலயும் இப்ப அந்த வேலையையே ரிஸைன் பண்ணிட்டார். ஏன்னா, இவர் வேலைல இருந்தா உங்களுக்கு தங்கம் செய்யத் தெரியும்கற விஷயத்தை கவர்ன்மெண்ட்கிட்ட சொல்ல வேண்டிவரும். அதை இவர் விரும்பலை. சுருக்கமா சொல்லப் போனா உங்களுக்காகவும், எனக்காகவும் இவர் பெரிய தியாகம் பண்ணியிருக்கார்...” என்றாள். அதைக் கேட்ட நொடி வாய்விட்டு சிரித்துவிட்டார் சுந்தர்ராஜன்.

“ஏம்ப்பா இப்படிச் சிரிக்கறீங்க... நான் எதையும் தப்பா சொல்லலையே...” என்றாள்.

“அப்படியா?”

“ஆமாம்ப்பா...”

“அது சரி... இப்ப இந்த கல்யாணத்துக்கு என்ன அவசரம்?”

“அது... அது...?”

“இவன் நிர்ப்பந்தப்படுத்தினானா?”

“ஆ... ஆமாம்.”

“ஏமாந்துட்டியேம்மா?” ஒரே ஒரு வார்த்தைதான்.

“வா மங்களம்...” என்று வேகமாக நடக்கத் தொடங்கி விட்டார்.

மங்களத்திற்கு உடம்பெல்லாம் பதறியது.

“என்னங்க இது... இப்படி ஒரு காட்சியைப் பார்த்துட்டு கொஞ்சமும் பதட்டமோ வருத்தமோ இல்லாம உடனேயே கிளம்பறீங்க.”

“கிளம்பித்தான் தீரணும். கிளம்பு. இங்க இருக்கற ஒவ்வொரு நொடியும் அடுத்தடுத்து இந்த மாதிரி விபரீதங்களை தான் பார்க்க வேண்டி வரும். பரவாயில்லையா?”

“ஐயோ... நீங்க சொல்றதே எனக்குப் பயமா இருக்கே?”

“இதோ பார்... இப்ப எதுவும் பேசாம என்கூட வருவியா... மாட்டியா?”

“இல்லீங்க... என்னால முடியாது. இது பொறுப்பில்லாத்தனம். நம்ம பிள்ளைங்க தவிப்பாங்க.”

“அப்படியா!”

“ஆமாங்க... வழிகாட்ட நாமளும் இல்லாம போனா எப்படிங்க?”

“சரி, மங்களம். உனக்கு எப்ப வரணும்னு தோணுதோ அப்ப நீ சிவன்மலைக்கு வா. நீ என்னை நினைச்சுகிட்டு இங்க இருந்து கிளம்பிட்டாலே போதும். நான் உன்னை வந்து பாத்துடுவேன். நீ வரவே இல்லேன்னாலும் பாதகம் இல்லை.

எப்போதும் போல பக்தியோட இரு. ஒழுக்கம்தான் பெரிய செல்வம். உழைச்சுத்தான் பிழைக்கணும். சுயமரியாதை தான் பெரிய பலம். இது எதையும் மறந்துடாதே தப்பியும் குறுக்கு வழியில போயிடாதே. இதோ மாப்பிள்ளை கோலத்துல இருக்கற இவனுக்கு நேர்வழியே தெரியாது. இவனை திருத்தி நல்லபடியா மாத்து. அந்த சிவனோட ஆசிகள் உங்களுக்கு எப்பவும் இருக்கட்டும்.”

நெஞ்சம் நெகிழ சுந்தர்ராஜன் பேசிவிட்டு விறுவிறுவென்று வெளியேறினார்.

“என்னங்க, நில்லுங்க... நில்லுங்க...” என்று பின்னால் ஓடிய மங்களத்துக்கு அதன்பின் சுந்தர்ராஜனை பார்க்க முடியவில்லை.

கண்ணீர் மல்க திரும்பி வந்தவள் லலிதாவை பரிதாபமாக பார்த்தாள்.

“எப்பவுமே பேராசைக்காரி நீ... சுயநலத்துக்காரியும்கூட அது உனக்கு கொடுத்த பரிசுதான் இந்த நபர். இப்படியா ஏமாந்து நிப்பே?”

அவள் கேட்க அடுத்தடுத்து பாலு, வித்யா, மோகன், சம்பந்தி அருணாசலம், சித்தி சகுந்தலா, ஆசாரி பொன்னம்பலம், அவர்

மனைவி தர்மாம்பாள் என்று வரிசையாக எல்லோரும் வந்து நிற்க, ரத்னம் தலைகுனிந்து கொண்டான். தனி அறைக்குள் லலிதா தலையில் அடித்துக் கொண்டு அழுதபடி இருந்தாள்.

“எல்லாமே ஒரு கனவுபோல நடந்து முடிஞ்சிடிச்சு, நம்ம பேராசை அவரைத் துரத்தி அடிச்சிடிச்சு...” என்று மங்களம் வாய்விட்டு அழுதபோது உச்சபட்சமாக அந்த சம்பவம் நடக்கத் தொடங்கியது.

வீட்டுவாசலில் யோகி மகாதேவர் கார்!

பார்த்தால் கும்பிடும் தோற்றமுடன் உள்ளே நுழைந்த மகாதேவை பார்த்து எல்லோரும் திகைக்க, மகாதேவ் “நடந்தது எல்லாம் எனக்கு தெரியும்... சுந்தர்ராஜன் இப்ப எங்க இருக்கார்ன்னும் எனக்கு தெரியும்” என்றார்.

“எங்கே... எங்கே... எங்கே...?” எல்லோரும் கேட்டனர்.

உடனேயே திரும்பிப் பார்த்தார்.

‘சிதம்பரம்’ என்று அழைத்தார்.

அந்த நபரும் ஓடி வந்தார்.

“இவங்கள நம்ம கார்லயே சிவன்மலை அடிவாரத்துக்கு கூட்டிக்கிட்டுப் போய் சுந்தர்ராஜன் கிட்ட விடு” என்றார்.

அடுத்த பத்தாவது நிமிடம் அவ்வளவு பேரும் காருக்குள், இறுதியாக மங்களம் வீட்டை பூட்டிக் கொண்டு ஏறினாள்.

காரும் கிளம்பியது, கார் மறைந்த நொடியே மீண்டும் மகாதேவ், பூட்டிய பூட்டை பிடித்து இழுத்த நொடி அது அவர் கையோடு வந்தது.

உள்ளே நுழைந்தார்.

மனோ திருஷ்டிக்குள் நாகமாணிக்கம் இருக்கும் குங்கும பாத்திரம் நன்றாகவே தெரிந்தது.

பூஜை அறையில் சிவலிங்கம் முன்னால்...

அதைப் பார்த்து வணங்கியபடியே கையில் எடுத்தார். ஒரு புதுபலம் உடம்புக்குள் நுழைந்தது போல இருந்தது. 'இது என் சொத்து. இங்கு இருப்பதே எனக்காகத்தான்' என்று எண்ணிக் கொண்டவர். திரும்பவும் சிவலிங்கத்தைப் பார்த்தவராக 'சர்வேஸ்வரா... நான் இப்போது உன் தோளுக்கு இருக்கிறேன். விரைவில் உன்னை கடந்துவிடுவேன். இந்த பூலோகத்தை பொறுத்தவரை நானே கடவுள்' என்று மனதில் ஒரு கர்வமான நினைப்பு ஓடியது. பின் கிளம்பிவிட்டார்.

அத்தியாயம் 47

சிவபெருமானின் திருவிளையாடல்களில் திருக்குறிப்பு நாயனாரிடம் அவன் ஆடிய ஆடல் விசித்திரமானது. திருக்குறிப்பு நாயனார் துணி வெளுக்கும் ஏகாலியர் இனத்தவர். சிவத் தொண்டர்களின் உடைகளைத் தோய்த்து தருவதிலே அளவில்லாத ஆனந்தம் காண்பவர். ஒரு ஏகாலிதானே... அவனது கந்தையைக் கசக்கும் செயல் என்ன பெரிய செயல் என்றெல்லாம் பலர் நினைத்திருக்க, அவர் பெருமையை உலகுக்கு உணர்த்த இறைவனும் திரு உள்ளம் கொண்டான்.

ஒரு சிவனடியார் வேடத்தில் வந்து தன் உடையை தந்து நன்கு தோய்த்து பின் காயவைத்த நிலையில் தரச் சொன்னான். அதற்கென்ன என்று நாயனாரும் அதை பெற்றுச் சென்று குளத்தில் அமர்ந்து நன்கு தோய்த்து விட்டார்.

ஆனால், துவைத்ததை உலர்த்த முனைந்தபோது பெரும் மழை வந்து சூரியன் ஒளிந்து கொண்ட பின் சிவத்தொண்டர் வடிவில் வந்த இறைவனும் குளிரால் நடுங்குகின்றவன் போல நடுங்கத் தொடங்கினான். 'அப்பனே... நீ வாக்கு தவறிவிட்டாய். உன்னை நான் சபிக்கப் போகிறேன்' என்று முனைந்த போது நாயனார் அதைக் கேட்டு அஞ்சாமல் 'ஸ்வாமி... நீர் சொல்வதுதான் உண்மை. இயற்கை என்னை வஞ்சித்துவிட்டது, உமது சாபம் பட்டு நான் கருகுவதற்கு முன் நானே முட்டிமோதி

உயிரை விட்டுவிடுவது மேல்' என்று பக்கத்து சுவரில் தலையை முட்டிக்கொள்ள முனைந்தபோது இறைவன் அவரை தடுத்தாட்கொண்டான். அதனால் இன்றளவும் திருக்குறிப்பு நாயனாரின் புகழும் தொண்டும் பேசப்படுகின்றன!

சிவன் மலை!

அடிவாரத்தில் தேங்கி நின்ற காரில் இருந்து இறங்கிய சிதம்பரம், அவ்வளவு பேரையும் இறங்கச் சொல்லிவிட்டு "இங்கேயே இருங்கள். சுந்தர்ராஜன் இந்தப் பக்கம்தான் வருவார்... அவரை அப்போது ஒன்றாக சேர்ந்து பிடித்துக் கொள்ளுங்கள்" என்று கூறிவிட்டு கிளம்பிவிட்டார்.

பாலு தன் செல்போனில் பாண்டியனை தொடர்பு கொண்டு நடந்ததை கூறி முடித்தான். பாண்டியனுக்கு சற்று திகைப்பாக இருந்தது.

"என்ன பாலு இது... யாரோ ஒருத்தர் வந்து, உங்கப்பாவை எனக்குத் தெரியும், கிளம்புங்கன்னா உடனே கிளம்பிட்டீங்களா?"

"பாண்டியன் சார்... அந்த மனுஷன் முன்னால் எதிர்த்து ஒரு வார்த்தை பேச முடியல. அந்த நபர்கிட்ட அப்படி ஒரு வசீகரம்"

"அவர் பேர்?"

"அதெல்லாம் தெரியாது... ஆனா அந்த நபர் ஒரு வட நாட்டுக்காரர் மாதிரிதான் இருந்தார். எங்களை ட்ராப் பண்ணின நபர் சென்னைக்காரர், அவர் கார்ல அந்த மனிதரோட படம் பெரிய அளவுல இருந்து மாலை எல்லாம் போடப்பட்டிருந்தது. கீழே ஜெய்மகாதேவ்னு எழுதியிருந்தது..."

"என்னது, மகாதேவ்னு எழுதியிருந்ததா?"

"ஆமாம் சார்... ஏன் கேக்கறீங்க?"

"பாலு! அந்த மகாதேவ் பத்தி நான் நிறைய கேள்விப்பட்டிருக்கேன். கடவுள்னு ஒருத்தர் தனியாக வானத்துல

கிடையாது. நாமெல்லாமே கடவுள்தான். நான் மனசு வெச்சா எல்லாரையுமே கடவுளாக்கிடுவேன்னு சொல்லிக்கிட்டு சில சித்து வேலைகள் செய்துகிட்டு திரியற நபர் அவர்..."

"சரி, பாண்டியன் சார்... அந்த நபர் எதுக்கு எங்க வீட்டுக்கு வந்து அப்பா பத்தி நாங்க எதுவும் சொல்லாமலே மிகச் சரியா பேசி எங்களையும் சிவன்மலை அடிவாரத்துக்கு கூட்டிக்கிட்டு வரணும்."

"சரியான கேள்வி... ஆமா இப்ப சென்னைல உங்க வீட்ல யார் இருக்கா?"

"யாரும் இல்ல... அப்பாவை எப்படியும் பாத்தாகணும்கற ஒரு ஆசைலயும் வேகத்துலயும் கிளம்பி வந்துட்டோம். அது மட்டுமில்ல, லலிதாக்கா ஒரு பெரிய தப்பையும் பண்ணிட்டா"

"என்ன தப்பு...?"

"ஆசாரியோட மச்சினன் ரத்னம்கற ஃப்ராடை கல்யாணம் பண்ணிக்கிட்டு வந்து நிக்கறா... அவன் சி.பி.ஐ. ஆபீஸர்னு அவகிட்ட பீலா விட்டுருக்கான்..."

"மைகாட் பாலு! நடந்ததா நீ சொல்ற ஒவ்வொரு விஷயங்களுமே ரொம்பவே விபரீதமா இருக்கு உங்கப்பாவும் காரணத்தோடதான் உங்களை விட்டுப் பிரிஞ்சு போக முடிவெடுத்திருக்கணும். பைத பை! உங்க வீட்லதானே இப்ப அந்த நாகமாணிக்கக் கல் இருக்கு."

அங்கு தொட்டு இங்கு தொட்டு பாண்டியன் நாகமாணிக்கத்திடம் வந்து நின்றார்.

"ஆமாம் சார்..."

"அதை சாதாரணமாக வீட்ல வெச்சுட்டா அவ்வளவு. பேரும் கிளம்பினீங்க...?"

"சார்! நீங்க கேக்கறத பார்த்தா..."

"ரைட்... நீங்க நேரா பொன்னி வீட்டுக்குப் போயிடுங்க நான் இப்பவே உங்க வீட்டுக்குப் போய்ப் பார்த்துட்டு வரேன்"

பாண்டியனின் பதில்கள் பாலுவையே சற்று குழப்பி பதட்டப்பட வைத்தன. மங்களம் அதை கவனித்தவளாக வந்து கேட்டாள்.

“பாலு... என்னடா யார்கூட பேசினே?”

“பாண்டியன் சார் கூடம்மா”

“அவர் என்ன சொல்றாரு.”

“அம்மா! தப்பா நம்மை சுத்தி ஏதோ நடந்துகிட்டு இருக்கு ஆனா ஒண்ணு. இது சிவன்மலை, நம்ம அப்பா இருக்கற இடம். இங்க நிச்சயமா நமக்கு கெடுதலா எதுவும் நடந்துடாது. இங்க நாம இப்படி ஒரு மரத்தடியில நிக்கறதுக்கு பொன்னியோட வீட்டுக்குப் போவோம். பாண்டியன் சார் வந்துடட்டும் காட்டுக்குள்ள அப்பா இருக்கற இடம் அவருக்குத் தெரியும். அவர் கூட்டிக்கிட்டுப் போவார்.” என்று மங்களத்தை சமாளித்தவன் அப்படியே அவ்வளவு பேருடனும் பொன்னி வீட்டை நோக்கிப் புறப்பட்டான்.

***

பாலு வீடு!

பைக்கில் வந்து நின்ற பாண்டியனுக்கு வீடு திறந்தே கிடந்ததை பார்க்கவும் பகீர் என்றது.

இறங்கி உள்ளே ஓடினார்.

பூஜை அறை கதவு திறந்து கிடந்தது... குங்குமப் பாத்திரத்தை மட்டும் காணவில்லை. அந்த நொடியே என்ன நடந்தது என்பது விளங்கிவிட்டது.

வெளியே வந்தார்... பூட்டு உடைந்து ஒரு பக்கம் கிடந்தது. பக்கத்து வீட்டம்மாள் எட்டிப் பார்த்தாள்.

பாண்டியனை ஏற்கெனவே பலமுறை பார்த்தவள்.

“அம்மா... எனக்கு முந்தி இங்க யாராவது வந்துட்டு போனாங்களா?” கேட்டார்.

“ஆமாம் தம்பி யார்னு தெரியல. ஆனா வடநாட்டுக்காரர் மாதிரி தோற்றம். மங்களத்தம்மா புருஷனும்தான் ஒரு சாமியாராச்சே... அதான் பாக்க வந்திருக்காருன்னு நினைச்சேன்.”

பாண்டியனுக்கு அதற்குமேல் விளக்கம் தேவைப்படவில்லை.

தோற்றத்தில் சாமியாராக இருந்து என்ன பயன்...

புத்தியில் திருடர்களாக இருப்பவர்களை என்னவென்று சொல்வது?

“ஏன் தம்பி... ஏதாவது விவகாரமா?”

அந்த அம்மாளின் கேள்விக்கு, “அதெல்லாம் ஒன்றுமில்லை. நான் வருவதற்குள் கிளம்பிவிட்டார் அதான் கேட்டேன்” என்ற பாண்டியன், “ஆமா. வீடு பூட்டியிருந்ததை அவர் எப்படி திறந்தார்” என்று கேட்கவும், அந்த அம்மாவிடம் ஒரு சன்னமான திணறல்.

“அவரைப் பார்த்தப்போ நான் வீட்டுக்குள்ள இருந்தேன். எனக்கு வேற எதுவும் தோணலை” என்று மட்டும் கூறினாள்.

பாண்டியனும் வேறு ஒரு பூட்டை தேடி எடுத்து பூட்டிக் கொண்டு வீதிக்கு வந்தார்.

வடநாட்டில் இருந்து தொடர்ச்சியாக மிரட்டல்கள்... வீட்டுக்கு வந்த பார்சல்கள் நினைவுக்கு வந்தன! அதை அனுப்பிய நபராகத்தான் இவர் இருக்க வேண்டும். பெயர் யோகி மகாதேவ்!

மகாதேவ் பற்றி இன்டர்நெட்டில் ஒரு வலைதளம் இருப்பதும் பளிச்சிட்டது.

அடுத்த நொடி பாண்டியன் பைக் செல்வராஜ் இருக்கும் க்ரைம் பிராஞ்ச் டிபார்ட்மெண்ட் நோக்கிச் செல்லத் தொடங்கி விட்டது.

க்ரைம் பிராஞ்சில் செல்வராஜ் உதவியோடு மகாதேவன் வலைத்தளத்துக்குள் நுழைந்தபோது ஏராளமான ஆச்சரியங்கள் காத்திருந்தன. மகாதேவுக்கு வயது ஐம்பத்தைந்து.

அமெரிக்காவில் மனோதத்துவம் படித்து முடித்த பட்டதாரி. ஆங்கிலம், சமஸ்க்ருதம், ஹிந்தியில் தொடர்ந்து ஐந்து மணி நேரம் வரை பேசி சாதனை செய்திருப்பவர். இந்த சமயத்தின் பதினெட்டு புராணங்களும் விரல் நுனியில். சித்தர்கள் பற்றி தனியே ஆராய்ந்து டாக்டர் பட்டமும் பெற்றவர்.

இதுபோக இமாலயத்தில் தொடர்ச்சியாக ஏழு வருடங்கள் தவத்தில் இருந்தவர்.

ஹடயோகம் என்னும் யோகத்தில் இந்தியாவிலேயே மிகச் சிறந்த யோகி.

தொடக்கத்தில் இந்து தெய்வ வழிபாட்டில் நாட்டம் கொண்டிருந்த மகாதேவ், 1998-க்கு பிறகு 'நானே கடவுள்' என்று அறிவித்தார்.

கடவுளால் மட்டுமே மாயமாய் மறைதல், காற்றில் மிதத்தல், வானில் பறத்தல், இறந்துபோய்விட்ட உடல்களுக்குள் புகுதல், ஜலசமாதியில் கிடத்தல், நெருப்பை விழுங்குதல் எல்லாம் சாத்யம். மொத்தத்தில் பஞ்ச பூதங்களையும் ஆட்டிப் படைத்தல் என்பது சாத்யம். விரைவில் நானும் ஆட்டி வைப்பேன் என்று ஒரு மாபெரும் கூட்டத்தில் பேசியவர்.

இவரது சித்து விளையாட்டுக்கு உலகம் முழுக்க அடிமைகள் உள்ளனர். இவர் சொன்னால் தீக்குளிக்க மட்டுமே ஆயிரக்கணக்கான பேர் தயாராக உள்ளனர். அவர்கள் தங்கள் பெயர்களையும் வலைதளத்தில் கொடுத்திருந்தார்கள்.

2004-ம் வருடம் ஆஸ்திரேலியாவில் பேசியபோது கடவுள் என்று தனியே ஒருவர் கிடையாது. சிவன், விஷ்ணு, பிரம்மா போன்றவர்கள் பூமியில் நம்மைப் போல் பிறந்து தங்களை கடவுள் ஆக்கிக் கொண்டவர்கள். நான் அவர்கள் மூவரின் கலவை. எனவே நானும் கடவுள். என்னால் உங்கள் அவ்வளவு பேரையும் கடவுள் ஆக்க முடியும் என்று கூறியவர். அப்போது ஒரு நிருபர் குறுக்கிட்டு 'நீங்கள் கடவுள் என்றால் மனித சக்தியைவிட உங்கள் சக்தி எந்த வகையில் வேறுபட்டது?

உங்களால் மழை வரவழைக்க முடியுமா? பூகம்பத்தை தடுக்க முடியுமா? குறைந்தபட்சம் உங்களால் நாங்கள் பார்த்துக் கொண்டிருக்கும்போதே மறைந்து போக முடியுமா?' என்று கேட்டபோது 2008-ம் வருடம் ஒரு பௌர்ணமி நாளில் உங்கள் எல்லா கேள்விகளுக்கும் பதிலைக் கூறி நானே கடவுள் என்பதை நிரூபிப்பேன். அது மட்டுமல்ல. என் சக்தியால் இங்கே தங்க மழை பொழியும் என்றும் அந்த வலைதளத்தில் செய்திகள் இறைந்து கிடந்தன. அதை தொடர்ந்து பல கேள்விகள்.

இறந்தவர் உயிரோடு வரமுடியுமா?

மறு ஜென்மம் உண்டா?

எய்ட்ஸ் உள்ளவரை உங்களால் மீட்க முடியுமா?

இந்த உலகில் அதிசயமானது எது?

அமுதசுரபி, காமதேனு, கற்பக விருட்சம், இதெல்லாம் உண்மையா? இல்லை கற்பனையா?

இப்படிப் பலவித கேள்விகள்... அவற்றுக்கான பதில்களில் 'உங்கள் எல்லா கேள்விகளுக்கும் விடை பாரதத்தில்தான் உள்ளது. என் வரையில் நாகமாணிக்கம் தான் இன்றைய உலகின் அதிசயம்... அது உள்ளவன்தான் இந்த உலகை கட்டுப்படுத்தி ஆள முடிந்தவன், அந்த நாளில் எங்கள் அரசர்கள் தங்கள் கிரீடங்களில் இப்படி சக்திவாய்ந்த கற்களைப் பதித்துக் கொண்டு தான் உலகையே ஆட்சி செய்தார்கள். கிரீடம் என்பது அந்தஸ்தின் சின்னம் அல்ல... அது ஆன்ட்டெனா' என்று சொன்ன பதிலுக்குள் நாக மாணிக்கம் பற்றிய குறிப்பு பாண்டியனை ஒரு கிள்ளு கிள்ளியது.

வலைதளத்தில் இருந்து விடுபட்டவர், செல்வராஜைப் பார்த்து சிரித்தார்.

"என்ன பாண்டியன்?"

"சிவன்மலைக் காட்டு புதிர்களுக்கு விடை கிடைக்கப் போகுது செல்வராஜ்"

“அப்ப இந்த மகாதேவ்தான் எல்லா சிக்கல்கள், கொலைகளுக்கெல்லாம் காரணமா?”

“மகாதேவ் மட்டுமல்ல. இதே ஊரில் இருக்கற ஆனந்தர்ங்கற நபரும்தான்!”

“அப்ப வீரப்பன் மாதிரி கிரிமினல்களால் பிரச்சினை கிடையாது. ஆன்மீகமான அந்த காட்டுக்கு ஆன்மீகவாதிகளாலதான் பிரச்சினையே... சரிதானே?”

“இந்த ஒரு விஷயத்துல அதுதான் சரி. நான் புராண கதைகளை பெருசா நம்பாதவன். அதை மிகையான கற்பனையா மட்டுமே நினைச்சவன். ஆனா இந்த மகாதேவும், ஆனந்தரும் அவை மிகையில்லைன்னு சொல்லாம சொல்லிட்டாங்க”

“எப்படி?”

“இதுக்கு பதிலை ஒரு வார்த்தையாலோ, இல்ல ஒரு சில வரிகள்ளையோ சொல்ல முடியாது. அதுக்கு பல மணி நேரம் தேவை...”

“சரி. இப்ப என்ன பண்ணப் போறீங்க?”

“எதையும் நான் பண்ணத் தேவை இல்லை செல்வராஜ் எல்லாம் இனிதானா நடக்கும்.”

“இது என்ன சாமியார்தனமான பதில்”

“உண்மை செல்வராஜ் நாம நிஜமா எதையுமே செய்யறதில்லை... செய்ய வைக்கப்படறோம்”

“அப்ப சிவன்மலை புதிர்களுக்கான முடிவும் செய்ய வைக்கப்பட்டு நமக்கு தெரிய வருமா?”

“அது எனக்குத் தெரியாது. தெரிய வரலாம், வராமலும் போகலாம். ஆனா ஒண்ணு உறுதி. இனி சிவன்மலைல எந்த தப்பையும் யாராலயும் பண்ண முடியாது.”

“அந்த விஷயங்கள்தான் புதிர்னா... உங்க பேச்சு அதைவிட புதிரா இருக்கே பாண்டியன்”

“பூக்கடைல இருந்து வர்றவன் மேல கொஞ்சமாவது பூ வாசனை வீசத்தானே செய்யும் செல்வராஜ்!”

“முடிவா சொல்லுங்க... அந்த காணாம போனவங்க பத்தி, அப்புறம் ஆசாரி மகனை கொன்னவங்கள பத்தி, அவ்வளவு ஏன் ராகவன் சார் மகன் கண்ணனையும் கொன்னுதானே தொங்கவிட்டாங்க. அது பத்தி, எல்லாத்துக்கும் மேலா இந்த சென்னைல வரிசையா பாம்பு கடியால இறந்தாங்களே... அவங்க பத்தி, அவ்வளவு ஏன் இருபத்திரண்டு வருஷமா காட்டுல இருந்தாரே சுந்தர்ராஜன், அவர் அங்க என்ன பண்ணிக்கிட்டிருந்தாங்கற மாதிரி கேள்விக்கெல்லாம் விடை கிடைச்சிடுமா?”

“நீங்க கேட்ட கேள்விகள்ல பல கேள்விகளுக்கு எனக்கே விடை தெரியும் செல்வராஜ், சுந்தர்ராஜன் சித்தர்களோட சித்தரா கலந்துட்டார். அவர் காட்டை விட்டு வெளியே வந்தா அவருக்கு ஒரு நாகத்தால மரணம்கற ஒரு நிலை இருந்தது. இப்ப அந்த நாகமே உயிரோட இல்லை. அடுத்து அங்க காணாம போனவங்க அந்த காட்டுலதான் இருக்காங்க. அவங்களால பல காரணங்களால் வெளியே வர முடியல. அந்த காட்டுல மதிமயக்கி வனம், புதைகுழிகள்னு ஆபத்தான பகுதிகளும் இருக்கு ஆகையால அதுல விழுந்தும் சிலர் உயிர் விட்டிருக்கலாம்.

ராகவன் மகன் கண்ணன், ஆசாரி மகன் இவங்கல்லாம் இந்த ஆனந்தர், மகாதேவ் கூட்டத்தாலதான் கொல்லப்பட்டிருக்கணும், அவங்களோட ரகசியங்கள் இவங்களுக்கு தெரியவந்து அதனால கொல்லப்பட்டிருக்கலாம்.

சென்னைல பாம்பு கடியால பலர் இறந்தது பாம்பால தான். அந்த பாம்பாலதான் சுந்தர்ராஜனுக்கு ஆபத்து இருந்தது. இப்ப அது நீங்கிடிச்சு”

“வாவ்... பாண்டியன், வெரி பிரிலியண்ட் நீங்க! என்னை இடிக்கற ஒரே விஷயம் இந்த பாம்பு மேட்டர்தான். ஒரு பாம்பை கொல்லவா அந்த சுந்தர்ராஜனால முடியல. அது எப்படி அவ்வளவு பேரை கொன்னுருக்க முடியும்?”

"செல்வராஜ் அது பாம்புன்னு மட்டும்தான் சொன்னேன். ஆனா, அது எப்படிப்பட்டதுன்னு நான் சொல்லலை. அதை சொன்னா நீங்க முதல்ல நம்பமாட்டீங்க. அப்புறம் தாங்க மாட்டீங்க. சிவன்மலை அதிசயங்கள்ல அதுவும் ஒண்ணு. எப்பவும் அதிசயங்களை யாராலும் பிறருக்கு உள்ளது உள்ளபடி உணர்த்தவே முடியாது. அதை யாரா இருந்தாலும் அனுபவச்சு மட்டும்தான் உணர முடியும்."

"அப்ப எனக்கு அந்த அனுபவத்துக்கு வழி இருக்கா?"

"ஸாரி செல்வராஜ்... இந்த ஜென்மத்துல உங்களுக்கு அதுக்கு வாய்ப்பு இருக்கறதா தெரியல."

"சரி, உங்க கல்யாண சமயத்துல வெடிகுண்டு வெடிச்சதே... அது யாரால?"

"சாட்சாத் இந்த மகாதேவால."

"இந்த நபருக்கு காட்டுக்குள்ள நுழையற எல்லாரும் எதிரிங்கதான். நான் ஒரு டிடெக்டிவ். உள்ள நுழையற நான் ஒண்ணு கெடக்க ஒண்ணா அந்த மலைல உள்ள விஷயங்களை மீடியாவுக்கு கொண்டு வந்து அதனால உலகத்தோட பார்வை அந்த மலைமேல விழுந்து அங்க ஒரு கூட்டம் போக ஆரம்பிச்சுட்டா..."

"போனா என்ன?"

"அங்க பல ரகசியங்கள் இருக்கு... அது இந்த கூட்டத்தால அழிஞ்சு போகலாம்..."

"எப்படி... எப்படி?"

"உதாரணமா ஒரு மூலிகைச் செடி இருக்குன்னு வைப்போம். இங்க இருந்து கூட்டம் கூட்டமா போறவங்களால அதுக்கு ஒரு அழிவு ஏற்படலாம். இல்லையா?"

"இப்படி அவ்வளவு தூரத்துக்கு யோசிக்கற நபரா இந்த மகாதேவ்?"

“அதைத் தாண்டியும் யோசிக்கற நபர் மகாதேவ், இல்லேன்னா ஆன்மீகம்கற ஒரே ஒரு கல்வியால உலகம் முழுக்க இவருக்கு ஆயிரக்கணக்குல சிஷ்யர்கள் இருக்க முடியுமா? நானே கடவுள்னு பிரகடனப்படுத்திக்கற தைரியம்தான் வருமா?”

பாண்டியனின் பதிலால் செல்வராஜ் முகம் சோகையிழந்து போனது. அடுத்தடுத்து கேட்க நிறைய கேள்விகள் இருக்கிறார் போலும். ஆனால், எப்படிக் கேட்பது என்று மட்டும் தெரியாத மாதிரியும் ஒரு தவிப்பு இருந்தும் ஒரே ஒரு கேள்வியை கேட்டார்.

“பாண்டியன்! ஏன் நம்ம சாமியாருங்க மட்டும் இப்படி தப்பு தப்பா இருக்காங்க?” பாண்டியனுக்கு சிரிப்பு வந்து விட்டது.

“தப்பா கேக்கறீங்க செல்வராஜ் காஞ்சமரம்தான் எப்பவும் கல்லடி படும். உலகத்துல மற்ற மதங்களை திரும்பிப் பார்த்தா இரண்டாயிரம் வருஷம், மூவாயிரம் வருஷம்னு ஒரு தூரம் தெரியும். ஆனா நம்ம மதத்துக்கிட்ட அது கிடையாது.

இதோட நீளத்தை யூகிக்கவே முடியல. அதேசமயம் ஒரு நீண்ட காலம்கறதால இதுல நீண்ட அறிஞர்கள், முனிவர்கள், ஞானிகள் பட்டியலும் இருக்கணும்கறது உள்ளடக்கமா ஒளிஞ்சிருக்கற ஒரு உண்மை இல்லையா?

இப்ப பிறக்கற நம்ம பசங்க எடுத்த எடுப்புல டிவி பார்த்து, செல்போன்ல பேசி, டூவீலர்ல ஸ்கூலுக்குப் போய், இன்டர்நெட் வழியா உலகையும் பாக்கறாங்க. அந்த வசதியை நாம செய்து கொடுத்ததால இது எதையும் அவங்க தேட வேண்டிய அவசியமில்லை.

ஆனா, நம்ம காலம் அப்படியில்லை. மண்ணுல சுண்டு விரலால எழுதியல்லவா படிச்சோம்?

அதே மாதிரிதான் நம்ம ஆன்மீகமும் பலப்பல ஞானிகள், ரிஷிகள், முனிகள், சித்தர்கள் நீண்ட நெடிய தங்கள் வாழ்க்கைல வாழ்ந்து பார்த்த அனுபவங்களைக் கொடுத்துட்டுப்

போயிருக்காங்க அதை எல்லாம் படிச்சுட்டு ரொம்ப வேகமா நான்தான் கடவுள்னு சொல்ல இந்த மகாதேவாலயும் முடியும் ஆனா ஏட்டறிவுக்கும் பட்டறிவுக்கும் நிறைய வித்தியாசம் இருக்க... மகாதேவ் வெறும் ஏட்டறிவு. பட்டறிவை இனி அந்த சிவன்மலை கத்துக்கொடுக்கும்.

நான் தான் கடவுள்னு நம்ம மதத்துல ரொம்பபேர் சொல்லியிருக்காங்க. ஹிரண்யன் சொன்னான். ஆனா, அவன் முடிவு எல்லாருக்கும் தெரியும். இப்ப நமக்கு தெரிஞ்சு மகாதேவ்!"

"உனக்குள்ளேயே கடவுள் இருக்கார்... ஆகையால நீயும் கடவுள் தான்னு ராமகிருஷ்ணர்கூட சொல்லியிருக்காரே... இது ஒரு தப்பான கருத்தா எப்படிச் சொல்ல முடியும்?"

"உண்மைதான்... அன்பே சிவம்னு திருமூலரும் சொல்லியிருக்கார் நாம கடவுள்னு நம்மால உணர முடிஞ்சிட்டா, நாம எப்படி இருக்கணும்னும் இருக்கு இல்லையா? கடவுள்கிட்ட பேராசை இருக்க முடியுமா? பழிவாங்கற குணம் இருக்க முடியுமா? கூரியர் தபால் மூலமா மிரட்டுவாரா கடவுள்?"

"அப்ப மகாதேவ் சொல்ற தொனி ஆணவத் தொனி... அப்படித்தானே?"

"இதை இவ்வளவு லேட்டாவா கேட்பீங்க?"

"சரி, இந்த நபரை எப்படி வழிக்கு கொண்டு வரப்போறீங்க?"

"அது என் கைல இருக்கறதா எனக்குத் தெரியல. எல்லாத்தையும் சிவன்மலை சித்தர்கள் பார்த்துக்குவாங்க"

"பாண்டியன்! இவ்வளவு விலாவரியாவும் தெளிவாவும் பேசின நீங்க பொறுப்பை சித்தர்கள்கிட்ட விடலாமா?"

"செல்வராஜ்! நான் தன்னடக்கத்தோட சொன்னதை நீங்க சரியா புரிஞ்சுக்கலை. பறவையை வலை வீசிப் புடிக்கணும். யானையைக் குழி வெட்டிப் பிடிக்கணும், திருடர்களை கால்ல சுட்டு பிடிக்கணும்னு ஒவ்வொண்ணுக்கும் ஒரு வரைமுறை

இருக்கற மாதிரி, சித்து வேலை தெரிஞ்ச மகாதேவ் மாதிரி மனிதர்களை பதிலுக்கு சித்து வேலை தெரிஞ்சவர்களாலதான் மடக்க முடியும். அவங்க மடக்கறாங்களோ இல்லையோ மகாதேவோட கர்வம், பேராசை, கருணை இல்லாத துணிச்சல் இந்த மூணுமே அவரைக் கவிழ்த்துடும். நாம எதுவும் செய்ய வேண்டாம். வேடிக்கை பார்த்தா போதும்."

"சரி, உங்க அடுத்த மூவ்?"

"சிவன்மலை காட்டுக்கு கிளம்பிகிட்டே இருக்கேன் அங்க போய் அந்த ஆகாசலிங்கத்தை தரிசனம் பண்றதுக்குள்ள எல்லா நல்லவையும் நடந்துடும்னு எனக்குள்ள ஒரு உள்ளுணர்வு சொல்லுது."

"ஆல் த பெஸ்ட்!"

செல்வராஜ் கை குலுக்கினார்.

"டிபார்ட்மெண்ட் உதவி தேவைப்படுமா?"

"அவசியப்பட்டா நானே போன் பண்றேன்" பாண்டியன் கிளம்பி விட்டார்!

* ———————— *

அத்தியாயம் 48

இவ்வுலகில் எவ்வளவோ சிவனடியார்கள்... அவர்களால் நமக்கும் எவ்வளவோ பாடங்கள். ஈசன் திருவடிகளை சிக்கென பிடித்தவர்களுக்கு என்றும் ஒரு குறைவும் ஏற்பட்டதில்லை. இல்லையில்லை... நான் அவனை தொழாத நொடிகள் இல்லை. இருந்தும் துன்பத்தில்தான் இருக்கிறேன் என்றால் அதற்கு காரணம் பழைய கணக்கு. அது நேராகிக் கொண்டிருப்பதை நம்பி பிடித்த பிடியை விடவே கூடாது. ஒரு நாள் பழைய கணக்கு முழுவதும் தீரும். நாம் போட்ட குப்பையை நாமே எடுத்து அகற்றுவது போன்றது இச்செயல். நமது கணக்கு தீர்ந்த நொடி வட்டியும் முதலுமாய் இன்பம் வந்து சேரும். அந்த இன்பமும் நித்திய இன்பமாக இருக்கும்! இதில் சந்தேகமே வேண்டாம்.

ஓம் நமசிவாய!

ஆகாசலிங்கத்தை வணங்கிவிட்டு கீழே இறங்கிக் கொண்டிருந்தார் சொர்ணசித்தர்.

எதிரில் சுந்தர்ராஜன்!

பழைய அதே தோற்றத்தோடு...

“வாப்பா... நீ போன காரியம் எல்லாம் நல்லபடி முடிஞ்சதா?”

“நல்லபடியாக மட்டும் முடியல... சில நடக்கக்கூடாததற்கும் சாமியோட பாசம் இடம் கொடுத்துருச்சி...” என்றொரு குரல் பக்கவாட்டில் இருந்து கேட்டது. அது குரங்கு சித்தர்!

சொர்ண சித்தர் சிரித்தார்.

“சாமியால எப்படிச் சிரிக்க முடியுது...”

“சிரிப்புதானே குரங்கா மனுஷனோட அற்புதமான உணர்வு. வேற எந்த உயிரினத்தால சிரிக்க முடியும், சொல் பார்க்கலாம்”

“அது சரி... இப்ப நம்ம சுந்தர்ராஜ சாமி ரொம்பவே சிக்கல்ல இருக்காரு. அவரை பின்தொடர்ந்து அவர் உறவுகள் அவ்வளவு பேரும் வந்துட்டாங்க. பொன்னி வீட்டிலதான் இருக்காங்க. அவங்களுக்கு இவர்கிட்ட இருந்து தேவை பந்த பாசம் இல்ல. தங்கம் பண்ற ரகசியம் மட்டும்தான்... இதை கேட்டும் எப்படிச் சிரிக்க முடியுது?”

“எதைக் கேட்டும் சிரிக்கணும்... அப்பதான் அவன் முழு சித்தன். விதை ஒண்ணு போட்டா செடி ஒண்ணா முளைக்கும்.”

“சாமி... இல்ல இந்த சிக்கல்ல இருந்து விடுபட ஒரு வழிய சொல்லுங்க. அவங்கள எப்படிச் சமாதானப்படுத்தி அனுப்பப்போறோம். கூடவே பெருசா தவத்துல உக்கார்ந்துருக்கார் ஆனந்தர். அவர் தேவையும் தங்கம் பண்ற அந்த ரகசியம்தான்.”

“கூடவே மகா மகாதேவ்வையும் சேர்த்துக்குங்க... இப்ப அவரும் வனத்துக்குள்ள வந்தாச்சு...” மாயம்மாவும் இப்படி ஒரு பதிலோடு வந்து சேர்ந்தார்.

அதற்கும் சேர்த்து சிரித்தார் சொர்ண சித்தர்.

“சாமி... இந்த காட்டுக்கு இதைவிட ஒரு சோதனையான நேரம் வரமுடியாதுன்னு நாங்க நினைக்கறோம். உங்களால எப்படிச் சிரிக்க முடியுது?”

“நான் தான் ஆரம்பத்துலயே சொன்னேனே. எந்த நிலையிலயும் சிரிக்கத் தெரிஞ்சவனே சித்தன்.”

“சரி, இப்ப இந்த காட்டை யார் காப்பாத்துவா?”

“இவ்வளவு நாளா காப்பாத்தின அதே ஈசன் தான்”

“எப்படி?”

“போங்க... போய் அவன் பேரை ஜெபியுங்க. அதுபோதும்? மற்றதெல்லாம் தானா நடக்கும்?”

“சாமி...”

“சொன்னதை செய்யுங்க”

அதற்குமேல் குரங்குசித்தரோ, மாயம்மாவோ ஒரு வார்த்தைகூட பேசவில்லை. சுந்தர்ராஜனும் மேலேறி ஆகாச லிங்கத்தை வலம் வரத் தொடங்கினார்.

மரத்தடியில் அமர்ந்து தவத்தில் மூழ்கியிருக்கும் ஆனந்தரின் எதிரில் நின்று கொண்டிருந்தார் மகாதேவ். கூடவே சிதம்பரம்!

“குரு... இவர் ஒரு மண்டலகாலம் தவம் செய்து முடிச்சுட்டா நிச்சயம் சொர்ண சித்தர் இவரை சிஷ்யனா ஏத்துக்குவாரு, எல்லா வித்தைகளையும் கூட கத்துக் கொடுத்துடுவாரு...”

சிதம்பரம் தான் கஷ்டப்பட்டு சேகரித்த தகவலை கொட்டினான்.

“இவனை தவம் செய்ய விட்டால்தானே அது நடக்கும்.”

“அப்ப தவத்தை கெடுக்கப் போறோமா?”

“அது பாவத்துல முடியும்?”

“வேற என்னதான் செய்யப் போறீங்க?”

“இந்த காட்டுலதான் மதிமயக்கி வனம் இருக்கு...”

“அதெல்லாம் எனக்குத் தெரியாது குரு!”

“உனக்குத் தெரியாது... ஆனா எனக்குத் தெரியும். இவனை அப்படியே தூக்கி உன் கழுத்து மேல சுமந்துகிட்டு என் கூடவா.”

சிதம்பரம் மறுபேச்சு பேசாமல் ஆனந்தரை மிகுந்த சிரமத்தோடு தூக்கிக் கொண்டு கழுத்திலேயும் ஏற்றிக்கொண்டு மகாதேவை தொடர்ந்தான்.

வழியில் நாகசித்தர் தவம் செய்யும் மரமும் உள்ளே அவர் தவத்தில் இருப்பதும் தெரிந்தது.

அவர் முன் நாகமாணிக்கத்தை தூக்கிப்போட்டு பிடித்த மகாதேவ் ஒரு சிரிப்பு சிரித்துவிட்டு தொடர்ந்து நடந்தார்.

மதி மயக்கி வனப்பகுதியும் வந்தது!

முகப்பில் எச்சரிக்கை பலகை,

'இந்த காட்டுப் பகுதிக்குள், வனத்தில்லை. அதிபலா, மனோமகரா போன்ற தாவரங்கள் உள்ளன. இவற்றின் மகரந்தங்கள் முகர்பவர்களை மயக்கி அவர்களுக்கு தங்கள் சுய நினைவே இல்லாதபடி செய்துவிடும். வனம் முழுக்க மகரந்தங்கள் மிதப்பதால் இதற்குமேல் உள் செல்ல தடைசெய்யப்படுகிறது!' என்கிற பெயர்ப் பலகையை மறைத்துக் கொண்டு நின்ற மகாதேவ், சிதம்பரத்தை பார்த்து,

"சிதம்பரம் உள்ள போ... எவ்வளவு தூரம் போக முடியுமோ போய் ஒரு இடத்துல இவனை இறக்கிவிட்டு நீ திரும்பி வா..." என்றார். ஆனால், போனால் தன்னாலும் திரும்ப முடியாது என்பது பாவம் சிதம்பரத்திற்கு தெரியாது. பெயர்ப் பலகையையும் மறைத்துக்கொண்டு நிற்பதும் அதற்காகத்தானே?

சிதம்பரமும் கழுத்துமேல் ஆனந்தரோடு எந்தப் பிறவியில் செய்த பாவமோ உள்ளே நுழைந்தான். போனவன் போனவன் தான்!

வரவேயில்லை.

மகாதேவ் முகத்தில் மட்டும் ஒரு எதிரியை ஒழித்துக் கட்டிவிட்ட மகிழ்ச்சி.

இனி தனக்கு போட்டியில்லை...

இந்த சிவன்மலை சித்தர்களையும் இனி விடக்கூடாது என்பதுபோல ஒரு ஆங்காரத்தோடு திரும்பியபோது நடந்து வந்த பாதை மேல் நன்கு கூரிய கொம்புகளோடு ஒரு காளை! நந்தி தேவரே நேரில் வந்துவிட்டது போல... ஒரு வினாடி

மகாதேவருக்கு பகீரென்றது. அதுவும் மானைப் பார்த்துவிட்ட புலிபோல கழுத்து மணிகள் சப்திக்க மகாதேவை முட்டுவதுபோல பாய்ந்து ஓடிவரவும், மகாதேவுக்கு அதை அடக்கத் தெரிந்த மந்திரப் பிரயோகங்களோ, இல்லை வேறு எதுவுமோ அந்த நொடி நினைவுக்கே வரவில்லை.

அதற்கு எதிர்திசையில்தான் இடம் இருந்தது. அதற்குள் புகுந்து ஓடத் தொடங்க, கச்சிதமாக அந்த பாதையும் மதிமயக்கி வனத்துக்குள்தான் சென்று முடிந்தது. உள்ளே சென்ற மகாதேவும் மனிதன்தானே?

மனம் இருப்பதால் மனிதன்...!

அது செயல்பட்டால்தானே மற்ற எல்லாமும் செயல்படவும் முடியும்...

ஆனால், அதுதான் அங்கே நுழைந்த உடனேயே மயக்கத்தில் ஆழ்ந்து விடுகிறதே...

அந்த வனத்தில் ஆங்காங்கே தெரியாமல் அந்த வனத்துக்குள் புகுந்தவர்களின் எலும்புக்கூடுகளும் மண்டை ஓடுகளும் கிடந்தன. அவற்றில் இனி ஆனந்தர், சிதம்பரம், மகாதேவனுடையதும் சேர்ந்துவிடக்கூடும்!

***

பொன்னி தன் பழைய அருள்வாக்கு கடமையை விட்டுவிடவில்லை. அவள் முன்னால் நீண்ட வரிசை. அவள் அருள்வாக்கு சொல்வதை மங்களத்தில் இருந்து சித்தி சகுந்தலா வரை எல்லோரும் பார்த்துக் கொண்டே இருந்தனர். ஒவ்வொருவருக்கும் ஒவ்வொரு பதில். அந்த கூட்டத்தில் பார்க்கவே சகிக்க முடியாத தோற்றத்துடன் ஒரு பெண்ணும் இருந்தாள்.

அவள் தோளில் ஒரு பை... பொன்னியை நெருங்கிய அவள் பையை பொன்னி முன் அப்படியே கவிழ்த்தாள். திருப்பதி லட்டு கணக்காக சில தங்க உருண்டைகள் உருண்டு ஓடின.

“அம்மாடி, இது தங்கம்... அவ்வளவும் ரசவாத தங்கம். மலைல இருக்கற ஒரு சாமிய பதினெட்டு வருஷம் விடாம துரத்தி இதை செய்யக் கத்துக்கிட்டேன். ஆனா பாரு... இதை செய்யறவங்களுக்கு இப்படி உடம்பு அழுகிப் போயிடுமாம்ல...” என்றாள்.

அவள் சொன்னதை கேட்டு எல்லோருக்குமே தூக்கிவாரிப் போட்டது.பொன்னி பதிலுக்கு பாலு குடும்பத்தைத்தான் பார்த்தாள். பிறகு அவளுக்கு விபூதி தந்தவள், “ரசவாத தங்கத்தை அபூர்வமாதான் செய்யணும், அபூர்வமாதான் பயன்படுத்தணும். அதை கொண்டு நீ உலகையே விலைக்கு வாங்க நினைச்சிருப்பே... கடைசியில உன்னையே இப்ப உன்னால வாங்க முடியல... இதுக்கு மருந்தே கிடையாது. சிவன்மலை அருவியில ஒரு மண்டலம் குளி. உடம்பு எரிச்சல் குறையும்” என்றாள். அந்த பதில் சகுந்தலாவையும் மோகனையும் ஒரு உலுக்கு உலுக்கிவிட்டது. பொன்னி அவர்களையும் ஒரு பார்வை பார்த்தவள்,

“கிளம்புங்க... வந்ததுக்கு ஆகாசலிங்கத்தை கும்பிட்டுட்டு ஊருக்கு கிளம்புங்க... பேராசை வேண்டாம் சுந்தர்ராஜ சாமி ஏன் உங்களை எல்லாம் விட்டு இந்த காட்டுக்குள்ள வந்துட்டாருங்கறது இப்ப உங்களுக்குப் புரிஞ்சிருக்குமே...” என்றாள். அவர்களிடம் மௌனமான அங்கீகாரம்.

மங்களம் கண்களில் பொலபொலவென்று கண்ணீர்.

கச்சிதமாக பாண்டியனும் அங்கு வந்தபோது பாலு, பாண்டியனைப் பார்த்து கண் கலங்கினான்.

“என்ன பாலு?”

“என்னத்த சார் சொல்ல... யார் யார்க்கு என்ன கிடைக்கணுமோ அது கிடைச்சு, எது தெரியணுமோ அதுவும் தெரிஞ்சிடிச்சு. அப்பா எங்களுக்குப் பெரிய உதவியதான் செய்திருக்கார் சார்... நாங்க ஆகாசலிங்கத்தை கும்புட்டுட்டு கிளம்ப வேண்டியதுதான்.”

பாலு நறுக்கு தெறித்த மாதிரி பேசினான். ஆனால், அதில் ஆழ்ந்த உட்பொருள்.

"சரி, கிளம்புவோம்..."

பாண்டியனும் சேர்ந்து கொண்டார். பொன்னி தானும் வருவதாக கூறிசேர்ந்து கொண்டாள்.

***

ஆகாசலிங்க சந்நிதி!

அவ்வளவு பேரும் எப்போதும் இல்லாத ஒரு மனத் தெளிவுடன் சுவாமி தரிசனம் செய்தனர். அப்படியே பிரதட்சணமாகவும் வரத் தொடங்கினர். வெகு தூரத்தில் ஒரு மரக்கிளைமேல் யோக நிஷ்டையில் உட்கார்ந்திருந்த சுந்தர்ராஜன் மட்டும் அங்கிருந்தே பார்த்தார். அவரையும் மீறி கண்ணீர் சுரக்கத் தொடங்கியது. அது ஆனந்தக் கண்ணீரா, இல்லை பக்திக் கண்ணீரா என்று தெரியவில்லை!

பாண்டியன் மட்டும் சொர்ணசித்தர் எங்காவது கண்ணில் படமாட்டாரா என்று தேடினார். வெகு தொலைவில் அவரும் கண்ணில்பட்டார். பாண்டியனை தன்னை நோக்கி வருமாறு சைகையும் செய்தார்.

பாண்டியனும் மெல்ல நழுவி அவர் இருந்த மறைவான பகுதிக்கு சென்றார்.

சென்ற வேகத்தில் காலில் விழுந்தார்.

சொர்ண சித்தரும் ஆசீர்வதித்தவராக,

"எல்லாம் நல்லபடி முடிஞ்சது பாண்டியன். நீ சுந்தர்ராஜன் குடும்பத்தை நல்லவிதமாக கூட்டிக்கிட்டுப் போ... ஒரு பக்கம் நந்தியும் இன்னொரு பக்கம் சக்தியும் ஒரு சின்ன நாடகம் போட்டு எங்களுக்கெல்லாம் வேலையில்லாம பண்ணிட்டாங்க. அந்த பரமன் எப்ப கை விட்டிருக்கான்... இப்ப கை விடறதுக்கு?"

சொர்ண சித்தர் கேட்டபோது மேலே ஆகாசலிங்க சிந்நிதியில் ஆமோதிப்பு மணி சப்தம்.

பாண்டியன் எதுவும் பேசாமல் கைகளைக் கூப்பிய நிலையில் கண்ணீர் மல்கிட "ஓம் நமசிவாய..." என்றார்.

அதுவும் சற்று உரத்த குரலில் அது மலை முழுக்க எதிரொலிக்கத் தொடங்கியது.

"ஓம் நமசிவாய..."

சுபம்

www.ingramcontent.com/pod-product-compliance
Lightning Source LLC
LaVergne TN
LVHW102034051026
849518LV00014B/1285
* 9 7 8 9 3 5 6 9 5 6 5 4 4 *